ਇੱਕ ਤੇ ਇੱਕ

ਲੇਖਿਕਾ ਦੀਆਂ ਹੋਰ ਰਚਨਾਵਾਂ

ਪੰਜਾਬੀ ਵਿੱਚ

1. ਸਤਰੰਗੀ ਕਲਪਨਾ (ਕਹਾਣੀ ਸੰਗ੍ਰਹਿ)
2. ਆਪਣਾ ਸ਼ਹਿਰ (ਕਹਾਣੀ ਸੰਗ੍ਰਹਿ)
3. ਸੱਤੇ ਹੀ ਕੁਆਰੀਆਂ (ਕਹਾਣੀ ਸੰਗ੍ਰਹਿ)
4. ਦਖਲ ਦੂਜੇ ਦਾ (ਕਹਾਣੀ ਸੰਗ੍ਰਹਿ)
5. ਤੇਰੇ ਜਾਣ ਤੋਂ ਬਾਅਦ (ਕਹਾਣੀ ਸੰਗ੍ਰਹਿ)
6. ਧੁੰਦ ਦੇ ਉਸ ਪਾਰ (ਕਹਾਣੀ ਸੰਗ੍ਰਹਿ)
7. ਤਖਤਾ ਪਲਟ (ਕਹਾਣੀ ਸੰਗ੍ਰਹਿ)
8. ਚੋਣਵੀਆਂ ਕਹਾਣੀਆਂ
9. ਜਾਦੂ ਦੀ ਸੋਟੀ (ਬਾਲ ਕਹਾਣੀਆਂ)
10. ਬਗੀਚੇ ਦਾ ਭੂਤ (ਬਾਲ ਕਹਾਣੀਆਂ)
11. ਪੰਜ ਯੋਧੇ (ਇਤਿਹਾਸਿਕ ਜੀਵਨੀਆਂ-ਬੱਚਿਆਂ ਲਈ)
12. ਬਾਲ ਕੁਮਾਰੀ (ਨੈਸ਼ਨਲ ਬੁਕ ਟ੍ਰਸਟ ਵੱਲੋਂ ਛਪਾਈ ਅਧੀਨ)
13. ਪਰਤਾਂ (ਨਿੱਕਾ ਨਾਵਲ)

ਹਿੰਦੀ

1. ਅਪਨੇ ਲੋਗ (ਕਹਾਣੀ ਸੰਗ੍ਰਹਿ)
2. ਸ਼ੂਨਯ ਕਾ ਸ਼ੋਰ (ਕਹਾਣੀ ਸੰਗ੍ਰਹਿ)
3. ਕਹਾਨੀਆਂ ਗਿਆਨ ਕੀ (ਬਾਲ ਕਹਾਣੀਆਂ)

ਮਾਨ ਸਨਮਾਨ

1. ਪੰਜਾਬੀ ਅਕਾਦਮੀ ਦਿੱਲੀ 1988, ਦਖਲ ਦੂਜੇ ਦਾ
2. ਪੰਜਾਬੀ ਅਕਾਦਮੀ, ਦਿੱਲੀ 1997, ਧੁੰਦ ਦੇ ਉਸ ਪਾਰ
3. ਸੰਤ ਨਿਧਾਨ ਸਿੰਘ ਕੇਸਰ, ਬੈਂਕਾਕ, 1988
4. ਪ੍ਰਿੰਸੀਪਲ ਸੁਜਾਨ ਸਿੰਘ, ਕਹਾਣੀ ਪੁਰਸਕਾਰ 1997
5. ਡਾ. ਜਸਵੰਤ ਕੌਰ ਗਿੱਲ, ਢੁਡੀਕੇ ਪੁਸਰਕਾਰ 2006

ਇੱਕ ਤੇ ਇੱਕ

ਰਾਜਿੰਦਰ ਕੌਰ

Novel/Punjabi Novel

ISBN : 978-93-5204-075-9

Ek Te Ek

by

Rajinder kaur

H. No. 355-Naraina Vihar
New Delhi-100028
Ph. No 011-25797948
Mobile : 098111-35383
E-mail : shallybagga@yahoo.com

2015
Lokgeet Parkashan
S.C.O. 26-27, Sector 34 A, Chandigarh-160022
India
Ph. +91-172-5077427, 5077428
Printed & bound at Unistar Books Pvt. Ltd.
301, Industrial Area, Phase-9,
S.A.S. Nagar, Mohali-Chandigarh (India)
email : unistarbooks@gmail.com
website : www.unistarbooks.com

ਉਨ੍ਹਾਂ ਪਾਤਰਾਂ ਦੇ ਨਾਂ
ਜਿਨ੍ਹਾਂ ਨੂੰ ਜਾਣਿਆ ਵੀ ਅਤੇ ਸਿਰਜਿਆ ਵੀ

ਤਤਕਰਾ

ਆਪਣੀ ਗੱਲ

ਆਪਣੇ ਦੋ ਨਿੱਕੇ ਨਾਵਲ ਪਾਠਕਾਂ ਦੇ ਸਾਹਵੇਂ ਰੱਖਦਿਆਂ ਮੈਨੂੰ ਬਹੁਤ ਖੁਸ਼ੀ ਹੋ ਰਹੀ ਹੈ। ਮੇਰੇ ਪਹਿਲੇ ਨਿੱਕੇ ਨਾਵਲ (ਪਰਤਾਂ-2007) ਦਾ ਪਾਠਕਾਂ ਵੱਲੋਂ ਮੈਨੂੰ ਬੜਾ ਨਿੱਘਾ ਹੁੰਗਾਰਾ ਮਿਲਿਆ ਹੈ।

ਜ਼ਿੰਦਗੀ ਦੇ ਵੱਖਰੇ-ਵੱਖਰੇ ਮੋੜਾਂ ਤੇ ਕਈ ਲੋਕਾਂ ਨੂੰ ਮਿਲੀ। ਕਈ ਬਹੁਤ ਨੇੜੇ ਆ ਗਏ। ਆਪਣੇ ਦੁੱਖ ਸੁੱਖ ਸਾਂਝਾ ਕਰਦੇ ਰਹੇ। ਉਹਨਾਂ ਲੋਕਾਂ ਵਿਚੋਂ ਹੀ ਮੈਨੂੰ ਮਿਲੇ ਮੇਰੇ ਪਾਤਰ ਅਮਨ, ਸਵਾਤੀ, ਅਲਕਾ ਅਤੇ ਉਹਨਾਂ ਨਾਲ ਜੁੜੇ ਹੋਰ ਪਾਤਰ!

ਕੁਝ ਸਾਲ ਪਹਿਲਾਂ ਇਹਨਾਂ ਪਾਤਰਾਂ ਨੇ ਮੇਰੇ ਕੋਲੋਂ ਕਹਾਣੀਆਂ ਲਿਖਵਾ ਲਈਆਂ ਪਰ ਉਹ ਫਾਈਲਾਂ ਵਿਚ ਬੰਦ ਪਈਆਂ ਰਹੀਆਂ। ਪਹਿਲੇ ਨਾਵਲਿਟ ਨੂੰ ਮਿਲੇ ਹੁੰਗਾਰੇ ਕਰਕੇ ਮੈਂ ਇਹ ਫਾਈਲਾਂ ਖੋਲ੍ਹੀਆਂ ਤਾਂ ਇਹਨਾਂ ਕਹਾਣੀਆਂ ਨੇ ਨਿੱਕੇ ਨਾਵਲਾਂ ਦਾ ਰੂਪ ਧਾਰ ਲਿਆ।

ਸਾਰੀ ਮਨੁੱਖੀ ਹੋਂਦ ਵਿਚ ਦੋ ਚੀਜ਼ਾਂ ਮੈਨੂੰ ਹਮੇਸ਼ਾਂ ਹੀ ਪ੍ਰਭਾਵਿਤ ਕਰਦੀਆਂ ਰਹੀਆਂ ਹਨ। ਇਕ-ਮਨੁੱਖ ਜਿਹੜੇ ਮਾਹੌਲ ਵਿੱਚ ਸਾਹ ਲੈਂਦਾ ਹੈ ਅਤੇ ਆਪਣੀ ਸ਼ਖ਼ਸੀਅਤ ਨੂੰ ਉਘਾੜਦਾ ਹੈ। ਦੂਜਾ-ਜਿਹੜੇ ਰਿਸ਼ਤੇ ਉਹਨੂੰ ਜਨਮ ਲੈਂਦਿਆਂ ਹੀ ਸਹਿਜ ਸੁਭਾ ਮਿਲ ਜਾਂਦੇ ਹਨ ਤੇ ਉਹ ਰਿਸ਼ਤੇ ਵੀ ਜਿਹਨਾਂ ਨੂੰ ਆਪ ਸਿਰਜਦਾ ਹੈ। ਇਹਨਾਂ ਰਿਸ਼ਤਿਆਂ ਦੇ ਪਰੰਪਰਾਗਤ ਰੂਪ ਬਦਲਦੇ ਰਹਿੰਦੇ ਹਨ। ਇਹਨਾਂ ਨੂੰ ਨਵੀਂ ਪਰਿਭਾਸ਼ਾ ਵੀ ਮਿਲਦੀ ਰਹਿੰਦੀ ਹੈ। ਇਸ ਗੱਲ ਨੂੰ ਪਛਾਣਨਾ, ਇਹਦੇ ਮਰਮ ਨੂੰ ਸਮਝਣ ਦਾ ਯਤਨ ਕਰਨਾ ਅਤੇ ਰਿਸ਼ਤਿਆਂ ਵਿਚ ਆਈਆਂ ਗੁੰਝਲਾਂ ਵਿਚ ਝਾਕਣਾ ਕਿਸੇ ਵੀ ਲੇਖਕ ਲਈ ਬੜਾ ਜ਼ਰੂਰੀ ਹੁੰਦਾ ਹੈ।

ਹਰ ਲੇਖਕ ਦੀ ਆਪਣੀ ਨਜ਼ਰ ਹੁੰਦੀ ਹੈ। ਉਸੇ ਹਿਸਾਬ ਨਾਲ ਹੀ ਉਹ ਮਨੁੱਖੀ ਮਨੋਵਿਗਿਆਨ ਨੂੰ ਸਮਝਣ ਦਾ ਉਪਰਾਲਾ ਕਰਦਾ ਹੈ। ਆਪਣੇ ਪਾਤਰਾਂ ਰਾਹੀਂ ਮੈਂ ਇਹੋ ਯਤਨ ਕੀਤਾ ਹੈ। ਇਸ ਕੰਮ ਵਿਚ ਮੈਂ ਕਿਤਨਾ ਸਫਲ ਹੋਈ ਹਾਂ ਇਸ ਦਾ ਫੈਸਲਾ ਤਾਂ ਜਾਗਰੂਕ ਪਾਠਕ ਹੀ ਕਰਨਗੇ।

-ਰਾਜਿੰਦਰ ਕੌਰ

ਬੰਧਨ ਕੀ ਬੇਲਾ

ਇਹਦੀ ਕਹਾਣੀ ਮਨੁੱਖੀ ਰਿਸ਼ਤਿਆਂ ਵਿੱਚ ਆਈਆਂ ਤ੍ਰੇੜਾਂ ਤੇ ਉਹਨਾਂ ਤੋਂ ਉਪਜੀਆਂ ਉਲਝਣਾਂ ਬਾਰੇ ਹੈ। ਅਮਨ ਮਾਂ ਬਾਪ ਦੇ ਜ਼ੋਰ ਤੇ ਵਿਆਹ ਤਾਂ ਕਰਵਾ ਲੈਂਦਾ ਹੈ ਪਰ ਉਹਦਾ ਆਪਣੀ ਵਹੁਟੀ ਅਲਕਾ ਨਾਲ ਮਨ ਨਹੀਂ ਜੁੜਦਾ। ਉਹ ਆਪਣੇ ਦੋਸਤਾਂ ਨੂੰ ਆਪਣੀਆਂ ਪ੍ਰੇਮਿਕਾਵਾਂ ਨਾਲ ਘੁੰਮਦੇ ਵੇਖਦਾ ਹੈ ਤਾਂ ਉਹਦੇ ਅੰਦਰ ਵੀ ਹਸਰਤ ਪੈਦਾ ਹੁੰਦੀ ਹੈ ਕਿ ਉਹਦੀ ਵੀ ਇਕ ਪ੍ਰੇਮਿਕਾ ਹੋਵੇ...ਦਫ਼ਤਰ ਵਿੱਚ ਅੰਜੂ ਨਾਂ ਦੀ ਲੜਕੀ ਦੇ ਆ ਜਾਣ ਨਾਲ ਉਹ ਉਹਦੇ ਨੇੜੇ ਹੋ ਜਾਂਦਾ ਹੈ ਤੇ ਉਸ ਤੋਂ ਬਾਅਦ ਰਿਸ਼ਤਿਆਂ ਵਿਚ ਆਈਆਂ ਤਬਦੀਲੀਆਂ ਨੂੰ ਲੈ ਕੇ ਇਹ ਨਾਵਲ ਹੈ।

ਬਾਰ ਪਰਾਇਆ ਬੈਸਣਾ

ਸਵਾਤੀ ਨਾਂ ਦੀ ਮਰਾਠੀ ਕੁੜੀ ਦਿੱਲੀ ਦੀ ਜੰਮ ਪਲ... ਮਾਂ ਦੀ ਲੰਬੀ ਬੀਮਾਰੀ, ਬਾਪ ਦਾ ਦੂਜੀ ਔਰਤ ਲੈ ਆਉਣਾ-ਚਾਰ ਭੈਣਾਂ... ਮਾਂ ਦੀ ਮੌਤ ਬਾਅਦ 'ਦੂਜੀ ਔਰਤ' ਨੂੰ ਲੈ ਕੇ ਘਰ ਦੇ ਹਾਲਾਤ ਬਦਲ ਜਾਂਦੇ ਹਨ। ਭੈਣਾਂ ਦਾ ਤ੍ਰਾਸਦੀ, ਉਹਦੀ ਆਪਣੀ ਜ਼ਿੰਦਗੀ ਦੀਆਂ ਉਲਝਣਾਂ, ਪਿਆਰ ਵਿੱਚ ਪੈਣਾ, ਉਮੀਦਾਂ ਦਾ ਟੁੱਟਣਾ...ਫਿਰ ਪਿਆਰ ਦਾ ਮਿਲਣਾ........। ਰਿਸ਼ਤਿਆਂ ਦੇ ਬਣਦੇ ਟੁੱਟਦੇ ਰਿਸ਼ਤਿਆਂ ਦੀ ਕਹਾਣੀ ਹੈ ਇਹ.........।

ਬੰਧਨ ਕੀ ਬੇਲਾ

ਬੇੜਾ ਬੰਧਿ ਨ ਸਕਿਓ ਬੰਧਨ ਕੀ ਵੇਲਾ
ਭਰਿ ਸਰਵਰੁ ਜਬ ਊਛਲੈ, ਤਬ ਤਰਣੁ ਦੁਹੇਲਾ।

1.

ਸਵਾਤੀ ਨੇ ਫ਼ੋਨ ਤੇ ਬਹੁਤ ਜ਼ੋਰ ਦੇ ਕੇ ਕਿਹਾ ਸੀ ਕਿ ਅਸੀਂ ਸਭ ਬਬਲੀ ਦੀ ਸ਼ਾਦੀ ਤੇ ਜ਼ਰੂਰ ਪਹੁੰਚੀਏ। ਜੰਜ ਰਾਤ ਨੂੰ ਢੁਕਣੀ ਸੀ। ਇੰਦਰ ਦਿੱਲੀ ਤੋਂ ਬਾਹਰ ਗਿਆ ਹੋਇਆ ਸੀ। ਮੈਂ ਅੰਮ੍ਰਿਤਾ ਅਤੇ ਸਿਮਰ ਨੂੰ ਨਾਲ ਲੈ ਕੇ ਵਿਆਹ ਤੇ ਜਾਣ ਦੀ ਸੋਚੀ। ਬਾਹਰ ਬੱਦਲ ਬੜੇ ਕਾਲੇ ਸਨ। ਲਗਭਗ ਰੋਜ਼ ਹੀ ਮੀਂਹ ਪੈ ਰਿਹਾ ਸੀ। ਸਿਮਰ ਤਾਂ ਹਾਲੇ ਸਾਲ ਦੀ ਵੀ ਨਹੀਂ ਸੀ। ਅੰਮ੍ਰਿਤਾ ਮੈਨੂੰ ਇਕੱਲੀ ਨੂੰ ਜਾਣ ਨਹੀਂ ਦੇ ਰਹੀ ਸੀ। ਵਿਕਾਸਪੁਰੀ ਦਾ ਇਲਾਕਾ ਮੇਰੇ ਲਈ ਨਵਾਂ ਸੀ। ਅਸਾਂ ਉਹੀ ਫੈਸਲਾ ਕੀਤਾ ਕਿ ਸਕੂਟਰ ਲੈ ਕੇ ਜਾਵਾਂਗੀਆਂ। ਸ਼ਗਨ ਪਾ ਕੇ ਜਲਦੀ ਵਾਪਿਸ ਆ ਜਾਵਾਂਗੀਆਂ। ਅਸੀਂ ਘਰੋਂ ਜਲਦੀ ਹੀ ਚਲ ਪਈਆਂ।

ਬੈਂਕੁਇਟ ਹਾਲ ਲੱਭਣ ਵਿਚ ਸਾਨੂੰ ਜ਼ਿਆਦਾ ਦਿੱਕਤ ਨਹੀਂ ਹੋਈ। ਉਥੇ ਪਹੁੰਚੇ ਤਾਂ ਘਰ ਦੇ ਮੈਂਬਰਾਂ ਤੋਂ ਸਿਵਾ ਹਾਲੇ ਹੋਰ ਜ਼ਿਆਦਾ ਲੋਕ ਨਹੀਂ ਸਨ ਆਏ।

ਸਵਾਤੀ ਸਾਨੂੰ ਵੇਖ ਕੇ ਬਹੁਤ ਖੁਸ਼ ਹੋਈ–"ਭਾਬੀ ਜੀ, ਬਹੁਤ ਚੰਗਾ ਕੀਤਾ, ਤੁਸੀਂ ਆ ਗਏ।" ਉਹ ਮੈਨੂੰ ਘੁਟ ਕੇ ਜੱਫੀ ਪਾ ਕੇ ਮਿਲੀ।

"ਤੂੰ ਬਹੁਤ ਚੰਗੀ ਲੱਗ ਰਹੀ ਹੈਂ।" ਮੈਂ ਕਿਹਾ।

ਉਹਦੇ ਚਿਹਰੇ ਤੇ ਸ਼ਰਮ ਅਤੇ ਖੁਸ਼ੀ ਦੇ ਮਿਲੇ ਜੁਲੇ ਭਾਵ ਉਭਰੇ। ਉਹ ਅੱਗੇ ਹੋ ਕੇ ਅੰਮ੍ਰਿਤਾ ਅਤੇ ਸਿਮਰ ਨੂੰ ਮਿਲੀ।

"ਸਿਮਰ ਬਿਲਕੁਲ ਆਪਣੇ ਦਾਦਾ ਜੀ ਤੇ ਗਈ ਹੈ। ਉਹੀ ਨੈਣ-ਨਕਸ਼...। ਕੀ ਖਿਆਲ ਹੈ ਭਾਬੀ ਜੀ?"

ਮੈਂ ਹਲਕਾ ਜਿਹਾ ਮੁਸਕਰਾ ਕੇ 'ਹਾਂ' ਵਿਚ ਸਿਰ ਹਿਲਾ ਦਿੱਤਾ।

"ਸਭ ਕਹਿੰਦੇ ਨੇ ਕਿ ਇਹ ਇੰਦਰ ਦੀ ਹੂ-ਬ-ਹੂ ਕਾਪੀ ਹੈ।" ਅੰਮ੍ਰਿਤਾ ਬੋਲੀ।

"ਇੰਦਰ ਆਪਣੇ ਡੈਡੀ ਦੀ ਹੂ-ਬ-ਹੂ ਕਾਪੀ ਹੈ, ਇਸ ਲਈ।" ਸਵਾਤੀ ਚਹਿਕ ਕੇ ਬੋਲ ਰਹੀ ਸੀ।

ਮੈਂ, ਸਵਾਤੀ ਦੀ ਵੱਡੀ ਦੀਦੀ ਮਾਲਾ ਨੂੰ ਮਿਲਣ ਲਈ ਅੱਗੇ ਵਧ ਗਈ। ਮੈਂ ਉਹਨਾਂ ਨੂੰ ਬਹੁਤ ਬਹੁਤ ਵਧਾਈ ਦਿੱਤੀ। ਉਹਨੇ ਸਿਲਕ ਜਾਰਜਟ ਦੀ ਬੜੀ ਸੋਹਣੀ ਸਾੜੀ ਪਾਈ ਹੋਈ ਸੀ। ਜੂੜੇ ਦਾ ਸਟਾਈਲ ਵੀ ਬਦਲਿਆ ਹੋਇਆ ਸੀ। ਜੂੜੇ ਵਿਚ ਚਿੱਟੇ ਫੁੱਲਾਂ ਦਾ ਗਜਰਾ ਲੱਗਾ ਹੋਇਆ ਸੀ। ਗਲੇ ਦਾ ਮੰਗਲ ਸੂਤਰ ਵੀ ਚਮਕ ਰਿਹਾ ਸੀ। ਉਹ ਆਪਦੀ ਉਮਰ ਤੋਂ ਬਹੁਤ ਘੱਟ ਲੱਗ ਰਹੀ ਸੀ।

ਸਿਮਰ ਜਗਮਗ ਕਰਦੀਆਂ ਰੌਸ਼ਨੀਆਂ ਵੇਖ ਕੇ ਬੜੀ ਖੁਸ਼ ਸੀ। ਉਹਨੂੰ ਸਵਾਤੀ ਦੇ ਪਰਿਵਾਰ ਦੇ ਜੀਅ, ਵਾਰੀ-ਵਾਰੀ ਚੁੱਕ ਕੇ ਪਿਆਰ ਕਰ ਰਹੇ ਸਨ।

ਤਦੇ ਮੇਰੀ ਨਜ਼ਰ ਸੁਜਾਤਾ ਤੇ ਪੈ ਗਈ। ਮੈਂ ਹੈਰਾਨ ਹੋ ਕੇ ਉਹਨੂੰ ਵੇਖਦੀ ਹੀ ਰਹਿ ਗਈ। ਲੱਗਦਾ ਸੀ ਕਿ ਉਹ ਬਿਊਟੀ ਪਾਰਲਰ ਤੋਂ ਤਿਆਰ ਹੋ ਕੇ ਆਈ ਹੈ। ਪਹਿਲੀ ਨਜ਼ਰੇ ਤਾਂ ਇਕ ਦਮ ਮੈਂ ਉਹਨੂੰ ਪਛਾਣਿਆ ਹੀ ਨਹੀਂ ਸੀ। ਉਹ ਮੁਸਕਰਾਂਦੀ ਹੋਈ, ਮੇਰੇ ਵੱਲ ਹੀ ਆ ਰਹੀ ਸੀ। ਇਹੋ ਜਿਹੀ ਖਿੜੀ ਹੋਈ ਮੁਸਕਾਣ ਤਾਂ ਮੈਂ ਕਦੀ ਵੀ ਉਹਦੇ ਚਿਹਰੇ ਤੇ ਨਹੀਂ ਵੇਖੀ ਸੀ। ਉਹ ਮੈਨੂੰ ਗਲਵਕੜੀ ਪਾ ਕੇ ਮਿਲੀ। ਪਹਿਲਾਂ ਜਦੋਂ ਵੀ ਉਹ ਮਿਲਦੀ, ਦੂਰੋਂ ਹੀ ਨਮਸਤੇ ਕਰਕੇ ਅੱਖੋਂ ਓਝਲ ਹੋ ਜਾਂਦੀ।

ਅੱਜ ਮੈਂ ਉਹਨੂੰ ਗੌਰ ਨਾਲ ਤਕਿਆ। ਉਹਦੇ ਨੈਣ-ਨਕਸ਼ ਬੜੇ ਦਿਲਖਿਚਵੇਂ ਸਨ। ਉਹ ਵੀ ਸਵਾਤੀ ਵਾਂਗ ਦੁਬਲੀ ਪਤਲੀ ਸੀ। ਘਰ ਵਿਚ ਉਹ ਹਮੇਸ਼ਾਂ ਸੂਤੀ ਸਾੜ੍ਹੀ ਵਿਚ ਲਿਪਟੀ, ਰਸੋਈ ਦੇ ਕੰਮਾਂ ਵਿਚ ਰੁੱਝੀ ਹੁੰਦੀ। ਮੈਨੂੰ ਉਹਦੇ ਨਾਲ ਗੱਲ ਕਰਨ ਦਾ ਕਦੀ ਮੌਕਾ ਹੀ ਨਹੀਂ ਸੀ ਮਿਲਿਆ।

"ਸੁਜਾਤਾ ਤੂੰ ਬਹੁਤ ਖ਼ੂਬਸੂਰਤ ਲੱਗ ਰਹੀ ਹੈਂ।" ਉਹ ਖਿੜਖਿੜਾ ਕੇ ਹੱਸੀ ਅਤੇ ਉਸ ਮੈਨੂੰ ਫਿਰ ਤੋਂ ਗਲਵਕੜੀ ਪਾ ਲਈ। ਉਹਦੇ ਜੂੜੇ ਵਿਚ ਲੱਗੇ ਤਾਜ਼ੇ ਫੁੱਲਾਂ ਦੇ ਗਜਰੇ ਦੀ ਮਹਿਕ ਮੇਰੇ ਨੱਕ ਵਿਚੋਂ ਦੀ ਹੁੰਦੀ ਹੋਈ, ਮੈਨੂੰ ਅੰਦਰ ਤੱਕ ਮਹਿਕਾ ਗਈ।

ਮੈਂ ਉਹਦੀ ਪਛਾਣ ਅੰਮ੍ਰਿਤਾ ਨਾਲ ਕਰਵਾਈ। ਉਹ ਦੋਵੇਂ ਗੱਲੀਂ ਲੱਗ ਪਈਆਂ। ਮੈਨੂੰ ਹਾਲ ਵਿੱਚ ਉਚੇ ਵਜਦੇ ਸੰਗੀਤ ਕਰਕੇ ਉਹਨਾਂ ਦੀਆਂ ਗੱਲਾਂ ਦਾ ਵਿਸ਼ਾ ਨਹੀਂ ਪਤਾ ਲੱਗ ਸਕਿਆ ਪਰ ਉਹਨਾਂ ਦੋਵਾਂ ਦੇ ਖਿੜੇ ਚਿਹਰੇ ਵੇਖ ਕੇ ਅੰਦਾਜ਼ਾ ਲੱਗ ਸਕਦਾ ਸੀ ਕਿ ਉਹ ਕੋਈ ਬਹੁਤ ਹੀ ਮਜ਼ੇਦਾਰ, ਹਾਸੇ ਵਾਲੀ ਗੱਲ ਕਰਕੇ ਖੁਸ਼ ਹੋ ਰਹੀਆਂ ਨੇ।

ਸਵਾਤੀ ਨੇ ਦੱਸਿਆ ਸੀ ਕਿ ਸੁਜਾਤਾ ਦੀਦੀ ਬਹੁਤ ਬੋਲਦੀ ਹੈ। ਸ਼ੁਰੂ ਵਿੱਚ ਹਿਚਕਿਚਾਂਦੀ ਹੈ ਪਰ ਇਕ ਵਾਰ ਪਛਾਣ ਹੋ ਜਾਵੇ ਤਾਂ ਬਸ ਫਿਰ ਬੋਲਣ ਤੋਂ ਨਹੀਂ ਹੱਟਦੀ। ਉਹਨੇ ਅੰਮ੍ਰਿਤਾ ਨਾਲ ਪਛਾਣ ਕਰਨ ਵਿਚ ਜ਼ਰਾ ਵੀ ਦੇਰ ਨਹੀਂ ਲਗਾਈ ਸੀ।

ਸਵਾਤੀ ਨੇ ਦੱਸਿਆ ਸੀ ਕਿ ਸੁਜਾਤਾ ਦੀਦੀ ਪੰਜਾਹ ਪਾਰ ਕਰ ਚੁੱਕੀ ਹੈ। ਉਹ ਫਿਰ ਤੋਂ ਵਿਆਹ ਕਰਵਾਣਾ ਚਾਹੁੰਦੀ ਹੈ ਇਸ ਲਈ ਸਵਾਤੀ ਨੇ ਉਹਦੇ ਤਲਾਕ ਲਈ ਕੋਰਟ ਵਿਚ ਅਰਜ਼ੀ ਪਾ ਦਿੱਤੀ ਸੀ।

ਅੱਜ ਤਾਂ ਸੁਜਾਤਾ ਆਪਦੀ ਉਮਰ ਤੋਂ ਬਹੁਤ ਹੀ ਘੱਟ ਦੀ ਲੱਗ ਰਹੀ ਹੈ।

ਮੈਂ ਸੁਜਾਤਾ ਅਤੇ ਅੰਮ੍ਰਿਤਾ ਦੇ ਕੋਲ ਜਾ ਕੇ ਬੈਠ ਗਈ। ਸਿਮਰ ਹਾਲ ਦੇ ਇਸ ਸ਼ੋਰ ਵਿੱਚ ਵੀ ਅੰਮ੍ਰਿਤਾ ਦੀ ਗੋਦੀ ਵਿਚ ਸੌਂ ਗਈ ਸੀ।

"ਸੁਜਾਤਾ, ਤੂੰ ਤਾਂ ਬਬਲੀ ਨੂੰ ਪਾਲਿਆ ਹੈ, ਵੱਡਾ ਕੀਤਾ ਹੈ। ਉਹਦਾ ਜਾਣਾ ਤੈਨੂੰ ਵੀ ਉਨਾ ਹੀ ਮਹਿਸੂਸ ਹੋਵੇਗਾ ਜਿੰਨਾ ਉਹਦੀ ਮੰਮੀ ਨੂੰ।" ਮੈਂ ਕਿਹਾ

ਉਹ ਹੱਸਣ ਲੱਗ ਪਈ। ਕੁਝ ਦੇਰ ਬਾਅਦ ਬੋਲੀ, "ਬਬਲੀ ਦੇ ਘਰ ਦੀ ਵੇਖ

ਭਾਲ ਕੌਣ ਕਰੇਗਾ? ਉਹ ਤਾਂ ਹਾਲੇ ਬੱਚੀ ਹੀ ਹੈ ਤੇ ਫਿਰ ਅੱਗੋਂ ਬੱਚਾ.....। ਇਹ ਸਭ ਮੈਨੂੰ ਹੀ ਕਰਨਾ ਪਵੇਗਾ।"

ਮੈਨੂੰ ਗੱਲ ਕੁਝ ਸਮਝ ਨਾ ਆਈ। ਮੈਂ ਘੜੀ ਵੱਲ ਤਕਿਆ ਅਤੇ ਅੰਮ੍ਰਿਤਾ ਨੂੰ ਕਿਹਾ ਕਿ ਸਾਨੂੰ ਹੁਣ ਚਲਣਾ ਚਾਹੀਦਾ ਹੈ। ਜੰਜ ਦਾ ਤਾਂ ਹਾਲੇ ਕੁਝ ਅਤਾ ਪਤਾ ਨਹੀਂ। ਬਬਲੀ ਵੀ ਹਾਲੇ ਪਾਰਲਰ ਤੋਂ ਤਿਆਰ ਹੋ ਕੇ ਨਹੀਂ ਆਈ ਸੀ। ਬਰਾਤਾਂ ਦਾ ਅੱਜਕਲ੍ਹ ਆਉਣ ਦਾ ਵਕਤ ਨਿਸਚਿਤ ਨਹੀਂ ਹੁੰਦਾ। ਮੈਨੂੰ ਇਸ ਗੱਲ ਤੇ ਹਮੇਸ਼ਾਂ ਖਿਝ ਹੁੰਦੀ ਹੈ।

"ਵਿਆਹ ਮਰਾਠੀ ਰਸਮਾਂ ਨਾਲ ਹੋਵੇਗਾ ਜਾਂ ਪੰਜਾਬੀ?" ਅੰਮ੍ਰਿਤਾ ਨੇ ਸੁਜਾਤਾ ਨੂੰ ਪੁੱਛਿਆ।

"ਕੀ ਫਰਕ ਪੈਂਦਾ ਹੈ! ਫੇਰੇ ਤਾਂ ਪੰਡਿਤ ਨੇ ਹੀ ਕਰਾਣੇ ਨੇ। ਮਾਲਾ ਦੀਦੀ ਨੇ ਬੰਗਾਲੀ ਲੜਕੇ ਨਾਲ ਸ਼ਾਦੀ ਕੀਤੀ ਸੀ।" ਉਹ ਫਿਕਾ ਜਿਹਾ ਮੁਸਕਰਾਈ।

"ਸੁਜਾਤਾ ਦੀਦੀ, ਕੀ ਤੁਸਾਂ ਕਦੇ ਮਰਾਠੀ ਤਰੀਕੇ ਨਾਲ ਸ਼ਾਦੀ ਹੁੰਦੀ ਵੇਖੀ ਹੈ?" ਅੰਮ੍ਰਿਤਾ ਨੇ ਪੁੱਛਿਆ।

"ਅਰੇ ਹਾਂ! ਮੇਰੀ ਆਪਣੀ ਸ਼ਾਦੀ ਮਰਾਠੀ ਰਸਮਾਂ ਨਾਲ ਹੀ ਹੋਈ ਸੀ ਪਰ.......।" ਉਹ ਬਹੁਤ ਉਦਾਸ ਹੋ ਗਈ ਸੀ। ਮੈਂ ਚਾਹੁੰਦੀ ਸਾਂ ਅੰਮ੍ਰਿਤਾ ਇਸ ਮੌਕੇ, ਇਹੋ ਜਹੇ ਸਵਾਲ ਨਾ ਹੀ ਪੁੱਛੇ ਕਿਉਂਕਿ ਅੰਮ੍ਰਿਤਾ ਨੂੰ ਸੁਜਾਤਾ ਬਾਰੇ ਮੈਂ ਕਦੀ ਕੁਝ ਨਹੀਂ ਦੱਸਿਆ। ਮੈਂ ਗੱਲ ਦਾ ਰੁਖ ਮੋੜਣ ਦਾ ਸੋਚ ਹੀ ਰਹੀ ਸਾਂ ਕਿ ਸੁਜਾਤਾ ਬੋਲੀ-

"ਸਾਡੀਆਂ ਰਸਮਾਂ ਅਜੀਬ ਨੇ। ਕੁੜੀ ਦੇ ਮਾਂ ਬਾਪ ਸ਼ਾਦੀ ਨਹੀਂ ਵੇਖਦੇ। ਸ਼ਾਦੀ ਦੇ ਬਾਅਦ ਮੰਤਰਾਂ ਦੇ ਉਚਾਰਣ ਬਾਅਦ ਵੇਖ ਸਕਦੇ ਨੇ। ਫੇਰੇ ਤੋਂ ਪਹਿਲਾਂ ਪਿਤਾ ਕੰਨਿਆ ਦਾਨ ਕਰਕੇ ਉਥੋਂ ਚਲਾ ਜਾਂਦਾ ਹੈ। ਲੜਕੀ ਤਿੰਨ ਫੇਰਿਆਂ ਵਿਚ ਅੱਗੇ ਅਤੇ ਚਾਰ ਵਿਚ ਪਿਛੇ ਚਲਦੀ ਹੈ। ਹਰ ਫੇਰੇ ਬਾਅਦ ਪੈਰਾਂ ਨਾਲ ਚਾਵਲ ਅਤੇ ਸੁਪਾਰੀ ਗਿਰਾਂਦੀ ਹੈ। ਹਾਂ ਸੱਚ! ਸ਼ੁਰੂ ਵਿਚ ਲਾੜਾ ਲਾੜੀ ਦੋਵੇਂ ਅਲੱਗ ਅਲੱਗ ਚੌਂਕੀਆਂ ਤੇ ਖੜੇ ਹੁੰਦੇ ਨੇ। ਉਹਨਾਂ ਦੇ ਵਿਚਕਾਰ ਇਕ ਕੱਪੜਾ, ਜਿਹਨੂੰ ਅੰਤਰਪਾਟ ਕਹਿੰਦੇ ਨੇ, ਹੁੰਦਾ ਹੈ। ਕੁਝ ਮੰਤਰਾਂ ਬਾਅਦ ਪਰਦਾ ਹਟਾ ਦਿੰਦੇ ਨੇ ਫਿਰ ਇੱਕ ਦੂਜੇ ਨੂੰ ਮਾਲਾ ਪਹਿਣਾਂਦੇ ਨੇ.......।"

"ਤੁਹਾਡੇ ਵਿਚ ਮੰਗਲ ਸੂਤਰ ਜ਼ਰੂਰੀ ਹੁੰਦਾ ਹੈ ਨਾ?"

'ਹਾਂ' ਲੜਕਾ ਲੜਕੀ ਨੂੰ ਪਾਂਦਾ ਹੈ। ਪਹਿਲਾਂ ਉਲਟਾ ਪਾਂਦੇ ਨੇ। ਪੰਜ ਦਿਨ ਬਾਅਦ ਸਿੱਧਾ ਕਰਦੇ ਨੇ।"

"ਉਹ ਕਿਉਂ?" ਅੰਮ੍ਰਿਤਾ ਹੈਰਾਨੀ ਨਾਲ ਪੁੱਛ ਰਹੀ ਸੀ।

"ਇਹ ਸਭ ਤਾਂ ਪਤਾ ਨਹੀਂ। ਪਰ ਰਸਮਾਂ ਬਣੀਆਂ ਹੋਈਆਂ ਨੇ।"

ਮੈਂ ਗੱਲ ਦਾ ਰੁਖ ਬਦਲਣ ਲਈ ਸੁਜਾਤਾ ਨੂੰ ਉਹਨਾਂ ਦੀ ਛੋਟੀ ਭੈਣ ਅੰਜਲੀ ਬਾਰੇ ਪੁੱਛਿਆ। ਸਵਾਤੀ ਨੇ ਦੱਸਿਆ ਸੀ ਕਿ ਤੀਜੇ ਨੰਬਰ ਦੀ ਭੈਣ ਅੰਜਲੀ ਯੂ. ਪੀ. ਦੇ ਕਿਸੇ ਛੋਟੇ ਜਹੇ ਸ਼ਹਿਰ ਵਿਚ ਰਹਿੰਦੀ ਸੀ।

"ਅੰਜਲੀ ਬਾਲ ਬੱਚਿਆਂ ਸਮੇਤ ਆਈ ਹੈ। ਉਹਦਾ ਘਰਵਾਲਾ ਰਾਮ ਪ੍ਰਸਾਦ ਯਾਦਵ ਵੀ ਆਇਆ ਹੈ।" ਸੁਜਾਤਾ ਨੇ ਹਾਲ ਵਿਚ ਨਜ਼ਰ ਘੁੰਮਾਈ ਤੇ ਬੋਲੀ, "ਤਿੰਨ ਬੱਚੇ ਤਾਂ ਖਾਣ ਵਾਲੇ ਸਟਾਲਾਂ 'ਤੇ ਹਨ। ਵੱਡੀ ਲੜਕੀ ਅਨੂ ਬਬਲੀ ਨਾਲ ਪਾਰਲਰ ਗਈ ਹੋਈ ਹੈ। ਅੰਜਲੀ ਤੁਹਾਡੇ ਖੱਬੇ ਪਾਸੇ ਆਪਣੀ ਧੀ ਨੂੰ ਲੈ ਕੇ ਬੈਠੀ ਹੈ।"

ਮੈਂ ਨਜ਼ਰ ਉਧਰ ਘੁੰਮਾਈ। ਲੰਬੀ, ਪਤਲੀ ਰਤਾ ਸਾਂਵਲੀ ਔਰਤ, ਮੈਨੂੰ ਇਕ ਚਮਕੀਲੀ ਸਾੜ੍ਹੀ ਵਿਚ ਲਿਪਟੀ ਹੋਈ ਵਿਖਾਈ ਦਿੱਤੀ। ਉਹਦੀ ਸ਼ਕਲ ਸੂਰਤ ਮਾਲਾ ਨਾਲ ਮਿਲਦੀ ਸੀ। ਉਹਨੇ ਨਾ ਕੋਈ ਖਾਸ ਮੇਕ-ਅੱਪ ਕੀਤਾ ਹੋਇਆ ਸੀ ਤੇ ਨਾ ਹੀ ਕੋਈ ਜ਼ਿਆਦਾ ਗਹਿਣਾ ਗੱਟਾ ਪਾਇਆ ਹੋਇਆ ਸੀ। ਵਾਲਾਂ ਦਾ ਕੱਸਕੇ ਜੂੜਾ ਬਣਾਇਆ ਹੋਇਆ ਸੀ। ਉਹਦੇ ਨਾਲ ਲਗਕੇ ਇਕ ਕੁੜੀ ਬੈਠੀ ਸੀ। ਸ਼ਾਇਦ ਇਹੀ ਕੁੜੀ ਮੰਦਬੁੱਧੀ ਸੀ। ਸਵਾਤੀ ਨੇ ਦੱਸਿਆ ਸੀ ਕਿ ਉਹ ਬਚਪਨ ਵਿਚ ਸਿਰ ਦੇ ਭਾਰ ਡਿਗ ਪਈ ਸੀ। ਇਲਾਜ ਛੋਟਾ ਮੋਟਾ ਤਾਂ ਕਰਵਾਇਆ ਹੀ ਸੀ ਪਰ ਵੱਡੇ ਸ਼ਹਿਰਾਂ ਵਿਚ ਜਾ ਕੇ ਵੱਡੇ ਹੱਸਪਤਾਲ ਵਿਚ ਇਲਾਜ ਕਰਵਾਣਾ ਕੋਈ ਸੌਖਾ ਨਹੀਂ ਸੀ। ਉਹਦਾ ਜੀਜਾ, ਰਾਮ ਪ੍ਰਸਾਦ ਯਾਦਵ ਇਕ ਕਲਰਕ ਹੀ ਤਾਂ ਸੀ।

ਸੁਜਾਤਾ ਨੇ ਮੈਨੂੰ ਅੰਜਲੀ ਵੱਲ ਵੇਖਦੇ ਤਕ ਕੇ ਅੰਜਲੀ ਦੇ ਪਤੀ ਨਾਲ ਉਂਗਲੀ ਨਾਲ ਇਸ਼ਾਰਾ ਕਰਕੇ ਦੱਸਿਆ ਕਿ ਨੀਲੀ ਕਮੀਜ਼ ਅਤੇ ਕਾਲੀ ਪੈਂਟ ਵਾਲਾ, ਲੰਬਾ, ਉਚਾ, ਗੋਰਾ ਚਿੱਟਾ ਬੰਦਾ ਹੀ ਰਾਮ ਪ੍ਰਸਾਦ ਹੈ।

ਮੈਂ ਸੁਜਾਤਾ ਵੱਲ ਵੇਖਕੇ ਮੁਸਕਰਾਈ ਤੇ ਹਾਂ ਵਿੱਚ ਸਿਰ ਹਿਲਾ ਦਿੱਤਾ।

ਤਦੇ ਮੇਰੇ ਪਿਛੋਂ ਦੀ ਆ ਕੇ ਕਿਸੇ ਨੇ ਮੇਰੀਆਂ ਅੱਖਾਂ ਤੇ ਹੱਥ ਰੱਖ ਦਿੱਤਾ। ਮੇਰਾ ਇਕ ਦਮ ਤ੍ਰਾਹ ਨਿਕਲ ਗਿਆ ਪਰ ਮੈਂ ਇਕ ਪਲ ਵਿਚ ਸੰਭਲ ਗਈ।

"ਮੰਮੀ, ਬੁਝੋ ਕੌਣ ਹੈ?" ਅੰਮ੍ਰਿਤਾ ਦੀ ਆਵਾਜ਼ ਵਿਚ ਸ਼ਰਾਰਤ ਸੀ।

ਮੈਂ ਹੱਥਾਂ ਨੂੰ ਛੂਹ ਕੇ ਅੰਦਾਜ਼ਾ ਲਗਾਣ ਦੀ ਕੋਸ਼ਿਸ਼ ਕੀਤੀ ਪਰ ਕਿਆਸ ਨਾ ਲੱਗਾ ਸਕੀ।

"ਭਾਬੀ ਜੀ, ਮੰਨ ਗਏ, ਹਾਰ?"

ਮੈਂ ਆਵਾਜ਼ ਇਕ ਦਮ ਪਛਾਣ ਲਈ। ਇਹ ਤਾਂ ਮੰਜੂ ਸ਼ਰਮਾ ਦੀ ਆਵਾਜ਼ ਹੈ।"

ਉਸ ਮੇਰੀਆਂ ਅੱਖਾਂ ਤੋਂ ਹੱਥ ਹਟਾ ਲਏ ਅਤੇ ਮੈਨੂੰ ਘੁੱਟ ਕੇ ਮਿਲੀ। ਮੰਜੂ ਦੇ ਨਾਲ ਉਹਦਾ ਪਤੀ ਜੇਅੰਤ ਵੀ ਸੀ। ਉਹ ਵੀ ਸਾਡੇ ਕੋਲ ਆ ਖੜਾ ਹੋਇਆ। ਇਧਰ ਉਧਰ ਦੀਆਂ ਗੱਲਾਂ ਹੁੰਦੀਆਂ ਰਹੀਆਂ। ਮੈਂ ਮੰਜੂ ਨੂੰ ਦੱਸਿਆ "ਇੰਦਰ ਇਥੇ ਨਹੀਂ ਇਸ ਲਈ ਅਸੀਂ ਤਾਂ ਆਟੋ ਲੈ ਕੇ ਆਏ ਸਾਂ। ਬਾਰਸ਼ ਦਾ ਮੌਸਮ ਹੈ ਅਤੇ ਜੰਜ ਪਤਾ ਨਹੀਂ ਕਦੋਂ ਆਵੇ। ਸਿਮਰ ਛੋਟੀ ਹੈ, ਅਸੀਂ ਹੁਣ ਚਲਦੇ ਹਾਂ।"

"ਭਾਬੀ ਜੀ, ਜਾਂਦੇ ਹੋਏ ਅਸੀਂ ਤੁਹਾਨੂੰ ਛੱਡਦੇ ਜਾਵਾਂਗੇ। ਫਿਕਰ ਨਾ ਕਰੋ।" ਜੇਅੰਤ ਨੇ ਕਿਹਾ।

"ਭਾਬੀ ਜੀ, ਕਿੰਨੀ ਮੁਦੱਤ ਬਾਅਦ ਤਾਂ ਮਿਲੇ ਹਾਂ। ਹਾਲੇ ਰੁਕ ਜਾਓ। ਬਬਲੀ ਨੂੰ ਤਾਂ ਮਿਲਕੇ ਜਾਓ।"

ਮੈਂ ਅੰਮ੍ਰਿਤਾ ਵੱਲ ਵੇਖਿਆ। ਉਸ ਵੀ 'ਹਾਂ' ਵਿਚ ਸਿਰ ਹਿਲਾ ਦਿੱਤਾ। ਤਦੇ ਮੈਂ ਦੂਰੋਂ ਡਾਕਟਰ ਗੁਪਤਾ ਨੂੰ ਆਉਂਦੇ ਹੋਏ ਵੇਖ ਲਿਆ। ਉਹਨਾਂ ਦੇ ਨਾਲ ਉਹਨਾਂ ਦੀ ਪਤਨੀ ਸੀ। ਉਹ ਸਵਾਤੀ ਨੂੰ, ਉਹਦੇ ਜੀਜਾ ਜੀ ਨੂੰ ਅਤੇ ਮਾਲਾ ਨੂੰ ਮਿਲ ਰਹੇ ਸਨ, ਵਧਾਈਆਂ ਦੇ ਰਹੇ ਸਨ। ਉਹ ਬੈਠਣ ਲਈ ਇਧਰ ਉਧਰ ਝਾਕ ਹੀ ਰਹੇ ਸਨ ਕਿ ਉਹਨਾਂ ਦੀ ਨਜ਼ਰ ਸਾਡੇ ਟੋਲੇ ਤੇ ਪੈ ਗਈ। ਉਹ ਸਾਡੇ ਵੱਲ ਹੀ ਆ ਗਏ।

ਦੀਪਕ ਮੈਨੂੰ ਦੱਸਦੇ ਹੁੰਦੇ ਸਨ ਕਿ ਡਾ. ਗੁਪਤਾ ਮੰਜੂ ਦੇ ਬਹੁਤ ਪ੍ਰਸ਼ੰਸਕ ਹਨ। ਹਸੱਪਤਾਲ ਵਿਚ ਉਹਨੂੰ ਮਿਲਣ ਦਾ ਬਹਾਨਾ ਢੂੰਡਦੇ ਰਹਿੰਦੇ ਹਨ। ਜਿਸ ਦਿਨ ਦਿਖਾਈ ਨਾ ਦੇਵੇ ਉਸ ਦਿਨ ਬੇਚੈਨ ਹੋ ਜਾਂਦੇ ਹਨ। ਹਸਪਤਾਲ ਵਿੱਚ ਮੰਜੂ ਦੇ ਨਜ਼ਦੀਕੀ ਸਹਿਕਰਮੀ ਇਸ ਗੱਲ ਤੇ ਉਹਨੂੰ ਛੇੜਦੇ ਰਹਿੰਦੇ ਹਨ-ਕਦੀ ਉਹ ਹੱਸ ਕੇ ਟਾਲ ਦਿੰਦੀ ਹੈ ਅਤੇ ਕਦੀ ਖਿਝ ਜਾਂਦੀ ਹੈ। ਮੰਜੂ ਇਸ ਗੱਲ ਦਾ ਥੋੜ੍ਹਾ ਫਾਇਦਾ ਵੀ ਉਠਾ ਲੈਂਦੀ ਤੇ ਉਹ ਆਪਣੇ ਪ੍ਰਸ਼ੰਸਕ ਕੋਲੋਂ ਕੋਈ ਨਾ ਕੋਈ ਕੰਮ ਵੀ ਕਰਵਾ ਲੈਂਦੀ ਹੈ।

"ਕੁੜੀਆਂ ਬਹੁਤ ਤੇਜ਼ ਹੁੰਦੀਆਂ ਨੇ...।" ਦੀਪਕ ਹੱਸ ਕੇ ਕਹਿੰਦੇ ਹੁੰਦੇ ਸਨ।

ਹੌਲੀ ਹੌਲੀ ਹਸਪਤਾਲ ਦੇ ਕਿੰਨੇ ਸਾਰੇ ਡਾਕਟਰ ਅਤੇ ਸਟਾਫ਼ ਦੇ ਹੋਰ ਮੈਂਬਰ ਆ ਗਏ ਸਨ। ਇਹਨਾਂ ਵਿਚੋਂ ਮੈਂ ਕੁਝ ਕੁ ਲੋਕਾਂ ਨੂੰ ਪਛਾਣਦੀ ਸਾਂ। ਉਹਨਾਂ ਨਾਲ 'ਹੈਲੋ', 'ਨਮਸਤੇ' ਹੋਈ, ਹਾਲ ਚਾਲ ਪੁੱਛਿਆ। ਪਰ੍ਹਾਂ ਡਾਕਟਰਾਂ ਦਾ ਝੁੰਡ ਆਪਣੀਆਂ ਗੱਲਾਂ ਵਿਚ ਲੱਗ ਗਿਆ ਸੀ।

ਅਚਾਨਕ ਮੈਨੂੰ ਸਵਾਤੀ ਦੇ 'ਬਾਬਾ' ਦਾ ਧਿਆਨ ਆ ਗਿਆ। ਉਹ ਆਪਣੇ ਪਿਤਾ ਨੂੰ 'ਬਾਬਾ' ਹੀ ਬੁਲਾਂਦੀ ਸੀ। ਉਹਦਾ ਕਹਿਣਾ ਸੀ ਕਿ ਮਰਾਠੀ ਵਿਚ ਪਿਤਾ 'ਬਾਬਾ', ਮਾਂ ਨੂੰ 'ਆਈ', ਵੱਡੀ ਭੈਣ ਨੂੰ 'ਤਾਈ' ਕਹਿੰਦੇ ਨੇ। ਪਰ ਦਿੱਲੀ ਵਿਚ ਰਹਿਣ ਕਰਕੇ ਉਹ ਆਪਣੀਆਂ ਵੱਡੀਆਂ ਭੈਣਾਂ ਨੂੰ 'ਤਾਈ' ਦੀ ਜਗ੍ਹਾ 'ਦੀਦੀ' ਕਰਕੇ ਬੁਲਾਣ ਲੱਗ ਪਈ ਸੀ। ਉਹਦੇ ਬਾਬਾ ਵੀ ਆਏ ਹੋਣਗੇ! ਨਾਲ ਸ਼ਾਇਦ ਉਹ 'ਬੰਗਾਲਣ' ਵੀ ਆਈ ਹੋਵੇ। ਮੈਂ ਤਾਂ ਉਹਨਾਂ ਨੂੰ ਕਦੀ ਮਿਲੀ ਨਹੀਂ ਸਾਂ। ਹਾਲ ਵਿਚ ਇਧਰ ਉਧਰ ਨਜ਼ਰ ਮਾਰੀ, ਸੁਜਾਤਾ ਕਿਸੇ ਨਾਲ ਗੱਲ ਕਰ ਰਹੀ ਸੀ।

ਮੈਂ ਉਹਦੇ ਕੋਲ ਚਲੀ ਗਈ ਅਤੇ ਉਹਦੇ ਕੋਲੋਂ 'ਬਾਬਾ' ਬਾਰੇ ਪੁੱਛਿਆ। ਉਸ ਅਗਲੀਆਂ ਸੀਟਾਂ ਤੇ ਸੱਜੇ ਹੱਥ ਇਸ਼ਾਰਾ ਕੀਤਾ। ਉਹਨਾਂ ਦੀ ਸਾਡੇ ਵੱਲ ਪਿੱਠ ਸੀ। ਉਹ ਕੁਝ ਖਾ ਰਹੇ ਸਨ। ਬਾਬਾ ਨੇ ਸਿਰ ਤੇ ਟੋਪੀ ਪਾਈ ਹੋਈ ਸੀ।

"ਭਾਬੀ ਜੀ, ਬੰਗਾਲੀ ਔਰਤਾਂ ਦੇ ਜਾਦੂ ਬਾਰੇ ਤਾਂ ਤੁਸਾਂ ਕਹਾਣੀਆਂ ਸੁਣੀਆਂ ਹੀ ਹੋਣਗੀਆਂ। ਬੱਸ ਉਸ ਜਾਦੂਗਰਨੀ ਨੇ ਸਾਡੇ ਬਾਬਾ ਨੂੰ ਸਾਡੇ ਕੋਲੋਂ ਖੋਹ ਲਿਆ। ਉਹ ਆਪਣੀਆਂ ਜ਼ਿੰਮੇਵਾਰੀਆਂ ਭੁੱਲ ਗਏ। ਉਹਨਾਂ ਸਾਨੂੰ ਵਿਸਾਰ ਦਿੱਤਾ......।" ਸਵਾਤੀ ਦੇ ਕਹੇ ਬੋਲ ਮੇਰੇ ਕੰਨਾਂ ਵਿਚ ਗੂੰਜਣ ਲੱਗੇ। ਦਿਲ ਕੀਤਾ ਅਗਲੀ ਪੰਕਤੀ ਵਿਚ ਜਾ ਕੇ ਉਸ 'ਜਾਦੂਗਰਨੀ' ਦੀ ਸ਼ਕਲ ਇਕ ਵਾਰ ਵੇਖ ਲਵਾਂ। ਹਾਲੇ ਮੈਂ ਇਹ ਸੋਚ ਹੀ ਰਹੀ ਸਾਂ ਕਿ ਸ਼ੋਰ ਮਚ ਗਿਆ- "ਬਬਲੀ ਪਾਰਲਰ ਤੋਂ ਆ ਗਈ ਹੈ?" ਸਜੀ ਧਜੀ ਭਾਰੀ ਲਾਲ ਲਹਿੰਗੇ ਵਿੱਚ।

"ਸਭ ਕੁਝ ਪੰਜਾਬੀ ਰਸਮ-ਰਿਵਾਜ਼ ਵਾਂਗ ਹੋ ਰਿਹਾ ਹੈ।" ਸੁਜਾਤਾ ਚਹਿਕ ਰਹੀ ਸੀ। ਉਹਦੇ ਚਿਹਰੇ ਤੋਂ ਬੱਚਿਆਂ ਵਾਲੀ ਮਾਸੂਮੀਅਤ ਝਲਕ ਰਹੀ ਸੀ।

ਬਬਲੀ ਬਹੁਤ ਸਾਰੀਆਂ ਕੁੜੀਆਂ ਨਾਲ ਘਿਰੀ ਹੋਈ ਸੀ। ਬਾਹਰ ਢੋਲ ਢਮੱਕੇ, ਵਾਜੇ ਗਾਜੇ ਤੋਂ ਪਤਾ ਲੱਗ ਗਿਆ ਕਿ ਜੰਜ ਆ ਪਹੁੰਚੀ ਹੈ। ਜੰਜ ਨੂੰ ਜੀ ਆਇਆਂ ਕਹਿਣ ਲਈ ਸਭ ਬਾਹਰ ਗੇਟ ਵੱਲ ਵੱਧੇ। ਅੰਮ੍ਰਿਤਾ ਸਿਮਰ ਨੂੰ ਮੇਰੀ ਗੋਦੀ ਵਿਚ ਪਾ ਕੇ ਬਬਲੀ ਨੂੰ ਮਿਲਣ ਚਲੀ ਗਈ ਸੀ। ਡਾਕਟਰਾਂ ਦਾ ਝੁੰਡ ਹਾਲੇ ਵੀ ਪਰ੍ਹਾਂ ਲੱਗੇ ਸਟਾਲਾਂ ਤੋਂ ਆਲੂ ਟਿੱਕੀ ਅਤੇ ਗੋਲ-ਗੱਪੇ ਖਾਂਦਾ ਆਪਸ ਵਿਚ ਗੱਲਾਂ ਵਿਚ ਮਸ਼ਰੂਫ਼ ਸੀ। ਸਵਾਤੀ ਦੇ ਬਾਬਾ ਉਸ ਬੰਗਾਲਣ ਨਾਲ ਉਥੇ ਹੀ ਬੈਠੇ ਜੂਸ ਪੀ ਰਹੇ ਸਨ।

ਸਵਾਤੀ ਨੇ ਦੱਸਿਆ ਸੀ ਕਿ ਉਹਦੇ ਬਾਬਾ ਮਨਿਸਟਰੀ ਆਫ਼ ਹੋਮ ਅਫੇਅਰਜ਼ ਵਿਚ ਡਿਪਟੀ ਸੈਕਟਰੀ ਸਨ। ਆਈ (ਮੰਮੀ) ਨਾਗਪੁਰ ਵਿਚ ਲੈਕਚਰਾਰ ਸੀ। ਦੋਵੇਂ ਨਾਗਪੁਰ ਵਿਚ ਇਕੋ ਕਾਲਜ ਵਿਚ ਪੜ੍ਹਦੇ ਸਨ। ਤਦ ਬਾਬਾ ਲਾਅ (ਕਾਨੂੰਨ) ਕਰ ਰਹੇ ਸਨ ਅਤੇ ਆਈ ਟੀਚਰਜ਼ ਟ੍ਰੇਨਿੰਗ ਕਰ ਰਹੀ ਸੀ। ਦੋਵੇਂ ਇਕ ਦੂਜੇ ਦੇ ਕਾਫੀ ਨਜ਼ਦੀਕ ਆ ਗਏ। ਵਿਆਹ ਦਾ ਫੈਸਲਾ ਕਰ ਲਿਆ। ਘਰ ਦਿਆਂ ਨੂੰ ਕੋਈ ਇਤਰਾਜ਼ ਨਹੀਂ ਸੀ। ਦੋਵੇਂ ਮਰਾਠੀ ਪਰਿਵਾਰ ਸਨ। ਦੋਵੇਂ ਪੜ੍ਹੇ ਲਿਖੇ ਸਨ। ਵਿਆਹ ਤੋਂ ਕੁਝ ਅਰਸਾ ਬਾਅਦ ਪਾਪਾ ਦੀ ਨੌਕਰੀ ਦਿੱਲੀ ਲੱਗ ਗਈ। ਮੰਮੀ ਨੇ ਨਾਗਪੁਰ ਦੀ ਨੌਕਰੀ ਛੱਡ ਦਿੱਤੀ।

"ਵੱਡੀ ਤਾਈ (ਦੀਦੀ) ਦਾ ਨਾਮ ਬਾਬਾ ਨੇ 'ਵਣਮਾਲਾ' ਰੱਖਿਆ। ਪਤਾ ਹੈ ਕਿਉਂ ?" ਸਵਾਤੀ ਮੇਰੇ ਵੱਲ ਸਵਾਲੀਆ ਨਜ਼ਰਾਂ ਨਾਲ ਤੱਕ ਰਹੀ ਸੀ।

ਮੈ 'ਨਾਂਹ' ਵਿਚ ਸਿਰ ਹਿਲਾ ਦਿੱਤਾ।

"ਬਾਬਾ ਨੂੰ 'ਵਣਮਾਲਾ' ਐਕਟਰੈਸ ਬਹੁਤ ਪਸੰਦ ਸੀ।"

ਮੈਨੂੰ ਵਣਮਾਲਾ ਐਕਟਰੈਸ ਬਾਰੇ ਕੁਝ ਵੀ ਪਤਾ ਨਹੀਂ ਸੀ। ਮੈਨੂੰ ਹੁਣ ਵੀ ਗਿਣੀਆਂ ਚੁਣੀਆਂ ਅਭਿਨੇਤਰੀਆਂ ਦੇ ਨਾਮ ਹੀ ਯਾਦ ਨੇ। ਨਵੀਆਂ ਦਾ ਤਾਂ ਹੜ੍ਹ ਆ ਗਿਆ ਹੈ। ਮੈਂ ਹਮੇਸ਼ਾਂ ਅੰਮ੍ਰਿਤਾ ਕੋਲੋਂ ਉਹਨਾਂ ਦੇ ਨਾਮ ਪੁੱਛਦੀ ਰਹਿੰਦੀ ਹਾਂ।

ਸਿਮਰ ਦੇ ਉੱਠ ਜਾਣ ਨਾਲ ਮੇਰਾ ਧਿਆਨ ਭੰਗ ਹੋਇਆ। ਉਹ ਅੱਖਾਂ ਖੋਲ੍ਹ ਹੈਰਾਨੀ ਨਾਲ ਜਗਮਗ ਰੌਸ਼ਨੀਆਂ ਵੱਲ ਵੇਖ ਰਹੀ ਸੀ। ਲਾੜਾ ਸਟੇਜ ਤੇ ਆ ਕੇ ਬੈਠ ਚੁੱਕਾ ਸੀ। ਉਹ ਹਮ ਉਮਰ ਮੁੰਡਿਆਂ ਨਾਲ ਘਿਰਿਆ ਹੋਇਆ ਸੀ। ਕੁਝ ਕੁੜੀਆਂ ਵੀ ਰੰਗ-ਬਿਰੰਗੇ, ਚਮਕੀਲੇ ਲਿਬਾਸਾਂ ਵਿਚ ਸਟੇਜ ਤੇ ਸ਼ੋਰ ਮਚਾ ਰਹੀਆਂ ਸਨ।

ਜੈਮਾਲਾ ਦੀ ਰਸਮ ਵੇਲੇ ਸਟੇਜ ਤੇ ਸਭ ਵਿਚ ਬੜਾ ਉਤਸ਼ਾਹ ਸੀ। ਦੋਹਾਂ ਧਿਰਾਂ ਦੇ ਮੁੰਡੇ ਕੁੜੀਆਂ ਖੂਬ ਸ਼ੋਰ ਮਚਾ ਰਹੇ ਸਨ। ਮੁੰਡਾ ਛੇ ਫੁੱਟਾ ਤੇ ਸਰੀਰ ਦਾ ਤਕੜਾ ਸੀ, ਬਬਲੀ ਤਾਂ ਸ਼ਾਇਦ ਪੰਜ ਫੁੱਟ ਹੀ ਸੀ। ਬਬਲੀ ਦਾ ਮੁੰਡੇ ਦੇ ਗਲੇ ਤੱਕ ਹੱਥ ਹੀ ਨਹੀਂ ਸੀ ਪਹੁੰਚ ਰਿਹਾ। ਹਾਸੇ ਦੇ ਫੁਹਾਰੇ ਫੁਟ ਰਹੇ ਸਨ। ਬੜੇ ਯਤਨ ਬਾਅਦ

ਬਬਲੀ ਦੇ ਇਕ ਰਿਸ਼ਤੇਦਾਰ ਨੇ ਬਬਲੀ ਨੂੰ ਚੁੱਕ ਲਿਆ ਤੇ ਤਾੜੀਆਂ ਦੀ ਗੂੰਜ ਵਿਚ ਜੈਮਾਲਾ ਦੀ ਰਸਮ ਪੂਰੀ ਹੋ ਗਈ।

ਖਾਣਾ ਖਾਂਦੇ ਹੋਏ ਅਸੀਂ ਬੜੀ ਲੇਟ ਹੋ ਗਏ ਸਾਂ। ਬਾਹਰ ਬਾਰਿਸ਼ ਬਹੁਤ ਹੋ ਚੁੱਕੀ ਸੀ। ਬਦਲ ਹਾਲੇ ਵੀ ਗਰਜ ਰਹੇ ਸਨ। ਬਿਜਲੀ ਦੀ ਚਮਕ ਡਰਾ ਰਹੀ ਸੀ। ਸਿਮਰ ਮੇਰੀ ਛਾਤੀ ਨਾਲ ਲੱਗ ਗਈ ਸੀ।

ਰਾਹ ਵਿਚ ਅੰਮ੍ਰਿਤਾ ਹੌਲੀ ਜਹੇ ਮੇਰੇ ਕੰਨ ਵਿਚ ਬੋਲੀ, "ਮੰਮੀ, ਤੁਸਾਂ ਬਬਲੀ ਨੂੰ ਧਿਆਨ ਨਾਲ ਵੇਖਿਆ ਹੈ?"

"ਕਿਉਂ ਧਿਆਨ ਨਾਲ ਕੀ ਵੇਖਣਾ ਸੀ?" ਮੈਂ ਹੈਰਾਨੀ ਨਾਲ ਪੁੱਛਿਆ।

"ਉਹਦਾ ਪੇਟ......।"

"ਲਹਿੰਗੇ ਕਰਕੇ.......ਉਫ ਉਹਦਾ ਲਹਿੰਗਾ ਕਿੰਨਾ ਭਾਰਾ ਸੀ। ਇਹ ਕੁੜੀਆਂ ਕਿਵੇਂ ਭਾਰ ਚੁੱਕ ਲੈਂਦੀਆਂ ਨੇ। ਚੁੰਨੀ ਵੀ ਬਹੁਤ ਹੀ ਭਾਰੀ ਸੀ।"

"ਭਾਬੀ ਜੀ, ਅੰਮ੍ਰਿਤਾ ਠੀਕ ਕਹਿ ਰਹੀ ਹੈ।" ਮੰਜੂ ਨੇ ਅੰਮ੍ਰਿਤਾ ਦੀ ਗੱਲ ਸੁਣ ਲਈ ਸੀ।

"ਕੀ ਮਤਲਬ?"

"ਬਬਲੀ ਨੂੰ ਛੇਵਾਂ ਮਹੀਨਾ ਲੱਗਾ ਹੋਇਆ ਹੈ।" ਮੰਜੂ ਬੋਲੀ।

ਹੈਰਾਨੀ ਨਾਲ ਮੈਂ ਸੁੰਨ ਹੋ ਗਈ।

"ਇੰਨੀ ਖੁੱਲ੍ਹ ਨਹੀਂ ਦੇਣੀ ਚਾਹੀਦੀ, ਕੁੜੀਆਂ ਨੂੰ...।" ਮੰਜੂ ਬੋਲ ਰਹੀ ਸੀ।

ਮੈਨੂੰ ਕੋਈ ਜੁਆਬ ਨਹੀਂ ਸੀ ਅਹੁੜ ਰਿਹਾ।

"ਬਹੁਤ ਸਾਲ ਪਹਿਲਾਂ ਵੀ ਮੈਂ ਇਸ ਤਰ੍ਹਾਂ ਦੇ ਇਕ ਵਿਆਹ ਤੇ ਗਈ ਸਾਂ। ਲੜਕੀ ਨੂੰ ਅੱਠਵਾਂ ਮਹੀਨਾ ਸੀ। ਲੜਕੇ ਵਾਲੇ ਇੰਗਲੈਂਡ ਤੋਂ ਏਥੇ ਵਿਆਹ ਕਰਨ ਆਏ ਸਨ। ਲੜਕਾ ਛੁੱਟੀ ਮਨਾਣ ਦਿੱਲੀ ਆਇਆ ਸੀ ਤਾਂ ਲੜਕੀ ਨਾਲ ਵਿਆਹ ਦਾ ਵਾਇਦਾ ਕਰਕੇ ਉਹਨੂੰ ਗਰਭਵਤੀ ਕਰਕੇ ਵਾਪਿਸ ਛੱਡ ਗਿਆ। ਕੁੜੀ ਨੇ ਲੰਬੀ ਚਿੱਠੀ ਮੁੰਡੇ ਦੇ ਪਿਉ ਨੂੰ ਪਾਈ। ਮੁੰਡੇ ਦੇ ਮਾਂ ਬਾਪ ਸਿਆਣੇ ਨਿਕਲੇ। ਉਹ ਮੁੰਡੇ ਨੂੰ ਲੈ ਕੇ ਆਏ ਤੇ ਵਿਆਹ ਕੇ ਲੈ ਗਏ। ਉਹ ਕੁੜੀ ਹੁਣ ਦੋ ਬੱਚਿਆਂ ਦੀ ਮਾਂ ਹੈ। ਇੰਗਲੈਂਡ ਵਿਚ ਰਹਿੰਦੀ ਹੈ। ਸਭ ਠੀਕ ਚਲ ਰਿਹਾ ਹੈ।" ਮੰਜੂ ਦੱਸ ਰਹੀ ਸੀ।

ਮੈਨੂੰ ਯਾਦ ਆਈ ਕਿ ਇਕ ਵਾਰ ਸਵਾਤੀ ਨੇ ਦੱਸਿਆ ਸੀ ਕਿ ਬਬਲੀ ਕਾਲਜ ਤੋਂ ਆਉਂਦੀ ਹੈ ਤਾਂ ਨਾਲ ਕਈ ਮੁੰਡੇ ਕੁੜੀਆਂ ਲੈ ਆਉਂਦੀ ਹੈ। ਸਭ ਨੂੰ ਖੂਬ ਖਵਾਂਦੀ ਪਿਲਾਂਦੀ ਹੈ। ਸੁਜਾਤਾ ਦੀਦੀ ਨੂੰ ਚਾਹ, ਪਕੌੜਿਆਂ ਦਾ ਹੁਕਮ ਦਿੰਦੀ ਰਹਿੰਦੀ ਹੈ। ਸੁਜਾਤਾ ਦੀਦੀ ਦੀ ਹਿੰਮਤ ਨਹੀਂ ਪੈਂਦੀ ਕਿ ਉਹ ਬਬਲੀ ਨੂੰ ਕੁਝ ਕਹਿ ਸਕੇ। ਉਹਨਾਂ ਵਿਚੋਂ ਇਕ ਮੁੰਡੇ ਕੋਲ ਕਾਰ ਸੀ। ਉਹ ਕਾਰ ਵਿਚ ਸਭ ਨੂੰ ਘੁੰਮਾਣ ਲੈ ਜਾਂਦਾ ਸੀ। ਸਵਾਤੀ ਨੇ ਸੁਜਾਤਾ ਦੀਦੀ ਨੂੰ ਕਿਹਾ ਸੀ ਕਿ ਉਹ ਮਾਲਾ ਦੀਦੀ ਨੂੰ ਸਾਰੀ ਗੱਲ ਦੱਸ ਦੇਵੇ ਪਰ ਉਹਦੀ ਹਿੰਮਤ ਨਹੀਂ ਸੀ ਪਈ।

ਮੈਂ ਕਿਹਾ, "ਤੂੰ ਦੱਸ ਦੇ।" "ਮਾਲਾ ਦੀਦੀ ਬਬਲੀ ਬਾਰੇ ਕੁਝ ਵੀ ਸੁਣਨਾ ਨਹੀਂ

ਸੀ ਚਾਹੁੰਦੀ। ਅੱਜਕਲ੍ਹ ਬਬਲੀ, ਪਹਿਲਾਂ ਵਾਲੀ ਬਬਲੀ ਨਹੀਂ ਰਹੀ। ਮੇਰੀ ਵੀ ਗੱਲ ਦਾ ਬੁਰਾ ਮਨਾ ਜਾਂਦੀ ਹੈ।" ਸਵਾਤੀ ਬੋਲੀ।

ਇਕ ਹੋਰ ਦਿਨ ਸਵਾਤੀ ਨੇ ਦੱਸਿਆ ਸੀ, "ਭਾਬੀ ਜੀ, ਅੱਜਕਲ੍ਹ ਇਕ ਮੁੰਡਾ ਬਹੁਤ ਆਉਂਦਾ ਹੈ, ਘਰ ਵਿਚ। ਅਸੀਂ ਸਭ ਤਾਂ ਘਰ ਹੁੰਦੇ ਨਹੀਂ। ਉਹ ਉਸ ਮੁੰਡੇ ਨੂੰ ਆਪਣੇ ਸੌਣ ਵਾਲੇ ਕਮਰੇ ਵਿਚ ਲੈ ਜਾਂਦੀ ਹੈ। ਉਥੋਂ ਖ਼ੂਬ ਹੱਸਣ ਦੀਆਂ ਆਵਾਜ਼ਾਂ ਆਉਂਦੀਆਂ ਹਨ? ਮੈਂ ਅਤੇ ਸੁਜਾਤਾ ਦੀਦੀ ਨੇ ਬਬਲੀ ਨੂੰ ਕਿਹਾ ਕਿ ਉਹ ਉਸ ਲੜਕੇ ਨੂੰ ਅੰਦਰਲੇ ਕਮਰੇ ਵਿਚ ਨਾਂ ਲੈ ਕੇ ਜਾਇਆ ਕਰੇ। ਪਤਾ ਏ, ਭਾਬੀ ਜੀ ਉਹਨੇ ਕੀ ਕਿਹਾ-'ਤੁਹਾਨੂੰ ਜਲਨ ਹੁੰਦੀ ਏ, ਮੇਰੇ ਤੋਂ। ਤੁਸੀਂ ਆਪ ਦੋਵੇ ਤਾਂ.......।'

ਭਾਬੀ ਜੀ ਉਹਨੇ ਬਹੁਤ ਵੱਡੀ ਗੱਲ ਕਹਿ ਦਿੱਤੀ। ਸੁਜਾਤਾ ਦੀਦੀ ਉਸ ਦਿਨ ਬਹੁਤ ਰੋਈ। ਮੇਰਾ ਦਿਲ ਵੀ ਵਲੂੰਧਰਿਆ ਗਿਆ। ਦੋ ਦਿਨ ਮੈਂ ਅਤੇ ਸੁਜਾਤਾ ਦੁੱਖੀ ਹੁੰਦੀਆਂ ਰਹੀਆਂ, ਕਲਪਦੀਆਂ ਰਹੀਆਂ, ਆਖਿਰ ਮੈਂ ਮਾਲਾ ਦੀਦੀ ਨੂੰ ਸਾਰੀ ਗੱਲ ਦਸ ਦਿੱਤੀ। ਉਹਨਾਂ ਦੇ ਚਿਹਰੇ ਤੇ ਇਕ ਰੰਗ ਆਏ, ਇਕ ਜਾਵੇ। ਦੀਦੀ, ਇਕ ਦਮ ਚੁੱਪ ਹੋ ਗਈ। ਫਿਰ ਬਹੁਤ ਦਿਨ ਤੱਕ ਘਰ ਵਿਚ ਤਨਾਅ ਹੀ ਰਿਹਾ। ਬਬਲੀ ਨੇ ਮੇਰੇ ਅਤੇ ਸੁਜਾਤਾ ਦੀਦੀ ਨਾਲ ਗੱਲ ਕਰਨੀ ਬਿਲਕੁਲ ਹੀ ਛੱਡ ਦਿੱਤੀ.......।"

ਮੰਜੂ ਦੱਸ ਰਹੀ ਸੀ ਕਿ ਮਾਲਾ ਦੀਦੀ ਅਤੇ ਜੀਜਾ ਜੀ ਨੇ ਬੱਚਾ ਗਿਰਾਣ ਲਈ ਬਹੁਤ ਕਿਹਾ ਸੀ ਪਰ ਉਹ ਮੰਨੀ ਹੀ ਨਹੀਂ। ਜ਼ਿੱਦ ਤੇ ਹੀ ਅੜ ਗਈ। ਅਨਿਲ ਨੇ ਹਾਲੇ ਬੀ. ਕਾਮ. ਦਾ ਇਮਤਿਹਾਨ ਬੱਸ ਦਿੱਤਾ ਹੀ ਸੀ। ਉਹ ਆਪਣੇ ਮਾਪਿਆਂ ਦਾ ਇਕਲੌਤਾ ਬੇਟਾ ਹੈ। ਸ਼ੁਕਰ ਹੈ ਅਨਿਲ ਅਤੇ ਉਹਦੇ ਮਾਪੇ, ਕਿਸੇ ਤਰ੍ਹਾਂ, ਵਿਆਹ ਲਈ ਰਾਜ਼ੀ ਹੋ ਗਏ। ਉਹ ਪੰਜਾਬੀ ਅਤੇ ਬਬਲੀ ਮਰਾਠੀ।

ਮੈਂ ਹੈਰਾਨ ਸਾਂ ਕਿ ਸਵਾਤੀ ਨੇ ਮੈਨੂੰ ਇਹ ਗੱਲ ਕਿਉਂ ਨਹੀਂ ਦੱਸੀ ਸੀ।

2.

ਬਬਲੀ ਦੇ ਵਿਆਹ ਤੋਂ ਬਾਅਦ ਸਵਾਤੀ ਨਾਲ ਕੋਈ ਗੱਲ ਨਾ ਹੋ ਸਕੀ। ਇਕ ਦਿਨ ਫ਼ੋਨ ਕੀਤਾ ਤਾਂ ਸੁਜਾਤਾ ਨੇ ਦੱਸਿਆ ਕਿ ਸਵਾਤੀ ਨਾਗਪੁਰ ਕਾਕੀ (ਆਂਟੀ) ਕੋਲ ਗਈ ਹੈ। ਉਹ ਬਹੁਤ ਬੀਮਾਰ ਹੈ।

ਸਵਾਤੀ ਅਕਸਰ ਨਾਗਪੁਰ ਵਾਲੀ ਆਂਟੀ ਦੀ ਗੱਲ ਕਰਦੀ ਹੁੰਦੀ ਸੀ। ਮਰਾਠੀ ਚਾਚੀ, ਤਾਈ ਨੂੰ 'ਕਾਕੀ' ਕਹਿੰਦੇ ਨੇ ਅਤੇ ਚਾਚਾ, ਤਾਇਆ ਨੂੰ 'ਕਾਕਾ'। ਪਰ ਸਵਾਤੀ ਮੇਰੇ ਨਾਲ ਗੱਲ ਕਰਦੀ 'ਆਂਟੀ' ਸ਼ਬਦ ਦਾ ਪ੍ਰਯੋਗ ਹੀ ਕਰਦੀ ਸੀ। ਮੈਂ ਉਹਨੂੰ ਦੱਸਿਆ ਸੀ ਕਿ ਪੰਜਾਬੀ ਵਿਚ ਛੋਟੇ ਲੜਕੇ ਨੂੰ ਕਾਕਾ ਅਤੇ ਛੋਟੀ ਲੜਕੀ ਨੂੰ ਕਾਕੀ ਕਹਿੰਦੇ ਨੇ।

ਨਾਗਪੁਰ ਤੋਂ ਸਵਾਤੀ ਵਾਪਿਸ ਆ ਗਈ ਤਾਂ ਮੈਨੂੰ ਉਸ ਫ਼ੋਨ ਕੀਤਾ, "ਭਾਬੀ ਜੀ, ਤੁਹਾਨੂੰ ਮਿਲੇ ਬਹੁਤ ਦਿਨ ਹੋ ਗਏ ਨੇ। ਇਕ ਦਿਨ ਆ ਜਾਓ। ਤੁਹਾਡਾ ਲੰਚ ਮੈਂ

ਲੈ ਕੇ ਆਵਾਂਗੀ। ਤੁਹਾਨੂੰ ਮੰਜੂ ਵੀ ਬਹੁਤ ਯਾਦ ਕਰ ਰਹੀ ਸੀ।"

"ਮੇਰੀ ਇਲਾਇਚੀ ਵਾਲੀ ਚਾਹ ਮਿਲੇਗੀ?" ਮੈਂ ਹੱਸ ਕੇ ਪੁੱਛਿਆ।

"ਇਕ ਵਾਰ ਨਹੀਂ, ਦੋ ਵਾਰ! ਤੁਸੀਂ ਆਉ ਤਾਂ ਸਹੀ।" ਉਹਦੀ ਆਵਾਜ਼ ਵਿਚ ਬਹੁਤ ਇਸਰਾਰ ਸੀ। ਮੈਂ ਹਾਂ ਕਰ ਦਿੱਤੀ।

ਦੂਜੇ ਦਿਨ ਗਿਆਰਾਂ ਕੁ ਵਜੇ ਮੈਂ ਉਹਦੇ ਕਮਰੇ ਵਿਚ ਪਹੁੰਚ ਗਈ। ਉਹਨੇ ਕਾਟਨ ਦੀ ਬਹੁਤ ਸੋਹਣੀ ਸਾੜ੍ਹੀ, ਬੜੇ ਸਲੀਕੇ ਨਾਲ ਪਹਿਨੀ ਹੋਈ ਸੀ। ਉਹੀ ਲੰਬੀ ਗੁੱਤ! ਮੱਥੇ ਤੇ ਛੋਟੀ ਜਹੀ ਕਾਲੀ ਬਿੰਦੀ।

"ਹਮੇਸ਼ਾਂ ਦੀ ਤਰ੍ਹਾਂ ਤੂੰ ਬਹੁਤ ਜੱਚ ਰਹੀ ਹੈਂ।" ਮੈਂ ਮੁਸਕਰਾਕੇ ਕਿਹਾ।

"ਅੱਜ ਤੁਸੀਂ ਵੀ ਬੜੇ ਫਰੈਸ਼ ਲੱਗ ਰਹੇ ਹੋ, ਭਾਬੀ ਜੀ।"

"ਹੁਣ ਮੈਂ ਕੀ ਫਰੈਸ਼ ਲੱਗਣਾ ਹੈ, ਮੇਰੀ ਗੱਲ ਛੱਡ।" ਉਹਦੇ ਕਮਰੇ ਵਿੱਚ ਹਰ ਚੀਜ਼ ਆਪਣੀ ਜਗ੍ਹਾ ਤੇ ਸੀ। ਉਹ ਮੇਰੇ ਲਈ ਪਾਣੀ ਦਾ ਗਿਲਾਸ ਲੈ ਆਈ ਤੇ ਬੋਲੀ-

"ਚਾਹ ਦਾ ਪਾਣੀ ਉਬਲ ਰਿਹਾ ਹੈ।"

ਕਮਰੇ ਦੇ ਇਕ ਕੋਨੇ ਵਿਚ ਚਾਹ ਦਾ ਸਾਰਾ ਸਾਮਾਨ ਪਿਆ ਸੀ।

"ਮੰਜੂ ਦਾ ਫ਼ੋਨ ਆਇਆ ਹੈ, ਉਹ ਵੀ ਆਉਣ ਵਾਲੀ ਹੈ।" ਉਹ ਕੋਨੇ 'ਚ ਚਾਹ ਬਣਾਨ ਦੇ ਆਹਰ ਲੱਗ ਗਈ।

ਮੰਜੂ ਆਈ ਤਾਂ ਘੁੱਟ ਕੇ ਮਿਲੀ। ਉਸ ਮੇਰੇ ਬੱਚਿਆਂ ਦਾ ਹਾਲ-ਚਾਲ ਪੁੱਛਿਆ।

"ਭਾਬੀ ਜੀ, ਛੋਟੇ ਬੇਟੇ ਕੋਲ ਅਮਰੀਕਾ ਕਦੋਂ ਜਾ ਰਹੇ ਹੋ?" ਮੰਜੂ ਪੁੱਛਣ ਲੱਗ ਪਈ।

"ਹਾਲੇ ਜਲਦੀ ਨਹੀਂ। ਪਿਛਲੇ ਸਾਲ ਹੀ ਤਾਂ ਹੋ ਕੇ ਆਈ ਹਾਂ। ਬੇਟਾ ਹੀ ਇੱਥੇ ਆ ਰਿਹਾ ਹੈ।" ਮੈਂ ਕਿਹਾ।

"ਬਹੁਤ ਖ਼ੂਬ! ਉਹਨੂੰ ਕਹਿਣਾ ਮੰਜੂ ਆਂਟੀ ਬਹੁਤ ਯਾਦ ਕਰਦੀ ਹੈ। ਕਦੀ ਸਾਨੂੰ ਵੀ ਆ ਕੇ ਮਿਲੇ।"

"ਠੀਕ ਹੈ, ਸੁਨੇਹਾ ਦੇ ਦਿਆਂਗੀ। ਉਹ ਇੰਨੇ ਥੋੜ੍ਹੇ ਦਿਨਾਂ ਲਈ ਆਉਂਦੇ ਨੇ। ਫਿਰ ਪੇਕੇ, ਸਹੁਰੇ ਸਭ ਰਿਸ਼ਤੇਦਾਰਾਂ ਨੂੰ ਮਿਲਣਾ......। ਨੱਠ ਭੱਜ ਵਿਚ ਪਤਾ ਹੀ ਨਹੀਂ ਚਲਦਾ ਕਦੋਂ ਉਹਨਾਂ ਦੇ ਜਾਣ ਦਾ ਵਕਤ ਵੀ ਆ ਜਾਂਦਾ ਹੈ।" ਮੈਂ ਕਿਹਾ।

"ਸਹੀ ਕਹਿ ਰਹੇ ਹੋ। ਭਾਬੀ ਜੀ, ਮੇਰੀ ਭੈਣ ਆਉਂਦੀ ਤਾਂ ਵਕਤ ਇੰਜ ਹੀ ਖੰਭ ਲਗਾਕੇ ਉੱਡ ਜਾਂਦਾ ਹੈ।" ਮੰਜੂ ਬੋਲੀ।

"ਤੂੰ ਉਥੇ ਜਾਣ ਦਾ ਸੋਚ ਰਹੀ ਹੈਂ?" ਮੈਂ ਪੁੱਛਿਆ

"ਹਾਲੇ ਤਾਂ ਨਹੀਂ। ਮੈਂ ਵੀ ਤਾਂ ਪਿਛਲੇ ਸਾਲ ਹੀ ਹੋ ਕੇ ਆਈ ਹਾਂ। ਫਿਰ ਬੁਕ ਕਿਰਾਇਆਂ ਦਾ ਲੱਗ ਜਾਂਦਾ ਹੈ। ਨਾਲੇ ਬੇਟਾ ਹੁਣ ਬਾਰਹਵੀਂ ਵਿਚ ਹੈ। ਇਹ ਸਾਲ, ਤੁਹਾਨੂੰ ਤਾਂ ਪਤਾ ਹੀ ਹੈ..ਮਿਹਨਤ ਤਾਂ ਬਹੁਤ ਕਰ ਰਿਹਾ ਹੈ।"

"ਤੇਰਾ ਬੇਟਾ ਬਹੁਤ ਲਾਇਕ ਹੈ। ਫਿਕਰ ਨਾ ਕਰ। ਤੇਰੀ ਸਿਹਤ ਕਿੰਜ ਰਹਿੰਦੀ ਹੈ?"

"ਬੱਸ ਉਹੀ। ਕੁਝ ਦਿਨ ਠੀਕ ਲੰਘ ਜਾਂਦੇ ਨੇ। ਫਿਰ ਅਸਥਮਾ ਦਾ ਹਮਲਾ ਬੇਹਾਲ ਕਰ ਦਿੰਦਾ ਹੈ।"

"ਬਹੁਤ ਸਾਰੇ ਲੋਕ ਹੈਦਰਾਬਾਦ ਜਾਂਦੇ ਨੇ, ਮੱਛੀ ਦਾ ਇਲਾਜ ਕਰਾਣ। ਤੂੰ ਕਦੀ ਸੋਚਿਆ ਹੈ, ਉਥੇ ਜਾਣ ਬਾਰੇ?"

"ਭਾਬੀ ਜੀ, ਤੁਹਾਨੂੰ ਤਾਂ ਪਤਾ ਹੀ ਹੈ ਮੈਂ ਪੂਰੀ ਸ਼ਾਕਾਹਾਰੀ ਹਾਂ। ਸ਼ਰਮਾ ਖਾਨਦਾਨ ਦੀ। ਪਤਾ ਨਹੀਂ ਇਹ ਇਲਾਜ ਕਿੰਨਾ ਕੁ ਸਾਇੰਟੀਫ਼ਿਕ ਹੈ। ਐਵੇਂ ਆਪਣਾ ਧਰਮ ਕਿਉਂ ਭ੍ਰਿਸ਼ਟ ਕਰਾਂ।" ਉਹ ਖਿੜ ਖਿੜਕਾ ਕੇ ਹੱਸਣ ਲੱਗ ਪਈ।

ਮੇਰਾ ਗੰਭੀਰ ਚਿਹਰਾ ਵੇਖ ਕੇ ਬੋਲੀ, "ਭਾਬੀ ਜੀ, ਮੈਂ ਮਜ਼ਾਕ ਕਰ ਰਹੀ ਹਾਂ। ਇਹਦੇ ਵਿਚ ਧਰਮ ਧਰਮ ਦੀ ਕੋਈ ਗੱਲ ਨਹੀਂ। ਮੈਂ ਇੰਨੀ ਕੱਟੜ ਨਹੀਂ ਹਾਂ, ਤੁਸੀਂ ਜਾਣਦੇ ਹੀ ਹੋ...। ਦੀਪਕ ਜੀ ਤਾਂ ਮੇਰੇ ਨਾਲ ਹੈਦਰਾਬਾਦ ਜਾਣ ਲਈ ਤਿਆਰ ਹੋ ਗਏ ਸਨ...। ਤੁਹਾਨੂੰ ਪਤਾ ਹੈ?" ਉਹ ਮੁਸਕਰਾਂਦੀ ਹੋਈ ਮੇਰੇ ਵੱਲ ਸਵਾਲੀਆ ਨਜ਼ਰਾਂ ਨਾਲ ਵੇਖ ਰਹੀ ਸੀ।

"ਮੇਰੇ ਨਾਲ ਤਾਂ ਉਹਨਾਂ ਇਸ ਗੱਲ ਦਾ ਕਦੀ ਜ਼ਿਕਰ ਨਹੀਂ ਸੀ ਕੀਤਾ। ਸ਼ੋਸ਼ਲ ਵਰਕਰ ਸਨ.....। ਉਹਨਾਂ ਦਾ ਕੰਮ ਸੀ, ਦੂਜਿਆਂ ਦੇ ਕੰਮ ਆਉਣਾ.....।" ਮੈਂ ਸਹਿਜ ਹੋ ਕੇ ਕਿਹਾ। ਮੈਂ ਉਦਾਸ ਨਹੀਂ ਸਾਂ ਹੋਣਾ ਚਾਹੁੰਦੀ।

ਸਵਾਤੀ ਚਾਹ ਬਣਾ ਕੇ ਲੈ ਆਈ ਸੀ।

"ਸਵਾਤੀ ਜ਼ਿੰਦਾਬਾਦ!" ਮੰਜੂ ਚਾਹ ਦਾ ਪਿਆਲਾ ਆਪਣੇ ਵੱਲ ਸਰਕਾਂਦੇ ਹੋਏ ਬੋਲੀ।

"ਸਵਾਤੀ ਵਰਗੀ ਸੇਵਾ ਭਾਵਨਾ ਹਰ ਇਕ ਵਿਚ ਨਹੀਂ ਹੁੰਦੀ।" ਮੰਜੂ ਚਾਹ ਦਾ ਇਕ ਘੁੱਟ ਭਰਕੇ ਬੋਲੀ।

"ਇਹਦੇ ਸਾਥ ਦਾ ਤੇਰੇ ਤੇ ਕੁਝ ਅਸਰ ਹੋਇਆ ਹੈ?" ਮੈਂ ਪੁੱਛਿਆ।

"ਮੈਂ ਮਰੀਜ਼ਾਂ.......ਖੈਰ! ਇਹ ਕੰਮ ਮੈਂ ਸਵਾਤੀ ਤੋਂ ਖੋਹਣਾ ਨਹੀਂ ਚਾਹੁੰਦੀ। ਕਿਉਂ ਸਵਾਤੀ? ਅੱਜ 'ਸਰ' ਚਾਹ ਪੀਣ ਆਏ ਕਿ ਨਹੀਂ? " ਮੰਜੂ ਦੀਆਂ ਅੱਖਾਂ ਵਿਚੋਂ ਸ਼ਰਾਰਤ ਝਲਕ ਰਹੀ ਸੀ।

"ਡਾਕਟਰ ਗੁਪਤਾ ਆਏ ਸਨ, ਤੈਨੂੰ ਲਭਦੇ ਹੋਏ।" ਸਵਾਤੀ ਨੇ ਨਹਿਲੇ ਤੇ ਦਹਿਲਾ ਮਾਰਿਆ।

"ਉਹ ਤਾਂ ਪਾਗਲ ਨੇ।" ਮੰਜੂ ਮੁਸਕਰਾਂਦੀ ਹੋਈ ਬੋਲੀ।

"ਪਾਗਲ ਨਹੀਂ, ਦੀਵਾਨੇ!"

"ਉਹਦੀ ਗੱਲ ਨਾ ਕਰਿਆ ਕਰ।"

"ਅੰਦਰੋਂ ਤਾਂ ਤੂੰ ਖੁਸ਼ ਹੁੰਦੀ ਹੈਂ.......।"

ਦੋਹਾਂ ਦੀ ਚੁੰਝਬਾਜ਼ੀ ਚਲ ਰਹੀ ਸੀ। ਤਦੇ ਕਮਰੇ ਦਾ ਪਰਦਾ ਕਿਸੇ ਨੇ ਹਟਾਇਆ ਅਤੇ ਸਾਨੂੰ ਵੇਖ ਕੇ ਝਟ ਦੇਣੇ ਹੀ ਚਲੇ ਗਏ।

"ਓ ਹੋ, ਸਰ ਦਾ ਚਾਹ ਪੀਣ ਦਾ ਚਾਂਸ ਮਾਰਿਆ ਗਿਆ।" ਮੰਜੂ ਬੋਲੀ,

"ਚਲੋ ਮੈਂ ਚਲਦੀ ਹਾਂ। ਰਾਊਂਡ ਤੇ ਜਾਣਾ ਹੈ। ਸਵਾਤੀ ਚਾਹ ਦਾ ਧੰਨਵਾਦ। ਭਾਬੀ ਜੀ, ਲੰਚ ਵੇਲੇ ਮਿਲਾਂਗੇ" ਅਤੇ ਉਹ ਹਵਾ ਵਾਂਗ ਬਾਹਰ ਨਿਕਲ ਗਈ।

"ਇਹ 'ਸਰ' ਦਾ 'ਕਿੱਸਾ' ਕੀ ਹੈ?" ਮੈਂ ਉਤਸੁਕਤਾ ਨਾਲ ਸਵਾਤੀ ਨੂੰ ਪੁੱਛਿਆ। ਡਾਕਟਰ ਗੁਪਤਾ ਬਾਰੇ ਤਾਂ ਦੀਪਕ ਨੇ ਮੈਨੂੰ ਦੱਸਿਆ ਸੀ ਕਿ ਉਹ ਮੰਜੂ ਦੇ ਭਗਤ ਹਨ।

"ਕੁਝ ਵੀ ਨਹੀਂ, ਭਾਬੀ ਜੀ! 'ਸਰ' ਕਦੀ ਕਦੀ ਚਾਹ ਪੀਣ ਆ ਜਾਂਦੇ ਨੇ।"

"ਸਰ ਕੌਣ?"

"ਸੁਪਰਡੈਂਟ ਸਾਹਿਬ! ਹੁਣ ਉਨ੍ਹਾਂ ਨੂੰ ਮੈਂ ਮਨ੍ਹਾ ਕਿਵੇਂ ਕਰਾਂ! ਲੋਕੀਂ ਗੱਲਾਂ ਕਰਨ ਲੱਗ ਪਏ ਨੇ। ਉਂਜ ਸਰ ਮੈਨੂੰ ਕੁਝ ਕਹਿੰਦੇ ਥੋੜ੍ਹਾ ਹੀ ਨੇ। ਬਸ ਆਕੇ ਕੁਝ ਗੱਪ-ਸ਼ੱਪ ਮਾਰਦੇ ਨੇ। ਪਰ ਲੋਕਾਂ ਨੂੰ ਸੁਖਾਂਦਾ ਨਹੀਂ.......।"

"ਤੈਨੂੰ ਉਹਨਾਂ ਦਾ ਸਾਥ ਚੰਗਾ ਲੱਗਦਾ ਹੈ? ਸੱਚ ਦੱਸੀਂ?"

"ਬੱਸ ਗੱਲ ਬਾਤ ਠੀਕ ਹੈ। ਇੰਨਾ ਬੁਰਾ ਨਹੀਂ ਲੱਗਦਾ। ਪਰ ਹੁਣ ਮਨ੍ਹਾ ਕਰਨਾ ਪਵੇਗਾ ਕਿਉਂਕਿ ਹੱਸਪਤਾਲ ਵਿਚ ਕੰਮ ਕਰਦੇ ਕਈ ਲੋਕ ਵਿਅੰਗ ਕਸਣ ਲੱਗ ਪਏ ਨੇ। ਲੋਕਾਂ ਨੂੰ ਕਿਸੇ ਦਾ ਜ਼ਰਾ ਜਿੰਨਾ ਸੁਖ ਸੁਖਾਂਦਾ ਨਹੀਂ।"

ਇਕ ਬਜ਼ੁਰਗ ਮਰੀਜ਼ ਅਤੇ ਨਾਲ ਉਹਦੀ ਬੇਟੀ ਜਾਂ ਕੋਈ ਹੋਰ ਰਿਸ਼ਤੇਦਾਰ ਦੇ ਕਮਰੇ ਵਿਚ ਆ ਜਾਣ ਨਾਲ ਗੱਲ ਵਿਚੇ ਹੀ ਰਹਿ ਗਈ। ਉਹਨਾਂ ਨੂੰ ਕਿਸੇ ਡਾਕਟਰ ਨੇ ਸਵਾਤੀ ਕੋਲ ਭੇਜਿਆ ਸੀ। ਉਸ ਔਰਤ ਨੂੰ ਡਾਈਬੀਟੀਜ਼ ਰੋਗ ਸੀ। ਸਵਾਤੀ ਨੇ ਪਹਿਲਾਂ ਉਹਨੂੰ ਵਜ਼ਨ ਲੈਣ ਲਈ ਮਸ਼ੀਨ ਤੇ ਖੜਾ ਕੀਤਾ, ਫਿਰ ਡਾਕਟਰ ਦੀ ਰਿਪੋਰਟ ਵੇਖੀ। ਉਸ ਤੋਂ ਬਾਅਦ ਮਰੀਜ਼ ਤੋਂ ਉਹਦੀ ਖੁਰਾਕ ਬਾਰੇ ਕੁਝ ਸਵਾਲ ਪੁੱਛੇ। ਜੁਆਬ ਮਰੀਜ਼ ਘਟ ਦੇ ਰਹੀ ਸੀ, ਉਹਦੇ ਨਾਲ ਆਈ ਲੜਕੀ ਜ਼ਿਆਦਾ ਦੇ ਰਹੀ ਸੀ। ਮਰੀਜ਼ ਬੜੀ ਢਹਿੰਦੀਆਂ ਕਲਾਂ ਵਿਚ ਦਿਖ ਰਹੀ ਸੀ। ਕੁੜੀ ਵੀ ਬੜੀ ਚਿੰਤਤ ਸੀ। ਸ਼ਾਇਦ ਬੀਮਾਰੀ ਦਾ ਹੁਣੇ ਹੀ ਪਤਾ ਲੱਗਾ ਸੀ ਜਾਂ ਬੀਮਾਰੀ ਜ਼ਿਆਦਾ ਵੱਧ ਗਈ ਸੀ।

"ਤੁਹਾਨੂੰ ਆਪਣਾ ਵਜ਼ਨ ਘਟਾਣਾ ਪਵੇਗਾ। ਰੋਜ਼ ਸੈਰ ਬਹੁਤ ਜ਼ਰੂਰੀ ਹੈ। ਜਿੰਨੀ ਸੈਰ ਹੋ ਸਕੇ ਕਰੋ! ਖਾਣੇ ਦਾ ਪ੍ਰਹੇਜ਼ ਕਰਨਾ ਪਵੇਗਾ।" ਸਵਾਤੀ ਨੇ ਇਕ ਚਾਰਟ ਕੁੜੀ ਨੂੰ ਫੜਾ ਦਿੱਤਾ ਤੇ ਜ਼ਬਾਨੀ ਵੀ ਦੱਸਦੀ ਰਹੀ ਕਿ ਕੀ ਖਾਣਾ ਹੈ ਅਤੇ ਕੀ ਨਹੀਂ ਖਾਣਾ।

"ਵੇਖੋ, ਜੇ ਪ੍ਰਹੇਜ਼ ਨਹੀਂ ਕਰੋਗੇ, ਸੈਰ ਨਹੀਂ ਕਰੋਗੇ ਅਤੇ ਦਵਾਈ ਲਗਾਤਾਰ ਨਹੀਂ ਖਾਓਗੇ ਤਾਂ ਨਤੀਜਾ ਠੀਕ ਨਹੀਂ ਹੋਵੇਗਾ। ਇਹ ਬੀਮਾਰੀ ਤੁਹਾਡੇ ਸਰੀਰ ਨੂੰ ਅੰਦਰ ਹੀ ਅੰਦਰ ਨੁਕਸਾਨ ਪਹੁੰਚਾਂਦੀ ਰਹਿੰਦੀ ਹੈ। ਤੁਸੀਂ ਇਹਨੂੰ ਕੰਟਰੋਲ ਕਰ ਸਕਦੇ ਹੋ.......।" ਹਾਲੇ ਸਵਾਤੀ ਮਰੀਜ਼ ਨਾਲ ਗੱਲ ਕਰ ਹੀ ਰਹੀ ਸੀ ਕਿ ਰਸੋਈ ਵਿਚੋਂ, ਇਕ ਟਰੇਅ ਵਿਚ ਖਾਣਾ ਲੈ ਕੇ ਇਕ ਔਰਤ ਆ ਗਈ।

ਮਰੀਜ਼ ਦੇ ਜਾਣ ਬਾਅਦ ਸਵਾਤੀ ਨੇ ਖਾਣੇ ਦੀ ਇਕ ਇਕ ਚੀਜ਼ ਚੱਖੀ ਅਤੇ

ਫਿਰ ਇਕ ਕਾਗਜ਼ ਤੇ ਦਸਖ਼ਤ ਕਰ ਦਿੱਤੇ। ਸਵਾਤੀ ਨੇ ਉਹਨੂੰ ਕਿਸੇ ਦਾ ਨਾਮ ਲੈ ਕੇ ਕਿਹਾ ਕਿ ਉਹਨੂੰ ਭੇਜ ਦੇਵੋ। ਪੰਜ ਮਿੰਟ ਬਾਅਦ ਹੀ ਇਕ ਹੋਰ ਔਰਤ ਆ ਗਈ ਅਤੇ ਸਿੰਕ ਵਿਚ ਪਏ ਚਾਹ ਦੇ ਭਾਂਡੇ ਸਾਫ਼ ਕਰਨ ਲੱਗ ਪਈ। ਮੈਂ ਪਹਿਲਾਂ ਵੀ ਕਈ ਵਾਰ ਇਸ ਕਮਰੇ ਵਿਚ ਆਕੇ ਬੈਠੀ ਹਾਂ, ਚਾਹ ਪੀਤੀ ਹੈ। ਸਵਾਤੀ ਆਪ ਹੀ ਭਾਂਡੇ ਧੋ ਲੈਂਦੀ ਸੀ। ਅੱਜ ਇਹ ਪਰਿਵਰਤਨ ਵੇਖ ਕੇ ਮੈਂ ਥੋੜ੍ਹੀ ਹੈਰਾਨ ਹੋਈ।

ਸਵਾਤੀ ਕੋਲ ਕੋਈ ਨਾ ਕੋਈ ਮਰੀਜ਼ ਆਈ ਜਾ ਰਿਹਾ ਸੀ। ਮੈਂ ਇਕ ਮੈਗਜ਼ੀਨ ਦੇ ਪੰਨੇ ਪਲਟਣ ਲੱਗ ਪਈ। ਉਹਦੇ ਵਿਚ ਸਿਹਤ ਬਾਰੇ, ਬੀਮਾਰੀਆਂ ਬਾਰੇ, ਪ੍ਰਹੇਜ਼ ਬਾਰੇ ਕਿੰਨੇ ਹੀ ਲੇਖ ਸਨ। ਇੰਨੀਆਂ ਬੀਮਾਰੀਆਂ ਬਾਰੇ ਪੜ੍ਹ ਕੇ ਮੈਂ ਘਬਰਾ ਗਈ ਸਾਂ। ਬੀਮਾਰੀਆਂ ਦੇ ਲੱਛਣਾਂ ਬਾਰੇ ਪੜ੍ਹ ਕੇ ਮੈਨੂੰ ਇੰਜ ਲੱਗਣ ਲੱਗ ਪਿਆ ਜਿਵੇਂ 'ਅੱਧੀਆਂ' ਤੋਂ ਜ਼ਿਆਦਾ ਬੀਮਾਰੀਆਂ ਦੀ ਸ਼ਿਕਾਰ ਤਾਂ ਮੈਂ ਖੁਦ ਹਾਂ। ਮੇਰਾ ਦਮ ਘੁਟਣ ਲੱਗਾ। ਮੈਂ ਉਹ ਰਸਾਲਾ ਬੰਦ ਕਰ ਦਿੱਤਾ ਤੇ ਕਮਰੇ ਦੇ ਬਾਹਰ ਤਾਜ਼ੀ ਹਵਾ ਲੈਣ ਲਈ ਆ ਖੜੀ ਹੋਈ।

ਬਾਹਰ ਮੈਨੂੰ ਮਿਸਿਜ਼ ਸੂਰੀ ਮਿਲ ਗਈ। ਮੈਨੂੰ ਵੇਖ ਕੇ ਉਹ ਇਕ ਦਮ ਠਿਠਕ ਗਈ। ਉਹ ਨਰਸਿੰਗ ਕਲਾਸਾਂ ਨੂੰ ਪੜ੍ਹਾਂਦੀ ਹੈ। ਕਾਹਲੀ 'ਚ ਉਹ ਸ਼ਾਇਦ ਕਲਾਸ ਲੈਣ ਹੀ ਜਾ ਰਹੀ ਹੋਵੇ। ਉਹ ਦੀਪਕ ਨੂੰ ਵੀ ਬਹੁਤ ਵਾਰ ਆਪਣੀ ਕਲਾਸ ਵਿਚ ਲੈ ਜਾਂਦੀ ਸੀ। ਪਹਿਲਾਂ ਤੋਂ ਹੀ ਕੋਈ ਵਿਸ਼ਾ ਦੱਸ ਦਿੰਦੀ ਸੀ ਕਿ ਉਹ ਉਸ ਵਿਸ਼ੇ ਤੇ ਬੋਲੇਗਾ। ਉਹ ਜ਼ਿਆਦਾਤਰ ਮਨੋਵਿਗਿਆਨ ਨਾਲ ਸੰਬੰਧੀ ਕੋਈ ਵਿਸ਼ਾ ਲੈਂਦਾ ਸੀ। ਜਿਸ ਦਿਨ ਉਹ ਪੜ੍ਹਾ ਕੇ ਘਰ ਆਉਂਦਾ ਉਹਦੇ ਚਿਹਰੇ ਤੇ ਅਲੱਗ ਹੀ ਚਮਕ ਹੁੰਦੀ। ਮੰਜੂ ਦੀਪਕ ਨੂੰ ਇਸ ਕਲਾਸ ਬਾਰੇ ਛੇੜਦੀ ਰਹਿੰਦੀ।

"ਭਾਬੀ ਜੀ, ਦੀਪਕ ਹੋਰੀਂ ਜਦੋਂ ਕਲਾਸ ਲੈ ਕੇ ਆਉਂਦੇ ਨੇ, ਚਿਹਰਾ ਭੱਖ ਰਿਹਾ ਹੁੰਦਾ ਹੈ। ਕੁੜੀਆਂ 'ਸਰ', 'ਸਰ' ਕਰਦੀਆਂ ਪਿੱਛੇ ਪਿੱਛੇ ਸਵਾਲ ਪੁੱਛਣ ਆਉਂਦੀਆਂ ਨੇ....।" ਮੰਜੂ ਮੈਨੂੰ ਦੱਸਦੀ ਹੁੰਦੀ ਸੀ।

"ਭਾਬੀ ਜੀ, ਅੱਜ ਇਧਰ ਕਿਧਰ ? ਠੀਕ ਹੋ ਨਾ ? ਸਿਹਤ ਕਿੰਜ ਹੈ ?" ਮਿਸਿਜ਼ ਸੂਰੀ ਦੇ ਚਿਹਰੇ ਤੋਂ ਫਿਕਰ ਝਲਕ ਰਿਹਾ ਸੀ।

"ਮੈਂ ਠੀਕ ਹਾਂ। ਤੁਹਾਨੂੰ ਸਭ ਨੂੰ ਮਿਲਣ ਲਈ ਦਿਲ ਕਰ ਰਿਹਾ ਸੀ।" ਮੈਂ ਮੁਸਕਰਾਂਦੇ ਹੋਏ ਕਿਹਾ।

"ਉਪਰ ਆ ਜਾਣਾ, ਥੋੜ੍ਹੀ ਦੇਰ ਤੱਕ, ਮੇਰੇ ਕਮਰੇ ਵਿੱਚ। ਮੈਂ ਹਾਲੇ ਕਲਾਸ ਲੈਣ ਜਾ ਰਹੀ ਹਾਂ।"

"ਠੀਕ ਹੈ।"

ਉਹ ਕਾਹਲੀ 'ਚ ਹੱਥ ਮਿਲਾ ਕੇ ਕਲਾਸ ਵੱਲ ਚਲੀ ਗਈ।

ਮੈਂ ਸਵਾਤੀ ਦੇ ਕਮਰੇ ਵਿਚ ਪਹੁੰਚੀ ਤਾਂ ਉਹ ਲੰਚ ਲਈ ਮੇਜ਼ ਸੈਟ ਕਰ ਰਹੀ ਸੀ। ਪਲੇਟਾਂ, ਚਮਚ, ਪਾਣੀ ਤੇ ਗਿਲਾਸ। ਹੀਟਰ ਤੇ ਸਬਜ਼ੀ ਗਰਮ ਹੋ ਰਹੀ ਸੀ। ਉਹਨੇ ਟਿਫਿਨ ਵਿਚੋਂ ਸਲਾਦ, ਦਹੀਂ ਕੱਢ ਕੇ ਸਭ ਮੇਜ਼ ਤੇ ਲਗਾ ਦਿੱਤੇ ਸਨ।

"ਖੁਸ਼ਬੂ ਬੜੀ ਵਧੀਆ ਆ ਰਹੀ ਹੈ।" ਮੈਂ ਕਿਹਾ।

"ਭਾਬੀ ਜੀ, ਅੱਜ ਤੁਹਾਨੂੰ ਮਰਾਠੀ ਸਟਾਈਲ ਦਾ ਖਾਣਾ ਖਵਾਵਾਂਗੀ। ਜਾਣਦੇ ਹੋ ਥਾਲੀ ਪੀਠ?"

"ਕੁਝ ਕੁਝ ਜਾਣਦੀ ਹਾਂ। ਬੰਬਈ ਜਾਂਦੀ ਹਾਂ ਤਾਂ ਛੋਟੀ ਭਰਜਾਈ ਮਰਾਠੀ, ਮਦਰਾਸੀ ਸਭ ਤਰ੍ਹਾਂ ਦੇ ਖਾਣੇ ਖਵਾਂਦੀ ਹੈ। ਬੱਸ ਨਾਮ ਲੈਣ ਦੀ ਦੇਰ ਹੈ। ਜਿੰਨੇ ਦਿਨ ਉਥੇ ਰਹੋ-ਵੰਨ ਸੁਵੰਨੇ ਪਕਵਾਨ, ਕਦੀ ਢੋਕਲਾ, ਉਤਪਮ, ਕਦੀ ਡੋਸਾ, ਇਡਲੀ ਜਾਂ ਰਗੜਾ ਪੈਟਿਸ.....।"

"ਵਾਹ! ਮੁੰਬਈ ਖੂਬ ਮੌਜਾਂ ਕਰਦੇ ਹੋ!"

"ਮੈਨੂੰ ਇੰਨਾ ਤਾਂ ਪਤਾ ਹੈ ਕਿ 'ਥਾਲੀ ਪੀਠ' ਕਈ ਚੀਜ਼ਾਂ ਦੇ ਮਿਸ਼ਰਣ ਨਾਲ ਤਿਆਰ ਕੀਤੇ ਆਟੇ ਦੀ ਰੋਟੀ ਹੁੰਦੀ ਹੈ। ਸਿਹਤ ਲਈ ਬਹੁਤ ਚੰਗੀ। ਪਰ ਇਹਦੇ ਵਿਚ ਕਿਹੜਾ ਕਿਹੜਾ ਆਟਾ ਮਿਲਾਂਦੇ ਹਨ?"

"ਜਵਾਰ, ਬਾਜਰਾ, ਚਨੇ ਦਾ ਆਟਾ......।"

ਤਦੇ ਮੰਜੂ ਆਪਣਾ ਲੰਚ ਬਾਕਸ ਲੈ ਕੇ ਆ ਗਈ ਤਾਂ ਸਵਾਤੀ ਦੀ ਗੱਲ ਵਿਚੇ ਹੀ ਰਹਿ ਗਈ। ਸਵਾਤੀ ਨੇ ਮੰਜੂ ਦੇ ਫੁਲਕੇ ਅਤੇ ਸਬਜ਼ੀ ਵੀ ਗਰਮ ਕਰ ਦਿੱਤੇ। "ਮੈਂ ਵੀ ਘਰੋਂ ਕੁਝ ਨਾ ਕੁਝ ਬਣਾਕੇ ਲਿਆਂਦੀ ਹੁੰਦੀ ਸਾਂ ਪਰ ਅੱਜ ਮੈਂ ਸਿਰਫ਼ ਫਲ ਲੈ ਕੇ ਆਈ ਸਾਂ।"

"ਸੁਜਾਤਾ ਦੀਦੀ ਖਾਣਾ ਕਮਾਲ ਦਾ ਬਣਾਦੀ ਹੈ।" ਮੰਜੂ ਬੋਲੀ

"ਸੁਜਾਤਾ ਦਾ ਕੀ ਹਾਲ ਹੈ? ਉਸ ਦਿਨ ਬਬਲੀ ਦੇ ਵਿਆਹ ਤੇ ਉਸ ਅੰਮ੍ਰਿਤਾ ਨਾਲ ਬੜੀ ਦੋਸਤੀ ਕਰ ਲਈ ਸੀ।" ਮੈਂ ਕਿਹਾ।

"ਸੁਜਾਤਾ ਦੀਦੀ ਦਾ ਕੀ ਹਾਲ ਹੋਵੇਗਾ! ਉਹੀ ਜੋ ਪਹਿਲਾਂ ਸੀ। ਸਭ ਦੀ ਸੇਵਾ ਵਿਚ ਲੱਗੀ ਹੋਈ ਹੈ।"

"ਬਬਲੀ ਕਿਥੇ ਹੈ, ਅੱਜਕਲ੍ਹ? ਸੌਹੁਰੇ ਜਾਂ........?"

"ਭਾਬੀ ਜੀ, ਬਬਲੀ ਵਰਗੀਆਂ ਕੁੜੀਆਂ ਸੌਹੁਰੇ ਘਰ ਕਿੱਥੇ ਰਹਿ ਸਕਦੀਆਂ ਨੇ। ਬੱਸ ਥੋੜ੍ਹੀ ਜਹੀ ਦੇਰ ਲਈ ਜਾਂਦੀ ਜ਼ਰੂਰ ਹੈ, ਕਦੀ ਕਦੀ। ਉਹਨੂੰ ਕੋਈ ਕੰਮ ਕਰਨ ਦੀ ਆਦਤ ਤਾਂ ਹੈ ਨਹੀਂ। ਇਥੇ ਮਾਲਾ ਦੀਦੀ ਦੇ ਘਰ ਸਭ ਕੁਝ ਕੀਤਾ ਕਰਾਇਆ ਮਿਲ ਜਾਂਦਾ ਹੈ। ਰੋਅਬ ਨਾਲ ਰਹਿੰਦੀ ਹੈ।"

"ਉਹਦਾ ਪਤੀ ਅਨਿਲ?"

"ਉਹ ਆਉਂਦਾ ਜਾਂਦਾ ਰਹਿੰਦਾ ਹੈ। ਉਸ ਨੇ ਕੰਪਿਊਟਰ ਕੋਰਸ ਕਰਨਾ ਸ਼ੁਰੂ ਕੀਤਾ ਹੈ।"

"ਉਹਦੀ ਡਿਲਵਰੀ ਕਦੋਂ ਕੁ ਹੈ?"

"ਨਵੰਬਰ ਵਿਚ।"

ਉਹ ਛੋਟੇ ਵਾਕਾਂ ਵਿਚ ਉੱਤਰ ਦੇ ਰਹੀ ਸੀ। ਲਗਦਾ ਸੀ ਉਹ ਉਹਨਾਂ ਬਾਰੇ ਜ਼ਿਆਦਾ ਗੱਲ ਨਹੀਂ ਸੀ ਕਰਨਾ ਚਾਹੁੰਦੀ।

ਲੰਚ ਤੋਂ ਬਾਅਦ ਮੰਜੂ ਨੇ ਪੁੱਛਿਆ, "ਭਾਬੀ ਜੀ, ਮੇਰੇ ਕਮਰੇ ਵਿਚ ਆਉਗੇ ?"

ਮੈਂ ਉਹਦੇ ਵੱਲ ਵੇਖ ਕੇ 'ਨਾਂਹ' ਵਿਚ ਸਿਰ ਹਿਲਾ ਦਿੱਤਾ।

"ਚੰਗਾ, ਫਿਰ ਮੈਂ ਕੰਮ ਨਿਪਟਾ ਕੇ ਆਵਾਂਗੀ। ਠੀਕ ਹੈ ?"

ਮੈਂ 'ਹਾਂ' ਵਿਚ ਸਿਰ ਹਿਲਾ ਦਿੱਤਾ। ਦੀਪਕ ਵੀ ਉਸੇ ਕਮਰੇ ਵਿਚ ਬੈਠਦਾ ਸੀ। ਉਸ ਕਮਰੇ ਵਿਚ ਜਾ ਕੇ ਮੈਨੂੰ ਝੌਬੂ ਪੈਣ ਲੱਗਦੇ। ਯਾਦਾਂ ਦਾ ਸਿਲਸਿਲਾ.......।

ਮੈਂ ਆਪਣਾ ਧਿਆਨ ਦੂਜੇ ਪਾਸੇ ਲਗਾਣ ਲਈ ਸਵਾਤੀ ਨਾਲ ਗੱਲੀਂ ਲੱਗ ਗਈ।

3.

"ਉਸ ਦਿਨ ਤੇਰੀ ਅੰਜਲੀ ਦੀਦੀ ਨੂੰ ਵੇਖਿਆ ਸੀ, ਦੂਰੋਂ ਹੀ। ਤੇਰੇ ਜੀਜਾ ਜੀ ਵੀ ਆਏ ਹੋਏ ਸਨ। ਅੰਜਲੀ ਦੀ ਵੱਡੀ ਬੇਟੀ ਬਹੁਤ ਸੋਹਣੀ ਹੈ।"

"ਹਾਂ, ਉਹ ਆਪਣੇ ਡੈਡੀ ਤੇ ਗਈ ਹੈ। ਕਾਲਜ ਜਾਂਦੀ ਹੈ ਪਰ ਪੜ੍ਹਾਈ ਵਿਚ ਜ਼ਿਆਦਾ ਧਿਆਨ ਨਹੀਂ ਦਿੰਦੀ। ਅੱਜਕਲ੍ਹ ਸਜਣ ਸੰਵਰਨ ਵੱਲ ਧਿਆਨ ਜ਼ਿਆਦਾ ਹੋ ਗਿਆ ਹੈ...। ਦੂਜੇ ਨੰਬਰ ਦੀ ਧੀ ਤਾਂ ਮੰਦ-ਬੁੱਧੀ ਹੈ। ਤੀਜੀ ਅੱਜਕਲ੍ਹ ਬਾਰ੍ਹਵੀਂ ਵਿਚ ਹੈ। ਬਹੁਤ ਹੁਸ਼ਿਆਰ ਹੈ। ਸਮਝਦਾਰ ਹੈ। ਦੀਦੀ ਦੀ ਬਹੁਤ ਮੱਦਦ ਕਰਦੀ ਹੈ। ਸਭ ਤੋਂ ਛੋਟੀ ਤਾਂ ਹਾਲੇ ਨੌਂਵੀਂ ਵਿਚ ਹੀ ਹੈ। ਉਸ ਤੋਂ ਛੋਟਾ ਇਕ ਬੇਟਾ ਹੈ.....। ਪਤਾ ਨਹੀਂ ਜੀਜਾ ਜੀ ਇਹ ਸਭ ਕਿਵੇਂ ਨਿਭਾ ਰਹੇ ਨੇ....।" ਉਹ ਠੰਡੀ ਆਹ ਭਰ ਕੇ ਚੁੱਪ ਹੋ ਗਈ।

"ਜੀਜਾ ਜੀ ਕੀ ਕਰਦੇ ਨੇ ?" ਮੈਂ ਪੁੱਛਿਆ।

"ਲਖਨਊ ਵਿਚ ਸਰਕਾਰੀ ਨੌਕਰੀ ਤੇ ਨੇ। ਲਖਨਊ ਦੇ ਨੇੜੇ ਹੀ ਇਕ ਛੋਟਾ ਜਿਹਾ ਸ਼ਹਿਰ ਹੈ, ਉਥੇ ਰਹਿੰਦੇ ਨੇ। ਰੋਜ਼ ਸਵੇਰੇ ਬਸ ਤੇ ਜਾਂਦੇ ਨੇ, ਸ਼ਾਮੀਂ ਆਉਂਦੇ ਨੇ। ਘਰ ਦਾ ਸਾਰਾ ਕੰਮ ਵੀ ਆਪ ਹੀ ਕਰਦੇ ਨੇ ਪਰ ਹੁਣ ਤਾਂ ਧੀਆਂ ਵੱਡੀਆਂ ਹੋ ਗਈਆਂ ਨੇ। ਉਹ ਮੱਦਦ ਕਰ ਦਿੰਦੀਆਂ ਨੇ।" ਮੈਂ ਹੈਰਾਨੀ ਨਾਲ ਸਵਾਤੀ ਦੀਆਂ ਗੱਲਾਂ ਸੁਣ ਰਹੀ ਸਾਂ।

"ਭਾਬੀ ਜੀ, ਅੰਜਲੀ ਦੀਦੀ ਦਿੱਲੀ ਵਿਚ ਸ੍ਰੀ ਰਾਮ ਕਾਲਜ ਤੋਂ ਪੜ੍ਹੀ ਹੋਈ ਹੈ। ਉਹਨੇ ਬੀ. ਐਂਡ. ਵੀ ਕੀਤੀ ਹੋਈ ਹੈ ਪਰ ਉਹਦੀ ਦਿਮਾਗੀ ਹਾਲਤ ਬਹੁਤੀ ਠੀਕ ਨਹੀਂ।"

"ਉਹ ਕਿਉਂ ?"

"ਮੰਮੀ ਨੂੰ ਅਧਰੰਗ ਹੋ ਗਿਆ ਸੀ। ਉਹ ਬਿਸਤਰ ਨਾਲ ਜੁੜ ਗਈ ਸੀ। ਮਾਲਾ ਦੀਦੀ ਤਦ ਹੋਸਟਲ ਵਿਚ ਸੀ, ਉਹ ਰੇਜੀਡੈਂਸੀ ਕਰ ਰਹੀ ਸੀ। ਵਕਤ ਮਿਲਦਾ ਤਾਂ ਘਰ ਆਉਂਦੀ। ਮੰਮੀ ਦੀ ਵੇਖਭਾਲ ਸੁਜਾਤਾ ਦੀਦੀ ਕਰਦੀ। ਬਾਬਾ ਵੀ ਮੰਮੀ ਨੂੰ ਖਵਾਣ, ਨਹਿਲਾਣ ਵਿਚ ਮੱਦਦ ਕਰਦੇ। ਕੁਝ ਦੇਰ ਮਾਸੀ ਵੀ ਆ ਕੇ ਰਹੀ ਪਰ ਉਹ ਕੋਹਲਾਪੁਰ ਵਿਚ ਟੀਚਰ ਸੀ। ਮਾਸੜ ਜੀ ਮਹਾਰਾਸ਼ਟਰ ਵਿਚ ਚੰਗੀ ਸਰਕਾਰੀ

ਨੌਕਰੀ ਤੇ ਸਨ। ਉਹਨਾਂ ਦਾ ਇਕੋ ਇਕ ਲੜਕਾ ਸੀ ਯੋਗੇਸ਼। ਬਹੁਤ ਹੀ ਲਾਇਕ ਇੰਜੀਨੀਅਰ ਬਣ ਗਿਆ ਤਾਂ ਉਹਦੀ ਪੋਸਟਿੰਗ ਕਟਨੀ ਵਿਚ ਹੋ ਗਈ। ਉਥੇ ਇਕ ਰੇਲ ਇੰਜਨ ਖਰਾਬ ਪਿਆ ਸੀ। ਉਹਨੇ ਠੀਕ ਕਰ ਦਿੱਤਾ। ਉਹਦਾ ਬੜਾ ਨਾਮ ਹੋ ਗਿਆ। ਭਾਬੀ ਜੀ, ਉਹ ਖ਼ੂਬਸੂਰਤ ਵੀ ਬਹੁਤ ਸੀ। ਹਰ ਇਕ ਦੇ ਕੰਮ ਆਉਣ ਵਾਲਾ। ਹੱਸਮੁਖ! ਜਦੋਂ ਅਸੀਂ ਮਾਸੀ ਦੇ ਘਰ ਜਾਂਦੇ ਹਾਂ ਉਹ ਲੋਕ ਦਿੱਲੀ ਆਉਂਦੇ, ਅਸਲੀ ਰੌਣਕ ਸਾਡੇ ਉਸ ਭਰਾ ਕਰਕੇ ਹੁੰਦੀ। ਸਾਡਾ ਆਪਣਾ ਭਰਾ ਕੋਈ ਨਹੀਂ ਸੀ। ਇਸ ਲਈ ਵੀ ਸ਼ਾਇਦ ਉਸ ਨਾਲ ਸਾਡਾ ਬੜਾ ਪਿਆਰ ਸੀ। ਇਹੋ ਜਿਹੇ ਸੋਹਣੇ ਅਤੇ ਲਾਇਕ ਮੁੰਡੇ ਦੇ ਪਿੱਛੇ ਕਈ ਕੁੜੀਆਂ ਸਨ। ਕਟਨੀ ਵਿਚ ਉਹਨੂੰ ਇਕ ਕੁੜੀ ਪਸੰਦ ਆ ਗਈ। ਉਸਨੇ ਉਸ ਕੁੜੀ ਨਾਲ ਵਿਆਹ ਕਰਵਾਣਾ ਚਾਹਿਆ ਪਰ ਕੁੜੀ ਦੇ ਮਾਤਾ ਪਿਤਾ ਨੇ ਸਾਫ਼ ਨਾਂਹ ਕਰ ਦਿੱਤੀ। ਮੇਰੀ ਮਾਸੀ ਅਤੇ ਮਾਸੜ ਵੀ ਕੋਹਲਾਪੁਰ ਤੋਂ ਕਟਨੀ ਆਏ। ਉਹਨਾਂ ਨਾਲ ਗੱਲ ਕਰਨ ਪਰ ਕੋਈ ਅਸਰ ਨਾ ਹੋਇਆ। ਉਹ ਬ੍ਰਾਹਮਣ ਸਨ-ਉੱਚ ਕੁਲ ਬ੍ਰਾਹਮਣ। ਉਹਨਾਂ ਦੇ ਸਾਹਮਣੇ ਅਸੀਂ ਨੀਵੀਂ ਜਾਤ ਦੇ ਸਾਂ-ਦਲਿਤ ਲੋਕ!" ਸਵਾਤੀ ਦੀਆਂ ਅੱਖਾਂ ਵਿੱਚ ਨਮੀ ਵੀ ਸੀ ਅਤੇ ਉਹਦੇ ਚਿਹਰੇ ਤੇ ਵਿਅੰਗ ਭਰੀ ਕੜਵਾਹਟ! ਮੈਂ ਉਹਦਾ ਚਿਹਰਾ ਹੀ ਵੇਖਦੀ ਰਹਿ ਗਈ।

ਕੁਝ ਦੇਰ ਦੀ ਖਾਮੋਸ਼ੀ ਬਾਅਦ ਉਸ ਪਾਣੀ ਦਾ ਘੁੱਟ ਭਰਿਆ। ਅੱਖਾਂ ਪੂੰਝ ਲਈਆਂ ਤੇ ਬੋਲੀ- "ਭਾਬੀ ਜੀ, ਸਾਡੇ ਮੁਲਕ ਵਿਚੋਂ ਇਹ ਜਾਤ-ਪਾਤ ਦਾ ਚੱਕਰ ਕਦੀ ਨਹੀਂ ਜਾ ਸਕਦਾ। ਉਸ ਕੁੜੀ ਦੇ ਮਾਂ ਬਾਪ ਬਹੁਤ ਪੜ੍ਹੇ ਲਿਖੇ ਸਨ। ਦੋਵੇਂ ਕਾਲਜ ਵਿਚ ਪੜ੍ਹਾਂਦੇ ਸਨ। ਲੜਕੀ ਰਾਸਾਇਣ ਸ਼ਾਸਤਰ ਵਿਚ ਐਮ. ਐਸ. ਸੀ! ਪਰ ਉਹ ਉੱਚ ਕੁਲ ਬ੍ਰਾਹਮਣ ਸਨ।" ਉਹ ਵਿਅੰਗ ਨਾਲ ਮੁਸਕਰਾਈ।

"ਹੁਣ ਤੁਹਾਡਾ ਭਰਾ ਕਿੱਥੇ ਹੁੰਦਾ ਹੈ?" ਉਹਦੇ ਉਦਾਸ ਚਿਹਰੇ ਵੱਲ ਵੇਖਦੇ ਹੋਏ ਮੈਂ ਪੁੱਛਿਆ।

ਉਸ ਉਂਗਲ ਨਾਲ ਇਸ਼ਾਰਾ ਉਪਰ ਵੱਲ ਕਰ ਦਿੱਤਾ।

"ਉਹ!" ਮੇਰੀ ਠੰਡੀ ਆਹ ਨਿਕਲ ਗਈ।

"ਕੀ ਹੋਇਆ ਸੀ?" ਮੈਂ ਪੁੱਛੇ ਬਗੈਰ ਨਾ ਰਹਿ ਸਕੀ।

"ਉਹ ਗਹਿਰੀ ਉਦਾਸੀ ਵਿਚ ਡੁੱਬ ਗਿਆ ਸੀ। ਕਟਨੀ ਵਿਚ ਇਕੱਲਾ ਸੀ। ਮੇਰੀ ਮੰਮੀ ਦੀ ਤਬੀਅਤ ਜ਼ਿਆਦਾ ਖਰਾਬ ਹੋਣ ਕਰਕੇ ਮਾਸੀ ਸਾਡੇ ਕੋਲ ਆਈ ਹੋਈ ਸੀ। ਮਾਸੜ ਜੀ ਕੋਹਲਾਪੁਰ ਹੀ ਸਨ ਤਾਂ ਇਕ ਦਿਨ ਖ਼ਬਰ ਆ ਗਈ ਕਿ ਉਸ ਆਪਣੇ ਆਪ ਨੂੰ ਖਤਮ ਕਰ ਲਿਆ ਹੈ। ਸਾਡੇ ਪਰਿਵਾਰ ਤੇ ਤਾਂ ਜਿਵੇਂ ਕਹਿਰ ਹੀ ਟੁੱਟ ਪਿਆ ਸੀ। ਮੈਂ ਤਾਂ ਉਸ ਵੇਲੇ 10-11 ਸਾਲ ਦੀ ਸਾਂ। ਮੈਂ ਜਦੋਂ ਤੋਂ ਹੋਸ਼ ਸੰਭਾਲੀ ਸੀ, ਮਾਂ ਬੀਮਾਰ ਹੀ ਚਲ ਰਹੀ ਸੀ। ਜਿਸ ਵਕਤ ਇਹ ਖ਼ਬਰ ਪਹੁੰਚੀ ਮਾਸੀ ਨੂੰ ਸੰਭਾਲਣਾ ਔਖਾ ਹੋ ਗਿਆ। ਉਥੇ ਮਾਸੜ ਜੀ ਇਕੱਲੇ ਸਨ। ਬਾਬਾ ਅਤੇ ਮਾਲਾ ਦੀਦੀ ਮਾਸੀ ਨੂੰ ਲੈ ਕੇ ਕਟਨੀ ਪਹੁੰਚੇ। ਮਾਸੜ ਜੀ ਪਹਿਲਾਂ ਹੀ ਉਥੇ ਪਹੁੰਚੇ ਹੋਏ ਸਨ...।"

"ਅੰਜਲੀ ਦੀਦੀ ਬੀ. ਐਡ. ਦਾ ਇਮਤਿਹਾਨ ਦੇ ਕੇ ਘਰ ਆ ਗਈ ਸੀ। ਯੋਗੇਸ਼ ਭਾਈ ਦੀ ਮੌਤ ਦੀ ਖ਼ਬਰ ਨੇ ਉਹਨੂੰ ਤਾਂ ਪਾਗਲ ਕਰ ਦਿੱਤਾ। ਉਹਨੂੰ ਫਿਟ ਪੈਣ ਲੱਗ ਪਏ। ਉਸ ਵਕਤ ਸੁਜਾਤਾ ਦੀਦੀ ਹੀ ਘਰ ਵਿਚ ਵੱਡੀ ਸੀ। ਗਵਾਂਢ ਵਿਚ ਹੀ ਰਹਿੰਦੇ ਸਨ-ਨਾਗਪੁਰ ਵਾਲੇ ਜੋਸ਼ੀ ਅੰਕਲ ਆਂਟੀ। ਉਹਨਾਂ ਨੇ ਬੜੀ ਮੱਦਦ ਕੀਤੀ। ਅੰਜਲੀ ਨੂੰ ਹਸਪਤਾਲ ਦਾਖਲ ਕਰਵਾਇਆ।

"ਅੰਜਲੀ ਦੀਦੀ ਮਾਸੀ ਕੋਲ ਰਹਿਣ ਬਹੁਤ ਜਾਂਦੀ ਸੀ। ਉਹਦਾ ਯੋਗੇਸ਼ ਭਾਈ ਨਾਲ ਸਭ ਤੋਂ ਜ਼ਿਆਦਾ ਲਗਾਅ ਸੀ। ਉਹਦੇ ਕੋਲੋਂ ਉਹਦੀ ਮੌਤ ਦਾ ਸਦਮਾ ਸਹਿਣ ਨਹੀਂ ਹੋਇਆ ਉਂਜ ਵੀ ਅੰਜਲੀ ਦੀਦੀ ਦਾ ਤੇ ਮੇਰਾ ਗਿਆਰਾਂ ਸਾਲਾਂ ਦਾ ਫਰਕ ਹੈ। ਹੁਣ ਘਰ ਵਿਚ ਮੈਂ ਸਭ ਤੋਂ ਛੋਟੀ ਸਾਂ। ਉਹਨੂੰ ਮੇਰੇ ਤੇ ਗੁੱਸਾ ਆ ਜਾਂਦਾ। ਉਹ ਮੈਨੂੰ ਮਾਰਨ ਲੱਗਦੀ। ਉਹ ਸਾਰੀਆਂ ਭੈਣਾਂ ਨਾਲੋਂ ਜ਼ਿਆਦਾ ਨਾਜ਼ੁਕ ਸੀ, ਜ਼ਿਆਦਾ ਭਾਵੁਕ ਸੀ। ਉਹਦੇ ਵਿਚ ਗੁੱਸਾ ਵੀ ਬਹੁਤ ਸੀ। ਮੂਡ ਹੋਵੇ ਤਾਂ ਕੁਝ ਕੰਮ ਕਰਦੀ, ਨਹੀਂ ਤਾਂ ਆਪਣੇ ਕਮਰੇ ਵਿਚ ਲੇਟੀ ਰਹਿੰਦੀ। ਖਾਣੇ ਤੋਂ ਰੁਸ ਜਾਂਦੀ। ਮੇਰੇ ਨਾਲ ਖਾਸ ਕਰਕੇ ਖਾਰ ਜਾਂਦੀ......।"

ਮੈਂ ਚੁੱਪਚਾਪ ਸਵਾਤੀ ਦੀਆਂ ਗੱਲਾਂ ਸੁਣ ਰਹੀ ਸਾਂ।

"ਬਾਬਾ ਅਤੇ ਮਾਲਾ ਦੀਦੀ ਕਟਨੀ ਤੋਂ ਕੋਹਲਾਪੁਰ ਚਲੇ ਗਏ ਮਾਸੀ, ਮਾਸੜ ਨਾਲ। ਯੋਗੇਸ਼ ਦੀਆਂ ਆਖਰੀ ਰਸਮਾਂ ਉਥੇ ਹੀ ਜਾ ਕੇ ਕੀਤੀਆਂ। ਘਰ ਆਏ ਤਾਂ ਅੰਜਲੀ ਦੀਦੀ ਦੀ ਸਮੱਸਿਆ.......। ਅੰਜਲੀ ਦੀਦੀ ਕਮਰੇ ਵਿਚ ਵੜਕੇ ਰੋਂਦੀ ਰਹਿੰਦੀ। ਕਈ ਵਾਰ ਉੱਚੀ ਉੱਚੀ ਯੋਗੇਸ਼ ਭਾਈ ਨੂੰ ਆਵਾਜ਼ਾਂ ਦੇਣ ਲੱਗਦੀ। ਉਹਦਾ ਇਹ ਰੁਦਨ ਸੁਣ ਅਸੀਂ ਦੋਵੇਂ ਭੈਣਾਂ, ਸੁਜਾਤਾ ਦੀਦੀ ਅਤੇ ਮੈਂ ਵੀ ਰੋਣ ਲੱਗਦੀਆਂ। ਮੰਮੀ ਸਭ ਸਮਝਦੀ ਪਰ ਕੁਝ ਬੋਲ ਨਾ ਸਕਦੀ। ਉਹ ਚੁੱਪਚਾਪ ਲੇਟੀ ਅੱਥਰੂ ਵਹਾਂਦੀ ਰਹਿੰਦੀ। ਮੰਮੀ ਬਾਰ ਬਾਰ ਮਾਸੀ ਨੂੰ ਚਿੱਠੀਆਂ ਲਿਖਵਾਂਦੀ ਰਹਿੰਦੀ- ਦਿੱਲੀ ਆ ਜਾਓ, ਦਿੱਲੀ ਆ ਜਾਓ......।"

ਸਵਾਤੀ ਦੀ ਆਵਾਜ਼ ਟੁੱਟਣ ਲੱਗ ਪਈ ਸੀ। ਉਹ ਬਾਰ ਬਾਰ ਅੱਖਾਂ ਪੂੰਝ ਰਹੀ ਸੀ। ਮੇਰੀਆਂ ਅੱਖਾਂ ਵੀ ਭਰ ਆਈਆਂ ਸਨ। ਕੁਝ ਦੇਰ ਬਾਅਦ ਉਹ ਜ਼ਰਾ ਸੰਭਲੀ ਤਾਂ ਫਿਰ ਦੱਸਣ ਲੱਗੀ- "ਹੌਲੀ ਹੌਲੀ ਮਾਸੀ ਮਾਸੜ ਇਥੇ ਦਿੱਲੀ ਹੀ ਆ ਗਏ। ਦੋਵੇਂ ਨੌਕਰੀਆਂ ਤੋਂ ਰੀਟਾਇਰਮੈਂਟ ਲੈ ਆਏ ਸਨ। ਭਾਬੀ ਜੀ, ਮੇਰੀ ਮਾਸੀ ਬਹੁਤ ਹੀ ਸੋਹਣੀ ਹੁੰਦੀ ਸੀ ਪਰ ਹੁਣ ਜਦੋਂ ਉਹ ਦਿੱਲੀ ਆ ਗਏ ਤਾਂ ਮਾਸੀ ਦੀ ਸ਼ਕਲ ਪਛਾਣੀ ਨਾ ਜਾਵੇ। ਉਹ ਤਾਂ ਮਰਨ ਮਰਾਂਦ ਹੋਈ ਪਈ ਸੀ। ਪੁੱਤਰ ਦਾ ਗ਼ਮ......। ਮੈਂ ਕਈ ਵਾਰ ਮਾਸੀ ਨੂੰ ਮੰਮੀ ਦਾ ਹੱਥ ਫੜ ਕੇ ਚੁੱਪਚਾਪ ਅੱਥਰੂ ਵਹਾਂਦੇ ਵੇਖਿਆ ਸੀ। ਭਾਬੀ ਜੀ, ਮਾਂ ਦੀ ਉਸ ਵੇਲੇ ਦੀ ਤੱਕਣੀ ਮੈਂ ਭੁਲਾ ਨਹੀਂ ਸਕਦੀ। ਉਹ ਤੱਕਣੀ ਮੈਨੂੰ ਬੜੀ ਵਾਰ ਸੁਪਨੇ ਵਿਚ ਵਿਖਾਈ ਦਿੰਦੀ ਰਹੀ।"

ਸਵਾਤੀ ਦਾ ਪਿਘਲਿਆ ਚਿਹਰਾ ਵੇਖਕੇ ਮੈਂ ਹਿਲ ਗਈ। ਕੁਝ ਦੇਰ ਬਾਅਦ ਸੰਭਲੀ ਤਾਂ ਚਾਹ ਬਣਾਨ ਲੱਗ ਪਈ। ਚਾਹ ਉਹ ਬਹੁਤ ਸਲੀਕੇ ਨਾਲ ਬਣਾਂਦੀ ਹੈ।

ਪਾਣੀ ਉਬਾਲਣਾ ਰੱਖਦੀ ਹੈ, ਵਿਚ ਲਾਚੀ-ਦਾਨਾ ਪਾਂਦੀ ਹੈ। ਕੱਪਾਂ ਨੂੰ ਗਰਮ ਪਾਣੀ ਨਾਲ ਧੋਂਦੀ ਹੈ, ਉਹਨਾਂ ਵਿਚ ਟੀ ਬੈਗ ਰੱਖਦੀ ਹੈ। ਉਹ ਪੱਤੀ, ਦੁੱਧ, ਸ਼ੁਕਰ ਪਾ ਕੇ, ਚਾਹ ਉਬਾਲਦੀ ਨਹੀਂ। ਕੜ੍ਹੀ ਹੋਈ ਚਾਹ ਦੇ ਔਗੁਣ ਗਿਣਾ ਦਿੰਦੀ ਹੈ। 'ਡਾਈ ਟੀਸ਼ੀਅਨ' ਜੁ ਹੈ।

ਐਨ ਉਸੇ ਵੇਲੇ ਮੰਜੂ ਅਤੇ ਨੀਲਮ ਵੀ ਆ ਗਈਆਂ।

"ਤੁਹਾਨੂੰ ਚਾਹ ਦੀ ਖੁਸ਼ਬੂ ਪਹੁੰਚ ਗਈ ਸੀ?" ਮੈਂ ਹੱਸਦੇ ਹੋਏ ਪੁਛਿਆ।

"ਅਰੇ ਭਾਬੀ ਜੀ! ਤੁਸੀਂ ਕਦੋਂ ਆਏ?" ਨੀਲਮ ਮੈਨੂੰ ਘੁੱਟਕੇ ਮਿਲਦੀ ਹੋਈ ਬੋਲੀ।

"ਮੈਂ ਤਾਂ ਸਵੇਰ ਤੋਂ ਆਈ ਹੋਈ ਹਾਂ।"

"ਮੈਨੂੰ ਕਿਸੇ ਦਸਿਆ ਹੀ ਨਹੀਂ ਪਰ ਭਾਬੀ ਜੀ ਅਜ ਕੰਮ ਵੀ ਬਹੁਤ ਸੀ। ਓ. ਪੀ. ਡੀ. ਵਿਚ ਇੰਨੇ ਜ਼ਿਆਦਾ ਮਰੀਜ਼ ਸਨ। ਲੰਚ ਵੀ ਬਸ ਮਸਾਂ ਲਿਐ। ਆਰਾਮ ਨਾਲ ਖਾਣ ਦਾ ਵਕਤ ਨਹੀਂ ਸੀ। ਹੋਰ ਸੁਣਾਓ ਕੀ ਹਾਲ ਹੈ?"

"ਮੈਂ ਠੀਕ ਹਾਂ। ਤੂੰ ਸੁਣਾ, ਘਰ ਵਿਚ ਸਭ ਕਿੰਝ ਹਨ?"

"ਸਭ ਠੀਕ ਹਨ।" ਉਹ ਵਾਲਾਂ ਦੀ ਲਿੱਟ ਆਪਣੇ ਖੱਬੇ ਹੱਥ ਨਾਲ ਸਵਾਰਦੀ ਹੋਈ ਬੋਲੀ।

"ਤੂੰ ਹਾਲੇ ਵੀ ਉਂਝ ਹੀ ਹੈਂ, ਜਿਵੇਂ ਦਸ ਸਾਲ ਪਹਿਲਾਂ ਸੀ, ਸਮਾਰਟ! ਸੁੰਦਰ!" ਮੈਂ ਕਿਹਾ।

"ਛੱਡੋ ਭਾਬੀ ਜੀ, ਤੁਹਾਨੂੰ ਪਤਾ ਹੈ ਅੱਜ ਕਲ੍ਹ ਕਿੰਨੀ ਟੈਂਸ਼ਨ ਹੈ, ਸਾਡੀ ਕਲੀਨਿਕ ਵਿਚ। ਡਾ. ਚੋਪੜਾ, ਸਾਡੇ ਇੰਚਾਰਜ! ਬਸ ਕੁਝ ਨਾ ਪੁਛੋ। ਉਹ ਬਹੁਤ ਟੈਂਸ਼ਨ ਦਿੰਦੇ ਹਨ। ਲੰਬਾ ਅਰਸਾ ਉਹ ਛੁੱਟੀ ਤੇ ਸਨ, ਸਾਰਾ ਕੰਮ ਬੜੀ ਸ਼ਾਂਤੀ ਨਾਲ ਚਲ ਰਿਹਾ ਸੀ।"

"ਤਦ ਤੂੰ ਬੌਸ ਸੀ ਨਾ? ਤੈਨੂੰ ਇੰਨਾ ਲੰਮਾ ਅਰਸਾ ਕਿਸੇ ਦੇ ਥੱਲੇ ਕਰਨ ਦੀ ਆਦਤ ਨਹੀਂ ਰਹੀ ਤਾਂ ਹੀ ਸਮੱਸਿਆ ਹੈ।"

"ਭਾਬੀ ਜੀ, ਇਹ ਗੱਲ ਨਹੀਂ। ਐਕਸੀਡੈਂਟ ਤੋਂ ਬਾਅਦ ਡਾਕਟਰ ਚੋਪੜਾ ਦਾ ਸੁਭਾਅ ਹੀ ਬਦਲ ਗਿਆ ਹੈ। ਉਹ ਪਹਿਲਾਂ ਵਾਲੇ ਹੱਸਮੁਖ ਨਹੀਂ ਰਹੇ। ਹਰ ਵਕਤ ਕੁੜ ਕੁੜ। ਲੰਬੀ ਬੀਮਾਰੀ ਨੇ ਉਹਨਾਂ ਨੂੰ ਪਤਾ ਨਹੀਂ ਕੀ ਕਰ ਦਿੱਤਾ ਹੈ। ਤੁਸੀਂ ਕਦੀ ਸਾਡੀ ਕਲੀਨਿਕ ਤੇ ਆ ਕੇ ਵੇਖਣਾ।"

"ਕੀ ਉਹ ਹਾਲੇ ਵੀ ਵਿਸਾਖੀਆਂ ਨਾਲ ਚਲਦੇ ਹਨ?"

"ਇਕ ਆਰਥੋਪੀਡਿਕ ਡਾਕਟਰ, ਦੂਜੇ ਦੀਆਂ ਹੱਡੀਆਂ ਦਾ ਇਲਾਜ਼ ਕਰਦਾ ਆਪ ਹੀ ਵਿਕਲਾਂਗ ਹੋ ਜਾਵੇ ਤਾਂ ਨਿਰਾਸ਼ਾ ਤਾਂ ਹੁੰਦੀ ਹੀ ਹੈ।"

"ਹੁਣ ਤਾਂ ਉਹ ਬਹੁਤ ਠੀਕ ਹਨ। ਬਸ ਥੋੜ੍ਹੀ ਹੀ ਕਸਰ ਰਹਿ ਗਈ ਹੈ। ਨੀਲਮ ਬੋਲੀ।

"ਅਗਲੀ ਵਾਰੀ ਤੁਹਾਡੀ ਕਲੀਨਿਕ ਤੇ ਆਕੇ ਚਾਹ ਪੀਵਾਂਗੀ।" ਮੈਂ ਹੱਸ ਕੇ ਕਿਹਾ।

"ਉਥੇ ਤੁਹਾਨੂੰ ਕੰਟੀਨ ਦੀ ਉਬਲੀ ਹੋਈ ਚਾਹ ਛੋਟੇ ਛੋਟੇ ਕੱਪਾਂ ਵਿਚ ਮਿਲੇਗੀ, ਜਿਹੜੀ ਕੰਟੀਨ ਤੋਂ ਕਮਰੇ ਤਕ ਆਉਂਦੀ ਠੰਡੀ ਹੋ ਜਾਵੇਗੀ।"

"ਕੇਤਲੀ ਵਿਚ ਮੰਗਵਾ ਲੈਣਾ। ਮੈਂ ਵੀ ਆ ਜਾਵਾਂਗੀ।" ਮੰਜੂ ਬੋਲੀ।

ਚਾਹ ਪੀ ਕੇ ਜਲਦੀ ਹੀ ਉਹ ਦੋਵੇਂ ਚਲੀਆਂ ਗਈਆਂ।

"ਮੈਨੂੰ ਵੀ ਹੁਣ ਚਲਣਾ ਚਾਹੀਦਾ ਹੈ। ਸੜਕ ਤੇ ਸ਼ਾਮ ਦਾ ਟਰੈਫਿਕ ਬਹੁਤ ਵੱਧ ਜਾਂਦਾ ਹੈ। ਫਿਰ ਆਟੋ ਵੀ ਨਹੀਂ ਮਿਲਦਾ।" ਮੈਂ ਕਿਹਾ।

"ਭਾਬੀ ਜੀ, ਮੈਂ ਤੁਹਾਡੇ ਨਾਲ ਹੀ ਚਲਾਂਗੀ। ਤੁਹਾਨੂੰ ਮੇਨ ਰੋਡ ਤੋਂ ਸਕੂਟਰ ਦਿਲਵਾ ਕੇ ਹੀ ਘਰ ਜਾਵਾਂਗੀ। ਫਿਕਰ ਨਾ ਕਰੋ। ਅੱਜ ਬੜੀ ਮੁੱਦਤ ਬਾਅਦ ਆਏ ਹੋ।" ਉਹ ਆਪਣੀ ਕੁਰਸੀ ਤੋਂ ਉਠ ਕੇ ਮੇਰੇ ਨਾਲ ਦੀ ਕੁਰਸੀ ਤੇ ਆ ਬੈਠੀ।

"ਤੂੰ ਉਦੋਂ ਬਹੁਤ ਸੋਹਣੀ ਲਗ ਰਹੀ ਸੈਂ! ਤੇਰੇ ਵਾਲਾਂ ਦਾ ਸਟਾਈਲ ਬਹੁਤ ਵਧੀਆ ਸੀ। ਲੱਗਦਾ ਹੈ ਤੁਸੀਂ ਸਭ ਭੈਣਾਂ ਉਸ ਦਿਨ ਖਾਸ ਵਾਲ ਸੈਟ ਕਰਵਾ ਕੇ ਆਈਆਂ ਸੀ। ਸਿਰਫ਼ ਅੰਜਲੀ ਬਿਲਕੁਲ ਸਾਦੇ ਮੇਕਅੱਪ ਵਿਚ ਸੀ।"

"ਭਾਬੀ ਜੀ, ਵਿਚਾਰੀ ਅੰਜਲੀ ਦੀਦੀ ਦੀ ਕਿਸਮਤ ਹੀ ਖਰਾਬ ਹੈ। ਯੋਗੇਸ਼ ਭਾਈ ਦੀ ਮੌਤ ਤੋਂ ਸਾਲ ਕੁ ਬਾਅਦ ਮੰਮੀ ਵੀ ਗੁਜ਼ਰ ਗਈ। ਇਕ ਵਾਰ ਫਿਰ ਅੰਜਲੀ ਨੂੰ ਫਿਟ ਪੈਣੇ ਸ਼ੁਰੂ ਹੋ ਗਏ। ਉਹ ਉਚੀ ਉਚੀ ਮੰਮੀ ਅਤੇ ਯੋਗੇਸ਼ ਭਾਈ ਦਾ ਨਾਮ ਲੈ ਕੇ ਰੋਂਦੀ। ਆਪਣਾ ਸਿਰ ਦੀਵਾਰ ਵਿਚ ਦੇ ਮਾਰਦੀ। ਮੈਨੂੰ ਸਾਹਮਣੇ ਵੇਖਕੇ ਕੁਟਣ ਲੱਗ ਪੈਂਦੀ। ਮਾਸੀ ਮਾਸੜ ਪੁੱਤਰ ਦੇ ਗਮ ਤੋਂ ਕੁਝ ਉਭਰ ਗਏ ਸਨ। ਹੁਣ ਉਹ ਸਾਨੂੰ ਸੰਭਾਲਦੇ। ਮਾਲਾ ਦੀਦੀ, ਅੰਜਲੀ ਦੀਦੀ ਨੂੰ ਆਲ ਇੰਡੀਆ ਮੈਡੀਕਲ ਹੱਸਪਤਾਲ ਲੈ ਗਈ। ਉਹਨਾਂ ਉਹਨੂੰ ਉਥੇ ਦਾਖਲ ਕਰ ਲਿਆ। ਹਾਲਾਤ ਇਥੋਂ ਤਕ ਵਿਗੜ ਗਏ ਕਿ ਉਹਨੂੰ ਮੈਂਟਲ ਹਸਪਤਾਲ ਦਾਖਿਲ ਕਰਵਾਣਾ ਪਿਆ। ਇਕ ਪਾਸੇ ਮੰਮੀ ਦਾ ਦੁਖ, ਦੂਜੇ ਪਾਸੇ ਅੰਜਲੀ ਦੀਦੀ ਦੀ ਇਹ ਹਾਲਤ! ਘਰ ਵਿਚ ਮਾਤਮ ਛਾ ਗਿਆ।"

ਸਵਾਤੀ ਦਾ ਚਿਹਰਾ ਘੋਰ ਉਦਾਸੀ ਵਿਚ ਡੁੱਬਾ ਹੋਇਆ ਸੀ।

"ਰੱਬ ਕਈ ਵਾਰ ਬਹੁਤ ਵੱਡੇ ਇਮਤਿਹਾਨ ਲੈਂਦਾ ਹੈ। ਮਾਲਾ ਦੀਦੀ ਦੀ ਪੜ੍ਹਾਈ ਖਤਮ ਹੋ ਗਈ ਤਾਂ ਉਹਨਾਂ ਦੀ ਨੌਕਰੀ ਅੰਮ੍ਰਿਤਸਰ ਲੱਗ ਗਈ। ਅੰਜਲੀ ਨੂੰ ਮਿਲਣ ਬਾਬਾ ਅਤੇ ਮਾਲਾ ਦੀਦੀ ਹੀ ਜਾਂਦੇ ਸਨ। ਕਦੀ ਕਦੀ ਨਾਲ ਮਾਸੀ ਵੀ ਚਲੀ ਜਾਂਦੀ। ਮਾਲਾ ਦੀਦੀ ਦੇ ਜਾਣ ਬਾਅਦ ਬਾਬਾ ਦੀ ਜ਼ਿੰਮੇਵਾਰੀ ਵੱਧ ਗਈ। ਘਰ ਵੀ ਸਾਰੀ ਜ਼ਿੰਮੇਵਾਰੀ ਸੁਜਾਤਾ ਦੀਦੀ ਨੇ ਸੰਭਾਲੀ ਹੋਈ ਸੀ।"

"ਛੇ ਕੁ ਮਹੀਨੇ ਬਾਅਦ ਮਾਲਾ ਦੀਦੀ ਨੇ ਬਾਬਾ ਅੱਗੇ ਇਕ ਲੜਕੇ ਦੀ ਗੱਲ ਕੀਤੀ। ਉਹ ਲੜਕਾ ਉਹਨਾਂ ਨੂੰ ਅੰਮ੍ਰਿਤਸਰ ਮਿਲਿਆ ਸੀ। ਉਸੇ ਹਸਪਤਾਲ ਵਿਚ ਡਾਕਟਰ ਸੀ, ਜਿਥੇ ਦੀਦੀ ਕੰਮ ਕਰਦੀ ਸੀ। ਲੜਕਾ ਹੈ ਤਾਂ ਹਿੰਦੂ ਹੀ ਸੀ ਪਰ ਬੰਗਲਾ ਦੇਸ਼ ਤੋਂ ਸੀ। ਲੜਕੇ ਦੀ ਮਾਂ ਨਹੀਂ ਸੀ। ਪਿਤਾ ਅਤੇ ਭੈਣ-ਭਰਾ ਸਭ ਬੰਗਲਾ ਦੇਸ਼ ਹੀ ਰਹਿੰਦੇ ਸਨ। ਬਾਬਾ ਨੇ ਦੀਦੀ ਨੂੰ ਸਮਝਾਇਆ ਕਿ ਉਹਨਾਂ ਦੀ ਬੋਲੀ,

ਰਹਿਣ ਸਹਿਣ, ਖਾਣ-ਪੀਣ ਸਭ ਅਲੱਗ ਹਨ। ਫਿਰ ਲੜਕੇ ਦਾ ਪਰਿਵਾਰ ਭਾਰਤ ਵਿਚ ਨਹੀਂ ਹੈ ਪਰ ਦੀਦੀ ਟਸ ਤੋਂ ਮਸ ਨਹੀਂ ਹੋਈ। ਬਾਬਾ ਨੇ ਸ਼ਰਤ ਰੱਖੀ ਕਿ ਵਿਆਹ ਮੰਮੀ ਦੀ ਬਰਸੀ ਤੋਂ ਬਾਅਦ ਕਰਨਗੇ।"

"ਦੀਪਕ ਨੇ ਮੈਨੂੰ ਦਸਿਆ ਸੀ ਕਿ ਤੇਰੇ ਵੱਡੇ ਜੀਜਾ ਜੀ ਬੰਗਾਲੀ ਨੇ।"

"ਭਾਬੀ ਜੀ, ਦੀਦੀ ਦੇ ਵਿਆਹ ਵੇਲੇ ਵੀ ਅੰਜਲੀ ਦੀਦੀ ਨੂੰ ਘਰ ਨਹੀਂ ਲਿਆਂਦਾ ਗਿਆ। ਕਿੰਨੀ ਮੁੱਦਤ ਬਾਅਦ ਸਾਡੇ ਘਰ ਖੁਸ਼ੀ ਦਾ ਮੌਕਾ ਆਇਆ ਸੀ ਪਰ ਅੰਜਲੀ ਦੀਦੀ.....।"

ਗੱਲਾਂ ਕਰਦੇ ਕਰਦੇ ਅਸੀਂ ਮੇਨ ਸੜਕ ਤੇ ਪਹੁੰਚ ਗਏ ਸਾਂ। ਮੈਂ ਸਕੂਟਰ ਲਈ ਸੜਕ ਤੇ ਨਜ਼ਰਾਂ ਘੁੰਮਾ ਰਹੀ ਸਾਂ।

ਸਵਾਤੀ ਨੂੰ ਜਲਦੀ ਮਿਲਣ ਦਾ ਵਾਅਦਾ ਕਰਕੇ ਮੈਂ ਉਹਨੂੰ ਘੁੱਟ ਕੇ ਮਿਲੀ ਅਤੇ ਘਰ ਵਲ ਚਲ ਪਈ। ਸਾਰੇ ਰਾਹ ਸਵਾਤੀ ਦੇ ਪਰਿਵਾਰ ਦੇ ਚਿਹਰੇ ਮੇਰੀਆਂ ਅੱਖਾਂ ਅੱਗੇ ਘੁੰਮਦੇ ਰਹੇ।

ਰਾਤ ਨੂੰ ਖਾਣਾ ਖਾਂਦੇ ਹੋਏ ਅੰਮ੍ਰਿਤਾ ਬੋਲੀ, "ਮੰਮੀ, ਜਦੋਂ ਤੋਂ ਤੁਸੀਂ ਸਵਾਤੀ ਅੰਟੀ ਨੂੰ ਮਿਲ ਕੇ ਆਏ ਹੋ ਬੜੇ ਚੁੱਪ ਚਾਪ ਹੋ। ਗੱਲ ਕੀ ਹੈ?"

"ਕੁਝ ਖਾਸ ਗੱਲ ਨਹੀਂ। ਬੱਸ ਮੈਂ ਥੱਕ ਗਈ ਹਾਂ।"

4.

ਇਕ ਦਿਨ ਸਵਾਤੀ ਦਾ ਹਾਲ ਪੁਛਣ ਲਈ ਮੈਂ ਫ਼ੋਨ ਕੀਤਾ।

ਉਹ ਬੋਲੀ, "ਭਾਬੀ ਜੀ, ਹਾਲ ਕੀ ਠੀਕ ਹੋਣਾ ਹੈ? ਅੰਜਲੀ ਦੀਦੀ ਦੀ ਵੱਡੀ ਬੇਟੀ ਅਣੂ ਘਰ ਤੋਂ ਇਕੱਲੀ ਏਥੇ ਆ ਗਈ ਹੈ। ਘਰ ਵਿਚ ਬੜੀ ਤਨਾਤਨੀ ਚਲ ਰਹੀ ਹੈ। ਜੀਜਾ ਜੀ ਦੀਦੀ ਨੂੰ ਕਹਿ ਰਹੇ ਨੇ ਕਿ ਅਣੂ ਨੂੰ ਘਰ ਛੱਡਕੇ ਆਉ। ਅਣੂ ਜ਼ਿਦ ਕਰ ਰਹੀ ਹੈ ਕਿ ਉਹ ਏਥੇ ਹੀ ਰਹੇਗੀ, ਵਾਪਿਸ ਨਹੀਂ ਜਾਵੇਗੀ। ਇਥੇ ਹੀ ਪੜ੍ਹੇਗੀ। ਉਥੇ ਅੰਜਲੀ ਦੀਦੀ ਬਹੁਤ ਪ੍ਰੇਸ਼ਾਨ ਹੈ।"

"ਇਹ ਤਾਂ ਪ੍ਰੇਸ਼ਾਨੀ ਵਾਲੀ ਹੀ ਗੱਲ ਹੈ।" ਮੈਂ ਕਿਹਾ।

"ਸ਼ਾਇਦ ਮੈਂ ਤੇ ਮਾਲਾ ਦੀਦੀ ਅਣੂ ਨੂੰ ਛੱਡਣ ਜਾਈਏ। ਜੀਜਾ ਜੀ ਕਹਿੰਦੇ ਨੇ ਸਾਡਾ ਘਰ ਕੋਈ ਧਰਮਸ਼ਾਲਾ ਨਹੀਂ...।" ਸਵਾਤੀ ਅਚਾਨਕ ਚੁੱਪ ਕਰ ਗਈ। ਮੈਂ 'ਹੈਲੋ ਹੈਲੋ' ਕਰਦੀ ਰਹੀ ਤਾਂ ਕੁਝ ਦੇਰ ਬਾਅਦ ਉਹਦੀ ਟੁਟਦੀ ਆਵਾਜ਼ ਆਈ- "ਭਾਬੀ ਜੀ ਅਣੂ ਜਦੋਂ ਬਬਲੀ ਦੇ ਵਿਆਹ ਤੇ ਦਿੱਲੀ ਆਈ ਸੀ ਤਾਂ ਇਥੇ ਦਾ ਰਹਿਣ ਸਹਿਣ, ਦਿੱਲੀ ਦੀ ਚਕਾਚੌਂਧ ਵੇਖ ਕੇ ਗਈ ਸੀ। ਉਹ ਸੋਚਦੀ ਹੈ, ਇਥੇ ਬੜੀ ਮੌਜ ਹੈ। ਜਦੋਂ ਅਸੀਂ ਉਹਦੇ ਨਾਲ ਵਾਪਿਸ ਜਾਣ ਦੀ ਗੱਲ ਕਰਦੇ ਹਾਂ ਤਾਂ ਰੋਣ ਲੱਗਦੀ ਹੈ। ਸੁਜਾਤਾ ਦੀਦੀ ਵੀ ਨਾਲ ਰੋਣ ਲੱਗਦੀ ਹੈ।"

"ਬਬਲੀ ਕਿੱਥੇ ਹੈ?"

"ਉਹ ਇੱਥੇ ਦੀਦੀ ਕੋਲ ਹੀ ਹੈ। ਕਦੀ ਕਦੀ ਸਹੁਰੇ ਘਰ ਵਿਕਾਸਪੁਰੀ ਜਾਂਦੀ ਹੈ। ਉਹਨੂੰ ਦਿੱਕਤ ਨਾ ਹੋਵੇ ਇਸ ਲਈ ਜੀਜਾ ਜੀ ਨੇ ਉਹਨੂੰ ਕਾਰ ਲੈ ਕੇ ਦਿੱਤੀ ਹੈ। ਅਨਿਲ ਕੋਲ ਤਾਂ ਮੋਟਰ ਸਾਈਕਲ ਹੈ।"

"ਤੇਰੀ ਅੰਜਲੀ ਦੀਦੀ ਕਿਉਂ ਨਹੀਂ ਲੈਣ ਆ ਜਾਂਦੀ?" ਮੈਂ ਪੁਛਿਆ।

"ਅੰਜਲੀ ਦੀਦੀ ਤਾਂ ਇਕੱਲੀ ਸਫਰ ਨਹੀਂ ਕਰ ਸਕਦੀ। ਉਹ ਮਾਨਸਿਕ ਤੌਰ ਤੇ ਹਾਲੇ ਵੀ ਪੂਰੀ ਤਰ੍ਹਾਂ ਠੀਕ ਨਹੀਂ। ਇਹ ਤਾਂ ਜੀਜਾ ਜੀ ਹਨ ਜਿਹਨਾਂ ਦੀਦੀ ਨੂੰ ਸੰਭਾਲਿਆ ਹੋਇਆ ਹੈ। ਇਸ ਗੱਲ ਦੀ ਹੈਰਾਨੀ ਹੁੰਦੀ ਹੈ ਕਿ ਦੀਦੀ ਦੀ ਇਸ ਹਾਲਤ ਵਿਚ ਵੀ ਜੀਜਾ ਜੀ ਨੇ ਇੰਨੇ ਬੱਚੇ ਕਿਉਂ ਪੈਦਾ ਕੀਤੇ.....। ਸ਼ਾਇਦ ਮੁੰਡੇ ਕਰਕੇ। ਹੁਣ ਸਭ ਤੋਂ ਛੋਟਾ ਮੁੰਡਾ ਹੈ ਪਰ ਉਹ ਸਰੀਰਕ ਤੌਰ ਤੇ ਬਹੁਤ ਹੀ ਕਮਜ਼ੋਰ ਹੈ। ਇਕ ਬੇਟੀ ਮਾਨਸਿਕ ਤੌਰ ਤੇ ਕਮਜ਼ੋਰ ਹੈ।

"ਹਾਲਤ ਤਾਂ ਗੰਭੀਰ ਹੀ ਹੈ। ਫਿਰ ਤਾਂ ਤੇਰੇ ਜੀਜਾ ਜੀ ਵੀ ਬੱਚਿਆਂ ਨੂੰ ਛੱਡਕੇ ਨਹੀਂ ਆ ਸਕਦੇ।"

"ਭਾਬੀ ਜੀ, ਬਬਲੀ ਦੇ ਵਿਆਹ ਤੇ ਅੰਜਲੀ ਦੀਦੀ ਦਾ ਸਾਰਾ ਪਰਿਵਾਰ ਆਇਆ ਸੀ। ਉਸ ਵਕਤ ਵੱਡੇ ਜੀਜਾ ਜੀ ਨੇ ਉਨ੍ਹਾਂ ਦਾ ਬੜਾ ਅਪਮਾਨ ਕਰ ਦਿੱਤਾ ਸੀ। ਬਹੁਤ ਬੁਰੀ ਤਰ੍ਹਾਂ ਬੇਇੱਜ਼ਤੀ ਕਰਕੇ ਘਰੋਂ ਕੱਢਿਆ ਸੀ। ਹੁਣ ਤਾਂ ਉਹ ਕਦੀ ਵੀ ਏਥੇ ਨਹੀਂ ਆਉਣਗੇ ਤੇ ਨਾ ਹੀ ਦੀਦੀ ਨੂੰ ਕਦੀ ਭੇਜਣਗੇ।"

"ਓਹ! ਇਹ ਤਾਂ ਬੁਰੀ ਗੱਲ ਹੈ।"

"ਹੈ ਤਾਂ ਬੁਰੀ ਗੱਲ, ਪਰ ਮੇਰਾ ਕੀ ਜ਼ੋਰ ਹੈ ਕਿਸੇ ਉਤੇ? ਮੈਂ ਆਪ ਉਹਨਾਂ ਦੇ ਘਰ ਮਜਬੂਰੀ ਵੱਸ ਰਹਿ ਰਹੀ ਹਾਂ। ਉਧਰ ਹੋਰ ਪ੍ਰਬੰਧ ਹੋ ਜਾਵੇ ਤਾਂ ਸੁਜਾਤਾ ਦੀਦੀ ਨੂੰ ਲੈ ਕੇ ਚਲੀ ਜਾਵਾਂ। ਪਰ ਸੁਜਾਤਾ ਦੀਦੀ ਨੂੰ ਉਹ ਨਹੀਂ ਜਾਣ ਦੇਣਗੇ। ਉਹਦੇ ਸਿਰ ਤੇ ਉਹਨਾਂ ਦਾ ਸਾਰਾ ਘਰ ਚਲ ਰਿਹਾ ਹੈ। ਦੀਦੀ ਨੇ ਸਾਰਾ ਘਰ ਸੰਭਾਲਿਆ ਹੋਇਆ ਹੈ।"

"ਅੰਜਲੀ ਨਾਲ ਉਹਨਾਂ ਦੀ ਐਸੀ ਕੀ ਨਾਰਾਜ਼ਗੀ ਹੋ ਗਈ? ਮੈਂ ਉਤਸੁਕਤਾ ਵਸ ਪੁਛਿਆ।"

"ਮਾਲਾ ਦੀਦੀ ਨੇ ਅੰਜਲੀ ਦੀਦੀ ਨੂੰ ਪੰਜ ਹਜ਼ਾਰ ਰੁਪਏ ਦਿੱਤੇ ਸਨ। ਉਹ ਇੰਨਾ ਖਰਚ ਕਰਕੇ ਆਏ ਸਨ। ਘਰ ਵਿਚ ਹੋਰ ਵੀ ਰਿਸ਼ਤੇਦਾਰ ਸਨ। ਉਹ ਹਫ਼ਤਾ ਭਰ ਤਾਂ ਇਥੇ ਠੀਕ ਠਾਕ ਰਹੇ। ਜਿਸ ਦਿਨ ਉਹਨਾਂ ਵਾਪਿਸ ਜਾਣਾ ਸੀ, ਅੰਜਲੀ ਦੀਦੀ ਨੇ ਰੋਣਾ ਸ਼ੁਰੂ ਕਰ ਦਿੱਤ। ਉਹ ਹਾਲੇ ਜਾਣਾ ਨਹੀਂ ਚਾਹੁੰਦੀ ਸੀ। ਬੱਚਿਆਂ ਦਾ ਵੀ ਦਿਲ ਲੱਗਾ ਹੋਇਆ ਸੀ। ਪਰ ਯਾਦਵ ਜੀਜਾ ਜੀ ਦਾ ਜਾਣਾ ਜ਼ਰੂਰੀ ਸੀ। ਨੌਕਰੀ ਤੋਂ ਛੁੱਟੀ ਲੈ ਕੇ ਆਏ ਸਨ। ਉਹਨਾਂ ਸੋਚਿਆ ਕਿ ਉਹ ਅੰਜਲੀ ਦੀਦੀ ਅਤੇ ਬੱਚਿਆਂ ਨੂੰ ਛੱਡ ਜਾਂਦੇ ਹਨ। ਕੁਝ ਦਿਨ ਬਾਅਦ ਆ ਕੇ ਲੈ ਜਾਣਗੇ। ਬਸ ਵਡੇ ਜੀਜਾ ਜੀ ਦਾ ਪਾਰਾ ਇਕਦਮ ਚੜ੍ਹ ਗਿਆ। ਉਹ ਕੁਝ ਵੀ ਅੰਟ-ਸ਼ੰਟ ਬੋਲਦੇ ਗਏ। ਮਾਲਾ ਦੀਦੀ ਨੇ ਜੀਜਾ ਜੀ ਨੂੰ ਚੁੱਪ ਕਰਾਣ ਦੀ ਬਹੁਤ ਕੋਸ਼ਿਸ਼ ਕੀਤੀ। ਘਰ ਵਿਚ

ਰੋਣਾ ਧੋਣਾ ਮਚ ਗਿਆ। ਸੁਜਾਤਾ ਦੀਦੀ, ਮਾਲਾ ਦੀਦੀ, ਅੰਜਲੀ ਦੀਦੀ ਸਭ ਰੋ ਰਹੀਆਂ ਸਨ। ਬੱਚੇ ਸਹਿਮੇ ਹੋਏ ਸਨ। ਮੇਰੇ ਦਿਲ ਦੀ ਧੜਕਣ ਇਕ ਦਮ ਵੱਧ ਗਈ.......।"

"ਪਰ ਵੱਡੇ ਜੀਜਾ ਨੇ ਇੰਝ ਕਿਉਂ ਕੀਤਾ?" ਮੈਂ ਜ਼ਰਾ ਹੈਰਾਨ ਨਾਲ ਪੁੱਛਿਆ।

"ਦਰਅਸਲ ਉਸ ਦਿਨ ਬਬਲੀ ਨੇ ਫੇਰਾ ਪਾਉਣਾ ਸੀ। ਨਾਲ ਉਹਦੇ ਸਹੁਰੇ ਪਰਿਵਾਰ ਦੇ ਲੋਕਾਂ ਦਾ ਡਿਨਰ ਸੀ। ਵੱਡੇ ਜੀਜਾ ਜੀ ਬਬਲੀ ਕਰਕੇ ਉਂਜ ਹੀ ਟੈਂਸ਼ਨ ਵਿਚ ਸਨ। ਉਹਨੇ ਜੋ ਕਾਰਾ ਕੀਤਾ ਸੀ, ਉਹਦੇ ਕਰਕੇ ਉਹ ਡਰੇ ਡਰੇ ਰਹਿੰਦੇ ਸਨ ਕਿ ਵਿਆਹ ਠੀਕ ਹੋ ਜਾਵੇ। ਲੜਕਾ ਮੁਕਰ ਨਾ ਜਾਵੇ। ਫਿਰ ਪੰਜਾਬੀ ਪਰਿਵਾਰ। ਉਸ ਵਕਤ ਅੰਜਲੀ ਦੀਦੀ ਆਪਣੇ ਰੋਣੇ ਰੋ ਰਹੀ ਸੀ। ਬਸ ਪਤਾ ਨਹੀਂ ਵੱਡੇ ਜੀਜਾ ਜੀ ਦਾ ਪਾਰਾ ਇਕ ਦਮ ਅਸਮਾਨ ਛੂਹਣ ਲੱਗਾ ਤਾਂ ਛੋਟੇ ਜੀਜਾ ਜੀ ਨੇ ਸਮਾਨ ਚੁੱਕਿਆ ਤੇ ਅੰਜਲੀ ਦੀਦੀ ਦਾ ਹੱਥ ਘਸੀਟਦੇ ਹੋਏ, ਉਥੋਂ ਬਾਹਰ ਨਿਕਲ ਗਏ। ਪਿੱਛੇ ਪਿੱਛੇ ਬੱਚੇ ਵੀ ਚਲੇ ਗਏ। ਮੈਂ ਝਟਪਟ ਚੱਪਲ ਪਾਈ, ਪਰਸ ਚੁਕਿਆ ਤੇ ਉਹਨਾਂ ਦੇ ਪਿੱਛੇ ਪਿੱਛੇ ਨੱਠੀ। ਸਟੇਸ਼ਨ ਤੇ ਨਾਲ ਗਈ। ਸਾਰੇ ਰਾਹ ਨਾ ਜੀਜਾ ਜੀ ਕੁਝ ਬੋਲੇ ਨਾ ਦੀਦੀ।"

"ਫਿਰ?"

"ਸਟੇਸ਼ਨ ਪਹੁੰਚੇ ਤਾਂ ਪਤਾ ਲੱਗਾ ਕਿ ਗੱਡੀ ਨਿਕਲ ਚੁੱਕੀ ਸੀ। ਛੋਟੇ ਜੀਜਾ ਕਿਸੇ ਦੂਜੀ ਗੱਡੀ ਦਾ ਪਤਾ ਕਰਨ ਲਈ ਨੱਠ-ਭੱਜ ਕਰਨ ਲੱਗ ਪਏ। ਮੈਂ ਦੀਦੀ ਅਤੇ ਬੱਚਿਆਂ ਨੂੰ ਲੈ ਕੇ ਇਕ ਬੈਂਚ ਤੇ ਬੈਠੀ ਰਹੀ। ਅੰਜਲੀ ਦੀਦੀ ਲਗਾਤਾਰ, ਚੁਪਕੇ ਚੁਪਕੇ ਰੋਈ ਜਾ ਰਹੀ ਸੀ-ਕਹਿਣ ਲੱਗੀ, ਮੈਂ ਤਾਂ ਬਾਬਾ ਨਾਲ ਮਿਲ ਕੇ ਲੜਣਾ ਚਾਹੁੰਦੀ ਸਾਂ ਕਿ ਤੁਸਾਂ ਉਸ 'ਬੰਗਾਲਣ' ਨੂੰ ਘਰ ਲਿਆ ਕੇ ਸਾਡੇ ਤੋਂ ਹੱਥ ਧੋ ਲਏ। ਅਸੀਂ ਭੈਣਾਂ ਤਾਂ ਉਹਨਾਂ ਲਈ ਮਰ ਹੀ ਗਈਆਂ ਹਾਂ। ਬਬਲੀ ਦੇ ਵਿਆਹ ਤੇ ਮੈਂ ਉਹਨਾਂ ਨੂੰ ਉਚੇਚ ਨਾਲ ਅੱਗੇ ਹੋ ਕੇ ਮਿਲਣ ਗਈ। ਉਹਨਾਂ ਬਸ ਸਿਰ ਤੇ ਪਿਆਰ ਫੇਰ ਦਿੱਤਾ। ਮੈਂ ਬੱਚਿਆਂ ਨਾਲ ਮਿਲਾਇਆ। ਉਹਨਾਂ ਨਾਲ ਉਨ੍ਹਾਂ ਦੀ ਥੋੜ੍ਹੀ ਜਿਹੀ ਗੱਲ ਬਾਤ ਕੀਤੀ। ਇਕ ਵਾਰ ਨਹੀਂ ਕਿਹਾ-ਘਰ ਆਉਣਾ.....। ਅੰਜਲੀ ਦੀਦੀ ਡਸਕੋਰੇ ਭਰਨ ਲੱਗੀ। ਛੋਟਾ ਮੁੰਡਾ ਮਾਂ ਨੂੰ ਚਿਪਟ ਗਿਆ। ਅਣੂ ਮਾਂ ਨੂੰ ਚੁੱਪ ਕਰਾਣ ਲੱਗੀ। ਆਸ ਪਾਸ ਲੰਘਦੀ ਜਾਂਦੀ ਭੀੜ ਸਾਨੂੰ ਵੇਖ ਰਹੀ ਸੀ।" ਸਵਾਤੀ ਚੁੱਪ ਕਰ ਗਈ ਸੀ।

ਕੁਝ ਦੇਰ ਬਾਅਦ ਉਹ ਫਿਰ ਬੋਲੀ, "ਭਾਬੀ ਜੀ, ਅੰਜਲੀ ਦੀਦੀ ਦੀਆਂ ਗੱਲਾਂ ਤੋਂ ਲੱਗ ਰਿਹਾ ਸੀ ਕਿ ਉਹ ਖੁਸ਼ ਨਹੀਂ ਹੈ। ਉਹ ਕਹਿ ਰਹੀ ਸੀ-ਮੈਂ ਉਥੇ ਛੋਟੇ ਜਿਹੇ ਸ਼ਹਿਰ ਵਿੱਚ ਕੀ ਸੁੱਖ ਪਾਇਆ ਹੈ। ਤੇਰਾ ਜੀਜਾ ਮੈਨੂੰ ਨੋਚ ਨੋਚ ਖਾਂਦਾ ਹੈ.....। ਮੈਨੂੰ ਅੰਜਲੀ ਦੀਦੀ ਦੀ ਇਹ ਗੱਲ ਬੜੀ ਅਜੀਬ ਲੱਗੀ। ਮਾਲਾ ਦੀਦੀ ਤਾਂ ਹਮੇਸ਼ਾਂ ਕਹਿੰਦੀ ਸੀ ਕਿ ਛੋਟਾ ਜੀਜਾ ਦੀਦੀ ਦਾ ਬਹੁਤ ਧਿਆਨ ਰੱਖਦਾ ਹੈ। ਅਸਲੀਅਤ ਕੀ ਪਤਾ? ਦੀਦੀ ਉਥੇ ਇਕੱਲੀ ਪੈ ਗਈ ਹੈ। ਉਹਨੂੰ ਕੋਈ ਪੁਛਣ ਵਾਲਾ ਨਹੀਂ।"

"ਤੂੰ ਕਦੀ ਅੰਜਲੀ ਦੀਦੀ ਕੋਲ ਨਹੀਂ ਗਈ ?" ਮੈਂ ਪੁਛਿਆ।

"ਬਸ ਇਕ ਦੋ ਦਿਨ ਲਈ, ਦੋ ਤਿੰਨ ਵਾਰ ਹੀ ਗਈ ਹਾਂ। ਜ਼ਿਆਦਾਤਰ ਮਾਲਾ ਦੀਦੀ ਹੀ ਜਾਂਦੀ ਸੀ। ਅੰਜਲੀ ਦੀਦੀ ਉਸ ਦਿਨ ਕਹਿਣ ਲੱਗੀ, "ਮਾਲਾ ਦੀਦੀ ਹਮੇਸ਼ਾਂ ਕਹਿੰਦੀ ਸੀ, ਤੂੰ ਬੱਚਿਆਂ ਨੂੰ ਲੈ ਕੇ ਆਕੇ ਰਹਿ ਮੇਰੇ ਕੋਲ ਕੁਛ ਦਿਨ। ਹੁਣ ਮੈਂ ਕਹਿਣਾ ਚਾਹਿਆ ਤਾਂ ਜੀਜਾ ਜੀ ਨੇ....। ਮੈਂ ਵੱਡੀ ਦੀਦੀ ਦਾ ਘਰ ਹੀ ਆਪਣਾ ਪੇਕਾ ਸਮਝਣ ਲੱਗ ਪਈ ਸਾਂ। ਹੁਣ ਉਹਦੇ ਨਾਲੋਂ ਵੀ ਨਾਤਾ ਟੁੱਟ ਗਿਆ ਹੈ। ਮੇਰਾ ਤਾਂ ਦਿੱਲੀ ਨਾਲ ਰਿਸ਼ਤਾ ਹੀ ਖਤਮ.....।" ਦੀਦੀ ਦੀਆਂ ਗੱਲਾਂ ਮੈਨੂੰ ਤੀਰ ਵਾਂਗ ਵਿੰਨ੍ਹ ਰਹੀਆਂ ਸਨ। ਮੈਂ ਅੰਦਰ ਹੀ ਅੰਦਰ ਕੁਰਲਾ ਰਹੀ ਸਾਂ। ਮੈਂ ਬੱਚਿਆਂ ਲਈ ਖਾਣ-ਪੀਣ ਦਾ ਕੁਝ ਸਮਾਨ ਲੈ ਆਈ। ਜੀਜਾ ਜੀ ਤੋਂ ਪਤਾ ਲੱਗਾ ਕਿ ਹੋਰ ਘੰਟੇ ਤੱਕ ਇਕ ਗੱਡੀ ਹੈ, ਜੋ ਦੂਜੇ ਪਲੇਟਫਾਰਮ ਤੋਂ ਜਾਵੇਗੀ। ਉਹਨਾਂ ਸਭ ਨੇ ਸਾਮਾਨ ਚੁਕਿਆ ਤੇ ਦੂਜੇ ਪਲੇਟਫਾਰਮ ਤੋਂ ਚਲ ਪਏ। ਭਰੀਆਂ ਅੱਖਾਂ ਨਾਲ ਮੈਂ ਘਰ ਆਈ ਤਾਂ ਅੱਗੋਂ ਬਬਲੀ ਅਨਿਲ ਅਤੇ ਉਹਦੇ ਪਰਿਵਾਰ ਦੇ ਲੋਕ ਹਾਲ ਵਿਚ ਬੈਠੇ ਸਨ। ਹਾਸੇ ਦੀਆਂ ਆਵਾਜ਼ਾਂ ਆ ਰਹੀਆਂ ਸਨ। ਮੈਂ ਚੁੱਪਕੇ ਹੀ ਰਸੋਈ ਵਿਚ ਚਲੀ ਗਈ। ਉਥੇ ਸੁਜਾਤਾ ਦੀਦੀ ਪਸੀਨੋ ਪਸੀਨਾ ਹੋਈ ਕੰਮ ਵਿਚ ਰੁਝੀ ਹੋਈ ਸੀ। ਮੇਰੇ ਵੱਲ ਉਸ ਸਵਾਲੀਆਂ ਨਜ਼ਰਾਂ ਨਾਲ ਤੱਕਿਆ। ਮੇਰੇ ਰੁਕੇ ਹੋਏ ਅੱਥਰੂ ਰੁਕਣ ਦਾ ਨਾਮ ਹੀ ਨਾ ਲੈਣ।"

"ਸਵਾਤੀ, ਮੰਨ ਬਹੁਤ ਦੁੱਖੀ ਹੋ ਰਿਹਾ ਹੈ, ਇਹ ਸਭ ਗੱਲਾਂ ਸੁਣ ਕੇ।" ਮੈਂ ਭਰੇ ਮਨ ਨਾਲ ਕਿਹਾ।

"ਭਾਬੀ ਜੀ, ਅਨੂ ਦੇ ਇਥੇ ਟਿਕੇ ਹੋਏ ਹੋਣ ਦਾ ਇਕ ਕਾਰਨ ਹੋਰ ਵੀ ਹੈ। ਬਬਲੀ ਉਹਦੇ ਹੱਕ ਵਿਚ ਬੋਲਦੀ ਹੈ।" ਸਵਾਤੀ ਨੇ ਦੱਸਿਆ।

"ਸਵਾਤੀ, ਅਸਲੀ ਜ਼ਿੰਮੇਵਾਰੀ ਤਾਂ ਤੇਰੀ ਮਾਲਾ ਦੀਦੀ ਤੇ ਜੀਜਾ ਜੀ ਨੂੰ ਹੀ ਨਿਭਾਣੀ ਪਵੇਗੀ। ਬਬਲੀ ਦੇ ਰਹਿਣ ਦਾ ਕੀ ਹੈ ?"

"ਭਾਬੀ ਜੀ, ਇਕ ਜਵਾਨ ਕੁੜੀ ਦੀ ਜ਼ਿੰਮੇਵਾਰੀ ਲੈਣੀ ਬੜੀ ਔਖੀ ਹੈ।"

"ਤੂੰ ਠੀਕ ਕਹਿੰਦੀ ਹੈ। ਅੱਜ ਕਲ ਆਪਣੇ ਧੀਆਂ ਪੁੱਤਰਾਂ ਤੇ ਜ਼ੋਰ ਨਹੀਂ ਚਲਦਾ ਫਿਰ ਦੂਜੇ ਦੀ ਧੀ, ਉਹ ਵੀ ਜਵਾਨ! ਤੇਰੀ ਅੰਜਲੀ ਦੀਦੀ ਦਾ ਇਲਾਜ ਹਾਲੇ ਵੀ ਚਲਦਾ ਹੈ ?" ਮੈਂ ਪੁੱਛਿਆ।

"ਕੀ ਪਤਾ! ਇੱਥੇ ਤਾਂ ਉਹ ਇਕ ਸਾਲ ਮੈਂਟਲ ਹਸਪਤਾਲ ਰਹੀ ਸੀ। ਫਿਰ ਬਿਲਕੁਲ ਠੀਕ ਹੋ ਗਈ ਸੀ। ਉਹਨਾਂ ਦਿਨਾਂ ਵਿਚ ਹੀ ਕ੍ਰਿਸ਼ਨਾ ਸਾਡੇ ਘਰ ਆਉਣ ਲੱਗ ਪਈ ਸੀ।"

"ਕ੍ਰਿਸ਼ਨਾ ਕੌਣ ?"

"ਤੁਹਾਨੂੰ ਦਸਿਆ ਸੀ ਨਾ, ਉਸ ਬੰਗਾਲਣ ਬਾਰੇ। ਉਹਦਾ ਨਾਮ ਕ੍ਰਿਸ਼ਨਾ ਹੈ।"

"ਅੱਛਾ!"

"ਭਾਬੀ ਜੀ, ਬਾਬਾ ਨੇ ਕ੍ਰਿਸ਼ਨਾ ਨੂੰ ਘਰ ਲਿਆਣ ਦੀ ਕਾਹਲ ਵਿਚ ਦੋਵਾਂ ਭੈਣਾਂ ਦਾ ਵਿਆਹ ਜਲਦੀ ਜਲਦੀ ਕਰ ਦਿੱਤਾ। ਬਾਬਾ ਨੂੰ ਅੰਜਲੀ ਦੀਦੀ ਦਾ ਬਹੁਤ ਡਰ ਸੀ। ਲੜਕੇ ਵੱਲੋਂ 'ਹਾਂ' ਹੋਣ ਤੇ ਬਾਬਾ ਨੇ ਵਿਆਹ ਕਰਨ ਵਿਚ ਦੇਰ ਨਹੀਂ ਲਗਾਈਂ। ਛੋਟੇ ਜੀਜਾ ਤਾਂ ਯੂ. ਪੀ. ਦੇ ਹਨ-ਰਾਮ ਪ੍ਰਸਾਦ ਯਾਦਵ। ਨਾ ਕਿਸੇ ਨੇ ਉਹਨਾਂ ਦਾ ਘਰ ਬਾਰ ਜਾ ਕੇ ਵੇਖਿਆ, ਨਾ ਹੀ ਕੁਝ ਖੋਜ ਬੀਣ ਕੀਤੀ।"

"ਤੇਰੀ ਵੱਡੀ ਦੀਦੀ ਨੇ 'ਹਾਂ' ਕਰ ਦਿੱਤੀ?"

"ਉਦੋਂ ਮਾਲਾ ਦੀਦੀ ਬੀਮਾਰ ਸੀ। ਉਹਨਾਂ ਦੀ ਅਬਾਰਸ਼ਨ ਹੋ ਗਈ ਸੀ। ਇਕ ਮੰਮੀ ਦੇ ਨਾ ਰਹਿਣ ਕਰਕੇ ਅਸੀਂ ਸਾਰੀਆਂ ਭੈਣਾਂ ਰੁਲ ਗਈਆਂ। ਸਾਡੇ ਬਾਬਾ ਨੂੰ ਚਾਹੀਦਾ ਸੀ, ਸਾਨੂੰ ਸਭ ਨੂੰ ਸੰਭਾਲਦਾ ਪਰ ਉਹ ਆਪਣੇ ਹੀ ਭਵਿੱਖ ਨੂੰ ਇਕੱਲ ਤੋਂ ਬਚਾਣ 'ਚ ਉਲਝਿਆ ਹੋਇਆ ਸੀ..।" ਸਵਾਤੀ ਦੀ ਆਵਾਜ਼ ਵਿਚ ਬੜੀ ਪ੍ਰੇਸ਼ਾਨੀ ਸੀ।

5.

ਇਕ ਦਿਨ ਇੰਦਰ ਦਫ਼ਤਰ ਦੇ ਕਿਸੇ ਕੰਮ ਹੱਸਪਤਾਲ ਵਾਲੇ ਪਾਸੇ ਹੀ ਜਾ ਰਿਹਾ ਸੀ। ਮੈਂ ਉਹਨੂੰ ਕਿਹਾ ਕਿ ਜਾਂਦਾ ਹੋਇਆ ਉਹ ਮੈਨੂੰ ਉਥੇ ਛੱਡ ਦੇਵੇ ਅਤੇ ਆਉਂਦੇ ਹੋਏ ਲੈਂਦਾ ਆਵੇ। ਮੈਂ ਘਰ ਸਵਾਤੀ ਦੀ ਪਸੰਦ ਦੀ ਸਬਜ਼ੀ ਅਤੇ ਮਿਠੀਆਂ ਸੇਵੀਆਂ ਬਣਾ ਲਈਆਂ ਸਨ।

ਮੈਨੂੰ ਆਪਣੇ ਕਮਰੇ ਦੇ ਬਾਹਰ ਖੜੀ ਵੇਖ ਕੇ ਸਵਾਤੀ ਇਕ ਦਮ ਦੰਗ ਰਹਿ ਗਈ ਸੀ। ਉਹ ਚਾਹ ਬਣਾ ਰਹੀ ਸੀ। ਕੋਲ ਹੀ ਕੋਈ ਸੱਜਣ ਬੈਠੇ ਸਨ ਜਿਹਨਾਂ ਨੂੰ ਮੈਂ ਪਛਾਣਦੀ ਨਹੀਂ ਸਾਂ। ਉਹਨਾਂ ਦੇ ਹੱਥ ਵਿਚ ਵੀ ਚਾਹ ਦਾ ਪਿਆਲਾ ਸੀ। ਸਵਾਤੀ ਨੇ ਅੱਗੇ ਵੱਧ ਕੇ ਪਿਆਰ ਨਾਲ ਮੇਰੇ ਹੱਥ ਫੜ ਲਏ ਅਤੇ ਬੋਲੀ-

"ਸਭ ਠੀਕ ਹੈ ਨਾ? ਤੁਹਾਡੀਆਂ ਤਬੀਅਤ ਤਾਂ ਠੀਕ ਹੈ?"

"ਹਾਂ, ਮੈਂ ਠੀਕ ਹਾਂ। ਤੈਨੂੰ ਸਰਪਰਾਈਜ਼ ਦੇਣ ਦੀ ਸੋਚੀ ਸੀ।"

"ਬਹੁਤ ਖ਼ੂਬ!"

ਕੋਲ ਬੈਠੇ ਸੱਜਣ ਉਠ ਖੜੇ ਹੋਏ। ਮੁਸਕਰਾਕੇ ਉਹਨੇ ਚਾਹ ਦਾ ਸ਼ੁਕਰੀਆਂ ਕੀਤਾ ਅਤੇ ਚਲੇ ਗਏ।

"ਮੈਂ ਤੈਨੂੰ ਡਿਸਟਰਬ ਤਾਂ ਨਹੀਂ ਕੀਤਾ?" ਮੈਂ ਪੁੱਛਿਆ।

"ਬਿਲਕੁਲ ਨਹੀਂ।" ਉਹਨੇ ਮੁਸਕਾਣ ਦੀ ਕੋਸ਼ਿਸ਼ ਕੀਤੀ।

"ਅਜ ਤੇਰੇ ਵਾਲਾਂ ਵਿਚ ਹਮੇਸ਼ਾਂ ਵਾਂਗ ਫੁਲ ਨਹੀਂ ਟੰਗੇ ਹੋਏ?"

ਉਹਦਾ ਸੱਜਾ ਹੱਥ ਸਹਿਜ ਸੁਭਾ ਹੀ ਗਰਦਨ ਦੇ ਪਿੱਛੇ ਚਲਾ ਗਿਆ, "ਬਸ ਉਂਜ ਹੀ।" ਉਹਦੀ ਆਵਾਜ਼ ਵਿਚ ਉਦਾਸੀ ਸੀ।

"ਛੱਡ ਆਈ, ਅਣੂ ਨੂੰ?"

ਉਹਨੇ 'ਹਾਂ' ਵਿਚ ਸਿਰ ਹਿਲਾਇਆ।

"ਕਿੰਜ ਰਿਹਾ?"

"ਅੰਜਲੀ ਦੀਦੀ ਬਹੁਤ ਰੋਈ। ਅਣੂ ਵੀ ਰੋਂਦੀ ਰਹੀ। ਮਾਲਾ ਦੀਦੀ ਵੀ ਬਹੁਤ ਪ੍ਰੇਸ਼ਾਨ ਸੀ। ਪਤਾ ਲੱਗ ਕਿ ਜੀਜਾ ਜੀ ਅੰਜਲੀ ਦੀਦੀ ਦੀ ਦਵਾਈ ਲਿਆਕੇ ਨਹੀਂ ਦਿੰਦੇ। ਦੀਦੀ ਨੂੰ ਮਾਰਦੇ ਨੇ। ਕੁੜੀਆਂ ਤੇ ਗੁੱਸਾ ਕੱਢਦੇ ਨੇ। ਆਦਮਨੀ ਘੱਟ ਅਤੇ ਪਰਿਵਾਰ ਵੱਡਾ। ਇੰਨੀਆਂ ਕੁੜੀਆਂ ਪੈਦਾ ਕਰਨ ਦਾ ਦੋਸ਼ ਦੀਦੀ ਤੇ ਮੜ੍ਹਦੇ ਨੇ। ਸਾਰੇ ਬੱਚਿਆਂ ਨੇ ਆਪਣੇ ਪਿਤਾ ਦੀਆਂ ਸ਼ਿਕਾਇਤਾਂ ਕੀਤੀਆਂ। ਜਦੋਂ ਦੋਸਤਾਂ ਨਾਲ ਪੀ ਕੇ ਆਉਂਦੇ ਨੇ ਤਾਂ ਘਰ ਵਿਚ ਤਰਥੱਲੀ ਮਚ ਜਾਂਦੀ ਹੈ।"

"ਅਣੂ ਵੀ ਸ਼ਾਇਦ ਇਸੇ ਕਰਕੇ ਉਤੋਂ ਆ ਗਈ ਹੋਵੇ?" ਮੈਂ ਪੁੱਛਿਆ।

"ਭਾਬੀ ਜੀ, ਬੱਚਿਆਂ ਉਤੇ ਘਰ ਦੇ ਵਾਤਾਵਰਣ ਦਾ ਅਸਰ ਤਾਂ ਪੈਂਦਾ ਹੀ ਹੈ। ਰਾਤੀਂ ਜੀਜਾ ਜੀ ਘਰ ਆਏ ਤਾਂ ਵੱਡੇ ਜੀਜਾ ਜੀ ਬਾਰੇ ਸ਼ਿਕਾਇਤਾਂ ਕਰਨ ਲੱਗ ਪਏ। ਮਾਲਾ ਦੀਦੀ ਨੇ ਵੀ ਉਹਨਾਂ ਨੂੰ ਬਹੁਤ ਕੁਝ ਸੁਣਾਇਆ। ਅੰਜਲੀ ਦੀਦੀ ਨੂੰ ਲਗਾਤਾਰ ਦਵਾਈ ਦੇਣ ਬਾਰੇ ਕਿਹਾ। ਦੋਹਾਂ ਪਾਸੇ ਬੜੀ ਤਣਾਤਣੀ ਹੋ ਗਈ। ਜੀਜਾ ਜੀ ਕਹਿੰਦੇ-ਆਪਣੀ ਭੈਣ ਨੂੰ ਨਾਲ ਲੈ ਜਾਉ। ਬੱਚਿਆਂ ਨੂੰ ਮੈਂ ਆਪੇ ਪਾਲ ਲਵਾਂਗਾ।" ਸਵਾਤੀ ਦਾ ਚਿਹਰਾ ਬੜਾ ਸੰਜੀਦਾ ਸੀ। ਕੁਝ ਦੇਰ ਚੁੱਪ ਰਹਿਣ ਬਾਅਦ ਬੋਲੀ,

"ਭਾਬੀ ਜੀ, ਜਦੋਂ ਦੀ ਮੈਂ ਆਈ ਹਾਂ, ਮੂਡ ਠੀਕ ਨਹੀਂ ਰਹਿੰਦਾ। ਰਹਿ ਰਹਿ ਕੇ ਦੀਦੀ ਦਾ ਖਿਆਲ ਆਉਂਦਾ ਹੈ। ਉਹਨਾਂ ਮਾਸੂਮ ਬੱਚਿਆਂ ਦਾ....। ਜਦੋਂ ਤੋਂ ਅਸੀਂ ਲਖਨਊ ਤੋਂ ਆਏ ਹਾਂ-ਮਾਲਾ ਦੀਦੀ ਦਾ ਬਲੱਡ ਪ੍ਰੈਸ਼ਰ ਹਾਈ ਚਲ ਰਿਹਾ ਹੈ। ਤੁਹਾਡੇ ਆਉਣ ਤੋਂ ਪਹਿਲਾਂ ਜੋ ਆਦਮੀ ਇਥੇ ਬੈਠਾ ਸੀ, ਸੁਜਾਤਾ ਦੀਦੀ ਲਈ ਅਖਬਾਰ ਵਿਚ ਇਸ਼ਤਿਹਾਰ ਦਿੱਤਾ ਸੀ ਉਸੇ ਸਿਲਸਿਲੇ ਵਿਚ ਆਇਆ ਸੀ।

"ਕਿਵੇਂ ਲੱਗਾ?"

"ਉਹਦੇ ਚਾਰ ਬੱਚੇ ਨੇ....। ਮੁਸ਼ਕਿਲ ਹੀ ਹੈ।" ਉਹ ਠੰਡੀ ਆਹ ਭਰਕੇ ਚੁੱਪ ਹੋ ਗਈ। ਮੈਨੂੰ ਵੀ ਕੁਝ ਨਹੀਂ ਸੀ ਸੁਝ ਰਿਹਾ। ਸਾਡੇ ਵਿਚਕਾਰ ਇਕ ਲੰਮੀ ਚੁੱਪ ਪਸਰ ਗਈ। ਅਚਾਨਕ ਸਵਾਤੀ ਦੀ ਆਵਾਜ਼ ਸੁਣਕੇ ਮੈਂ ਤ੍ਰਭਕ ਗਈ। ਉਹ ਹੌਲੇ ਹੌਲੇ ਗਾ ਰਹੀ ਸੀ-

"ਕੈਸੇ ਕੋਈ ਜੀਏ?
ਜ਼ਹਿਰ ਹੈ ਜ਼ਿੰਦਗੀ, ਉਠਾ ਤੂਫਾਨ ਵੋਹ
ਰਾਤ ਕੇ ਸਭ ਬੁਝ ਗਏ ਦੀਏ
"ਕੈਸੇ ਕੋਈ ਜੀਏ..........?

ਪਹਿਲਾਂ ਵੀ ਮੈਂ ਉਹਨੂੰ ਕਈ ਵਾਰ ਗਾਂਦੇ ਸੁਣਿਆ ਸੀ। ਦੋ ਤਿੰਨ ਵਾਰ ਅਸੀਂ ਕੁਝ ਲੋਕ ਪਿਕਨਿਕ ਤੇ ਗਏ ਸਾਂ ਤਾਂ ਮੈਨੂੰ, ਸਵਾਤੀ ਅਤੇ ਨੀਲਮ ਨੇ ਬੜੀ ਮੌਜ ਵਿਚ ਕਿੰਨੇ ਹੀ ਗਾਣੇ ਗਾਏ ਸਨ। ਪਰ ਮੈਨੂੰ ਅੱਜ ਅਹਿਸਾਸ ਹੋਇਆ ਕਿ ਸਵਾਤੀ ਦੀ ਆਵਾਜ਼ ਕਿੰਨੀ ਗਹਿਰੀ ਹੈ....ਕਿੰਨੀ ਦਰਦ ਭਰੀ......ਦਿਲ ਨੂੰ ਹਲੂਣਨ ਵਾਲੀ.....। ਗਾਣਾ ਵੀ ਬਹੁਤ ਪੁਰਾਣਾ ਸੀ, ਯਾਦ ਨਹੀਂ ਸੀ ਆ ਰਿਹਾ, ਕਿਹਦਾ

ਗਾਇਆ ਹੋਇਆ ਹੈ। ਮੈਨੂੰ ਲੱਗਾ ਕਿ ਇਹ ਗਾਣਾ ਗਾਂਦੇ ਹੋਏ ਸਵਾਤੀ ਰੋ ਹੀ ਨਾ ਪਵੇ। ਮੇਜ਼ ਤੇ ਰੱਖੇ ਉਹਦੇ ਹੱਥ ਫੜਕੇ ਮੈਂ ਉਹਨੂੰ ਦਿਲਾਸਾ ਦੇਣਾ ਚਾਹਿਆ। ਉਹਦੇ ਹੱਥਾਂ ਨੂੰ ਥਾਪੜੀ ਦਿੱਤੀ। ਅੱਖਾਂ ਰਾਹੀਂ ਤਸੱਲੀ ਦੇਣੀ ਚਾਹੀ ਪਰ ਉਹ ਗਾਈ ਜਾ ਰਹੀ ਸੀ–

"ਪਿਆਸੇ ਪਪੀਹੇ ਨੇ ਆਸ ਸੀ ਬਾਂਧੀ
ਉਡ ਗਏ ਬਾਦਲ ਆ ਗਈ ਆਂਧੀ
ਹਮ ਨੇ ਜੋ ਛੋੜਾ............."

ਤਦੇ ਪਰਦਾ ਸਰਕਿਆ ਤੇ ਇਕ ਮਰੀਜ਼ ਹੱਥ ਵਿਚ ਪਰਚੀ ਫੜੀ ਅੰਦਰ ਆ ਦਾਖਿਲ ਹੋਇਆ। ਸਵਾਤੀ ਨੂੰ ਕੁਝ ਪਲ ਸੰਭਾਲਣ ਤੇ ਲੱਗ ਗਏ। ਕੋਲ ਪਏ ਗਿਲਾਸ ਵਿਚੋਂ ਉਸ ਪਾਣੀ ਪੀਤਾ ਅਤੇ ਆਪਣੇ ਕੰਮ ਲੱਗ ਗਈ।

ਮੈਂ ਕੋਲ ਹੀ ਪਏ ਇਕ ਰਸਾਲੇ ਦੇ ਪੰਨੇ ਪਲਟਣ ਲੱਗ ਪਈ। ਪਰ ਮੈਨੂੰ ਉਹਦੇ ਵਿਚ ਕੁਝ ਵੀ ਨਹੀਂ ਸੀ ਦਿਖ ਰਿਹਾ। ਉਹਦੇ ਗਾਏ ਗਾਣੇ ਦੀਆਂ ਤੁਕਾਂ ਦਿਮਾਗ ਵਿਚ ਘੁੰਮ ਰਹੀਆਂ ਸਨ–"ਕੈਸੇ ਕੋਈ ਜੀਵੇ.........ਰਾਤ ਕੇ ਸਭ ਬੁਝ ਗਏ ਦੀਏ........।"

ਉਹ ਵਿਹਲੀ ਹੋਈ ਤਾਂ ਬੋਲੀ, "ਭਾਬੀ ਜੀ, ਕਲ ਕੈਨੇਡਾ ਤੋਂ ਇਕ ਪਰਿਵਾਰ ਆ ਰਿਹਾ ਹੈ। ਤੁਹਾਨੂੰ ਦੱਸਿਆ ਸੀ, ਜਦੋਂ ਮਾਲਾ ਦੀਦੀ ਅੰਮ੍ਰਿਤਸਰ ਇਕੱਲੀ ਰਹਿੰਦੀ ਸੀ-ਨਵੀਂ ਨੌਕਰੀ ਲੱਗੀ ਸੀ, ਉਦੋਂ ਇਹ ਪਰਿਵਾਰ ਗਵਾਂਢ ਵਿਚ ਸਨ। ਸਿੱਖ ਪਰਿਵਾਰ ਹੈ। ਮਾਲਾ ਦੀਦੀ ਦੀ ਸ਼ਾਦੀ ਤੇ ਵੀ ਆਏ ਸਨ। ਜਦੋਂ ਦੀਦੀ ਦੀ ਅਬਾਰਸ਼ਨ ਹੋ ਗਈ ਸੀ, ਦੀਦੀ ਬਹੁਤ ਬੀਮਾਰ ਸਨ ਤਾਂ ਉਹਨਾਂ ਦੀਦੀ ਦੀ ਬਹਤੁ ਵੇਖ ਭਾਲ ਕੀਤੀ ਸੀ। ਫਿਰ ਜਦੋਂ ਬਬਲੀ ਪੈਦਾ ਹੋਈ ਤਾਂ ਵੀ ਉਹਨਾਂ ਦੀਦੀ ਲਈ ਜੋ ਕੀਤਾ ਸ਼ਾਇਦ ਹੀ ਕੋਈ ਕਿਸੇ ਲਈ ਕਰਦਾ ਹੈ। ਜੀਜਾ ਜੀ ਦੀ ਪੋਸਟਿੰਗ, ਜਦੋਂ ਅੰਮ੍ਰਿਤਸਰ ਤੋਂ ਬਾਹਰ ਹੋ ਗਈ ਸੀ ਤਾਂ ਰਾਤੀਂ ਉਸ ਪਰਿਵਾਰ ਵਿਚੋਂ ਕੋਈ ਨਾ ਕੋਈ ਜਣੀ ਦੀਦੀ ਕੋਲ ਆ ਕੇ ਸੌਂਦੀ। ਇਸ ਸਿੱਖ ਪਰਿਵਾਰ ਨੇ ਦੀਦੀ ਨਾਲ ਖੂਬ ਨਿਭਾਈ...। ਬਬਲੀ ਨੇ ਵਿਆਹ ਤੇ ਉਹ ਨਹੀਂ ਆ ਸਕੇ। ਹੁਣ ਵੇਖਣਾ ਦੀਦੀ ਦੀ ਸਿਹਤ ਵੀ ਕੁਝ ਠੀਕ ਹੋ ਜਾਵੇਗੀ। ਸੁਜਾਤਾ ਦੀਦੀ ਵੀ ਬਹੁਤ ਖੁਸ਼ ਹੈ। ਸੁਜਾਤਾ ਦੀਦੀ ਅੰਮ੍ਰਿਤਸਰ, ਮਾਲਾ ਦੀਦੀ ਕੋਲ ਰਹਿਣ ਜਾਂਦੀ ਤਾਂ ਸੁਜਾਤਾ ਦੀਦੀ ਨਾਲ ਵੀ ਉਹਨਾਂ ਦੀ ਬੜੀ ਸਾਂਝ ਹੋ ਗਈ। ਜਦੋਂ ਉਹ ਕੈਨੇਡਾ ਤੋਂ ਆਉਂਦੇ ਨੇ ਤਾਂ ਅਸੀਂ ਬਹੁਤ ਮਜ਼ਾ ਕਰਦੇ ਹਾਂ। ਖੂਬ ਘੁੰਮਦੇ ਹਾਂ। ਉਹ ਸੁਜਾਤਾ ਦੀਦੀ ਨੂੰ ਵੀ ਘੁੰਮਾਣ ਨਾਲ ਲੈ ਜਾਂਦੇ ਨੇ। ਉਹਦੇ ਲਈ ਬਹੁਤ ਸਾਰੀਆਂ ਸੁਗਾਤਾਂ ਲਿਆ ਕੇ ਦਿੰਦੇ ਨੇ। ਉਹ ਜਿੰਨੇ ਦਿਨ ਸਾਡੇ ਕੋਲ ਰਹਿਣਗੇ, ਸੁਜਾਤਾ ਦੀਦੀ ਖੂਬ ਬਣ ਠਣ ਕੇ ਰਹੇਗੀ। ਅਜ ਉਹਨੇ ਆਪਣੀਆਂ ਸਾੜੀਆਂ ਪ੍ਰੈਸ ਕਰਕੇ ਟੰਗ ਲਈਆਂ ਹੋਣਗੀਆਂ। ਸੱਚ ਭਾਬੀ ਜੀ ਉਹ ਪਰਿਵਾਰ ਇੰਨਾ ਰੌਣਕੀ ਹੈ, ਤੁਸੀਂ ਮਿਲੋ ਤਾਂ ਲੱਗੇਗਾ-ਕਿ ਤੁਸੀਂ ਉਹਨਾਂ ਨੂੰ ਵਰ੍ਹਿਆਂ ਤੋਂ ਜਾਣਦੇ ਹੋ।"

"ਬਹੁਤ ਖੁਸ਼ੀ ਦੀ ਗੱਲ ਹੈ।" ਮੈਂ ਸਵਾਤੀ ਨਾਲ ਖੁਸ਼ ਹੁੰਦੇ ਹੋਏ ਕਿਹਾ।

"ਭਾਬੀ ਜੀ, ਤੁਹਾਨੂੰ ਰਾਜ਼ ਦੀ ਇਕ ਗੱਲ ਦਸਾਂ? ਦੀਪਕ ਹੋਰਾਂ ਨਾਲ ਮੇਰੀ ਇੰਨੀ ਜ਼ਿਆਦਾ ਸਾਂਝ ਦਾ ਇਕ ਕਾਰਨ ਇਹ ਵੀ ਏ ਕਿ ਉਹ ਸਰਦਾਰ ਨੇ। ਜਦੋਂ ਨਵੀਂ ਨਵੀਂ ਮੈਂ ਇਸ ਹੱਸਪਤਾਲ ਵਿਚ ਆਈ ਤਾਂ ਦੀਪਕ ਜੀ ਨੇ ਇਥੇ ਮੇਰਾ ਦਿਲ ਲਗਾਣ ਵਿਚ ਬਹੁਤ ਮੱਦਦ ਕੀਤੀ। ਦੀਪਕ ਜੀ ਵਿਚੋਂ ਮੈਨੂੰ ਅੰਮ੍ਰਿਤਸਰ ਵਾਲੇ ਪਰਿਵਾਰ ਦੀ ਝਲਕ ਮਿਲਦੀ। ਭਾਬੀ ਜੀ, ਉਹਨਾਂ ਦਾ ਪਰਿਵਾਰ ਵੀ ਤੁਹਾਡੇ ਪਰਿਵਾਰ ਵਾਂਗ ਪਾਕਿਸਤਾਨ ਤੋਂ ਸ਼ਰਨਾਰਥੀ ਬਣਕੇ ਆਇਆ ਸੀ। ਹੌਲੀ ਹੌਲੀ ਫਿਰ ਤੋਂ ਆਪਣੇ ਪੈਰਾਂ ਤੇ ਖੜੇ ਹੋਏ। ਉਹਨਾਂ ਦੇ ਬੀਜੀ ਸਾਨੂੰ ਵੰਡ ਵੇਲੇ ਦੀਆਂ ਗੱਲਾਂ ਸੁਣਾਂਦੇ ਹੁੰਦੇ ਸਨ। ਦੀਦੀ ਨੇ ਜਦੋਂ ਅੰਮ੍ਰਿਤਸਰ ਦੀ ਨੌਕਰੀ ਛੱਡਕੇ ਦਿੱਲੀ ਆਣ ਦਾ ਫੈਸਲਾ ਕੀਤਾ ਤਾਂ ਉਹ ਪਰਿਵਾਰ ਬੜਾ ਰੋਇਆ। ਹੁਣ ਉਹ ਸਾਨੂੰ ਕੈਨੇਡਾ ਬਹੁਤ ਬੁਲਾਂਦੇ ਰਹਿੰਦੇ ਹਨ ਪਰ ਜਾਣਾ ਕੋਈ ਸੌਖਾ ਤਾਂ ਨਹੀਂ.....। ਬਬਲੀ ਦੀ ਸ਼ਾਦੀ ਪੰਜਾਬੀ ਪਰਿਵਾਰ ਵਿੱਚ ਹੋਈ ਹੈ ਤਾਂ ਜ਼ਿਆਦਾ ਅਖਰਿਆ ਨਹੀਂ।"

ਮੈਂ ਸ਼ੁਕਰ ਕੀਤਾ ਕਿ ਉਹ ਹੁਣ ਠੀਕ ਮੂਡ ਵਿਚ ਆ ਗਈ ਸੀ। ਉਹ ਬੋਰ ਉਦਾਸੀ ਵਿਚੋਂ ਨਿਕਲ ਆਈ ਸੀ।

"ਸਵਾਤੀ, ਸਿੱਖਾਂ ਦਾ ਅਤੇ ਮਰਾਠਿਆਂ ਦਾ ਬਹੁਤ ਪੁਰਾਣਾ ਰਿਸ਼ਤਾ ਹੈ।" ਮੈਂ ਮੁਸਕਰਾਕੇ ਕਿਹਾ।

"ਉਹ ਕਿਸ ਤਰ੍ਹਾਂ?"

"ਤੂੰ ਭਗਤ ਨਾਮਦੇਵ ਦਾ ਨਾਮ ਸੁਣਿਆ ਹੈ?"

ਉਹਨੇ 'ਨਾਂਹ' ਵਿਚ ਸਿਰ ਹਿਲਾ ਦਿੱਤਾ।

"ਭਗਤ ਨਾਮਦੇਵ ਮਰਾਠੀ ਸਨ। ਤੂੰ ਹਜ਼ੂਰ ਸਾਹਿਬ, ਨੰਦੇੜ ਬਾਰੇ ਸੁਣਿਆ ਹੈ?"

"ਹਾਂ ਉਥੇ ਸਿੱਖਾਂ ਦਾ ਬਹੁਤ ਵੱਡਾ ਤੀਰਥ ਅਸਥਾਨ ਹੈ।" ਉਹਨੇ ਕਿਹਾ।

"ਉਥੇ ਨੇੜੇ ਹੀ ਇਕ ਪਿੰਡ ਹੈ। ਅਜਕਲ ਉਹਦਾ ਨਾਮ 'ਨਰਸੀ ਨਾਮਦੇਵ' ਹੈ। ਇੱਥੇ ਭਗਤ ਨਾਮਦੇਵ ਦੀ ਯਾਦ ਵਿਚ ਇਕ ਗੁਰਦਵਾਰਾ ਹੈ।"

"ਭਾਬੀ ਜੀ, ਤੁਸੀਂ ਭਗਤ ਨਾਮਦੇਵ ਬਾਰੇ ਦੱਸ ਰਹੇ ਸੀ।"

"ਹਾਂ ਭਗਤ ਨਾਮਦੇਵ ਮਹਾਂਰਾਸ਼ਟਰ ਦੇ ਇਕ ਪਿੰਡ 'ਨਰਸੀ ਵਾਮਨ' ਵਿਚ ਪੈਦਾ ਹੋਏ ਸਨ। ਇਹ ਤੇਰ੍ਹਵੀਂ ਸਦੀ ਦੀ ਗੱਲ ਹੈ। ਉਹ ਬੜੇ ਗਰੀਬ ਘਰ ਵਿਚ ਪੈਦਾ ਹੋਏ ਸਨ। ਉਹਦੇ ਪਿਤਾ ਕੱਪੜੇ ਰੰਗਣ ਦਾ ਕੰਮ ਕਰਦੇ ਸਨ, ਕੁਝ ਵਿਦਵਾਨਾਂ ਦਾ ਕਹਿਣਾ ਹੈ ਕਿ ਉਹ ਕੱਪੜੇ ਦੀ ਛਪਾਈ ਦਾ ਕੰਮ ਕਰਦੇ ਸਨ। ਉਸ ਵਕਤ ਸਮਾਜ ਬੁਰੀ ਤਰ੍ਹਾਂ ਜਾਤੀ ਭੇਦ ਭਾਵ, ਅੰਧਵਿਸ਼ਵਾਸ ਅਤੇ ਛੂਆ ਛਾਤ ਵਰਗੀਆਂ ਬੁਰਾਈਆਂ ਵਿਚ ਜਕੜਿਆ ਹੋਇਆ ਸੀ। ਨੀਵੀਂ ਜਾਤ ਦੇ ਲੋਕ ਮੰਦਰ ਨਹੀਂ ਜਾ ਸਕਦੇ ਸਨ। ਉਹਨਾਂ ਦਿਨਾਂ ਵਿਚ ਸਾਰੇ ਦੇਸ਼ ਵਿੱਚ ਭਗਤੀ ਲਹਿਰ ਚਲ ਰਹੀ ਸੀ। ਉਸੇ ਕਾਲ ਵਿਚ ਭਗਤ ਨਾਮ ਦੇਵ ਹੋਏ ਸਨ।"

"ਸੰਤ ਕਬੀਰ ਸੰਤ ਰਵਿਦਾਸ ਦੇ ਨਾਮ ਤਾਂ ਸੁਣੇ ਹੋਏ ਹਨ।" ਸਵਾਤੀ ਬੋਲੀ।

"ਇਹਨਾਂ ਭਗਤਾਂ ਦੀ ਬਾਣੀ ਜਾਂ ਸ਼ਬਦ ਗੁਰੂ ਗ੍ਰੰਥ ਸਾਹਿਬ ਵਿਚ ਸ਼ਾਮਲ ਹਨ।"

"ਪਰ ਸੰਤ ਨਾਮਦੇਵ ਤਾਂ ਮਰਾਠੀ ਵਿਚ ਲਿਖਦੇ ਹੋਣਗੇ ਫਿਰ ਉਹ ਗੁਰੂ ਗ੍ਰੰਥ ਸਾਹਿਬ ਵਿਚ ਕਿਸ ਤਰ੍ਹਾਂ ਸ਼ਾਮਿਲ ਕੀਤੇ ਗਏ ?"

ਉਸ ਵਕਤ ਦੇ ਬਹੁਤ ਸਾਰੇ ਭਗਤਾਂ ਦੀ ਬੋਲੀ ਸੰਤ ਭਾਸ਼ਾ ਸੀ-ਸਿੱਧੀ, ਸਾਦੀ, ਸਰਲ। ਆਮ ਬੋਲਚਾਲ ਦੀ ਭਾਸ਼ਾ। ਹਿੰਦੁਸਤਾਨ ਦੇ ਅਲੱਗ-ਅਲੱਗ ਹਿਸਿਆਂ ਵਿਚੋਂ ਸਭ ਧਰਮਾਂ, ਜਾਤੀਆਂ ਦੇ ਭਗਤਾਂ ਦੀ ਬਾਣੀ ਗੁਰੂ ਗ੍ਰੰਥ ਸਾਹਿਬ ਵਿਚ ਸ਼ਾਮਿਲ ਕੀਤੀ ਗਈ। ਸਭ ਤੋਂ ਮੇਰਾ ਅਰਥ ਹੈ ਜਿਹਨਾਂ ਦੀ ਬਾਣੀ ਸਿੱਖੀ ਵਿਚਾਰਧਾਰਾ ਨਾਲ ਮੇਲ ਖਾਂਦੀ ਸੀ ਯਾਨੀ ਜੋ ਇਕ ਈਸ਼ਵਰ ਵਿਚ ਵਿਸ਼ਵਾਸ ਕਰਦੇ ਸਨ।"

"ਬਹੁਤ ਖ਼ੂਬ!" ਸਵਾਤੀ ਸਿਰ ਹਿਲਾਂਦੀ ਹੋਈ ਬੋਲੀ, "ਸਿੱਖਾਂ ਦਾ ਧਾਰਮਿਕ ਸਥਾਨ ਨਾਂਦੇੜ ਵਿਚ ਕਿਵੇਂ ਬਣ ਗਿਆ ਉਹ ਵੀ ਤਾਂ ਮਹਾਂਰਾਸ਼ਟਰ ਵਿਚ ਹੀ ਹੈ ?"

"ਹਾਂ, ਗੁਰੂ ਗੋਬਿੰਦ ਸਿੰਘ, ਸਿੱਖਾਂ ਦੇ ਦਸਵੇਂ ਗੁਰੂ ਆਪਣੀ ਜ਼ਿੰਦਗੀ ਦੇ ਅਖੀਰਲੇ ਦਿਨਾਂ ਵਿਚ ਉਥੇ ਰਹੇ। ਉਥੇ ਹੀ ਉਹਨਾਂ ਨੇ ਸਿੱਖਾਂ ਨੂੰ ਆਪਣਾ ਫ਼ੈਸਲਾ ਸੁਣਾਇਆ ਕਿ ਹੁਣ ਉਹਨਾਂ ਤੋਂ ਬਾਅਦ ਕੋਈ ਵੀ ਦੇਹਧਾਰੀ ਗੁਰੂ ਗੱਦੀ ਤੇ ਨਹੀਂ ਬੈਠੇਗਾ। ਉਹਨਾਂ ਕਿਹਾ ਕਿ ਹੁਣ ਸਭ ਸਿੱਖਾਂ 'ਗੁਰੂ ਗ੍ਰੰਥ ਸਾਹਿਬ' ਨੂੰ ਆਪਣਾ ਗੁਰੂ ਮੰਨਣਗੇ। 1708 ਵਿਚ ਉਹਨਾਂ ਨੇ ਹਜ਼ੂਰ ਸਾਹਿਬ ਵਿਚ ਹੀ ਗੁਰੂ ਗ੍ਰੰਥ ਸਾਹਿਬ ਨੂੰ ਗੱਦੀ ਤੇ ਸਥਾਪਿਤ ਕੀਤਾ, ਮੱਥਾ ਟੇਕਿਆ ਤੇ ਪਹਿਲਾ ਵਾਕ ਲਿਆ। ਸਵਾਤੀ ਸਿੱਖ ਧਰਮ ਹੀ ਐਸਾ ਧਰਮ ਹੈ ਜਿਸ ਵਿਚ ਇਕ 'ਪੁਸਤਕ' ਅੱਗੇ ਸਭ ਸਿਰ ਝੁਕਾਂਦੇ ਨੇ। ਇਸ ਵਿਚ ਗੁਰੂਆਂ ਦੀ ਬਾਣੀ ਤੋਂ ਇਲਾਵਾ ਹਿੰਦੂ ਭਗਤ, ਮੁਸਲਿਮ ਅਤੇ ਸੂਫ਼ੀ ਸੰਤਾਂ ਦੀ ਬਾਣੀ ਵੀ ਸ਼ਾਮਿਲ ਹੈ।

"ਸਵਾਤੀ ਸੰਤ ਨਾਮਦੇਵ ਸਾਰੇ ਦੇਸ਼ ਵਿਚ ਘੁੰਮਦੇ ਘੁੰਮਾਂਦੇ ਅਖੀਰਲੇ ਉਮਰ ਦੇ ਲਗਭਗ ਵੀਹ ਸਾਲ ਪੰਜਾਬ ਵਿਚ ਰਹੇ।'

"ਪੰਜਾਬ ਵਿਚ ਕਿੱਥੇ ?"

"ਪੰਜਾਬ ਵਿਚ, ਗੁਰਦਾਸਪੁਰ ਜ਼ਿਲ੍ਹੇ ਵਿਚ ਇਕ ਪਿੰਡ ਹੈ 'ਘੁੰਮਣ'। ਉਥੇ ਉਹਨਾਂ ਦੀ ਸਮਾਧੀ ਵੀ ਹੈ।"

"ਭਾਬੀ ਜੀ, ਅੰਮ੍ਰਿਤਸਰ, ਮਾਲਾ ਦੀਦੀ ਕੋਲ ਜਦੋਂ ਮੈਂ ਰਹਿਣ ਗਈ, ਤਾਂ ਦਰਬਾਰ ਸਾਹਿਬ ਵੀ ਕਈ ਵਾਰ ਗਈ। ਉਹੀ ਸਰਦਾਰ ਪਰਿਵਾਰ ਨਾਲ। ਦਿੱਲੀ ਵਿਚ ਮੈਂ ਮੰਜੂ ਅਤੇ ਦੀਪਕ ਜੀ ਨਾਲ 'ਬੰਗਲਾ ਸਾਹਿਬ' ਤਾਂ ਕਈ ਵਾਰ ਜਾਂਦੀ ਸਾਂ। ਬਹੁਤ ਚੰਗਾ ਲੱਗਦਾ। ਗੁਰਦਵਾਰੇ ਦਾ ਪ੍ਰਸ਼ਾਦ ਬੜਾ ਚੰਗਾ ਲੱਗਦਾ ਹੈ।" ਉਹਦੀਆਂ ਅੱਖਾਂ ਵਿਚ ਹੁਣ ਇਕ ਖਾਸ ਚਮਕ ਸੀ।

"ਸਵਾਤੀ, ਤੁਹਾਡਾ ਪਰਿਵਾਰ ਤਾਂ ਉਂਜ ਵੀ ਰਾਸ਼ਟਰੀ ਏਕਤਾ ਦਾ ਪ੍ਰਤੀਕ ਹੈ-ਇਕ ਦੀਦੀ ਦੀ ਸ਼ਾਦੀ ਬੰਗਾਲੀ ਨਾਲ, ਦੂਜੀ ਦੀ ਉਤਰ ਪ੍ਰਦੇਸ਼ ਦੇ ਯਾਦਵ

ਨਾਲ, ਬਬਲੀ ਦੀ ਪੰਜਾਬੀ ਨਾਲ......।" ਮੈਂ ਹੱਸ ਕੇ ਕਿਹਾ।

ਉਹਦੇ ਚਿਹਰੇ ਤੇ ਵੀ ਮੁਸਕਰਾਹਟ ਸੀ।

"ਸਵਾਤੀ, ਅੰਮ੍ਰਿਤਸਰ ਵਿਚ ਤੇਰੀ ਦੀਦੀ ਨੂੰ ਇਕ ਬੰਗਾਲੀ ਕਿਵੇਂ ਮਿਲ ਗਿਆ?"

"ਉਥੇ ਦੋਵੇਂ ਇਕੋ ਹੱਸਪਤਾਲ ਵਿਚ ਸਨ। ਜੀਜਾ ਜੀ ਉਸ ਵੇਲੇ ਦੇ 'ਪੂਰਬੀ ਪਾਕਿਸਤਾਨ' ਤੋਂ ਹਨ। ਉਹੀ ਹੁਣ ਬੰਗਲਾ ਦੇਸ਼ ਬਣ ਗਿਆ ਹੈ। ਢਾਕਾ ਦੇ ਕੋਲ ਇਕ ਪਿੰਡ ਵਿਚ ਉਹਨਾਂ ਦੀ ਬੜੀ ਜ਼ਮੀਨ ਸੀ। ਜੀਜਾ ਜੀ ਦਾ ਵੱਡਾ ਭਰਾ ਵੀ ਹਿੰਦੁਸਤਾਨ ਵਿਚ ਹੀ ਸੀ। ਇਥੇ ਨੌਕਰੀ ਕਰਦਾ ਸੀ। ਜੀਜਾ ਜੀ ਦੀ ਪੜ੍ਹਾਈ ਦਾ ਖਰਚਾ ਢਾਕਾ ਤੋਂ ਆਉਂਦਾ ਸੀ। ਬੰਗਲਾ ਦੇਸ਼ ਦੀ ਲੜਾਈ ਵੇਲੇ, ਜਦੋਂ ਮੁਕਤੀ-ਵਾਹਿਨੀ ਆਜ਼ਾਦੀ ਦੀ ਲੜਾਈ ਲੜ ਰਹੀ ਸੀ ਤਾਂ ਜੀਜਾ ਜੀ ਦੇ ਦੋ ਭਰਾ ਅਤੇ ਪਿਤਾ ਜੀ ਨੱਠ ਕੇ ਤ੍ਰਿਪੁਰਾ ਆ ਗਏ ਸਨ। ਉਦੋਂ ਦੀਦੀ ਅਤੇ ਜੀਜਾ ਜੀ ਤ੍ਰਿਪੁਰਾ ਉਹਨਾਂ ਨੂੰ ਮਿਲਣ ਗਏ ਸਨ। ਹਾਲਾਤ ਠੀਕ ਹੋਣ ਤੇ ਉਹ ਵਾਪਿਸ ਬੰਗਲਾ ਦੇਸ਼ ਚਲੇ ਗਏ ਸਨ। ਦੀਦੀ ਅਤੇ ਜੀਜਾ ਜੀ ਇਕ ਵਾਰ ਬੰਗਲਾ ਦੇਸ਼ ਵੀ ਗਏ ਸਨ। ਜੀਜਾ ਜੀ ਦੇ ਸਾਰੇ ਰਿਸ਼ਤੇਦਾਰ ਉਧਰ ਹੀ ਹਨ। ਉਹਨਾਂ ਕੋਲ ਉਧਰ ਬਹੁਤ ਜ਼ਮੀਨਾਂ ਹਨ।"

"ਬੰਗਲਾਦੇਸ਼ ਵਿਚ ਤਾਂ ਕਾਫ਼ੀ ਹਿੰਦੂ ਰਹਿੰਦੇ ਹਨ। ਪਰ ਹਾਲਾਤ ਕੁਝ ਸੁਖਾਵੇਂ ਨਹੀਂ ਹਨ।"

"ਭਾਬੀ ਜੀ, ਸੁਖਾਵੇਂ ਹਾਲਾਤ ਤਾਂ ਅੱਜ ਕਿਤੇ ਵੀ ਨਹੀਂ।"

"ਗੱਲ ਤਾਂ ਤੇਰੀ ਠੀਕ ਹੈ। ਤੂੰ ਜੀਜਾ ਜੀ ਬਾਰੇ ਦਸ ਰਹੀ ਸੈਂ?"

"ਹਾਂ, ਦੀਦੀ ਦੀ ਅੰਮ੍ਰਿਤਸਰ ਨੌਕਰੀ ਲੱਗੀ ਸੀ, ਜਦੋਂ ਮੰਮੀ ਨੂੰ ਗੁਜ਼ਰਿਆਂ ਹਾਲੇ ਕੁਝ ਮਹੀਨੇ ਹੀ ਹੋਏ ਸਨ। ਮੰਮੀ ਦੀ ਮੌਤ ਦਾ ਦੁੱਖ, ਉਪਰੋਂ ਅੰਮ੍ਰਿਤਸਰ ਵਿਚ ਇਕੱਲਤਾ ਜੀਜਾ ਜੀ ਵੀ ਆਪਣੇ ਪਰਿਵਾਰ ਤੋਂ ਟੁੱਟੇ ਹੋਏ ਸਨ। ਪੜ੍ਹਾਈ ਤਾਂ ਉਹਨਾਂ ਦਿੱਲੀ ਤੋਂ ਕੀਤੀ ਸੀ ਪਰ ਆਪਣੇ ਘਰ ਵਾਪਿਸ ਜਾਣ ਲਈ ਹਾਲਾਤ ਠੀਕ ਨਹੀਂ ਸਨ। ਉਦੋਂ ਪੂਰਬੀ ਪਾਕਿਸਤਾਨ ਵਿਚ ਰਾਜਨੀਤਿਕ ਉਥਲ ਪੁਥਲ ਮਚੀ ਹੋਈ ਸੀ ਇਹੋ ਜਿਹੇ ਹਾਲਾਤ ਵਿਚ ਦੋਵੇਂ ਮਿਲੇ ਤਾਂ ਜਲਦੀ ਹੀ ਇਕ ਦੂਜੇ ਦੇ ਨੇੜੇ ਆ ਗਏ। ਦੀਦੀ ਦਿੱਲੀ ਆਈ ਤਾਂ ਉਸ ਬਾਬਾ ਨਾਲ ਗੱਲ ਕੀਤੀ। ਪਹਿਲਾਂ ਤਾਂ ਪਾਪਾ ਨਾਂਹ ਕਰਦੇ ਰਹੇ ਫਿਰ ਮੰਨ ਗਏ। ਮੰਮੀ ਦੀ ਪਹਿਲੀ ਬਰਸੀ ਤੋਂ ਬਾਅਦ ਦੀਦੀ ਦੀ ਮੰਗਣੀ ਹੋ ਗਈ।

"ਉਸੇ ਬਰਸੀ ਤੇ ਉਸ ਬੰਗਾਲਣ, ਯਾਨੀ ਕ੍ਰਿਸ਼ਨਾ ਨੂੰ ਅਸਾਂ ਪਹਿਲੀ ਵਾਰ ਵੇਖਿਆ ਸੀ। ਅਸਾਂ ਸੋਚਿਆ ਪਾਪਾ ਦੇ ਨਾਲ ਕੰਮ ਕਰਦੀ ਹੋਵੇਗੀ ਜਾਂ ਕਿਸੇ ਦੋਸਤ ਦੀ ਬੀਵੀ ਹੋਵੇਗੀ। ਕਿਸੇ ਨੂੰ ਚਿਤਚੇਤਾ ਵੀ ਨਹੀਂ ਸੀ ਕਿ ਅੰਦਰੋਂ ਅੰਦਰ ਕੀ ਖਿਚੜੀ ਪੱਕ ਰਹੀ ਹੈ। ਮੈਨੂੰ ਤਾਂ ਹਾਲੇ ਇਹਨਾਂ ਗਲਾਂ ਦੀ ਸੋਝੀ ਵੀ ਨਹੀਂ ਸੀ। ਮੈਂ ਉਸ ਵੇਲੇ 12-13 ਸਾਲ ਦੀ ਸਾਂ। ਮੰਮੀ ਦੇ ਗੁਜ਼ਰਨ ਬਾਅਦ ਮੈਂ ਮਾਸੀ ਦੀ ਬੁੱਕਲ

ਵਿਚ ਵੜੀ ਰਹਿੰਦੀ। ਮਾਸੀ ਤਾਂ ਆਪ ਹੀ ਪ੍ਰੇਸ਼ਾਨ ਸੀ। ਪਹਿਲਾਂ ਪੁੱਤਰ ਗਿਆ ਤੇ ਫਿਰ ਭੈਣ! ਜੀਣ ਦਾ ਕੋਈ ਮਕਸਦ ਹੀ ਨਾ ਰਿਹਾ। ਸਾਨੂੰ ਉਸ ਵੇਲੇ ਸਭ ਤੋਂ ਵੱਡਾ ਸਹਾਰਾ ਮਾਸੀ ਦਾ ਹੀ ਸੀ। ਅੰਜਲੀ ਦੀਦੀ ਉਸ ਵਕਤ ਹਸਪਤਾਲ ਵਿਚ ਸੀ। ਸੁਜਾਤਾ ਦੀਦੀ ਘਰ ਸੰਭਾਲਦੀ।"

ਇਕ ਮਰੀਜ਼ ਦੇ ਆ ਜਾਣ ਤੇ ਸਾਡੀ ਗੱਲਬਾਤ ਦਾ ਸਿਲਸਿਲਾ ਟੁੱਟ ਗਿਆ।

6.

ਮਰੀਜ਼ਾਂ ਦਾ ਸਿਲਸਿਲਾ ਖਤਮ ਹੋਇਆ ਤਾਂ ਮੇਰੇ ਵਾਪਸ ਜਾਣ ਦਾ ਵਕਤ ਆ ਰਿਹਾ ਸੀ ਪਰ ਤਦੇ ਇੰਦਰ ਦਾ ਫ਼ੋਨ ਆ ਗਿਆ। ਉਹਦਾ ਕੰਮ ਹਾਲੇ ਖਤਮ ਨਹੀਂ ਸੀ ਹੋਇਆ। ਉਸ ਕਿਹਾ ਕਿ ਉਹ ਘੰਟੇ ਤੱਕ ਆਵੇਗਾ।

ਚਾਹ ਪੀਂਦੇ ਹੋਏ ਮੈਂ ਸਵਾਤੀ ਨੂੰ ਕਿਹਾ ਕਿ ਉਹ ਮਾਲਾ ਦੀਦੀ ਦੀ ਸ਼ਾਦੀ ਦੀ ਗੱਲ ਦਸ ਰਹੀ ਸੀ। ਕੁਝ ਦੇਰ ਉਹ ਸਾਹਮਣੀ ਦੀਵਾਰ ਵੱਲ ਵੇਖਦੀ ਕੁਝ ਸੋਚਦੀ ਰਹੀ ਫਿਰ ਕਹਿਣ ਲੱਗੀ–

"ਬਹੁਤ ਸਾਲਾਂ ਬਾਅਦ ਘਰ ਵਿਚ ਰੌਣਕ ਹੋਈ ਸੀ। ਮਾਲਾ ਦੀਦੀ ਦੀ ਸ਼ਾਦੀ ਵਿਚ ਜੀਜਾ ਜੀ ਵੱਲੋਂ ਤਾਂ ਬਹੁਤ ਘੱਟ ਰਿਸ਼ਤੇਦਾਰ ਆਏ ਸਨ। ਇਧਰ ਵੀ ਮੰਮੀ ਦੇ ਨਾਂਹ ਰਹਿਣ ਕਰਕੇ ਸਭ ਦੇ ਦਿਲ ਤਾਂ ਟੁੱਟੇ ਹੋਏ ਹੀ ਸਨ। ਇਕ ਭੈਣ ਹਸਪਤਾਲ ਵਿਚ ਸੀ। ਪਰ ਮੈਂ ਬੜੀ ਖੁਸ਼ ਸਾਂ। ਨਵੇਂ ਕੱਪੜੇ ਪਾ ਕੇ ਮੈਂ ਫੁੱਲੀ ਨਾ ਸਮਾਂਦੀ। ਜੀਜਾ ਜੀ ਦੇ ਅੱਗੇ ਪਿੱਛੇ ਘੁੰਮਦੀ। ਉਸ ਸ਼ਾਦੀ ਵੇਲੇ ਕ੍ਰਿਸ਼ਨਾ ਨੂੰ ਵੇਖਕੇ ਕਈ ਪੁੱਛਦੇ ਕਿ ਉਹ ਕੌਣ ਹੈ। ਤਦ ਤੱਕ ਘਰ ਵਿਚ ਕਿਸੇ ਨੂੰ ਵੀ ਉਹਦੇ ਬਾਰੇ ਕੁਝ ਵੀ ਪਤਾ ਨਹੀਂ ਸੀ।

"ਵਿਆਹ ਤੋਂ ਬਾਅਦ ਦੀਦੀ ਫਿਰ ਅੰਮ੍ਰਿਤਸਰ ਚਲੀ ਗਈ। ਘਰ ਵਿਚ ਕੋਈ ਰੌਣਕ ਹੀ ਨਾ ਰਹੀ। ਉਦੋਂ ਹੀ ਜਨਕਪੁਰੀ ਵਿਚ ਬਾਬਾ ਦਾ ਡੀ. ਡੀ. ਏ. ਦਾ ਫਲੈਟ ਨਿਕਲ ਆਇਆ। ਬਾਬਾ ਨੇ ਐਲਾਨ ਕਰ ਦਿੱਤਾ ਕਿ ਸਰੋਜਨੀ ਨਗਰ ਦਾ ਸਰਕਾਰੀ ਫਲੈਟ ਛੱਡਕੇ ਜਨਕਪੁਰੀ ਸ਼ਿਫਟ ਕਰਨਾ ਹੈ। ਜਨਕਪੁਰੀ ਸ਼ਿਫਟ ਕਰਨ ਦਾ ਸਭ ਤੋਂ ਵੱਡਾ ਨੁਕਸਾਨ ਸੀ–ਮਾਸੀ ਮਾਸੜ ਤੋਂ ਦੂਰ ਹੋਣਾ। ਬਾਬਾ ਰਿਟਾਇਰ ਹੋਣ ਵਾਲੇ ਸਨ।

"ਅੰਜਲੀ ਦੀਦੀ ਵੀ ਘਰ ਆ ਗਈ ਸੀ। ਇਕ ਦਿਨ ਬਾਬਾ ਸੁਜਾਤਾ ਦੀਦੀ, ਅੰਜਲੀ ਦੀਦੀ ਅਤੇ ਮੈਨੂੰ ਆਪਣੇ ਨਾਲ ਕ੍ਰਿਸ਼ਨਾ ਦੇ ਘਰ ਲੈ ਗਏ। ਉਹਨਾਂ ਦਸਿਆ ਕਿ ਉਹਦਾ ਭਰਾ ਅਮਰੀਕਾ ਵਿਚ ਹੈ ਤੇ ਉਹ ਵੀ ਉਥੇ ਜਾਣ ਵਾਲੀ ਹੈ। ਉਹਦੇ ਪਤੀ ਦੀ ਮੌਤ ਹੋ ਚੁੱਕੀ ਸੀ। ਬੱਚਾ ਕੋਈ ਨਹੀਂ ਸੀ। ਅਸੀਂ ਉਹਨੂੰ 'ਆਂਟੀ' ਕਹਿਕੇ ਬੁਲਾਣ ਲੱਗ ਪਈਆਂ।" ਹੁਣ ਅਕਸਰ ਹੀ ਉਹ ਘਰ ਆਉਣ ਲੱਗ ਪਈ। ਸਾਡੇ ਲਈ, ਖਾਣ ਲਈ ਕੁਝ ਨਾ ਕੁਝ ਲੈ ਕੇ ਆਉਂਦੀ। ਇਕ ਦਿਨ ਸ਼ਾਮ ਨੂੰ ਬੜੀ ਦੇਰੀ ਨਾਲ

ਆਈ। ਸੁਜਾਤਾ ਦੀਦੀ ਨੇ ਖਾਣਾ ਬਣਾਇਆ ਤਾਂ ਉਹ ਨਾਲ ਮੱਦਦ ਕਰਨ ਲੱਗ ਪਈ। ਰਾਤ ਹੋ ਗਈ। ਬਾਬਾ ਕ੍ਰਿਸ਼ਨਾ ਆਂਟੀ ਨੂੰ ਕਹਿਣ ਲੱਗੇ,

"ਰਾਤ ਬਹੁਤ ਹੋ ਗਈ ਹੈ। ਤੁਸੀਂ ਅੱਜ ਇੱਥੇ ਹੀ ਰਹਿ ਜਾਉ। ਕੱਲ ਸਵੇਰੇ ਚਲੀ ਜਾਣਾ।"

"ਉਹ ਝਟ ਦੇਣੇ ਮੰਨ ਗਈ। ਸੁਜਾਤਾ ਦੀਦੀ ਨੂੰ ਆਂਟੀ ਦੀ ਰਾਤ ਨੂੰ ਸਾਡੇ ਘਰ ਰਹਿਣਾ ਪਸੰਦ ਨਹੀਂ ਆਇਆ। ਉਹ ਸਵੇਰੇ ਉਠਕੇ ਬਾਬਾ ਨਾਲ ਚਲੀ ਗਈ।

"ਸੁਜਾਤਾ ਦੀਦੀ ਨੇ ਕਿਹਾ, 'ਅੱਜ ਅਸੀਂ ਸਭ ਮਾਸੀ ਨੂੰ ਮਿਲਣ ਜਾਵਾਂਗੇ'।"

ਅੰਜਲੀ ਦੀਦੀ ਬੋਲੀ, "ਬਾਬਾ ਨੂੰ ਤਾਂ ਪੁਛਿਆ ਨਹੀਂ।"

'ਬਾਬਾ ਦੇ ਘਰ ਆਉਣ ਤੋਂ ਪਹਿਲਾਂ ਆ ਜਾਵਾਂਗੇ।' ਸੁਜਾਤਾ ਦੀਦੀ ਬੋਲੀ।

"ਮੈਂ ਸਕੂਲ ਤੋਂ ਆਈ ਤਾਂ ਦੀਦੀ ਨੇ ਜਲਦੀ ਜਲਦੀ ਮੈਨੂੰ ਖਾਣਾ ਖਵਾਇਆ ਤੇ ਅਸੀਂ ਮਾਸੀ ਵਲ ਚਲ ਪਏ। ਦੀਦੀ ਅਤੇ ਮਾਸੀ ਪਤਾ ਨਹੀਂ ਆਪਸ ਵਿਚ ਕੀ ਗੱਲਾਂ ਕਰਦੀਆਂ ਰਹੀਆਂ।' ਉਹਨਾਂ ਦੇ ਚਿਹਰੇ ਬੜੇ ਤਨੇ ਹੋਏ ਸਨ। ਅੰਜਲੀ ਦੀਦੀ ਤਾਂ ਬਹੁਤ ਹੀ ਸਿੱਧੀ ਸੀ। ਮੈਂ ਇੰਨਾ ਸਮਝ ਗਈ ਸਾਂ ਕਿ ਕ੍ਰਿਸ਼ਨਾ ਆਂਟੀ ਨੂੰ ਲੈ ਕੇ ਕੋਈ ਗੱਲ ਚਲ ਰਹੀ ਹੈ।

"ਦੂਜੇ ਦਿਨ ਸੁਜਾਤਾ ਦੀਦੀ ਨੇ ਬਾਬਾ ਨੂੰ ਕਿਹਾ, 'ਬਾਬਾ, ਮਾਸੀ, ਮਾਸੜ ਲਈ ਇੱਥੇ ਹੀ ਕਿਰਾਏ ਦਾ ਘਰ ਲੱਭ ਲੈਂਦੇ ਹਾਂ। ਉਹ ਸਾਡੇ ਘਰ ਦੇ ਨੇੜੇ ਆ ਜਾਣਗੇ ਤਾਂ ਸਾਡੇ ਲਈ ਚੰਗਾ ਰਹੇਗਾ।"

ਬਾਬਾ ਨੇ ਇੰਨਾ ਹੀ ਕਿਹਾ, 'ਵੇਖਾਂਗੇ।'

ਸੁਜਾਤਾ ਦੀਦੀ ਨੇ ਮਾਲਾ ਦੀਦੀ ਨੂੰ ਇਕ ਚਿੱਠੀ ਲਿਖੀ। ਮਾਲਾ ਦੀਦੀ ਚਿੱਠੀ ਮਿਲਦੇ ਹੀ ਦਿੱਲੀ ਆ ਗਈ। ਮਾਲਾ ਦੀਦੀ ਦੀ ਬਾਬਾ ਨਾਲ ਬਹੁਤ ਦੇਰ ਬਹਿਸ ਚਲਦੀ ਰਹੀ। ਉਹੀ ਕ੍ਰਿਸ਼ਨਾ ਆਂਟੀ ਨੂੰ ਲੈ ਕੇ ਦੀਦੀ ਤਿੰਨ ਚਾਰ ਦਿਨ ਸਾਡੇ ਕੋਲ ਰਹੀ। ਉਸ ਦੋ ਘਰ ਛੱਡਕੇ ਮਾਸੀ ਲਈ ਇਕ ਕਮਰੇ ਦਾ ਸੈਟ ਕਿਰਾਏ ਤੇ ਢੂੰਡ ਲਿਆ। ਬਾਬਾ ਹੈਰਾਨ ਰਹਿ ਗਏ।

"ਭਾਬੀ ਜੀ, ਇਕ ਦਿਨ ਕ੍ਰਿਸ਼ਨਾ ਆਂਟੀ ਫਿਰ ਆ ਗਈ. ਮਾਸੀ ਨਾਲ ਵੀ ਹੱਸ ਹੱਸ ਗੱਲਾਂ ਕਰਦੀ ਰਹੀ। ਇਹੀ ਦਸਦੀ ਰਹੀ ਕਿ ਜਲਦੀ ਹੀ ਉਹ ਆਪਣੇ ਭਰਾ ਕੋਲ ਅਮਰੀਕਾ ਚਲੀ ਜਾਵੇਗੀ। ਉਸ ਰਾਤ ਉਹ ਫਿਰ ਤੋਂ ਸਾਡੇ ਘਰ ਹੀ ਰਹਿ ਗਈ।"

"ਇਕ ਦਿਨ ਬਾਬਾ ਨੇ ਕਿਹਾ ਕਿ ਆਂਟੀ ਨੇ ਘਰ ਖਾਲੀ ਕਰਨਾ ਹੈ। ਉਹਦੀ ਟਿਕਟ ਆ ਜਾਵੇਗੀ ਤਾਂ ਉਹ ਚਲੀ ਜਾਵੇਗੀ। ਕੁਝ ਦਿਨ ਉਹਨੂੰ ਇਥੇ, ਸਾਡੇ ਕੋਲ ਹੀ ਰਹਿਣਾ ਹੈ। ਉਹ ਕੋਲ ਹੋਰ ਕੋਈ ਥਾਂ ਨਹੀਂ।

"ਸੁਜਾਤਾ ਦੀਦੀ, ਸਵੇਰੇ ਪੂਜਾ ਕਰਦੀ ਤਾਂ ਰੋਜ਼ ਪ੍ਰਾਰਥਨਾ ਕਰਦੀ ਕਿ ਉਸ ਆਂਟੀ ਦੀ ਟਿਕਟ ਜਲਦੀ ਆਵੇ ਅਤੇ ਉਹ ਚਲੀ ਜਾਵੇ। ਉਹ ਸਾਡੇ ਕਮਰੇ ਵਿੱਚ ਹੀ ਸੌਂਦੀ ਸੀ। ਇਕ ਰਾਤ ਅੰਜਲੀ ਦੀਦੀ ਨੇ ਸ਼ੋਰ ਮਚਾ ਦਿੱਤਾ, ਉਸ ਆਂਟੀ ਨੂੰ ਬਾਬਾ ਦੇ ਨਾਲ ਸੁੱਤੇ ਹੋਏ ਵੇਖ ਲਿਆ ਸੀ। ਉਹ ਤਾਂ ਭੜਕ ਗਈ। ਉਸ ਗੁੱਸੇ ਵਿਚ

ਆਂਟੀ ਦੀ ਖ਼ੂਬ ਪਿਟਾਈ ਕੀਤੀ। ਬਾਬਾ ਛੁਡਾਣ ਆਏ ਤਾਂ ਉਹਨਾਂ ਨਾਲ ਵੀ ਹੱਥਾ ਪਾਈ ਕੀਤੀ। ਗਵਾਂਢੀ ਇਕੱਠੇ ਹੋ ਗਏ। ਡਰ ਸੀ, ਅੰਜਲੀ ਦੀਦੀ ਨੂੰ ਫਿਰ ਤੋਂ ਫਿਟ ਪੈਣੇ ਨਾ ਸ਼ੁਰੂ ਹੋ ਜਾਣ। ਸੁਜਾਤਾ ਦੀਦੀ ਨੇ ਮਾਲਾ ਦੀਦੀ ਨੂੰ ਤਾਰ ਭੇਜ ਕੇ ਬੁਲਾ ਲਿਆ।"

"ਕ੍ਰਿਸ਼ਨਾ ਦਾ ਕੀ ਹੋਇਆ?" ਮੈਂ ਉਤਸੁਕਤਾ ਨਾਲ ਪੁਛਿਆ।

"ਉਹ ਤਾਂ ਆਪਣਾ ਸਾਮਾਨ ਲੈ ਕੇ ਉਥੋਂ ਚਲੀ ਗਈ। ਕੁਝ ਦਿਨ ਬਾਅਦ ਪਤਾ ਲੱਗਾ ਕਿ ਉਹ ਜਨਕਪੁਰੀ ਦੇ ਵਿਚ ਹੀ ਚਾਰ ਗਲੀਆਂ ਛੱਡਕੇ ਇਕ ਕਮਰਾ ਲੈ ਕੇ ਰਹਿ ਗਈ ਹੈ।

"ਸੁਜਾਤਾ ਦੀਦੀ ਅਤੇ ਅੰਜਲੀ ਦੀਦੀ ਬਹੁਤ ਰੋਂਦੀਆਂ" ਉਹਨਾਂ ਨੂੰ ਰੋਂਦੇ ਵੇਖਕੇ ਮੈਂ ਵੀ ਰੋਣ ਲੱਗਦੀ। ਮਾਸੀ ਸਾਡੀ ਸਭ ਦੀ ਹਿੰਮਤ ਬੰਨ੍ਹਾਂਦੀ। ਬਾਬਾ ਮਾਸੀ ਤੋਂ ਬਹੁਤ ਚਿੜ੍ਹਣ ਲੱਗ ਪਏ। ਬਾਬਾ ਘਰ ਹੁੰਦੇ ਤਾਂ ਉਹ ਸਾਡੇ ਘਰ ਨਾ ਆਉਂਦੀ।

"ਬਾਅਦ ਵਿਚ ਪਤਾ ਲੱਗਾ ਕਿ ਬਾਬਾ ਸ਼ਾਮ ਨੂੰ ਉਸੇ ਕ੍ਰਿਸ਼ਨਾ ਆਂਟੀ ਦੇ ਘਰ ਚਲੇ ਜਾਂਦੇ ਸਨ। ਰਾਤੀਂ, ਘਰ ਆ ਜਾਂਦੇ। ਇਕ ਇਨ ਅੰਮ੍ਰਿਤਸਰ ਤੋਂ ਜੀਜਾ ਜੀ ਦੀ ਤਾਰ ਮਿਲੀ। ਜੀਜਾ ਜੀ ਨੇ ਸੁਜਾਤਾ ਦੀਦੀ ਨੂੰ ਭੇਜਣ ਲਈ ਕਿਹਾ ਸੀ। ਮਾਲਾ ਦੀਦੀ ਦੀ ਅਬਾਰਸ਼ਨ ਹੋ ਗਈ ਸੀ। ਉਦੋਂ ਦੀਦੀ ਬਹੁਤ ਟੈਂਸ਼ਨ ਵਿਚ ਰਹਿੰਦੀ ਸੀ। ਸਾਡੀ ਬਹੁਤ ਚਿੰਤਾ ਕਰਦੀ ਸੀ। ਦੂਜਾ ਬਾਬਾ ਦੇ ਰਵੱਈਏ ਨੇ ਦੀਦੀ ਨੂੰ ਫ਼ਿਕਰ ਵਿਚ ਪਾ ਦਿੱਤਾ ਸੀ। ਉਪਰੋਂ ਨੌਕਰੀ।

"ਅੰਜਲੀ ਦੀਦੀ ਤਾਂ ਘਰ ਨਹੀਂ ਸੰਭਾਲ ਸਕਦੀ ਸੀ। ਮੇਰਾ ਸਕੂਲ ਸੀ। ਮਾਸੀ ਆਕੇ ਸਭ ਸੰਭਾਲਦੀ ਜਾਂ ਅਸੀਂ ਮਾਸੀ ਵੱਲ ਚਲੀਆਂ ਜਾਂਦੀਆਂ। ਇਹੋ ਜਿਹੇ ਮੌਕੇ ਤੇ ਬਾਬਾ ਨੂੰ ਅੰਮ੍ਰਿਤਸਰ ਜਾਣਾ ਚਾਹੀਦਾ ਸੀ, ਦੀਦੀ ਦਾ ਹਾਲ ਪਤਾ ਕਰਨ ਪਰ ਉਹ ਤਾਂ ਆਪਣੇ ਆਪ ਵਿਚ ਹੀ ਮਸਤ ਸਨ।

"ਬਾਬਾ ਨੇ ਸੁਜਾਤਾ ਦੀਦੀ ਦੇ ਰਿਸ਼ਤੇ ਲਈ ਅਖਬਾਰ ਵਿਚ ਇਸ਼ਤਿਹਾਰ ਦਿੱਤਾ। ਲੜਕੇ ਨੂੰ ਮਿਲੇ। ਸੁਜਾਤਾ ਦੀਦੀ ਦਿੱਲੀ ਵਾਪਿਸ ਆਈ ਤਾਂ ਦੋਵਾਂ ਨੂੰ ਮਿਲਾ ਦਿੱਤਾ। ਸਦਾਸ਼ਿਵ ਜੀਜਾ ਜੀ ਮਰਾਠੀ ਸਨ। ਉਹ ਵੇਖਣ ਵਿਚ ਬੋਲਣ ਵਿਚ ਬਹੁਤ ਚੰਗੇ ਸਨ। ਉਹਨਾਂ ਦਾ ਆਪਣਾ ਇੱਕ ਛੋਟਾ ਪ੍ਰਿੰਟਿੰਗ ਪ੍ਰੈਸ ਸੀ। ਘਰ ਵੀ ਆਪਣਾ ਸੀ। ਘਰ ਵਿਚ ਮਾਂ ਤੇ ਭੈਣ ਸਨ। ਦੀਦੀ ਨੂੰ ਵੀ ਸਭ ਠੀਕ ਲੱਗਾ। ਦੀਦੀ ਨੇ 'ਹਾਂ' ਕਰ ਦਿੱਤੀ। ਮਾਲਾ ਦੀਦੀ ਬੀਮਾਰੀ ਕਰਕੇ ਪਹਿਲਾਂ ਆ ਨਹੀਂ ਸਕੇ। ਵਿਆਹ ਵੇਲੇ ਦੀਦੀ ਅਤੇ ਜੀਜਾ ਜੀ ਆਏ। ਵਿਆਹ ਪੂਰੇ ਮਰਾਠੀ ਰਸਮੋ-ਰਿਵਾਜ ਮੁਤਾਬਿਕ ਹੋਇਆ। ਘਰ ਵਿਚ ਖ਼ੂਬ ਰੌਣਕ ਹੋਈ। ਨਾਗਪੁਰ ਤੋਂ ਕਈ ਰਿਸ਼ਤੇਦਾਰ ਆਏ। ਉਸ ਸ਼ਾਦੀ ਦੇ ਦੌਰਾਨ ਕ੍ਰਿਸ਼ਨਾ ਇਕ ਵਾਰ ਵੀ ਵਿਖਾਈ ਨਾ ਦਿੱਤੀ। ਅਸਾਂ ਸੋਚਿਆ ਉਹ ਅਮਰੀਕਾ ਚਲੀ ਗਈ ਹੋਵੇਗੀ।

"ਤੁਹਾਡੀਆਂ ਗੱਲਾਂ ਖਤਮ ਨਹੀਂ ਹੋਈਆਂ?" ਸਾਹਮਣੇ ਇੰਦਰ ਖੜਾ ਮੁਸਕਰਾ ਰਿਹਾ ਸੀ।

ਸਵਾਤੀ ਦਾ ਵੀ ਘਰ ਜਾਣ ਦਾ ਵਕਤ ਹੋ ਗਿਆ ਸੀ। ਪੰਜ ਦਸ ਮਿੰਟ ਇਧਰ-ਉਧਰ ਦੀ ਗੱਪ ਸ਼ਪ ਬਾਅਦ ਇੰਦਰ ਜਾਣ ਲਈ ਕਾਹਲਾ ਪੈ ਗਿਆ।

ਰਾਤੀਂ ਬਿਸਤਰ ਤੇ ਲੇਟਦੇ ਹੀ ਮੇਰਾ ਧਿਆਨ ਫਿਰ ਤੋਂ ਸਵਾਤੀ ਦੀਆਂ ਗੱਲਾਂ ਵੱਲ ਚਲਾ ਗਿਆ। ਸਵਾਤੀ ਨੇ ਦਸਿਆ ਸੀ ਕਿ ਦਸ ਗਿਆਰਾਂ ਸਾਲ ਪਹਿਲਾਂ ਸੁਜਾਤਾ ਦਾ ਘਰ ਵਾਲਾ ਸਦਾ ਸ਼ਿਵ ਕਿਧਰੇ ਲਾਪਤਾ ਹੋ ਗਿਆ ਸੀ। ਵੱਡੇ ਜੀਜਾ ਜੀ ਨੇ ਬਹੁਤ ਲੱਭਿਆ ਸੀ ਪਰ ਕੁਝ ਪਤਾ ਨਹੀਂ ਲੱਗਾ। ਹੁਣ ਸੁਜਾਤਾ ਨੇ ਉਹਦੀ ਵਾਪਸੀ ਦੀ ਉਮੀਦ ਛੱਡ ਦਿੱਤੀ ਸੀ। ਹੁਣ ਤਾਂ ਉਹਦੇ ਬਾਰੇ ਹੋਠਾਂ 'ਤੇ ਗੱਲ ਵੀ ਨਹੀਂ ਸੀ ਲਿਆਂਦੀ। ਘਰ ਵਿਚ ਉਸਦਾ ਜ਼ਿਕਰ ਬੰਦ ਹੋ ਗਿਆ ਸੀ।

ਸ਼ੁਰੂ ਵਿੱਚ ਸੁਜਾਤਾ ਸਹੁਰੇ ਘਰ ਖੁਸ਼ ਸੀ। ਦੋ ਸਾਲ ਬਾਅਦ ਇਕ ਲੜਕਾ ਪੈਦਾ ਹੋਇਆ ਪਰ ਜਲਦੀ ਹੀ ਗੁਜ਼ਰ ਗਿਆ। ਫਿਰ ਬੱਚਾ ਹੋਇਆ ਹੀ ਨਹੀਂ। ਸੁਜਾਤਾ ਦੀ ਸੱਸ ਦੇ ਤੇਵਰ ਹੀ ਬਦਲ ਗਏ। ਹੱਥ ਧੋਕੇ ਸੁਜਾਤਾ ਦੇ ਪਿੱਛੇ ਪਈ ਰਹਿੰਦੀ। ਗੱਲ ਗੱਲ ਤੇ ਉਹਦੇ ਵਿਚ ਨੁਕਸ ਕੱਢਦੀ। ਸ਼ਦਾਸ਼ਿਵ ਹਮੇਸ਼ਾ ਸੁਜਾਤਾ ਦੀ ਪੱਖ ਪੂਰਦਾ। ਉਹਦੀ ਨਨਾਣ ਪੁਸ਼ਪਾ ਵੀ ਹਮੇਸ਼ਾਂ ਸੁਜਾਤਾ ਦਾ ਸਾਥ ਦਿੰਦੀ। ਨਨਾਣ ਦੀ ਉਮਰ ਵੱਧ ਰਹੀ ਸੀ। ਕੋਈ ਯੋਗ ਲੜਕਾ ਨਹੀਂ ਸੀ ਲਭ ਰਿਹਾ। ਉਹ ਇਕ ਸਕੂਲ ਵਿਚ ਪੜ੍ਹਾਣ ਜਾਂਦੀ ਸੀ। ਸਦਾਸ਼ਿਵ ਦੀ ਮਾਂ ਹਰ ਗੱਲ ਲਈ ਸੁਜਾਤਾ ਨੂੰ ਜ਼ਿੰਮੇਵਾਰ ਠਹਿਰਾਂਦੀ ਸੀ।

ਦੇਸ਼ ਵਿਚ ਐਮਰਜੈਂਸੀ ਲੱਗ ਗਈ ਤਾਂ ਸ਼ਿਵ ਦੀ ਪ੍ਰਿੰਟਿੰਗ ਪ੍ਰੈਸ ਤੇ ਕੰਮ ਬਹੁਤ ਹੀ ਘੱਟ ਗਿਆ. ਘਰ ਦਾ ਗੁਜ਼ਾਰਾ ਔਖਾ ਹੋ ਗਿਆ। ਸਦਾਸ਼ਿਵ ਦੇ ਪਿਤਾ ਦੀ ਪੈਸ਼ਨ ਨਾਲ ਉਹਦੀ ਮਾਂ ਦੇ ਕੁਛ ਖਰਚੇ ਨਿਕਲ ਜਾਂਦੇ। ਪ੍ਰੈਸ ਤੇ ਕੰਮ ਘੱਟਣ ਕਰਕੇ ਘਰ ਵਿਚ ਕਲੇਸ਼ ਬਹੁਤ ਵੱਧ ਗਿਆ. ਇਕ ਦਿਨ ਦੁੱਖੀ ਹੋ ਕੇ ਸੁਜਾਤਾ ਮਾਲਾ ਦੀਦੀ ਦੇ ਘਰ ਆ ਗਈ। ਤਦ ਬਬਲੀ ਬਹੁਤ ਛੋਟੀ ਸੀ। ਪਹਿਲਾਂ ਵੀ ਉਹ ਕਈ ਵਾਰ ਮਾਲਾ ਦੀਦੀ ਦੇ ਘਰ ਆਕੇ ਕੁਛ ਦਿਨ ਰਹਿ ਜਾਂਦੀ ਸੀ। ਇਕ ਦਿਨ ਸਦਾਸ਼ਿਵ ਜੀਜਾ ਜੀ ਦੀਦੀ ਨੂੰ ਲੈਣ ਆਏ ਤਾਂ ਮਾਲਾ ਦੀਦੀ ਨੇ ਕਿਹਾ ਕਿ ਪਹਿਲਾਂ ਉਹ ਆਪਣੀ ਮਾਂ ਨੂੰ ਸਮਝਾਉਣ ਤਾਂ ਹੀ ਉਹ ਸੁਜਾਤਾ ਦੀਦੀ ਨੂੰ ਭੇਜਣਗੇ। ਕੁਝ ਦਿਨ ਬਾਅਦ ਸਦਾਸ਼ਿਵ ਜੀਜਾ ਜੀ ਖੁਦ ਹੀ ਉਥੇ ਆ ਕੇ ਰਹਿਣ ਲੱਗ ਪਏ। ਉਹਨਾਂ ਦਾ ਪ੍ਰਿੰਟਿਗ ਪ੍ਰੈਸ ਤਾਂ ਲਗਭਗ ਬੰਦ ਹੀ ਸੀ। ਵੱਡੇ ਜੀਜਾ ਜੀ ਬੜੇ ਦੁਖੀ ਅਤੇ ਹੈਰਾਨ ਹੋ ਗਏ। ਸੁਜਾਤਾ ਦੀਦੇ ਦੇ ਤਾਂ ਉਹਨਾਂ ਨੂੰ ਬੜੇ ਸੁੱਖ ਸਨ। ਉਹ ਬਬਲੀ ਦੀ ਵੇਖ ਭਾਲ ਕਰਦੀ। ਖਾਣਾ ਬਣਾਂਦੀ। ਬਬਲੀ ਲਈ ਜੋ ਆਯਾ ਰਖੀ ਹੋਈ ਸੀ, ਉਹਦੀ ਛੁੱਟੀ ਕਰ ਦਿੱਤੀ। ਪਰ ਸਦਾਸ਼ਿਵ ਨੂੰ ਸਾਰਾ ਦਿਨ ਘਰ ਵਿਚ ਵਿਹਲਾ ਬਿਠਾਕੇ ਕਿੰਨੇ ਦਿਨ ਕੋਈ ਖਾਣਾ ਖਿਲਾ ਸਕਦਾ ਸੀ। ਵੱਡੇ ਜੀਜਾ ਜੀ ਉਹਦੀ ਨੌਕਰੀ ਲਈ ਕੋਸ਼ਿਸ਼ ਕਰਨ ਲੱਗ ਪਏ। ਉਹ ਦੋ ਚਾਰ ਦਿਨ ਕੰਮ ਕਰਕੇ ਛੱਡ ਆਉਂਦੇ। ਕੰਮ ਪਸੰਦ ਨਾ ਆਉਂਦਾ। ਘਰ ਵਿਚ ਤਨਾਅ ਵੱਧ ਗਿਆ। ਦੋਵਾਂ ਜੀਜਿਆਂ ਦੀ ਇਕ ਦਿਨ ਖੂਬ ਕਹਾ-ਸੁਣੀ ਹੋ ਗਈ ਬਸ ਸਦਾਸ਼ਿਵ ਜੀਜਾ ਜੀ

ਇਕ ਦਿਨ ਘਰੋਂ ਬਾਹਰ ਗਏ ਤਾਂ ਫਿਰ ਵਾਪਿਸ ਹੀ ਨਹੀਂ ਆਏ।

ਸੁਜਾਤਾ ਨੇ ਆਪ ਹੀ ਇਕ ਵਾਰ ਦਸਿਆ ਸੀ ਕਿ ਉਹਨੇ ਦਿੱਲੀ ਵਿਚ ਸ੍ਰੀ ਰਾਮ ਕਾਲਜ ਤੋਂ ਬੀ. ਏ. ਕੀਤੀ ਸੀ। ਉਹ ਬੀ. ਐਡ. ਕਰ ਰਹੀ ਸੀ ਤਾਂ ਮੰਮੀ ਦੀ ਬੀਮਾਰੀ ਕਰਕੇ ਉਹਨੂੰ ਪੜ੍ਹਾਈ ਵਿਚੇ ਛੱਡਣੀ ਪਈ ਕਿਉਂਕਿ ਮਾਲਾ ਉਦੋਂ ਆਲ ਇੰਡੀਆ ਮੈਡੀਕਲ ਇੰਸਟੀਚਿਊਟ ਤੋਂ ਐਮ. ਬੀ. ਬੀ. ਐਸ. ਕਰਕੇ ਰੇਜ਼ੀਡੈਂਸੀ ਕਰ ਰਹੀ ਸੀ। ਉਹ ਤਾਂ ਪੜ੍ਹਾਈ ਵਿਚ ਬਹੁਤ ਰੁੱਝੀ ਹੋਈ ਸੀ। ਸੁਜਾਤਾ ਨੇ ਮੰਮੀ ਦੀ ਬਹੁਤ ਸੇਵਾ ਕੀਤੀ ਸੀ। ਦਿਨ ਰਾਤ ਇਕ ਕਰ ਦਿੱਤਾ।

ਸਵਾਤੀ ਕਹਿੰਦੀ ਹੁੰਦੀ ਹੈ–ਭਾਬੀ ਜੀ, ਸੁਜਾਤਾ ਦੀਦੀ ਤਾਂ ਸੇਵਾ ਕਰਨ ਲਈ ਹੀ ਪੈਦਾ ਹੋਈ ਹੈ, ਕਦੀ ਮੰਮੀ ਦੀ, ਫਿਰ ਬਬਲੀ ਦੀ। ਬਬਲੀ ਨੂੰ ਵੱਡਾ ਕਰਨ ਵਿੱਚ ਉਹਦਾ ਬਹੁਤ ਹੱਥ ਹੈ। ਜਦੋਂ ਵੱਡੀ ਹੋ ਕੇ ਬਬਲੀ ਸੁਜਾਤਾ ਦੀਦੀ ਨਾਲ ਬੁਰਾ ਸਲੂਕ ਕਰਨ ਲੱਗ ਪਈ ਤਾਂ ਦੀਦੀ ਦਾ ਇਸ ਘਰ ਵਿਚੋਂ ਮਨ ਉਚਾਟ ਹੋ ਗਿਆ। ਬਬਲੀ ਗੱਲ ਗੱਲ ਤੇ ਤਾਅਨੇ ਦਿੰਦੀ, ਕੌੜੀਆਂ ਕਸੈਲੀਆਂ ਗੱਲਾਂ ਕਰਕੇ ਦੀਦੀ ਦਾ ਦਿਲ ਤੋੜਦੀ ਰਹਿੰਦੀ। ਪਰ ਦੀਦੀ ਜਾਂਦੀ ਵੀ ਕਿੱਥੇ? ਕੋਈ ਹੈ ਵੀ ਤਾਂ ਨਹੀਂ। ਜਦੋਂ ਸਦਾਸ਼ਿਵ ਜੀਜਾ ਜੀ ਘਰ ਛੱਡਕੇ ਚਲੇ ਗਏ ਤਾਂ ਦੀਦੀ ਬਹੁਤ ਰੋਂਦੀ ਸੀ। ਮਾਲਾ ਦੀਦੀ ਅਤੇ ਵੱਡੇ ਜੀਜਾ ਨੂੰ ਰੋ ਰੋ ਕੇ ਕਹਿੰਦੀ ਕਿ ਉਹ ਸਦਾਸ਼ਿਵ ਨੂੰ ਲੱਭਣ। ਵੱਡੇ ਜੀਜਾ ਜੀ ਆਪਣੇ ਆਪ ਨੂੰ ਦੋਸ਼ੀ ਸਮਝਦੇ ਸਨ ਕਿ ਉਹਨਾਂ ਦੇ ਬੁਰਾ ਭਲਾ ਕਹਿਣ ਤੇ ਉਹ ਘਰ ਛਡ ਗਏ ਹਨ। ਉਹਨਾਂ ਲੱਭਣ ਦੀ ਕੋਸ਼ਿਸ ਵੀ ਬੜੀ ਕੀਤੀ। ਅਖੀਰ ਚੁੱਪ ਕਰ ਗਏ। ਦੀਦੀ ਅੰਦਰ ਹੀ ਅੰਦਰ ਚੁੱਪਕੇ ਚੁਪਕੇ ਰੋਂਦੀ ਰਹਿੰਦੀ। ਉਹ ਪੁਰਾਣੇ ਫਿੱਕੇ ਰੰਗਾਂ ਦੇ ਕੱਪੜੇ ਪਾਈ ਰੱਖਦੀ। ਵਾਲਾਂ ਵਿਚ ਫੁਲ ਲਗਾਣੇ ਛੱਡ ਦਿੱਤੇ। ਬਸ ਮਾਲਾ ਦੀਦੀ ਦਾ ਸਾਰਾ ਘਰ ਸਾਂਭਦੀ। ਕਦੀ ਕੋਈ ਸ਼ਿਕਾਇਤ ਨਹੀਂ। ਕੋਈ ਮੰਗ ਨਹੀਂ। ਸਭ ਸ਼ੌਕ ਮਾਰ ਦਿੱਤੇ। ਵੱਡੇ ਜੀਜਾ ਜੀ ਕੋਲ ਪਹਿਲਾਂ ਸਕੂਟਰ ਹੁੰਦਾ ਸੀ। ਇਸ ਬਹਾਨੇ ਉਹ ਸੁਜਾਤਾ ਦੀਦੀ ਨੂੰ ਕਦੀ ਕਿਧਰੇ ਘੁੰਮਾਣ ਵੀ ਨਾ ਲੈ ਜਾਂਦੇ। ਮਾਲਾ ਦੀਦੀ ਨੂੰ ਲੈ ਕੇ ਚਲੇ ਜਾਂਦੇ। ਸੁਜਾਤਾ ਦੀਦੀ ਬਸ ਘਰ ਦੀ ਚਾਰ ਦੀਵਾਰੀ ਵਿਚ ਹੀ ਬੰਦ ਹੋ ਕੇ ਰਹਿ ਗਈ।

"ਬਾਬਾ ਨੇ ਕਦੀ ਸੁਜਾਤਾ ਦੀਦੀ ਦੀ ਖਬਰ ਨਹੀਂ ਲਈ। ਉਹਨਾਂ ਨੂੰ ਆਪਣੇ ਆਪ ਅਤੇ ਕ੍ਰਿਸ਼ਨਾ ਤੋਂ ਹੀ ਫੁਰਸਤ ਨਹੀਂ ਸੀ ਜਦੋਂ ਮੈਂ ਦੀਦੀ ਕੋਲ ਆ ਕੇ ਰਹਿਣ ਲੱਗ ਪਈ ਤਾਂ ਸੁਜਾਤਾ ਦੀਦੀ ਮੈਨੂੰ ਕਹਿੰਦੀ–

"ਸਵਾਤੀ, ਮੇਰਾ ਵੀ ਕੁਛ ਸੋਚੋ। ਦੀਦੀ ਤਾਂ ਕੁਝ ਸੁਣਨ ਨੂੰ ਤਿਆਰ ਨਹੀਂ। ਉਹਨਾਂ ਮੇਰੇ ਵੱਲੋਂ ਅੱਖਾਂ ਮੀਚ ਲਈਆਂ ਨੇ।"

"ਮੈਂ ਦਿਲ ਵਿਚ ਸੋਚਦੀ–ਮਾਲਾ ਦੀਦੀ ਨੂੰ ਜੋ ਆਰਾਮ ਮਿਲ ਰਿਹਾ ਹੈ, ਉਹਦਾ ਕਾ ਹੋਵੇਗਾ......। ਭਾਬੀ ਜੀ, ਮੇਰੇ ਬਾਰੇ ਵੀ ਇਸ ਘਰ ਵਿਚ ਕੌਣ ਸੋਚਦਾ ਹੈ......? ਕੌਣ ਸੋਚੇ! ਮੰਮੀ ਛੱਡ ਕੇ ਸੁਰਗ ਜਾ ਸਿਧਾਰੀ। ਬਾਬਾ ਨੇ ਆਪਣੀ ਨਵੀਂ ਦੁਨੀਆਂ ਵਸਾ ਲਈ। ਆਪਣੀਆਂ ਬੇਟੀਆਂ ਦੀ ਕਦੀ ਸੁੱਧ ਨਹੀਂ ਲਈ........।"

ਸਵਾਤੀ ਨੇ ਹੀ ਦਸਿਆ ਸੀ ਕਿ ਸੁਜਾਤਾ ਦੀਦੀ ਫਿਰ ਤੋਂ ਵਿਆਹ ਕਰਨਾ ਚਾਹੁੰਦੀ ਹੈ। ਉਹ ਸੋਚਦੀ ਹੈ ਕਿ ਮਾਲਾ ਦੀਦੀ ਦੇ ਘਰ ਹੁਣ ਉਹਨਾਂ ਨੂੰ ਉਹਦੀ ਲੋੜ ਨਹੀਂ। ਤਦੇ ਸਵਾਤੀ ਨੇ ਉਹਦੇ ਤਲਾਕ ਲਈ ਕਾਰਵਾਈ ਸ਼ੁਰੂ ਕਰ ਦਿੱਤੀ ਸੀ ਅਤੇ ਅਖਬਾਰ ਵਿਚ ਵਿਆਹ ਲਈ ਇਸ਼ਤਿਹਾਰ ਦੇ ਦਿੱਤਾ ਸੀ ਪਰ ਹਾਲੇ ਤੀਕ ਕਿਧਰੇ ਗੱਲ ਨਹੀਂ ਸੀ ਬਣੀ। ਉਹ ਕਹਿੰਦੀ ਸੀ, "ਉਹਨੇ ਕਿਸੇ ਬੁੱਢੇ ਨਾਲ ਵਿਆਹ ਨਹੀਂ ਕਰਵਾਣਾ।

"ਭਾਬੀ ਜੀ! ਦੀਦੀ ਹੁਣ ਪੰਜਾਹ ਸਾਲ ਦੀ ਹੋ ਗਈ ਹੈ ਹਾਲਾਂਕਿ ਲਗਦੀ ਛੋਟੀ ਹੈ ਪਰ ਜਵਾਨ ਲੜਕਾ ਕਿਥੋਂ ਮਿਲ ਜਾਵੇ!" ਸਵਾਤੀ ਦਸਦੇ ਹੋਏ ਕਦੀ ਹਸਦੀ, ਕਦੀ ਗੰਭੀਰ ਹੋ ਜਾਂਦੀ।

"ਸਵਾਤੀ, ਤੇਰੀ ਦੀਦੀ ਨੂੰ ਇਕ ਸਾਥੀ ਦੀ ਘਾਟ ਤਾਂ ਮਹਿਸੂਸ ਹੁੰਦੀ ਹੀ ਹੋਵੇਗੀ। ਜੇ ਕੋਈ ਠੀਕ ਮੈਚ ਮਿਲ ਜਾਵੇ ਤਾਂ ਕੀ ਬੁਰਾ ਹੈ। ਅਮਰੀਕਾ ਵਿਚ ਜਿਥੇ ਮੇਰਾ ਛੋਟਾ ਬੇਟਾ ਰਹਿੰਦਾ ਹੈ, ਉਹਦੇ ਨਾਲ ਇਕ ਲੜਕਾ ਕੰਮ ਕਰਦਾ ਹੈ, ਅਮਰੀਕਨ ਹੈ, ਉਹਦਾ ਨਾਮ ਹੈ ਮਾਈਕ! ਉਹ ਦੀ ਮਾਂ ਨੇ ਚੌਥੀ ਵੇਰ ਸ਼ਾਦੀ ਕੀਤੀ ਹੈ। ਉਹ ਜਵਾਨ ਨਹੀਂ। ਦੋਹਤਰਿਆ, ਪੋਤਰਿਆ ਵਾਲੀ ਹੈ।"

"ਅਮਰੀਕਾ ਦੀ ਗੱਲ ਹੋਰ ਹੈ, ਭਾਬੀ ਜੀ, ਪਰ ਚੌਥੀ ਸ਼ਾਦੀ ? ਹੈਰਾਨੀ ਦੀ ਗੱਲ ਹੈ।" ਸਵਾਤੀ ਮੁਸਕਰਾ ਕੇ ਬੋਲੀ।

"ਹੈਰਾਨੀ ਮੈਨੂੰ ਵੀ ਹੋਈ ਸੀ। ਪਰ ਉਹਦੇ ਹਾਲਾਤ ਹੀ ਕੁਝ ਇੰਜ ਬਣਦੇ ਗਏ। ਪਹਿਲੀ ਸ਼ਾਦੀ ਵਿਚੋਂ ਦੋ ਬੇਟੀਆਂ ਹੋਈਆਂ ਤਾਂ ਤਲਾਕ ਹੋ ਗਿਆ। ਦੂਜੀ ਵਿਚੋਂ ਦੋ ਬੇਟੇ-ਜੁੜਵਾਂ। ਮਾਈਕ ਉਹਨਾਂ ਵਿਚੋਂ ਹੀ ਇਕ ਹੈ। ਉਹ ਪਤੀ ਇਕ ਕਾਰ ਹਾਦਸੇ ਵਿਚ ਗੁਜ਼ਰ ਗਿਆ। ਫਿਰ ਤੀਜੀ ਸ਼ਾਦੀ ਕੀਤੀ। ਉਹ ਬਹੁਤ ਦੇਰ ਚਲੀ ਪਰ ਉਸ ਆਦਮੀ ਨੂੰ ਕੈਂਸਰ ਹੋ ਗਿਆ ਤੇ ਉਹ ਵੀ ਗੁਜ਼ਰ ਗਿਆ। ਤਦ ਤਕ ਸਭ ਬੱਚੇ ਵਿਆਹੇ ਗਏ ਸਨ, ਆਪਣੇ ਆਪਣੇ ਘਰਾਂ ਵਿਚ ਆਪਣੇ ਆਪਣੇ ਬਾਲ ਬੱਚਿਆਂ ਨਾਲ। ਇਹ ਔਰਤ ਫਿਰ ਇਕੱਲੀ ਰਹਿ ਗਈ। ਚੌਥੀ ਸ਼ਾਦੀ ਪਤੈ ਕਿਹਦੇ ਨਾਲ ਕੀਤੀ ?"

"ਕਿਹਦੇ ਨਾਲ ?

"ਸਭ ਤੋਂ ਪਹਿਲੇ ਪਤੀ ਨਾਲ ?"

"ਅਰੇ!" ਸਵਾਤੀ ਹੱਸਣ ਲੱਗ ਪਈ ਸੀ।

"ਪਹਿਲੀ ਵਾਲੇ ਨਾਲ ਕਿਉਂ ?"

"ਉਹ ਵੀ ਸ਼ਾਇਦ ਉਸ ਵੇਲੇ ਖਾਲੀ ਹੋਵੇ। ਉਹਦੀ ਦੂਜੀ ਬੀਵੀ ਜਾਂ ਤੀਜੀ ਨਾ ਰਹੀ ਹੋਵੇ ਜਾਂ ਤਲਾਕ ਹੋ ਚੁਕਾ ਹੋਵੇ। ਇਹ ਸਭ ਤਾਂ ਪਤਾ ਨਹੀਂ। ਪਰ ਅਮਰੀਕਾ ਵਿਚ ਤਲਾਕ ਬਹੁਤ ਹੁੰਦੇ ਨੇ। ਦਰਅਸਲ ਪਹਿਲੀ ਸ਼ਾਦੀ ਮੁੰਡੇ ਕੁੜੀਆਂ ਪੜ੍ਹਾਦੇ ਹੋਏ ਛੋਟੀ ਉਮਰ ਵਿਚ ਹੀ ਕਰ ਲੈਂਦੇ ਨੇ, ਫਿਰ ਬਣਦੀ ਨਹੀਂ। ਸਾਡੇ ਹਿੰਦੁਸਤਾਨ ਵਿਚ ਤਾਂ ਸਮੱਸਿਆ ਹੈ ਮਾਂ ਬਾਪ ਛੋਟੀ ਉਪਰ ਵਿਚ ਕੁੜੀਆਂ ਦੀ ਸ਼ਾਦੀ ਕਰ ਦਿੰਦੇ ਨੇ।

ਹਾਲੇ ਵੀ ਹਿੰਦੁਸਤਾਨ ਦੇ ਕਈ ਹਿੱਸਿਆਂ ਵਿਚ ਇਹ ਸਭ ਹੋ ਰਿਹਾ ਹੈ ਅਤੇ ਉਥੇ ਅਮਰੀਕਾ ਵਿੱਚ ਖੁਲ੍ਹ ਬਹੁਤ ਹੈ। ਕੁੜੀਆਂ ਦੇ ਬੱਚਾ ਠਹਿਰ ਜਾਂਦਾ ਹੈ। ਜਲਦੀ ਹੀ ਵਿਆਹ ਕਰ ਲੈਂਦੇ ਨੇ ਫਿਰ ਜ਼ਿੰਮੇਵਾਰੀਆਂ ਸੰਭਾਲੀਆਂ ਨਹੀਂ ਜਾਂਦੀਆਂ ਤੇ ਨਤੀਜਾ ਤਲਾਕ.......।"

ਬਿਸਤਰ ਤੇ ਲੇਟੇ ਲੇਟੇ ਸਵਾਤੀ ਅਤੇ ਸੁਜਾਤਾ ਦੀਆਂ ਗੱਲਾਂ ਸੋਚਦੇ ਸੋਚਦੇ ਮੇਰਾ ਧਿਆਨ ਅਮਰੀਕਾ ਵਿਚ ਮਿਲੇ ਤਲਾਕ ਸ਼ੁਦਾ ਲੋਕਾਂ ਵੱਲ ਚਲਾ ਗਿਆ ਤੇ ਪਤਾ ਨਹੀਂ ਕਦੋਂ ਮੈਂ ਸੌਂ ਗਈ।

7.

ਸਵਾਤੀ ਆਪਣੇ ਬਾਰੇ ਬਹੁਤ ਘੱਟ ਗੱਲ ਕਰਦੀ ਸੀ। ਉਹ ਆਪਣੀਆਂ ਗੱਲਾਂ ਦੀਪਕ ਨਾਲ ਸਾਂਝੀਆਂ ਕਰਦੀ ਹੁੰਦੀ ਸੀ। ਉਹ ਕਦੀ ਕਦੀ ਮੈਨੂੰ ਥੋੜ੍ਹਾ, ਬਹੁਤ ਦੱਸ ਦਿੰਦੀ ਸੀ। ਮੰਜੂ ਤਾਂ ਦੀਪਕ ਨੂੰ 'ਸਖਾ' ਕਹਿੰਦੀ ਹੁੰਦੀ ਸੀ। ਨੀਲਮ ਨੇ ਦੀਪਕ ਨੂੰ ਭਰਾ ਬਣਾ ਲਿਆ ਸੀ। ਸਵਾਤੀ ਨੇ ਇਸ ਰਿਸ਼ਤੇ ਨੂੰ ਕੋਈ ਨਾਮ ਤਾਂ ਨਹੀਂ ਸੀ ਦਿੱਤਾ ਪਰ ਮੈਨੂੰ ਇੰਨਾ ਪਤਾ ਹੈ ਕਿ ਉਹ ਆਪਣਾ ਦੁੱਖ-ਸੁੱਖ ਉਹਦੇ ਨਾਲ ਵੰਡ ਲੈਂਦੀ ਸੀ। ਦੀਪਕ ਦੇ ਸੁਭਾਅ ਵਿਚ ਹੀ ਕੁਝ ਐਸਾ ਸੀ ਕਿ ਸਭ ਉਹਨੂੰ 'ਆਪਣਾ' ਸਮਝਣ ਲੱਗਦੇ। ਉਹ ਇਕ ਚੰਗਾ ਸ੍ਰੋਤਾ ਸੀ। ਕਦੀ ਕਦੀ ਚੰਗੇ ਮੂਡ ਵਿਚ ਉਹ ਮੈਨੂੰ ਆਪਣੀਆਂ ਇਨ੍ਹਾਂ ਸਖੀਆਂ, ਭੈਣਾਂ ਜਾਂ ਦੋਸਤਾਂ ਦੀਆਂ ਕੁਝ ਗੱਲਾਂ ਦਸ ਦਿੰਦਾ ਸੀ। ਹੌਲੀ ਹੌਲੀ ਮੈਂ ਆਪ ਵੀ ਇਹਨਾਂ ਕੁੜੀਆਂ ਦੇ ਬਹੁਤ ਨੇੜੇ ਹੋ ਗਈ ਸਾਂ। ਪਰ ਮੇਰੇ ਨਲ ਉਹ ਆਪਣੀਆਂ ਨਿੱਜੀ ਗੱਲਾਂ ਨਹੀਂ ਸਨ ਸਾਂਝੀਆਂ ਕਰਦੀਆਂ। ਸ਼ਾਇਦ ਔਰਤ, ਔਰਤ ਨਾਲ ਆਪਣੇ ਭੇਦ ਸਾਂਝੇ ਕਰਨ ਤੋਂ ਡਰਦੀ ਹੈ।

ਮੈਨੂੰ ਦੀਪਕ ਸਵਾਤੀ ਬਾਰੇ ਜੋ ਦੱਸਿਆ ਸੀ ਉਹ ਅੱਧਾ ਅਧੂਰਾ ਹੀ ਸੀ। ਬੀ. ਐਸ. ਸੀ. ਹੋਮ ਸਾਇੰਸ ਕਰਕੇ ਸਵਾਤੀ ਨੇ ਡਾਈਟੀਸ਼ੀਅਨ ਦਾ ਡਿਪਲੋਮਾ ਕਰ ਲਿਆ ਸੀ। ਇੰਨਟਰਨਸ਼ਿਪ ਆਲ ਇੰਡੀਆ ਮੈਡੀਕਲ ਕਾਲਜ ਤੋਂ ਕੀਤੀ ਸੀ।

ਉਹਨਾਂ ਦਿਨਾਂ ਵਿਚ ਮਾਲਾ ਦੀਦੀ ਨੂੰ ਹਾਈਪਰਟੈਂਸ਼ਨ ਬਹੁਤ ਰਹਿੰਦੀ। ਸਵਾਤੀ ਉਹਨਾਂ ਕੋਲ ਆ ਕੇ ਰਹਿ ਜਾਂਦੀ। ਨੌਕਰੀ ਲਈ ਉਹ ਅਰਜੀਆਂ ਭੇਜਦੀ ਰਹਿੰਦੀ। ਕਨਾਟ ਪਲੇਸ਼ ਦੇ ਇਕ ਰੇਸਤਰਾਂ ਤੋਂ ਉਹਨੂੰ ਕਾਲ ਆ ਗਈ। ਬਾਬਾ ਨੂੰ ਉਹਦਾ ਰੇਸਤਰਾਂ ਵਿਚ ਕੰਮ ਕਰਨਾ ਪਸੰਦ ਨਹੀਂ ਸੀ। ਪਰ ਉਹ ਜ਼ਿਆਦਾ ਜ਼ੋਰ ਦੇ ਕੇ ਨਾਂਹ ਨਹੀਂ ਕਰ ਸਕੇ। ਉਥੇ ਕੰਮ ਕਰਕੇ ਉਹਨੂੰ ਹਾਲੇ ਤਿੰਨ ਮਹੀਨੇ ਹੀ ਹੋਏ ਸਨ ਕਿ ਉਹਨੂੰ ਸੇਵਾ-ਗ੍ਰਾਮ ਤੋਂ ਇੰਟਰਵਿਊ ਕੱਲ ਆ ਗਈ। ਸੇਵਾਗ੍ਰਾਮ, ਨਾਗਪੁਰ ਤੋਂ ਅੱਗੇ ਸੀ। ਨਾਗਪੁਰ ਵਿਚ ਉਹਨਾਂ ਦੇ ਦੂਰ ਨੇੜੇ ਦੇ ਕਈ ਰਿਸ਼ਤੇਦਾਰ ਸਨ। ਉਹ ਪਹਿਲਾਂ ਕਈ ਵਾਰ ਨਾਗਪੁਰ ਹੋ ਕੇ ਆਈ ਸੀ। ਉਹ ਇਕੱਲੀ ਹੀ ਸੇਵਾਗ੍ਰਾਮ ਚਲੀ ਗਈ। ਉਥੇ ਉਹਨੂੰ ਨੌਕਰੀ ਮਿਲ ਗਈ। ਉਹ ਉਥੇ ਇਕ ਹੋਸਟਲ ਵਿਚ ਰਹੀ। ਵਕਤ ਬਹੁਤ ਚੰਗਾ ਬੀਤਿਆ। ਵਿਚੋਂ ਉਹ ਦੋ ਵਾਰੀ ਨਾਗਪੁਰ ਜੋਸ਼ੀ ਅੰਕਲ ਆਂਟੀ ਕੋਲ ਵੀ ਹੋ

ਆਈ। ਉਹ ਹੋਰ ਜਗ੍ਹਾ ਨੌਕਰੀ ਲਈ ਦਰਖਾਸਤਾਂ ਭੇਜਦੀ ਰਹਿੰਦੀ। ਉਹਨੂੰ ਝਾਂਸੀ ਤੋਂ ਕੱਲ ਆ ਗਈ। ਝਾਂਸੀ ਉਹਨੇ ਹਸਪਤਾਲ ਦੇ ਨੇੜੇ ਇਕ ਘਰ ਵਿਚ ਕਮਰਾ ਰਸੋਈ ਕਿਰਾਏ ਤੇ ਲੈ ਲਿਆ। ਉਸ ਮਕਾਨ ਦੀ ਮਾਲਕਿਨ ਮਿਸਿਜ਼ ਮਾਥੁਰ ਬਹੁਤ ਚੰਗੀ ਸੀ। ਬੜਾ ਧਿਆਨ ਰੱਖਦੀ। ਸਵਾਤੀ ਨੂੰ ਖਾਣਾ ਨਾ ਬਣਾਨ ਦਿੰਦੀ। ਉਹਦੇ ਘਰ ਦੇ ਲੋਕ ਵੀ ਬੜਾ ਧਿਆਨ ਕਰਨ ਵਾਲੇ ਸਨ। ਉਥੇ ਮਾਲਾ ਦੀਦੀ, ਵੱਡੇ ਜੀਜਾ ਜੀ, ਬਬਲੀ ਨੂੰ ਲੈ ਕੇ ਇਕ ਵਾਰ ਹੋ ਆਏ ਸਨ। ਸੁਜਾਤਾ ਦੀਦੀ ਵੀ ਉਹਦੇ ਕੋਲ ਆਈ ਸੀ।

ਇਕ ਵਾਰ ਸਵਾਤੀ ਬੀਮਾਰ ਹੋ ਗਈ ਤਾਂ ਬਾਬਾ ਆਪ ਤਾਂ ਨਹੀਂ ਆਏ ਉਹਨਾਂ ਕ੍ਰਿਸ਼ਨਾ ਆਂਟੀ ਨੂੰ ਭੇਜ ਦਿੱਤਾ।

ਸਵਾਤੀ ਦੱਸਦੀ ਸੀ–ਕ੍ਰਿਸ਼ਨਾ ਆਂਟੀ ਨਾਲ ਮੈਂ ਕਦੀ ਨਹੀਂ ਆਪਣਾ ਮਨ ਨਾ ਮਿਲਾ ਸਕੀ। ਉਹ ਚਾਰ ਦਿਨ ਰਹਿਕੇ ਚਲੀ ਗਈ। "ਦਿੱਲੀ ਹੁੰਦਿਆਂ ਕ੍ਰਿਸ਼ਨਾ ਆਂਟੀ ਨੇ ਸ਼ੁਰੂ ਸ਼ੁਰੂ ਵਿਚ ਸਵਾਤੀ ਨਾਲ ਪਿਆਰ ਜਤਾਣ ਦੀ ਕੋਸ਼ਿਸ ਕੀਤੀ ਪਰ ਸਵਾਤੀ ਨੇ ਉਹਨੂੰ ਕਦੀ ਵੀ ਆਪਣਾ ਨਾ ਸਮਝਿਆ। ਸਵਾਤੀ ਆਪਣਾ ਖਾਣਾ ਆਪ ਬਣਾਂਦੀ ਤੇ ਖਾਂਦੀ। ਕਈ ਵਾਰ ਸਵਾਤੀ ਕਾਲਜ ਤੋਂ ਘਰ ਆਉਂਦੀ ਤਾਂ ਘਰ ਵਿਚ ਜੰਦਰਾ ਲੱਗਾ ਹੁੰਦਾ। ਸਵਾਤੀ ਬਾਬਾ ਨੂੰ ਸ਼ਿਕਾਇਤ ਕਰਦੀ ਤਾਂ ਉਹ ਸਵਾਤੀ ਨੂੰ ਹੀ ਡਾਂਟ ਦਿੰਦੇ– "ਹੁਣ ਇਹੀ ਤੇਰੀ ਮਾਂ ਹੈ। ਤੂੰ ਇਹਨਾਂ ਦੀ ਇੱਜ਼ਤ ਨਹੀਂ ਕਰਦੀ। ਗੱਲ ਨਹੀਂ ਮੰਨਦੀ...।"

ਹੌਲੀ ਹੌਲੀ ਸਵਾਤੀ ਨੇ ਕ੍ਰਿਸ਼ਨਾ ਆਂਟੀ ਨਾਲ ਗੱਲ ਕਰਨੀ ਵੀ ਛੱਡ ਦਿੱਤੀ। ਸਵਾਤੀ ਮਾਸੀ ਦੇ ਘਰ ਚਲੀ ਜਾਂਦੀ। ਮਾਸੀ ਉਹਨੂੰ ਕੁਝ ਨਾ ਕੁਝ ਬਣਾਕੇ ਖਵਾਂਦੀ।

ਮਾਸੀ ਮਾਸੜ ਦਾ ਦਿਲ ਹੁਣ ਦਿੱਲੀ ਨਹੀਂ ਸੀ ਲੱਗਦਾ। ਬਾਬਾ ਤਾਂ ਉਹਨਾਂ ਨਾਲ ਬੋਲਦੇ ਹੀ ਨਹੀਂ ਸਨ। ਉਹ ਸੋਚਦੇ ਮਾਸੀ ਸਵਾਤੀ ਨੂੰ ਕ੍ਰਿਸ਼ਨਾ ਦੇ ਵਿਰੁੱਧ ਉਕਸਾਂਦੀ ਹੈ। ਜਦੋਂ ਸਵਾਤੀ ਦਿੱਲੀ ਤੋਂ ਬਾਹਰ ਚਲੀ ਗਈ ਤਾਂ ਮਾਸੀ ਮਾਸੜ ਵੀ ਮਹਾਂਰਾਸ਼ਟਰ ਵਿੱਚ ਵਾਪਿਸ ਚਲੇ ਗਏ।

ਝਾਂਸੀ ਵਿੱਚ ਨਾਗਪੁਰ ਵਾਲੀ ਆਂਟੀ ਵੀ ਸਵਾਤੀ ਦੀ ਬੀਮਾਰੀ ਦੀ ਖਬਰ ਸੁਣਕੇ, ਆਕੇ ਕਈ ਦਿਨ ਰਹੀ ਸੀ। ਉਸਦੀ ਬੜੀ ਸੇਵਾ ਕੀਤੀ ਸੀ।

ਸਵਾਤੀ ਅਕਸਰ ਹੀ ਨਾਗਪੁਰ ਵਾਲੇ ਜੋਸ਼ੀ ਅੰਕਲ ਆਂਟੀ ਦੀ ਗੱਲ ਕਰਦੀ ਰਹਿੰਦੀ। ਇਕ ਦਿਨ ਮੈਂ ਪੁੱਛਿਆ,

"ਸਵਾਤੀ ਤੇਰੇ ਨਾਗਪੁਰ ਵਾਲੇ ਅੰਕਲ ਆਂਟੀ, ਰਿਸ਼ਤੇ ਵਿਚ ਤੇਰੇ ਕੀ ਲੱਗਦੇ ਨੇ?"

ਇਸ ਸਵਾਲ ਤੇ ਉਹ ਬਹੁਤ ਹੱਸੀ ਸੀ। ਉਹਦਾ ਹਾਸਾ ਰੁਕਿਆ ਤਾਂ ਬੋਲੀ ਉਹਨਾਂ ਨਾਲ ਖੂਨ ਦਾ ਰਿਸ਼ਤਾ ਤਾਂ ਕੋਈ ਨਹੀਂ। ਪਰ ਉਂਜ ਉਹ ਬਹੁਤ ਕੁਝ ਲੱਗਦੇ ਨੇ।" ਉਹਦੇ ਚਿਹਰੇ ਤੇ ਇਕ ਖਾਸ ਚਮਕ ਆ ਗਈ ਸੀ।

"ਤੇਰੀ ਉਹਨਾਂ ਨਾਲ ਬਹੁਤ ਗੂੜ੍ਹੀ, ਸਾਂਝ ਲੱਗਦੀ ਹੈ।" ਮੈਂ ਕਿਹਾ।

"ਭਾਬੀ ਜੀ, ਉਹ ਆਂਟੀ ਮੈਨੂੰ ਗੋਦ ਲੈਣਾ ਚਾਹੁੰਦੀ ਸੀ। ਜੇ ਲੈ ਲੈਂਦੀ ਤਾਂ

ਅੱਜ ਮੈਂ ਉਹਨਾਂ ਦੀ ਧੀ ਹੁੰਦੀ ਪਰ ਬਾਬਾ ਨਹੀਂ ਮੰਨੇ। ਜੇ ਮੇਰੀ ਸੁਮੀਤ ਨਾਲ ਸ਼ਾਦੀ ਹੋ ਜਾਂਦੀ ਤਾਂ ਅੱਜ ਮੈਂ ਉਹਨਾਂ ਦੀ ਨੂੰਹ ਹੰਦੀ!" ਉਹ ਇਹ ਸਭ ਦਸਦੇ ਹੋਏ ਹੱਸ ਤਾਂ ਰਹੀ ਸੀ ਪਰ ਉਹਦੀਆਂ ਅੱਖਾਂ ਨਮ ਸਨ। ਮੈਂ ਉਹਦੇ ਵੱਲ ਸਵਾਲੀਆ ਨਜ਼ਰਾਂ ਨਾਲ ਤੱਕਣ ਲੱਗ ਪਈ।

"ਭਾਬੀ ਜੀ, ਜਦੋਂ ਅਸੀਂ ਸਰੋਜਨੀ ਨਗਰ ਕੁਆਰਟਰਜ਼ ਵਿੱਚ ਰਹਿੰਦੇ ਸਾਂ ਤਾਂ ਸੁਮੀਤ ਦੇ ਪਾਪਾ ਦੀ ਬਦਲੀ ਦਿੱਲੀ ਹੋ ਗਈ ਸੀ। ਉਹ ਸਰੋਜਨੀ ਨਗਰ ਸਾਡੇ ਗੁਆਂਢ ਹੀ ਰਹਿੰਦੇ ਸਨ। ਸੁਮੀਤ ਮੇਰੇ ਤੋਂ ਤਿੰਨ ਸਾਲ ਵੱਡਾ ਸੀ। ਅਸੀਂ ਇਕੋ ਸਕੂਲ ਵਿਚ ਜਾਂਦੇ। ਇਕੱਠੇ ਖੇਡਦੇ, ਲੜਦੇ, ਝਗੜਦੇ। ਉਹਦੀ ਸ਼ਿਕਾਇਤ ਲੈ ਕੇ ਮੈਂ ਆਂਟੀ ਕੋਲ ਜਾਂਦੀ। ਉਹ ਮੈਨੂੰ ਗੋਦੀ ਵਿੱਚ ਲੈ ਕੇ ਪਿਆਰ ਕਰਦੇ। ਸੁਮੀਤ ਨੂੰ ਡਾਂਟ ਦਿੰਦੇ। ਸੁਮੀਤ ਮੇਰੇ ਨਾਲ ਨਾਰਾਜ਼ ਹੋ ਜਾਂਦਾ। ਮੈਂ ਉਹਨੂੰ ਮਨਾਣ ਜਾਂਦੀ। ਜੇ ਮੈਂ ਉਹਦੇ ਨਾਲ 'ਕੱਟੀ' ਕਰ ਦਿੰਦੀ ਤਾਂ ਉਹ ਮੈਨੂੰ ਮਨਾਣ ਆਉਂਦਾ। ਮੇਰੀ ਮੰਮੀ ਦੀ ਮਿੰਨਤ ਕਰਦਾ ਕਿ ਮੈਂ ਉਹਦੇ ਨਾਲ 'ਅੱਬਾ' ਮਰਾ ਦਿਆ। ਭਾਬੀ ਜੀ, ਤੁਸਾਂ ਫਿਲਮਾਂ ਵਿੱਚ ਵੇਖਿਆ ਹੈ ਕਦੀ ਕੁੜੀ ਮੁੰਡੇ ਦਾ ਬਚਪਨ ਦਾ ਪਿਆਰ.....। ਬਸ ਉਹੀ ਪਿਆਰ ਜਵਾਨ ਹੋ ਗਿਆ। ਮੈਂ ਤੇ ਸੁਮੀਤ ਬਾਹਰ ਬਰਾਂਡੇ ਵਿੱਚ ਖੜੇ ਕਿੰਨੀਆਂ ਹੀ ਗੱਲਾਂ ਸਾਂਝੀਆਂ ਕਰਦੇ। ਬਹੁਤ ਹੀ ਸਮਾਰਟ ਹੈ, ਕਦੀ ਉਹਨੂੰ ਮਿਲਾਵਾਂਗੀ।"

"ਫਿਰ ਤੇਰਾ ਉਹਦੇ ਨਾਲ ਵਿਆਹ ਕਿਉਂ ਨਹੀਂ ਹੋਇਆ?"

"ਅਰੇ ਭਾਬੀ ਜੀ! ਹਰ ਕਹਾਣੀ ਦਾ ਅੰਤ ਵਿਆਹ ਵਿਚ ਨਹੀਂ ਹੁੰਦਾ।" ਸਵਾਤੀ ਮੁਸਕਰਾਣ ਦੀ ਪੂਰੀ ਕੋਸ਼ਿਸ ਕਰ ਰਹੀ ਸੀ। ਅਚਾਨਕ ਉਹ ਗੁਣਗੁਣਾਨ ਲੱਗ ਪਈ–

"ਚਾਹ ਬਰਬਾਦ ਕਰੇਗੀ ਹਮੇਂ ਮਾਲੂਮ ਨਾ ਥਾ.......
ਰੋਤੇ ਰੋਤੇ ਹੀ ਕਟੇਗੀ, ਹਮੇਂ ਮਾਲੂਮ ਨਾ ਥਾ.......

ਮੈਂ ਹੱਸਦੇ ਹੋਏ ਕਿਹਾ।" ਤੈਨੂੰ ਪੁਰਾਣੇ ਗਾਣੇ ਬੜੇ ਯਾਦ ਨੇ.....। ਹੁਣੇ ਤੂੰ ਜੋ ਗਾ ਰਹੀ ਸੈਂ, ਸ਼ਾਇਦ ਸਹਿਗਲ ਦਾ ਗਾਇਆ ਗਾਣਾ ਹੈ।

"ਜਦੋਂ ਦਾ ਸੁਮੀਤ ਨੇ ਮੇਰਾ ਦਿਲ ਤੋੜਿਆ ਹੈ....।" ਅਚਾਨਕ ਉਹ ਰੋਣ ਲੱਗ ਪਈ।

ਮੈਂ ਉਹਨੂੰ ਚੁੱਪ ਕਰਾਣ ਦੀ ਕੋਸ਼ਿਸ ਕਰਨ ਲੱਗੀ।

"ਮੁਆਫ਼ ਕਰਨਾ, ਮੈਂ ਤੈਨੂੰ ਸੁਮੀਤ ਦੀ ਯਾਦ ਕਰਕੇ ਰੁਵਾ ਦਿੱਤਾ ਹੈ।"

"ਭਾਬੀ ਜੀ! ਮੈਂ ਉਹਨੂੰ ਭੁੱਲੀ ਹੀ ਕਦੋਂ ਸਾਂ?" ਉਹ ਆਪਣੇ ਅੱਥਰੂ ਪੂੰਝਦੇ ਹੋਏ ਬੋਲੀ।

"ਅਜਕਲ ਸੁਮੀਤ ਕਿੱਥੇ ਹੈ?"

"ਮੁੰਬਈ। ਇੰਜੀਨੀਅਰ ਹੈ। ਉਹਦੀ ਬੀਵੀ ਗੀਤਾ ਡਾਕਟਰ ਹੈ। ਉਹਦੇ ਦੋ ਬੱਚੇ ਨੇ। ਇਕ ਬੇਟਾ, ਇਕ ਬੇਟੀ। ਨੌਕਰੀ ਅਤੇ ਜ਼ਿੰਦਗੀ ਵਿਚ ਚੰਗੀ ਤਰ੍ਹਾਂ ਸੈਟਲਡ ਹੈ।" ਉਹ ਵਿਅੰਗ ਨਾਲ ਮੁਸਕਰਾਈ!

"ਤੇਰੇ ਘਰ ਦੇ ਨਹੀਂ ਮੰਨੇ ਜਾਂ.......।"

"ਭਾਬੀ ਜੀ, ਹਾਲਾਤ ਹੀ ਨਹੀਂ ਮੰਨੇ। ਅੰਕਲ ਦੀ ਦਿੱਲੀ ਤੋਂ ਬਦਲੀ ਹੋ ਗਈ। ਮੇਰੀ ਤੇ ਸੁਮੀਤ ਦੀ ਖਤੋ-ਕਿਤਾਬ ਜਾਰੀ ਰਹੀ। ਚਿੱਠੀਆਂ ਵਿਚ ਅਸੀਂ ਇੱਕ ਦੂਜੇ ਦਾ ਜੀਵਨ ਭਰ ਦਾ ਸਾਥ ਨਿਭਾਣ ਦਾ ਵਾਅਦਾ ਕਰਦੇ ਰਹੇ। ਸਾਰਾ ਦੁੱਖ ਸੁੱਖ ਵੰਡਦੇ ਰਹੇ। ਇਥੇ ਕਿੰਨਾ ਕੁਝ ਬਦਲ ਗਿਆ। ਉਹ ਇੰਜੀਨੀਅਰ ਬਣ ਗਿਆ। ਆਂਟੀ ਅੰਕਲ ਵੀ ਦਿੱਲੀ ਆਏ ਸਨ। ਗਰਮੀ ਦੀਆਂ ਛੁੱਟੀਆਂ ਵਿਚ ਮੈਨੂੰ ਨਾਲ ਲੈ ਗਏ।

"ਜਦੋਂ ਮੈਂ ਕਾਲਜ ਦੇ ਅਖਰੀਲੇ ਸਾਲ ਵਿਚ ਸਾਂ ਤਾਂ ਸੁਮੀਤ ਆਇਆ ਸੀ। ਉਹਨੇ ਬਾਬਾ ਕੋਲੋਂ ਮੇਰਾ ਹੱਥ ਮੰਗਿਆ ਬਾਬਾ ਨੇ 'ਹਾਂ' ਕਰ ਦਿੱਤੀ ਤੇ ਕਿਹਾ ਸੀ ਕਿ ਸਵਾਤੀ ਪੜ੍ਹਾਈ ਪੂਰੀ ਕਰ ਲਵੇ। ਮੇਰੀਆਂ ਭੈਣਾਂ ਵੀ ਇਸ ਰਿਸ਼ਤੇ ਤੇ ਬਹੁਤ ਖੁਸ਼ ਸਨ। ਸੁਮੀਤ ਨੇ ਸ਼ਿਪ ਤੇ ਨੌਕਰੀ ਕਰ ਲਈ ਸੀ ਤੇ ਦੋ ਸਾਲ ਸ਼ਿਪ ਤੋਂ ਆਇਆ ਹੀ ਨਹੀਂ। ਜਦੋਂ ਦੋ ਸਾਲ ਬਾਅਦ ਆਇਆ ਤਾਂ ਬਾਬਾ ਨੇ ਨਾਂਹ ਕਰ ਦਿੱਤੀ। ਬੋਲੇ-

"ਤੂੰ ਦੋ ਸਾਲ ਜਹਾਜ਼ ਤੇ ਰਹੇਗਾ ਤਾਂ ਸਾਡੀ ਲੜਕੀ ਕੀ ਕਰੇਗੀ।"

ਤਦ ਮਾਲਾ ਦੀਦੀ ਨੂੰ ਵੀ ਬਾਬਾ ਦੀ ਗੱਲ ਸਹੀ ਲੱਗੀ ਸੀ। ਕਾਸ਼ ਮੈਂ ਉਦੋਂ ਡਟ ਜਾਂਦੀ ਤਾਂ ਉਹ ਹੀ ਬਾਬਾ ਨੂੰ ਕੋਈ ਠੋਸ ਦਲੀਲ ਦੇ ਕੇ ਮਨਾ ਲੈਂਦਾ। ਕਿਹਨੂੰ ਦੋਸ਼ ਦਿਆਂ? ਉਮੀਦ ਤਾਂ ਫਿਰ ਵੀ ਬਣੀ ਰਹੀ ਕਿ ਸ਼ਾਇਦ ਸੁਮੀਤ ਨੌਕਰੀ ਬਦਲ ਲਏ! ਪਰ ਇਸ ਨੌਕਰੀ ਦੌਰਾਨ ਉਹਨੂੰ ਬਾਹਰਲੇ ਦੇਸ਼ਾਂ ਵਿਚ ਘੁੰਮਣ ਦਾ ਮੌਕਾ ਮਿਲ ਰਿਹਾ ਸੀ।

"ਇਸ ਦੌਰਾਨ ਅੰਕਲ ਰਿਟਾਇਰ ਹੋ ਗਏ ਨਾਗਪੁਰ ਆਪਣੇ ਘਰ ਵਾਪਿਸ ਆ ਗਏ ਸਨ। ਜਦੋਂ ਮੈਂ ਸੇਵਾਗ੍ਰਾਮ ਨੌਕਰੀ ਤੇ ਲੱਗੀ ਤਾਂ ਵਿੱਚੋਂ ਨਾਗਪੁਰ ਚਲੀ ਜਾਂਦੀ। ਅੰਟੀ ਅੰਕਲ ਕੋਲ ਜਾਕੇ ਰਹਿੰਦੀ। ਬੜੇ ਖੁਸ਼ ਹੁੰਦੇ। ਆਂਟੀ ਤਾਂ ਇਹੀ ਅਰਦਾਸ ਕਰਦੀ ਕਿ ਸੁਮੀਤ ਨਾਲ ਮੇਰੀ ਗੱਲ ਪੱਕੀ ਹੋ ਜਾਵੇ। ਉਦੋਂ ਸੁਮੀਤ ਸ਼ਿਪ ਤੇ ਸੀ। ਉਹ ਘਰ ਫ਼ੋਨ ਕਰਦਾ ਰਹਿੰਦਾ। ਤਾਂ ਫ਼ੋਨ ਤੇ ਮੇਰੇ ਨਾਲ ਵੀ ਗੱਲਬਾਤ ਕਰਦਾ ਰਹਿੰਦਾ। ਬੜੀ ਖੁਸ਼ੀ ਜਤਾਂਦਾ। ਮੈਂ ਸੋਚਦੀ ਹੁਣ ਇੰਡੀਆ ਵਾਪਿਸ ਆਵੇਗਾ ਤਾਂ ਮੈਂ ਅੜ ਜਾਵਾਂਗੀ। ਸੇਵਾਗ੍ਰਾਮ ਤੋਂ ਮੈਂ ਝਾਂਸੀ ਆ ਗਈ। ਸੁਮੀਤ ਇਕ ਵਾਰ ਮੈਨੂੰ ਮਿਲਣ ਝਾਂਸੀ ਵੀ ਆਇਆ। ਕਹਿਣ ਲੱਗਾ ਕਿ ਉਹ ਪੀ. ਐਚ. ਡੀ. ਕਰਨ ਇੰਗਲੈਂਡ ਜਾ ਰਿਹਾ ਹੈ। ਉਹਨੇ ਐਮ. ਟੈਕ ਕੀਤੀ ਹੋਈ ਸੀ। ਮੇਰਾ ਦਿਲ ਢਹਿ ਗਿਆ। ਆਂਟੀ ਨੇ ਬੜਾ ਕਿਹਾ ਵਿਆਹ ਕਰਾਕੇ ਜਾ ਪਰ ਉਹ ਨਹੀਂ ਮੰਨਿਆ। ਉਹਨੇ ਝਾਂਸੀ ਵੀ ਮੇਰੇ ਨਾਲ ਆਪਣੇ ਪਿਆਰ ਦਾ ਬੜਾ ਇਜ਼ਹਾਰ ਕੀਤਾ ਪਰ ਉਹ ਇੰਗਲੈਂਡ ਜਾਣ ਤੇ ਬਜ਼ਿੱਦ ਸੀ। ਮੇਰੇ ਅੱਥਰੂ ਉਹਨੂੰ ਰੋਕ ਨਾ ਸਕੇ।"

ਜਦੋਂ ਉਹ ਤੇਰਾ ਹੱਥ ਮੰਗਣ ਆਇਆ ਸੀ ਉਦੋਂ ਹੀ ਤੇਰੇ ਬਾਬਾ ਮੰਨ ਜਾਂਦੇ ਤਾਂ.....।" ਮੇਰੀ ਗੱਲ ਵਿਚੇ ਹੀ ਕੱਟਦੀ ਹੋਈ ਉਹ ਬੋਲੀ-

"ਭਾਬੀ ਜੀ! ਕਿਸਮਤ ਵਿਚ ਉਹ ਨਹੀਂ ਲਿਖਿਆ ਸੀ......।" ਉਹ ਠੰਡਾ ਸਾਹ ਭਰ ਕੇ ਬੋਲੀ।

"ਜਦੋਂ ਮੈਂ ਝਾਂਸੀ ਵਿਚ ਸਾਂ ਤਾਂ ਦੀਦੀ ਅਤੇ ਜੀਜਾ ਜੀ ਨੇ ਅੰਮ੍ਰਿਤਸਰ ਦੀ ਨੌਕਰੀ ਛੱਡ ਦਿੱਤੀ ਸੀ ਅਤੇ ਦਿੱਲੀ ਆ ਗਏ ਸਨ। ਮਾਲਾ ਦੀਦੀ ਚਾਹੁੰਦੀ ਸੀ ਕਿ ਮੈਂ ਵੀ ਦਿੱਲੀ ਹੀ ਕੋਈ ਨੌਕਰੀ ਲਭ ਲਵਾਂ ਪਰ ਉਦੋਂ ਮੈਂ ਨਹੀਂ ਮੰਨੀ ਸਾਂ। ਮੈਂ ਝਾਂਸੀ ਵਿੱਚ ਖੁਸ਼ ਸਾਂ। ਇਕ ਦਿਨ ਨਾਗਪੁਰ ਤੋਂ ਅੰਕਲ ਦੀ ਚਿੱਠੀ ਮਿਲੀ ਕਿ ਆਂਟੀ ਬਹੁਤ ਬੀਮਾਰ ਹੈ, ਤੈਨੂੰ ਮਿਲਣਾ ਚਾਹੁੰਦੀ ਹੈ। ਮੈਂ ਇਕ ਹਫ਼ਤੇ ਦੀ ਛੁੱਟੀ ਲੈ ਕੇ ਨਾਗਪੁਰ ਚਲੀ ਗਈ। ਪਰ ਅੰਟੀ ਜ਼ਿਆਦਾ ਬੀਮਾਰ ਸੀ। ਮੈਂ ਆਪਣੀ ਛੁੱਟੀ ਵਧਾ ਲਈ। ਅੰਟੀ ਮੇਰੀ ਸੇਵਾ ਤੋਂ ਬਹੁਤ ਖੁਸ਼ ਸੀ। ਉਹ ਮੇਰੇ ਕੋਲੋਂ ਸੁਮੀਤ ਨੂੰ ਖਤ ਲਿਖਵਾਂਦੀ, ਲੰਬੇ ਲੰਬੇ ਖਤ! ਉਦੋਂ ਹੀ ਮੈਂ ਵੇਖਿਆ ਕਿ ਆਂਟੀ ਦੇ ਗਵਾਂਢ ਇਕ ਨਵਾਂ ਪਰਿਵਾਰ ਆ ਗਿਆ ਸੀ। ਉਹਨਾਂ ਦੀ ਬੇਟੀ ਗੀਤਾ ਅਕਸਰ ਹੀ ਆਂਟੀ ਦੇ ਘਰ ਆਉਂਦੀ ਰਹਿਦੀ। ਉਹ ਮੈਡੀਕਲ ਕਰ ਰਹੀ ਸੀ। ਆਂਟੀ ਕੋਲੋਂ ਸੁਮੀਤ ਬਾਰੇ ਪੁਛਦੀ ਰਹਿੰਦੀ। ਪਿਛਲੀ ਵੇਰ ਸੁਮੀਤ ਨਾਗਪੁਰ ਆਇਆ ਸੀ ਤਾਂ ਗੀਤਾ ਗਵਾਂਢੀ ਹੋਣ ਦੇ ਨਾਤੇ ਉਹਨੂੰ ਮਿਲੀ ਸੀ।

"ਇਕ ਦਿਨ ਆਂਟੀ ਬੋਲੀ, 'ਇਹ ਗੀਤਾ ਜਦੋਂ ਦੀ ਸੁਮੀਤ ਨੂੰ ਮਿਲੀ ਹੈ, ਬੱਸ ਉਹਦੇ ਪਿੱਛੇ ਹੀ ਪੈ ਗਈ ਹੈ। ਹੋ ਸਕਦਾ ਹੈ ਉਹਨੂੰ ਖ਼ਤ ਪਾਂਦੀ ਹੋਵੇ ਜਾਂ ਫ਼ੋਨ ਕਰਦੀ ਹੋਵੇ! ਸੁਮੀਤ ਕਿਧਰੇ ਉਹਦੀਆਂ ਗੱਲਾਂ ਵਿਚ ਹੀ ਨਾਂਹ ਆ ਜਾਵੇ'.....।"

"ਆਂਟੀ ਹੋ ਸਕਦਾ ਹੈ, ਸੁਮੀਤ ਨੂੰ ਇੰਗਲੈਂਡ ਵਿਚ ਹੀ ਕੋਈ ਕੁੜੀ ਪਸੰਦ ਆ ਜਾਵੇ।" ਮੈਂ ਕਿਹਾ।

"ਆਂਟੀ ਗੰਭੀਰ ਹੋ ਗਈ। ਸੋਚਾਂ ਵਿਚ ਪੈ ਗਈ।"

"ਤੂੰ ਉਹਨੂੰ ਖ਼ਤ ਪਾਇਆ ਕਰ। ਉਹਦੇ ਨਾਲ ਸੰਪਰਕ ਬਣਾਈ ਰੱਖ......।" ਆਂਟੀ ਮੈਨੂੰ ਸਮਝਾਣ ਲੱਗ ਪਈ।"

"ਫਿਰ ਤੈਨੂੰ ਚਾਹੀਦਾ ਸੀ, ਉਹਦੇ ਨਾਲ ਖਤੋ-ਕਿਤਾਬਤ ਜਾਰੀ ਰੱਖਦੀ।" ਮੈਂ ਕਿਹਾ।

"ਭਾਬੀ ਜੀ, ਮੈਂ ਇਕ ਖ਼ਤ ਪਾਇਆ ਸੀ। ਮੈਂ ਜਵਾਬ ਉਡੀਕਦੀ ਰਹੀ। ਮੈਨੂੰ ਆਂਟੀ ਦੀ ਗੱਲ ਮੰਨ ਲੈਣੀ ਚਾਹੀਦੀ ਸੀ। ਮੈਂ ਆਪਣੀ ਹਉਮੈਂ ਵਿਚ ਰਹੀ ਕਿ ਉਹਨੇ ਮੇਰੇ ਖਤ ਦਾ ਜਵਾਬ ਨਹੀਂ ਦਿੱਤਾ, ਮੈਂ ਕਿਉਂ ਹੋਰ ਖਤ ਪਾਵਾਂ। ਉਸ ਤੋਂ ਬਾਅਦ ਮੈਂ ਨਾਗਪੁਰ ਵੀ ਨਹੀਂ ਗਈ। ਇਸ ਦੌਰਾਨ ਜੀਜਾ ਜੀ ਮੇਰੇ ਲਈ ਇਹ ਵਾਲੀ ਨੌਕਰੀ ਲੱਭ ਦਿੱਤੀ। 1984 ਵਿਚ ਜਦੋਂ ਮੈਂ ਦਿੱਲੀ ਆਈ ਤਾਂ ਦਿੱਲੀ ਦੇ ਹਾਲਾਤ ਬਹੁਤ ਖਰਾਬ ਸਨ। ਤੋਬਾ! ਉਹ ਦਿਨ ਯਾਦ ਕਰਕੇ ਵੀ ਰੋਂਗਟੇ ਖੜੇ ਹੋ ਜਾਂਦੇ ਨੇ। ਉਦੋਂ ਕਰਫਿਊ ਖੁੱਲ੍ਹਣ ਤੋਂ ਬਾਅਦ ਜਦੋਂ ਹਸਪਤਾਲ ਪਹੁੰਚੀ ਤਾਂ ਦੀਪਕ ਹੋਰਾਂ ਦਾ ਕੁਝ ਅਤਾ-ਪਤਾ ਹੀ ਨਹੀਂ ਸੀ, ਕਿਸੇ ਨੂੰ। ਅਸੀਂ ਸਭ ਇਕ ਦੂਜੇ ਨੂੰ ਪੁੱਛਦੇ। ਕੋਈ ਸਾਧਨ ਨਹੀਂ ਸੀ ਪਤਾ ਕਰਨ ਦਾ। ਭਾਬੀ ਜੀ, ਤਦ ਤੁਹਾਡੇ ਘਰ ਫ਼ੋਨ ਵੀ ਨਹੀਂ ਸੀ ਹੁੰਦਾ। ਦੀਪਕ ਜੀ ਕੁਝ ਦਿਨ ਬਾਅਦ ਜਦੋਂ ਡਿਊਟੀ ਤੇ ਆਏ ਤਾਂ ਸਭ ਨੇ ਸੁੱਖ ਦਾ ਸਾਹ ਲਿਆ।"

"ਉਹ ਬੜੇ ਭਿਅੰਕਰ ਦਿਨ ਸਨ।" ਮੇਰੀ ਠੰਡੀ ਆਹ ਨਿਕਲ ਗਈ।

"ਦਿੱਲੀ ਮੈਂ ਸਿੱਧੀ ਵੱਡੀ ਦੀਦੀ ਦੇ ਘਰ ਹੀ ਆਈ ਸਾਂ। ਕਦੀ ਕਦੀ ਬਾਬਾ ਨੂੰ ਮਿਲਣ ਜਨਕਪੁਰੀ ਚਲੀ ਜਾਂਦੀ ਪਰ ਉਹਨਾਂ ਕਦੀ ਜ਼ੋਰ ਦੇ ਕੇ ਨਹੀਂ ਕਿਹਾ ਕਿ ਤੂੰ ਇਥੇ ਆ ਕੇ ਰਹਿ। ਹੁਣ ਤਾਂ ਜਨਕਪੁਰੀ ਮਾਸੀ ਮਾਸੜ ਵੀ ਨਹੀਂ ਸਨ। ਉਥੇ ਜਾ ਕੇ ਦਿਲ ਹੀ ਨਾ ਲੱਗਦਾ।"

"ਸੁਮੀਤ ਨੇ ਫਿਰ ਗੀਤਾ ਨਾਲ ਕਿਵੇਂ ਵਿਆਹ ਕਰ ਲਿਆ ?" ਮੈਂ ਪੂਰੀ ਗੱਲ ਜਾਣਨਾ ਚਾਹੁੰਦੀ ਸਾਂ।

ਉਹ ਹੱਸਣ ਲੱਗ ਪਈ। ਇਕ ਫਿਕਾ ਜਿਹਾ ਹਾਸਾ। ਕੋਲ ਪਏ ਪਾਣੀ ਦੇ ਗਿਲਾਸ ਵਿਚੋਂ ਇਕ ਲੰਬਾ ਘੁਟ ਭਰ ਕੇ ਬੋਲੀ, "ਪਤਾ ਲੱਗਾ ਕਿ ਸੁਮੀਤ ਪੀ. ਐਚ. ਡੀ. ਕੀਤੇ ਬਿਨਾਂ ਹੀ ਇੰਡੀਆ ਆ ਗਿਆ ਸੀ। ਲਾਇਕ ਤਾਂ ਉਹ ਬਹੁਤ ਸੀ ਪਰ ਪਤਾ ਨਹੀਂ ਉਥੇ ਕੀ ਹੋਇਆ ਹੋਵੇਗਾ। ਆਂਟੀ ਨੂੰ ਫ਼ੋਨ ਕੀਤੇ, ਖ਼ਤ ਪਾਏ। ਕੋਈ ਤਸੱਲੀ ਬਖਸ਼ ਜੁਆਬ ਹੀ ਨਾ ਮਿਲੇ। ਸਮਝ ਨਾ ਆਵੇ ਕੀ ਕਰਾਂ। ਮੈਂ ਨਾਗਪੁਰ ਆਪਣੀ ਇਕ ਰਿਸ਼ਤੇਦਾਰ ਨੂੰ ਪਤਾ ਕਰਨ ਲਈ ਲਿਖਿਆ ਤਾਂ ਪਤਾ ਲੱਗਾ ਕਿ ਸੁਮੀਤ ਡਿਪ੍ਰੈਸ਼ਨ ਵਿਚ ਹੈ। ਇਲਾਜ ਚਲ ਰਿਹਾ ਹੈ। ਇੰਗਲੈਂਡ ਸ਼ਾਇਦ ਉਹ ਡਰੱਗਜ਼ ਦੇ ਚੱਕਰ ਵਿਚ ਪੈ ਗਿਆ ਸੀ। ਭਾਬੀ ਜੀ, ਉਹ ਜਾਣ ਕੇ ਮੈਨੂੰ ਬੜਾ ਝਟਕਾ ਲੱਗਾ। ਸੁਮੀਤ ਨੂੰ ਮੈਂ ਕਿੰਨੇ ਸਾਲਾਂ ਤੋਂ ਜਾਣਦੀ ਸਾਂ। ਆਂਟੀ ਅੰਕਲ ਨਾਲ ਵੀ ਸੰਪਰਕ ਟੁੱਟ ਜਿਹਾ ਗਿਆ। ਉਹ ਵੀ ਸ਼ਾਇਦ ਬੜੇ ਸਦਮੇ ਵਿਚ ਸਨ। ਮੇਰੀ ਕਿਸੇ ਚਿਠੀ ਦਾ ਜੁਆਬ ਨਹੀਂ ਸਨ ਦਿੰਦੇ। ਇੰਜ ਹੀ ਦੋ ਸਾਲ ਲੰਘ ਗਏ। ਨਾ ਮੈਂ ਨਾਗਪੁਰ ਗਈ ਅਤੇ ਨਾ ਹੀ ਉਧਰੋਂ ਕੋਈ ਖ਼ਬਰ ਆਈ। ਇਕ ਦਿਨ ਅਚਾਨਕ ਪਤਾ ਲੱਗਾ ਕਿ ਸੁਮੀਤ ਨੇ ਗੀਤਾ ਨਾਲ ਸ਼ਾਦੀ ਕਰ ਲਈ ਹੈ ਅਤੇ ਮੁੰਬਈ ਚਲਾ ਗਿਆ ਹੈ। ਇੰਜ ਲੱਗਾ ਜਿਵੇਂ ਕਿਸੇ ਨੇ ਮੇਰੇ ਤੇ ਬੰਬ ਸੁੱਟ ਦਿੱਤਾ ਹੋਵੇ ਤੇ ਮੇਰੇ ਚੀਥੜੇ ਉੱਡ ਗਏ ਹੋਣ......ਲਹੂ ਲੁਹਾਣ! ਇਕੱਲੀ, ਜ਼ਖਮੀ, ਬੜੀ ਤਰਲੋ-ਮੱਛੀ ਹੋਈ। ਹੁਣ ਡਿਪ੍ਰੈਸ਼ਨ ਦੀ ਮੇਰੀ ਵਾਰੀ ਸੀ। ਮਾਲਾ ਦੀਦੀ ਮੇਰੀ ਮਾਨਸਿਕ ਹਾਲਤ ਸਮਝਦੀ ਸੀ। ਉਹਨਾਂ ਮੇਰੀ ਉਸ ਉਦਾਸੀ ਵਿਚੋਂ ਨਿਕਲਣ ਵਿਚ ਬੜੀ ਮੱਦਦ ਕੀਤੀ।"

"ਤੂੰ ਤਾਂ ਹਾਲੇ ਵੀ ਨਾਗਪੁਰ ਵਾਲੇ ਅੰਕਲ ਆਂਟੀ ਨਾਲ ਬਹੁਤ ਨੇੜੇ ਹੈਂ ?"

"ਹਾਂ, ਪੂਰੇ ਚਾਰ ਸਾਲ ਬਾਅਦ ਮੈਂ ਫਿਰ ਨਾਗਪੁਰ ਗਈ ਸਾਂ। ਆਂਟੀ ਕਹੇ, ਮੇਰਾ ਕੀ ਕਸੂਰ ਹੈ। ਤੂੰ ਮੇਰੀ ਧੀ ਬਣਕੇ ਤਾਂ ਰਹਿ ਸਕਦੀ ਹੈ। ਗੀਤਾ ਦਾ ਅੰਕਲ ਆਂਟੀ ਨਾਲ ਸਲੂਕ ਠੀਕ ਨਹੀਂ ਇਸ ਲਈ ਉਹ ਮੁੰਬਈ ਉਹਨਾਂ ਕੋਲ ਜਾਕੇ ਖੁਸ਼ ਨਹੀਂ ਹੁੰਦੇ। ਗੀਤਾ ਦਾ ਪਹਿਲਾ ਬੱਚਾ ਹੋਇਆ ਤਾਂ ਅੰਟੀ ਗਈ ਸੀ। ਅੰਕਲ ਵੀ ਦੋ ਕੁ ਵਾਰ ਹੋ ਆਏ ਹੋਣਗੇ। ਪਰ ਉਥੇ ਉਹਨਾਂ ਦਾ ਦਿਲ ਨਹੀਂ ਲੱਗਦਾ।"

"ਵਿਆਹ ਤੋਂ ਬਾਅਦ ਤੈਨੂੰ ਕਦੀ ਮਿਲਿਆ ?" ਮੈਂ ਪੁੱਛਿਆ।

"ਹਾਂ ਇਕ ਦਿਨ ਇਥੇ ਆ ਗਿਆ ਇਕੱਲਾ ਹੀ, ਹੱਸਪਤਾਲ ਵਿੱਚ, ਮੇਰੇ ਕਮਰੇ ਵਿਚ! ਅੰਦਾਜ਼ਾ ਲਗਾਓ ਮੇਰੀ ਕੀ ਹਾਲਤ ਹੋਈ ਹੋਵੇਗੀ। ਮੈਨੂੰ ਤਾਂ ਕਾਂਬਾ

ਛਿੜ ਗਿਆ....। ਅਜੀਬ ਜਿਹੀ ਸਥਿਤੀ ਸੀ। ਉਹ ਡਰ ਸੀ, ਖੁਸ਼ੀ ਸੀ ਜਾਂ ਰੱਬ ਜਾਣੇ। ਸ਼ੁਕਰ ਹੈ ਉਸ ਵੇਲੇ ਮੇਰੇ ਕਮਰੇ ਵਿਚ ਕੋਈ ਨਹੀਂ ਸੀ। ਮੇਰੀਆਂ ਅੱਖਾਂ ਅੱਗੇ ਤਾਂ ਜਿਵੇਂ ਹਨੇਰਾ ਛਾ ਗਿਆ। ਆਪਣੇ ਆਪ ਨੂੰ ਸੰਭਾਲਣ ਵਿਚ ਮੈਨੂੰ ਕੁਝ ਸਮਾਂ ਲੱਗ ਗਿਆ। ਉਹ ਹਾਲ ਵੀ ਮੇਜ਼ ਦੇ ਉਸ ਪਾਸੇ ਮੇਰਾ ਹੱਥ ਫੜ ਕੇ ਖੜਾ ਸੀ। ਮੈਂ ਹੱਥ ਛੁਡਾਕੇ ਉਹਨੂੰ ਬੈਠਣ ਲਈ ਕਿਹਾ।"

"ਤੂੰ ਮੈਨੂੰ ਵੇਖਕੇ ਇੰਜ ਘਬਰਾ ਕਿਉਂ ਗਈ ਏਂ, ਜਿਵੇਂ ਸਾਹਮਣੇ ਕੋਈ ਭੂਤ ਖੜਾ ਹੋਵੇ!" ਉਹ ਮੁਸਕਰਾ ਕੇ ਕਹਿ ਰਿਹਾ ਸੀ। ਮੇਰੇ ਮੂੰਹੋਂ ਕੋਈ ਬੋਲ ਹੀ ਨਹੀਂ ਸਨ ਫੁਟ ਰਹੇ। ਮੇਰੇ ਸਾਰੇ ਸਰੀਰ ਵਿਚ ਝਰਨਾਹਟ ਛਿੜੀ ਹੋਈ ਸੀ।

"ਤੂੰ ਬਹੁਤ ਨਾਰਾਜ਼ ਏਂ ਮੇਰੇ ਨਾਲ?" ਉਹ ਗੰਭੀਰ ਹੋ ਕੇ ਬੋਲਿਆ।

"ਤੂੰ ਮੇਰੇ ਵੱਲ ਇੰਜ ਨਾ ਵੇਖ! ਕੁਝ ਤਾਂ ਬੋਲ।" ਉਹ ਫਿਰ ਮੇਰਾ ਹੱਥ ਫੜ ਕੇ ਤਰਲਾ ਕਰਨ ਲੱਗਾ। ਭਾਬੀ ਜੀ, ਜ਼ਰਾ ਅੰਦਾਜ਼ਾ ਲਗਾਓ ਉਸ ਵੇਲੇ ਕੀ ਹੋਇਆ ਹੋਵੇਗਾ....?"

ਮੈਨੂੰ ਅਹਿਸਾਸ ਹੋਇਆ ਕਿ ਉਹ ਸੱਚਮੁੱਚ ਹੁਣ ਵੀ ਕੰਬ ਰਹੀ ਹੈ।

"ਕੀ ਹੋਇਆ?" ਮੈਂ ਉਤਸੁਕਤਾ ਨਾਲ ਪੁੱਛਿਆ।

"ਦੀਪਕ ਹੋਰੀਂ ਕਮਰੇ ਅੰਦਰ ਆ ਦਾਖਲ ਹੋਏ। ਉਹਨਾਂ ਨਾਲ ਉਹਨਾਂ ਦਿਨਾਂ 'ਚ ਮੈਂ ਆਪਣਾ ਸਾਰਾ ਦੁੱਖ ਸੁੱਖ ਸਾਂਝਾ ਕਰ ਲੈਂਦੀ ਸਾਂ। ਉਹ ਮੈਨੂੰ ਹਿੰਮਤ ਬੰਨ੍ਹਾਂਦੇ ਸਨ। ਪਤਾ ਨਹੀਂ ਕਿਵੇਂ ਦੀਪਕ ਨੇ ਸੁਮੀਤ ਨੂੰ ਵੇਖਦਿਆਂ ਹੀ ਪਛਾਣ ਲਿਆ ਸੀ। ਉਹ ਦੋਵੇਂ ਆਪਸ ਵਿੱਚ ਇੰਜ ਗੱਲਾਂ ਕਰਨ ਲੱਗ ਪਏ ਜਿਵੇਂ ਕਦੋਂ ਦੇ ਇਕ ਦੂਜੇ ਨੂੰ ਜਾਣਦੇ ਹੋਣ। ਤਦ ਤੱਕ ਮੈਂ ਆਪਣੇ ਆਪ ਨੂੰ ਸੰਭਾਲ ਲਿਆ ਸੀ ਅਤੇ ਚਾਹ ਬਣਾਨ ਲੱਗ ਪਈ ਸਾਂ। ਦੀਪਕ ਜੀ ਦੇ ਜਾਣ ਦੇ ਬਾਅਦ ਸੁਮੀਤ ਲੱਗਾ ਸਫ਼ਾਈਆਂ ਦੇਣ.....। ਹਾਲਾਤ ਇੰਜ ਹੋ ਗਏ.....ਆਦਿ ਆਦਿ। ਤੂੰ ਮੈਨੂੰ ਮਾਫ਼ ਕਰ ਦੇ। ਮੈਂ ਚੁੱਪ ਹੀ ਰਹੀ। ਹੁਣ ਕੀ ਸ਼ਿਕਾਇਤ ਕਰਦੀ।"

ਕੁਝ ਦੇਰ ਦੀ ਚੁੱਪ ਬਾਅਦ ਸਵਾਤੀ ਬੋਲੀ-ਫਿਰ ਉਹ ਆਪਣਾ ਰਾਗ ਅਲਾਪਨ ਲੱਗ ਪਿਆ। ਗੀਤਾ ਬੜੀ ਗੁਸੈਲ ਹੈ। ਬੜੀ ਕਾਬਜ਼-ਸੁਭਾਅ ਦੀ ਹੈ। ਮੈਨੂੰ ਆਪਣੀ ਮਲਕੀਅਤ ਸਮਝਦੀ ਹੈ। ਮੰਮੀ-ਪਾਪਾ ਨਾਲ ਬਿਲਕੁਲ ਨਹੀਂ ਬਣਾ ਕੇ ਰੱਖਦੀ। ਬੜੀ ਸ਼ੱਕੀ ਸੁਭਾਅ ਦੀ ਹੈ....। ਉਹਦੀ ਸ਼ਿਕਾਇਤਾਂ ਦੀ ਲਿਸਟ ਲੰਬੀ ਸੀ। ਮੈਨੂੰ ਲੱਗਾ ਉਹਦੀਆਂ ਬੁਰਾਈਆਂ ਕਰੇਕ ਉਹ ਮੇਰੀ ਹਮਦਰਦੀ ਜਿੱਤਣ ਦੀ ਕੋਸ਼ਿਸ ਕਰ ਰਿਹਾ ਹੈ। ਮੈਂ ਕਿਹਾ- "ਸੋਹਣੀ ਹੈ, ਸਮਾਰਟ ਹੈ, ਡਾਕਟਰ ਹੈ ਫਿਰ ਬ੍ਰਾਹਮਣ ਹੈ, ਤੁਹਾਡੀ ਆਪਣੀ ਜ਼ਾਤ ਦੀ। ਤੁਹਾਨੂੰ ਖੁਸ਼ ਹੋਣਾ ਚਾਹੀਦਾ ਹੈ। ਉਹ ਬੋਲਿਆ, 'ਉਹਨੂੰ ਇਹਨਾਂ ਗੱਲ ਦਾ ਹੀ ਘਮੰਡ ਹੈ...।"

ਮੈਂ ਸਵਾਤੀ ਦੇ ਚਿਹਰੇ ਦੇ ਬਦਲਦੇ ਹਾਵ-ਭਾਵ ਨੂੰ ਵੇਖਦੀ ਰਹੀ।

ਕੋਲ ਪਏ ਗਿਲਾਸ ਵਿਚੋਂ ਉਹ ਪਾਣੀ ਦਾ ਛੋਟੇ ਛੋਟੇ ਘੁੱਟ ਭਰਦੀ ਰਹੀ ਫਿਰ ਬੋਲੀ- "ਭਾਬੀ ਜੀ, ਜਾਣ ਲੱਗਿਆ ਬੋਲਿਆ, ਮੈਂ ਤੇਰੇ ਕੋਲ ਵਾਪਿਸ ਆਵਾਂਗਾ।

ਦੂਜੇ ਦਿਨ ਦੀਦੀ ਨੂੰ ਮਿਲਣ ਘਰ ਆ ਗਿਆ। ਮੈਂ ਹਸਪਤਾਲ ਤੋਂ ਘਰ ਪਹੁੰਚੀ ਤਾਂ ਅੱਗੇ ਉਹ ਬੈਠਾ ਸੀ। ਭਾਬੀ ਜੀ ਹੈ ਤਾਂ ਬੜਾ ਮਿਲਾਪੜਾ, ਖੁਸ਼ਮਿਜਾਜ਼। ਦੀਦੀ ਨਾਲ ਹੱਸ ਹੱਸ ਕੇ ਗੱਲਾਂ ਕਰ ਰਿਹਾ ਸੀ। ਉਹਦੇ ਜਾਣ ਬਾਅਦ ਦੀਦੀ ਨੇ ਦਸਿਆ ਸੀ ਕਿ ਉਹਨਾਂ ਸੁਮੀਤ ਨੂੰ ਬੜੀ ਲਾਹਨਤ ਪਾਈ ਸੀ ਕਿ ਸਾਰੀ ਉਮਰ ਸਵਾਤੀ ਤੇਰੀ ਉਡੀਕ ਕਰਦੀ ਰਹੀ ਤੇ ਉਹਨੂੰ ਉਥੇ ਵਿਆਹ ਕਰਵਾਂਦਿਆਂ ਜ਼ਰਾ ਵੀ ਸਵਾਤੀ ਦਾ ਧਿਆਨ ਨਾ ਆਇਆ। ਤਾਂ ਉਹ ਸਫਾਈਆਂ ਦੇਣ ਲੱਗ ਪਿਆ ਕਿ ਇੰਗਲੈਂਡ ਤੋਂ ਉਹ ਬੀਮਾਰੀ ਦੀ ਹਾਲਤ ਵਿਚ ਨਾਗਪੁਰ ਆਇਆ ਸੀ ਤਾਂ ਗੀਤਾ ਨੇ ਬੜੀ ਮੱਦਦ ਕੀਤੀ ਸੀ ਵਗ਼ੈਰਾ ਵਗ਼ੈਰਾ.....।”

ਸਵਾਤੀ ਦਾ ਪਾਣੀ ਦਾ ਗਿਲਾਸ ਖਾਲੀ ਹੋ ਗਿਆ ਸੀ। ਉਹ ਹੋਰ ਪਾਣੀ ਲੈਣ ਲਈ ਉਠੀ ਤੇ ਪਾਣੀ ਦੇ ਦੋ ਘੁੱਟ ਭਰ ਕੇ ਬੋਲੀ, “ਭਾਬੀ ਜੀ ਪਿਛਲੀ ਵੇਰ ਜਦੋਂ ਚਾਰ ਸਾਲ ਬਾਅਦ ਮੈਂ ਨਾਗਪੁਰ ਗਈ ਸਾਂ ਗੀਤਾ ਦੀ ਮਾਂ ਨੂੰ ਮੇਰਾ ਜਾਣਾ ਸੁਖਾਂਦਾ ਨਹੀਂ ਸੀ ਰਿਹਾ। ਉਹ ਬਹਾਨੇ ਬਣਾ ਬਣਾਕੇ ਬਾਰ ਬਾਰ ਆ ਜਾਂਦੀ। ਅੰਟੀ ਕਹਿ ਰਹੀ ਸੀ ਉਹ ਉਂਜ ਕਦੀ ਨਹੀਂ ਆਉਂਦੀ। ਉਹ ਤੇਰੇ ਤੇ ਜਾਸੂਸੀ ਕਰਨ ਆਉਂਦੀ ਹੈ।” ਸਵਾਤੀ ਹੱਸਣ ਲੱਗ ਪਈ।

“ਤੇਰੇ ਤੇ ਜਾਸੂਸੀ ਕਾਹਦੇ ਲਈ ?” ਮੈਂ ਹੈਰਾਨ ਹੋ ਕੇ ਪੁਛਿਆ।

“ਉਹ ਪਤਾ ਲਗਾਣਾ ਚਾਹੁੰਦੀ ਸੀ ਕਿ ਮੈਂ ਉਥੇ ਕਦੋਂ ਤਕ ਹਾਂ ਕਿਉਂਕਿ ਸੁਮੀਤ ਤੇ ਗੀਤਾ ਨਾਗਪੁਰ ਆਉਣ ਵਾਲੇ ਸਨ।”

“ਕਿਉਂ ਗੀਤਾ ਤਰੇ ਤੋਂ ਡਰਦੀ ਹੈ ਕਿ ਤੂੰ ਸੁਮੀਤ ਨੂੰ ਖੋਹ ਨਾ ਲਵੇਂ ?” ਮੈਂ ਹੱਸ ਕੇ ਪੁੱਛਿਆ।

“ਸ਼ਾਇਦ!” ਸਵਾਤੀ ਕੁਝ ਸੋਚੀਂ ਪੈ ਗਈ।

“ਭਾਬੀ ਜੀ, ਉਸ ਤੋਂ ਬਾਅਦ ਸੁਮੀਤ ਆਪਣੇ ਕੰਮ ਦੇ ਸਿਲਸਿਲੇ ਵਿਚ ਕਦੀ ਕਦੀ ਦਿੱਲੀ ਆਉਂਦਾ ਰਹਿੰਦਾ ਹੈ। ਇਕ ਵਾਰ ਆ ਕੇ ਮਿਲ ਜਾਂਦਾ ਹੈ। ਇਕ ਦੋ ਵਾਰ ਮੈਂ ਉਹਦੇ ਨਾਲ ਕਨਾਟ-ਪਲੇਸ ਘੁੰਮਣ ਗਈ ਸਾਂ। ਇਕ ਫਿਲਮ ਵੇਖੀ ਸੀ। ਜਦੋਂ ਉਹ ਆਉਂਦਾ ਹੈ ਤਾਂ ਲਗਦਾ ਹੈ ਮੇਰਾ ਕੋਈ ‘ਆਪਣਾ’ ਬੜੀ ਮੁੱਦਤ ਬਾਅਦ ਮਿਲਣ ਆਇਆ ਹੈ। ਥੋੜ੍ਹੀ ਖੁਸ਼ੀ, ਥੋੜ੍ਹਾ ਖੇੜਾ! ਜਦੋਂ ਚਲਾ ਜਾਂਦਾ ਹੈ ਤਾਂ ਫਿਰ ਉਹੀ ਉਦਾਸੀ, ਉਹੀ ਵੀਰਾਨਗੀ, ਸੁੰਨਾਪਨ, ਇਕੱਲਤਾ! ਭਾਬੀ ਜੀ, ਹੁਣ ਤਾਂ ਦੀਪਕ ਜੀ ਵੀ ਨਹੀਂ ਰਹੇ, ਮੇਰੇ ਦੁੱਖ ਵੰਡਣ ਵਾਲੇ।”

ਉਹ ਦੀਆਂ ਇਹਨਾਂ ਗੱਲਾਂ ਨੇ ਮੈਨੂੰ ਵੀ ਉਦਾਸ ਕਰ ਦਿੱਤਾ।

8.

ਅੰਮ੍ਰਿਤਾ ਨੇ ਦੱਸਿਆ ਕਿ ਸਵਾਤੀ ਆਂਟੀ ਦਾ ਫ਼ੋਨ ਸੀ। ਉਹ ਨਰਸਿੰਗ ਹੋਮ ਤੋਂ ਬੋਲ ਰਹੀ ਸੀ। ਕਹਿ ਰਹੇ ਸਨ ਕਿ ਬਬਲੀ ਦੇ ਲੜਕਾ ਹੋਇਆ ਹੈ।

"ਮੰਮੀ, ਲੋਕਾਂ ਨੂੰ ਪਤਾ ਤਾਂ ਲੱਗ ਹੀ ਜਾਵੇਗਾ ਕਿ ਅਗਸਤ ਵਿਚ ਸ਼ਾਦੀ ਹੋਈ ਅਤੇ ਨਵੰਬਰ ਵਿਚ ਬੱਚਾ.....। ਕਿੰਨੀ ਬਦਨਾਮੀ ਹੋਵੇਗੀ। ਲੋਕ ਕੀ ਕਹਿਣਗੇ।" ਅੰਮ੍ਰਿਤਾ ਦੇ ਚਿਹਰੇ ਤੇ ਚਿੰਤਾ ਦੀਆਂ ਲਕੀਰਾਂ ਬੜੀਆਂ ਡੂੰਘੀਆਂ ਸਨ।

"ਬਬਲੀ ਵਰਗੀਆਂ ਕੁੜੀਆਂ ਲੋਕਾਂ ਦੀ ਪ੍ਰਵਾਹ ਨਹੀਂ ਕਰਦੀਆਂ। ਸ਼ੁਕਰ ਹੈ ਬੱਚਾ ਵਿਆਹ ਤੋਂ ਬਾਅਦ ਹੋਇਆ ਹੈ। ਉਂਜ ਉਹਦੇ ਪੇਕੇ, ਸਹੁਰੇ ਅਤੇ ਬਾਕੀ ਜਾਣਨ ਵਾਲਿਆਂ ਨੂੰ ਪਤਾ ਹੀ ਹੈ....।" ਮੈਂ ਅੰਮ੍ਰਿਤਾ ਨੂੰ ਸ਼ਾਂਤ ਕੀਤਾ।

ਦੂਜੇ ਦਿਨ ਸਵਾਤੀ ਦਾ ਫਿਰ ਫ਼ੋਨ ਆ ਗਿਆ। ਉਹ ਬਹੁਤ ਖੁਸ਼ ਸੀ। ਚਹਿਕ ਰਹੀ ਸੀ।

"ਬੱਚਾ ਬਹੁਤ ਹੀ ਪਿਆਰਾ ਹੈ, ਭਾਬੀ ਜੀ! ਅਨਿਲ ਤੇ ਗਿਆ ਹੈ। ਉਹੀ ਨੈਣ-ਨਕਸ਼, ਉਹੀ ਰੰਗ......।"

"ਡਲਿਵਰੀ ਨਾਰਮਲ ਸੀ?" ਮੈਂ ਮੁਬਾਰਕ ਦਿੰਦੇ ਹੋਏ ਪੁੱਛਿਆ।

ਉਹ ਆਪਣੀ ਹੀ ਧੁੰਨ ਵਿਚ ਡਲਿਵਰੀ ਬਾਰੇ ਸਭ ਵਿਸਥਾਰ ਨਾਲ ਦੱਸਣ ਲੱਗ ਪਈ। "ਬੱਚੇ ਦੇ ਦਾਦਾ-ਦਾਦੀ ਵੀ ਬਹੁਤ ਖੁਸ਼ ਨੇ।"

ਉਸ ਦਿਨ ਤੋਂ ਬਾਅਦ ਮੈਂ ਜਦੋਂ ਵੀ ਸਵਾਤੀ ਨੂੰ ਫ਼ੋਨ ਕਰਦੀ ਉਹਦੇ ਕੋਲ ਗੱਲ ਕਰਨ ਲਈ ਇਕ ਹੀ ਵਿਸ਼ਾ ਹੁੰਦਾ-ਬਬਲੀ ਦਾ ਬੱਚਾ-ਚਿਰਾਗ! ਉਹ ਕਿੰਜ ਮੁਸਕਰਾਂਦਾ ਹੈ, ਕਿੰਨਾ ਰੋਂਦਾ ਹੈ.....।

ਅਮ੍ਰਿਤਾ ਅਤੇ ਮੈਂ ਇਕ ਦਿਨ ਬੱਚੇ ਨੂੰ ਵੇਖ ਵੀ ਆਈਆਂ ਸਾਂ। ਸੱਚਮੁੱਚ ਹੀ ਬੱਚੇ ਦੇ ਨੈਣ-ਨਕਸ਼ ਬਾਪ ਤੇ ਹੀ ਗਏ ਲੱਗਦੇ ਸਨ। ਬੱਚੇ ਕਰਕੇ ਘਰ ਦੇ ਸਭ ਜੀਆਂ ਦੇ ਚਿਹਰੇ ਤੇ ਬੱਚੇ ਦੀ ਆਮਦ ਕਰਕੇ ਜੋ ਖੇੜਾ ਸੀ ਉਹ ਵੇਖ ਕੇ ਬੜਾ ਆਨੰਦ ਆਇਆ। ਉਹ ਖੁਸ਼ੀ 'ਚ ਮਿਉਂਦੇ ਨਹੀਂ ਸਨ। ਉਹਨਾਂ ਸਭ ਨੂੰ ਇਕ ਖਿਡੌਣਾ ਮਿਲ ਗਿਆ ਸੀ।

ਇਕ ਦਿਨ ਦੁਪਹਿਰ ਨੂੰ ਫ਼ੋਨ ਦੀ ਘੰਟੀ ਵੱਜੀ ਤਾਂ ਉਧਰ ਮੰਜੂ ਦੀ ਆਵਾਜ਼ ਸੀ। "ਭਾਬੀ ਜੀ, ਇਕ ਬੁਰੀ ਖ਼ਬਰ ਹੈ।"

ਮੇਰਾ ਤ੍ਰਾਹ ਨਿਕਲ ਗਿਆ।

"ਸਵਾਤੀ ਦੀ ਭਾਣਜੀ ਅਣੂ, ਜੋ ਲਖਨਊ ਤੋਂ ਨੱਠਕੇ ਆ ਗਈ ਸੀ। ਉਹਨੇ ਖੁਦਕੁਸ਼ੀ ਕਰ ਲਈ ਹੈ.....।"

"ਓ! ਹੇ ਰਾਮ! ਸਵਾਤੀ ਕਿੱਥੇ ਹੈ?"

"ਉਹ ਆਪਣੀਆਂ ਵੱਡੀਆਂ ਭੈਣਾਂ ਨਾਲ ਲਖਨਊ ਗਈ ਹੈ।

"ਮੰਜੂ, ਇਹ ਤਾਂ ਬਹੁਤ ਬੁਰਾ ਹੋਇਆ।" ਮੈਂ ਇਸ ਖ਼ਬਰ ਨਾਲ ਹਿਲ ਗਈ ਸਾਂ।

"ਸੱਚ! ਭਾਬੀ ਜੀ, ਬਹੁਤ ਬੁਰਾ ਹੋਇਆ।" ਮੰਜੂ ਵੀ ਦੁੱਖੀ ਆਵਾਜ਼ ਵਿੱਚ ਬੋਲੀ-

"ਮੰਜੂ, ਜਦੋਂ ਸਵਾਤੀ ਵਾਪਿਸ ਆ ਜਾਵੇ ਤਾਂ ਮੈਨੂੰ ਫ਼ੋਨ ਕਰ ਦੇਈਂ। ਮੈਂ ਆ ਜਾਵਾਂਗੀ।"

ਬਬਲੀ ਦੇ ਵਿਆਹ ਤੇ ਮੈਂ ਅਣੂ ਨੂੰ ਵੇਖਿਆ ਸੀ। ਉਹ ਬਬਲੀ ਦੇ ਅੱਗੇ ਪਿਛੇ

ਹੋ ਰਹੀ ਸੀ। ਲੜਕੀ ਵੇਖਣ ਵਿਚ ਸੋਹਣੀ ਸੀ। ਪਤਲੇ ਨੈਣ-ਨਕਸ਼, ਕਣਕਵੰਨਾ ਰੰਗ...ਗੁਤ ਤੇ ਫੁਲਾਂ ਦਾ ਗਜਰਾ!

ਮੇਰੀਆਂ ਅੱਖਾਂ ਅੱਗੇ ਬਾਰ-ਬਾਰ ਉਹੀ ਸ਼ਕਲ ਘੁੰਮ ਜਾਂਦੀ। ਅੰਮ੍ਰਿਤਾ ਨੂੰ ਦੱਸਿਆ ਤਾਂ ਉਹ ਵੀ ਉਦਾਸ ਹੋ ਗਈ। "ਉਹ ਕੁੜੀ ਤਾਂ ਮੇਰੇ ਨਾਲ ਉਸ ਦਿਨ ਕੁਝ ਦੇਰ ਗੱਲਾਂ ਕਰਦੀ ਰਹੀ ਸੀ। ਉਹ ਫਿਲਮਾਂ ਬਾਰੇ, ਐਕਟਰਾਂ ਬਾਰੇ, ਐਕਟਰਸਾਂ ਬਾਰੇ ਹੀ ਗੱਲਾਂ ਕਰਦੀ ਰਹੀ।"

"ਇਹੋ ਜਿਹਾ ਕੀ ਹੋਇਆ ਹੋਵੇਗਾ? ਉਹਨੇ ਇਤਨਾ ਖਤਰਨਾਕ ਕਦਮ ਕਿਉਂ ਚੁੱਕਿਆ ਹੋਵੇਗਾ! ਉਹਦਾ ਦਿੱਲੀ ਵਿੱਚ ਰਹਿਣ ਦਾ ਸੁਫ਼ਨਾ ਸੀ। ਮਾਂ ਦੀ ਮਾਨਸਿਕ ਹਾਲਤ, ਜਾਂ ਘਰ ਦੀਆਂ ਹੋਰ ਸਮੱਸਿਆਵਾਂ, ਉਹਦੀਆਂ ਖਾਹਿਸ਼ਾਂ......।" ਮਨ ਇਹਨਾਂ ਹੀ ਖਿਆਲਾਂ ਵਿਚ ਉਲਝਿਆ ਰਿਹਾ ਤੇ ਪ੍ਰੇਸ਼ਾਨ ਹੁੰਦਾ ਰਿਹਾ।

ਸਵਾਤੀ ਦੇ ਲਖਨਊ ਤੋਂ ਪਰਤਣ ਬਾਅਦ ਮੈਂ ਉਹਦੀ ਮਾਲਾ ਦੀਦੀ ਦੇ ਘਰ ਗਈ। ਮਾਲਾ ਰੋ ਰੋ ਕੇ ਬੋਲੀ-"ਮੈਂ ਉਸ ਕੁੜੀ ਨੂੰ ਛੱਡਕੇ ਨਾ ਆਉਂਦੀ, ਨਾ ਇਹ ਸਭ ਹੁੰਦਾ।"

ਸੁਜਾਤਾ, ਸਵਾਤੀ, ਬਬਲੀ ਸਭ ਦੀਆਂ ਅੱਖਾਂ ਵਿਚ ਹੰਝੂ ਸਨ! ਹੋਠਾਂ ਤੇ ਵਿਰਲਾਪ! ਸਭ ਦੇ ਚਿਹਰੇ ਮੁਰਝਾਏ ਹੋਏ ਸਨ।

ਦੋ ਮਹੀਨੇ ਪਹਿਲਾਂ ਇਸ ਘਰ ਵਿਚ ਇਕ ਬੱਚੇ ਦੇ ਜਨਮ ਤੇ ਜੋ ਖੁਸ਼ੀਆਂ ਦੀ ਬਹਾਰ ਆਈ ਸੀ, ਖੁਸ਼ੀਆਂ ਦੀ ਫੁਹਾਰ, ਜੋ ਮੈਂ ਵੇਖ ਕੇ ਗਈ ਸਾਂ, ਅੱਜ ਉਸ ਘਰ ਵਿਚ ਸੋਗ ਸੀ।

ਮੈਂ ਅੰਜਲੀ ਅਤੇ ਉਹਦੇ ਪਰਿਵਾਰ ਬਾਰੇ ਕੁਝ ਪੁੱਛਣਾ ਚਾਹਿਆ ਪਰ ਹਿੰਮਤ ਹੀ ਨਹੀਂ ਪਈ।

ਸਵਾਤੀ ਨਾਲ ਫ਼ੋਨ ਤੇ ਕਦੀ ਕਦੀ ਗੱਲ ਹੋ ਜਾਂਦੀ, ਬਿਲਕੁਲ ਸੰਖੇਪ ਵਿੱਚ। ਉਹਦੇ ਸੁਰ ਵਿਚ ਉਦਾਸੀ ਹੀ ਹੁੰਦੀ।

ਇਕ ਦਿਨ ਸਵਾਤੀ ਬੋਲੀ, "ਭਾਬੀ ਜੀ, ਸੁਮੀਤ ਦੀ ਬਦਲੀ ਦਿੱਲੀ ਹੋ ਗਈ ਹੈ। ਉਹ ਘਰ ਆਇਆ ਸੀ। ਨਾਲ ਉਹਦੀ ਬੀਵੀ ਗੀਤਾ ਅਤੇ ਬੱਚੇ ਵੀ ਸਨ।"

ਮੈਨੂੰ ਸਮਝ ਨਾ ਆਈ ਕਿ ਮੈਂ ਕੀ ਕਹਾਂ।

"ਭਾਬੀ ਜੀ, ਉਹਦੀ ਬੀਵੀ ਅਤੇ ਬੱਚੇ ਤਾਂ ਵਾਪਿਸ ਮੁੰਬਈ ਚਲੇ ਜਾਣਗੇ। ਅੱਜ ਕਲ੍ਹ ਮੁੰਬਈ ਸਕੂਲ ਵਿਚ ਛੁੱਟੀਆਂ ਹਨ।" ਉਹਦੀ ਆਵਾਜ਼ ਵਿਚ ਉਤਸ਼ਾਹ ਸੀ।

ਇਸ ਤੋਂ ਬਾਅਦ ਬਹੁਤੇ ਲੰਬੇ ਅਰਸੇ ਤੱਕ ਸਵਾਤੀ ਨਾਲ ਮੇਰਾ ਕੋਈ ਸੰਵਾਦ ਹੀ ਨਹੀਂ ਹੋਇਆ। ਮੈਂ ਉਹਦੇ ਘਰ ਫ਼ੋਨ ਕਰਦੀ ਤਾਂ ਉਹਦੀ ਦੀਦੀ ਕਹਿ ਦਿੰਦੀ- "ਅਜੇ ਘਰ ਨਹੀਂ ਆਈ।" ਜਾਂ ਕਹਿੰਦੀ, ਘਰ ਆ ਕੇ ਕਿਧਰੇ ਚਲੀ ਗਈ ਹੈ। ਤੁਹਾਡਾ ਸੁਨੇਹਾ ਦੇ ਦਿੱਤਾ ਸੀ" ਆਦਿ!

ਇਕ ਦਿਨ ਮੈਂ ਮੰਜੂ ਨੂੰ ਫ਼ੋਨ ਕਰਕੇ ਪੁੱਛਿਆ ਤਾਂ ਉਹ ਹੱਸਕੇ ਬੋਲੀ, "ਅੱਜ ਕਲ੍ਹ ਸਵਾਤੀ ਬਹੁਤ ਬਿਜ਼ੀ ਹੈ। ਭਾਬੀ ਜੀ, ਅੱਜਕਲ੍ਹ ਉਹ ਬਹੁਤ ਖੁਸ਼ ਹੈ। ਉਹਦੀ

ਫਬਤ ਵੇਖਣ ਵਾਲੀ ਹੁੰਦੀ ਹੈ। ਉਹ ਅਕਸਰ ਕੰਮ ਤੋਂ ਸੁਮੀਤ ਦੇ ਦਫ਼ਤਰ ਪਹੁੰਚ ਜਾਂਦੀ ਹੈ। ਜੇ ਸੁਮੀਤ ਨੂੰ ਵਕਤ ਮਿਲੇ ਤਾਂ ਉਹ ਇਹਨੂੰ ਹਸਪਤਾਲ ਤੋਂ ਲੈਣ ਆ ਜਾਂਦਾ ਹੈ।"

ਮੈਂ ਕੀ ਕਹਿੰਦੀ। ਮੈਂ ਸਵਾਤੀ ਨੂੰ ਫ਼ੋਨ ਕਰਨਾ ਬੰਦ ਕਰ ਦਿੱਤਾ।

ਪੰਦਰਾਂ ਜੁਲਾਈ ਨੂੰ ਸਵਾਤੀ ਦਾ ਜਨਮ ਦਿਨ ਸੀ। ਮੈਂ ਸਵੇਰੇ ਸਵੇਰੇ ਉਹਦੇ ਘਰ ਫ਼ੋਨ ਕਰ ਦਿੱਤਾ। ਉਹ ਕੰਮ ਤੇ ਜਾਣ ਲਈ ਤਿਆਰ ਹੋ ਰਹੀ ਸੀ। ਉਹਦੀ ਆਵਾਜ਼ ਵਿਚੋਂ ਖੁਸ਼ੀ ਟਪਕ ਰਹੀ ਸੀ।

"ਭਾਬੀ ਜੀ, ਤੁਹਾਡੇ ਸੁਨੇਹੇ ਮਿਲੇ ਹਨ। ਆਕੇ ਮਿਲਾਂਗੀ ਕਿਸੇ ਦਿਨ।" ਉਹ ਚਹਿਕ ਕੇ ਬੋਲੀ।

"ਅੱਜ ਜਨਮ ਦਿਨ ਕਿਵੇਂ ਮਨਾ ਰਹੀ ਹੈਂ?" ਮੈਂ ਪੁੱਛਿਆ।

"ਦੱਸਾਂਗੀ। ਬਾਅਦ ਵਿਚ ਫ਼ੋਨ ਕਰਾਂਗੀ।" ਉਹ ਬੋਲੀ।

ਦੀਪਕ ਦੀ ਬਰਸੀ ਤੇ ਸਵਾਤੀ, ਮੰਜੂ, ਨੀਲਮ ਹਰ ਸਾਲ ਦੀ ਤਰ੍ਹਾਂ ਆਈਆਂ। ਦੀਪਕ ਦੀਆਂ ਗੱਲਾਂ ਹੁੰਦੀਆਂ ਰਹੀਆਂ। ਸਭ ਕੋਲ ਕੋਈ ਨਾ ਕੋਈ ਗੱਲ ਕਰਨ ਵਾਲੀ ਸੀ। ਮੇਰੇ ਦਿਲ ਦੀ ਟੁੱਟ ਭੱਜ ਤਾਂ ਹੁੰਦੀ ਹੀ ਰਹਿੰਦੀ। ਫਿਰ ਵੀ ਹੱਸਣਾ" ਪੈਂਦਾ ਹੈ । ਦੂਜਿਆਂ ਦੇ ਦੁੱਖ-ਸੁੱਖ ਵੰਡਕੇ ਆਪਣੇ ਜ਼ਖਮ ਭਰਨ ਦੀ ਕੋਸ਼ਿਸ਼ ਵਿਚ ਲੱਗੀ ਰਹਿੰਦੀ।

ਅਕਤੂਬਰ ਵਿਚ ਇਕ ਦਿਨ ਅਚਾਨਕ ਸਵਾਤੀ ਦਾ ਫ਼ੋਨ ਆਇਆ। ਉਹਦੀ ਆਵਾਜ਼ ਬੜੀ ਲਿੱਸੀ ਲਿੱਸੀ ਸੀ। "ਕੀ ਹਾਲ ਹੈ ਤੇਰਾ?"

"ਗੀਤਾ ਅਤੇ ਬੱਚੇ ਮੁੰਬਈ ਤੋਂ ਆਏ ਨੇ। ਉਥੇ ਸਕੂਲਾਂ ਵਿਚ ਛੁੱਟੀਆਂ ਨੇ।"

ਮੈਂ ਉਹਦੀ ਉਦਾਸੀ ਦਾ ਕਾਰਨ ਸਮਝ ਗਈ ਸਾਂ। ਅੱਜ ਬੜੇ ਦਿਨਾਂ ਬਾਅਦ ਉਹ ਬਬਲੀ ਦੇ ਬੇਟੇ ਚਿਰਾਗ ਬਾਰੇ ਗੱਲ ਕਰ ਰਹੀ ਸੀ।

"ਭਾਬੀ ਜੀ, ਹੁਣ ਉਹ ਸੋਫਾ ਫੜਕੇ ਖੜਾ ਹੋ ਜਾਂਦਾ ਹੈ। ਮੂੰਹ ਨਾਲ ਆਵਾਜ਼ਾਂ ਕੱਢਦਾ ਹੈ, ਦੋ ਦੰਦ ਕੱਢ ਬੈਠਾ ਹੈ। ਬਬਲੀ ਦੀ ਨੌਕਰੀ ਲੱਗ ਗਈ ਹੈ। ਅਨਿਲ ਦਾ ਕੋਰਸ ਪੂਰਾ ਹੋਣ ਵਾਲਾ ਹੈ।" ਆਦਿ ਆਦਿ।

"ਸਵਾਤੀ, ਬਬਲੀ ਨੌਕਰੀ ਤੇ ਜਾਵੇਗੀ ਤਾਂ ਚਿਰਾਗ ਨੂੰ ਕੌਣ ਵੇਖੇਗਾ?" ਮੈਂ ਪੁੱਛਿਆ।

"ਹੁਣ ਕਿਹੜਾ ਬਬਲੀ ਬੱਚੇ ਨੂੰ ਰੱਖਦੀ ਹੈ। ਉਹ ਸਾਰਾ ਦਿਨ ਸੁਜਾਤਾ ਦੀਦੀ ਕੋਲ ਰਹਿੰਦਾ ਹੈ। ਘਰ ਦੇ ਕੰਮ ਲਈ ਇਕ ਮਾਈ ਰੱਖ ਲਈ ਹੈ। ਅਜਕਲ੍ਹ ਸੁਜਾਤਾ ਦੀਦੀ ਦੀ ਬਹੁਤ ਕਦਰ ਹੋ ਗਈ ਹੈ।"

"ਅੱਛਾ! ਤੇਰੀ ਸੁਜਾਤਾ ਦੀਦੀ ਦੇ ਤਲਾਕ ਦਾ ਕੀ ਹੋਇਆ?"

"ਉਹ ਤਾਂ ਹੋ ਚੁੱਕਾ ਹੈ।"

"ਤੂੰ ਹਾਲੇ ਵੀ ਉਹਦੇ ਲਈ ਅਖ਼ਬਾਰ ਵਿਚ ਇਸ਼ਤਿਹਾਰ ਦਿੰਦੀ ਹੈ?" ਮੈਂ ਪੁੱਛਿਆ।

"ਨਹੀਂ, ਹੁਣ ਤਾਂ ਸੁਜਾਤਾ ਦੀਦੀ ਨੇ ਇਸ ਮਾਮਲੇ ਤੇ ਚੁੱਪ ਧਾਰ ਲਈ ਹੈ।"

"ਤੂੰ ਆਪਣਾ ਤਾਂ ਕੁਝ ਸੋਚ! ਤੂੰ ਆਪ ਹੀ ਅਖਬਾਰ ਵਿਚ ਇਸ਼ਤਿਹਾਰ ਦੇ ਦੇ ਜਾਂ ਮੈਨੂੰ ਮੈਟਰ ਬਣਾਕੇ ਉਹ ਕੰਮ ਮੈਂ ਕਰ ਦਿੰਦੀ ਹਾਂ। ਇੰਜ ਇਕੱਲੇ ਜ਼ਿੰਦਗੀ ਕਿੰਜ ਬੀਤੇਗੀ। ਸੁਮੀਤ ਤਾਂ ਫਿਰ ਮੁੰਬਈ ਆਪਣੇ ਪਰਿਵਾਰ ਕੋਲ ਹੀ ਜਾਵੇਗਾ। ਕੀ ਖਿਆਲ ਹੈ?"

"ਗੱਲ ਤਾਂ ਠੀਕ ਹੈ।" ਉਹਦੀ ਆਵਾਜ਼ ਬੁਝੀ ਹੋਈ ਸੀ।

ਮੈ ਝਟ ਗੱਲ ਦਾ ਰੁਖ ਬਦਲ ਦਿੱਤਾ। ਮੈਂ ਸਿਮਰ ਦੀਆਂ ਗੱਲਾਂ ਕਰਨ ਲੱਗ ਪਈ। ਉਹਦੀਆਂ ਤੋਤਲੀਆਂ ਗੱਲਾਂ, ਸ਼ਰਾਰਤਾਂ ਦਾਦੀ ਪੋਤੀ ਦਾ ਪਿਆਰ!

"ਭਾਬੀ ਜੀ, ਤੁਸੀਂ ਉਹਨੂੰ ਲੈ ਕੇ ਇਕ ਵਾਰੀ ਘਰ ਆਉਣਾ।"

"ਠੀਕ ਹੈ। ਉਹ ਬਬਲੀ ਦੇ ਬੇਟੇ ਨੂੰ ਵੇਖਕੇ ਖੁਸ਼ ਹੋਵੇਗੀ।" ਮੈਂ ਵਾਇਦਾ ਕਰ ਦਿੱਤਾ।

ਨਵੰਬਰ ਵਿਚ ਬਬਲੀ ਦੇ ਬੇਟੇ ਦੇ ਜਨਮ ਦਿਨ ਤੇ ਅਸੀਂ ਉਹਦੇ ਘਰ ਗਏ। ਉਥੇ ਸੁਮੀਤ ਵੀ ਆਇਆ ਹੋਇਆ ਸੀ। ਸਵਾਤੀ ਨੇ ਮੇਰਾ ਉਹਦੇ ਨਾਲ ਪਹਿਚਾਣ ਕਰਵਾਈ। ਸੱਚਮੁਚ ਹੀ ਉਹ ਬਹੁਤ ਚੰਗੀ ਸ਼ਖ਼ਸੀਅਤ ਸੀ, ਵੇਖਣ ਨੂੰ। ਉਹਦੀ ਆਵਾਜ਼ ਵਿਚ ਇਕ ਖਾਸ ਕਸ਼ਿਸ਼ ਸੀ। ਗੱਲ ਕਰਨ ਵਿਚ ਵੀ ਬੜਾ ਸਿਆਣਾ ਲੱਗ ਰਿਹਾ ਸੀ। ਸੁਮੀਤ ਨੂੰ ਮਿਲਕੇ ਮੈਨੂੰ ਸਵਾਤੀ ਲਈ ਬੜਾ ਅਫ਼ਸੋਸ ਹੋਇਆ। ਕਿਉਂ ਨਾ ਉਹ ਉਸ ਮੁੰਡੇ ਲਈ ਆਪਣੇ ਬਾਬਾ ਦੇ ਸਾਹਮਣੇ ਅੜ ਗਈ। ਉਸ ਦਿਨ ਸਵਾਤੀ ਦੀ ਸੱਜ ਧੱਜ ਅਲੱਗ ਹੀ ਸੀ।

ਮੰਜੂ ਅਤੇ ਨੀਲਮ ਵੀ ਆਪਣੇ ਪਰਿਵਾਰਾਂ ਸਮੇਤ ਆਈਆਂ ਹੋਈਆਂ ਸਨ। ਸੁਜਾਂਤਾ ਵੀ ਬਹੁਤ ਫਬ ਰਹੀ ਸੀ। ਬਬਲੀ ਅਤੇ ਸੁਜਾਤਾ ਨੇੜੇ ਨੇੜੇ ਢੁਕ ਕੇ ਬੈਠੀਆਂ ਹੋਈਆਂ ਸਨ। ਬੱਚਾ ਬਬਲੀ ਨਾਲੋਂ ਸੁਜਾਤਾ ਨਾਲ ਜ਼ਿਆਦਾ ਹਿਲਿਆ ਹੋਇਆ ਲੱਗ ਰਿਹਾ ਸੀ। ਬੱਚੇ ਦੇ ਦਾਦੀ ਦਾਦੇ ਦੇ ਚਿਹਰੈ ਵੀ ਖੁਸ਼ੀ ਨਾਲ ਚਮਕ ਰਹੇ ਸਨ। ਸਭ ਪਾਸੇ ਖੇੜਾ ਹੀ ਖੇੜਾ ਸੀ। ਸਿਮਰ ਵੀ ਬਾਕੀ ਬੱਚਿਆਂ ਨਾਲ ਉਛਲ-ਕੁਦ ਮਚਾ ਰਹੀ ਸੀ।

ਮੰਜੂ, ਨੀਲਮ ਅਤੇ ਸਾਡੇ ਪਰਿਵਾਰ ਦਾ ਅਲੱਗ ਹੀ ਗਰੁੱਪ ਬਣ ਗਿਆ ਸੀ। ਅਸੀਂ ਸਭ ਇਕ ਕੋਨੇ ਵਿਚ ਬੈਠ ਕੇ ਗੱਪ-ਸ਼ੱਪ ਕਰਨ ਲੱਗ ਪਵੇ। ਮੰਜੂ ਮੇਰੇ ਕੰਨ ਵਿਚ ਬੋਲੀ, "ਭਾਬੀ ਜੀ, ਸੁਮੀਤ ਨੂੰ ਵੇਖਿਆ ਜੇ?"

ਮੈਂ 'ਹਾਂ' ਵਿਚ ਸਿਰ ਹਿਲਾ ਦਿੱਤਾ।

ਮੈਂ ਨਹੀਂ ਸਾਂ ਚਾਹੁੰਦੀ ਕਿ ਨੀਲਮ ਨੂੰ ਕਿਸੇ ਗੱਲ ਦੀ ਭਿਣਕ ਵੀ ਪੈ ਜਾਵੇ। ਸਵਾਤੀ ਨੀਲਮ ਨਾਲ ਇੰਨੀ ਖੁੱਲ੍ਹੀ ਹੋਈ ਨਹੀਂ ਸੀ। ਨੀਲਮ ਨੂੰ ਉਂਜ ਵੀ ਆਪਣੇ ਸੁਹੱਪਣ ਦਾ ਬੜਾ ਅਹਿਸਾਸ ਸੀ ਤੇ ਪਾਰਟੀ-ਵਾਰਟੀ ਵਿੱਚ ਜ਼ਰਾ ਜ਼ਿਆਦਾ ਹੀ ਇਤਰਾਂਦੀ ਸੀ। ਦੀਪਕ ਦੀ ਆਦਤ ਸੀ ਕਿ ਉਹ ਇਹਨਾਂ ਕੁੜੀਆਂ ਦੀ ਪ੍ਰਸੰਸਾ ਕਰ ਦਿੰਦਾ ਸੀ ਕਦੀ ਵਾਲਾਂ ਦੀ, ਕਦੀ ਕੱਪੜਿਆਂ ਦੀ ਤੇ ਕਦੀ ਮੁਸਕਾਣ ਦੀ। ਇਸ

ਲਈ ਉਹ ਦੀਪਕ ਨੂੰ ਆਪਣਾ ਦੋਸਤ ਮੰਨਦੀਆਂ ਸਨ ਤੇ ਉਹਦੇ ਨਾਲ ਆਪਣਾ ਨਿੱਜੀ, ਘਰ ਦਾ ਦੁੱਖ ਸੁੱਖ ਫੋਲ ਲੈਂਦੀਆਂ ਸਨ। ਮੰਜੂ ਤੇ ਸਵਾਤੀ ਇਕ ਦੂਜੇ ਦੀਆਂ ਰਾਜਦਾਨ ਸਨ ਪਰ ਨੀਲਮ ਨਾਲ ਉਹ ਹਰ ਗੱਲ ਨਹੀਂ ਸਨ ਕਰਦੀਆਂ।

ਮੰਜੂ ਬਹਾਨੇ ਨਾਲ ਮੈਨੂੰ ਕਮਰੇ ਦੇ ਬਾਹਰ ਲੈ ਗਈ ਤੇ ਬੋਲੀ, "ਭਾਬੀ ਜੀ ਸੁਮੀਤ ਮੁੰਬਈ ਬਦਲੀ ਦੀ ਕੋਸ਼ਿਸ਼ ਕਰ ਰਿਹਾ ਹੈ। ਉਹਦੇ ਬੱਚੇ ਉਥੇ ਪੜ੍ਹਦੇ ਹਨ। ਬੀਵੀ ਉਥੇ ਨੌਕਰੀ ਕਰਦੀ ਹੈ। ਉਹ ਚਲਾ ਗਿਆ ਤਾਂ ਸਵਾਤੀ ਫਿਰ ਕੱਲੀ ਦੀ ਕੱਲੀ!"

"ਤੂੰ ਉਹਦੀ ਸਹੇਲੀ ਹੈਂ, ਕੁਝ ਕਰ। ਕੋਈ ਲੜਕਾ ਲੱਭ ਉਹਦੇ ਲਈ।"

"ਉਹ ਮੰਨੇ ਤਾਂ ਹੀ ਸੰਭਵ ਹੈ।" ਉਹ ਮਾਯੂਸ ਹੋ ਕੇ ਬੋਲੀ।

ਵਾਪਸੀ ਤੇ ਅੰਮ੍ਰਿਤਾ ਬੋਲੀ, "ਮੰਮੀ ਬਬਲੀ ਬੜੀ ਸੋਹਣੀ ਅਤੇ ਸਮਾਰਟ ਨਿਕਲ ਆਈ ਹੈ। ਸਵਾਤੀ ਆਂਟੀ ਤਾਂ ਆਪਣੀ ਉਮਰ ਤੋਂ ਬਹੁਤ ਘੱਟ ਲੱਗ ਰਹੀ ਸੀ।"

ਮੈਂ ਮੁਸਕਰਾ ਕੇ 'ਹਾਂ' ਵਿਚ ਸਿਰ ਹਿਲਾ ਦਿੱਤਾ।

ਨਵਾਂ ਸਾਲ ਚੜ੍ਹਿਆ ਤਾਂ ਮੈਂ ਸਵਾਤੀ ਨੂੰ ਨਵੇਂ ਸਾਲ ਦੀਆਂ ਮੁਬਾਰਕਾਂ ਦਿੱਤੀਆਂ ਤੇ ਨਾਲ ਹੀ ਕਿਹਾ ਕਿ ਨਵੇਂ ਸਾਲ ਵਿਚ ਤੈਨੂੰ ਕੋਈ ਚੰਗਾ ਜੀਵਨ ਸਾਥੀ ਮਿਲ ਜਾਵੇ। ਆਪਣੀਆਂ ਖੁਸ਼ੀਆਂ ਲੈ ਕੇ ਆਵੇ। ਉਸ ਕੋਈ ਉਤਸ਼ਾਹ ਨਹੀਂ ਵਿਖਾਇਆ। ਉਹਦੀ ਆਵਾਜ਼ ਵਿਚ ਕੋਈ ਜਾਨ ਨਹੀਂ ਸੀ।

ਮੰਜੂ ਨੂੰ ਨਵੇਂ ਸਾਲ ਦੀਆਂ ਮੁਬਾਰਕਾਂ ਦੇਣ ਤੋਂ ਬਾਅਦ ਮੈਂ ਸਵਾਤੀ ਦੀ ਉਦਾਸੀ ਦਾ ਕਾਰਨ ਪੁੱਛਿਆ ਤਾਂ ਉਹ ਬੋਲੀ, "ਸੁਮੀਤ ਮੁੰਬਈ ਚਲਾ ਗਿਆ ਹੈ, ਬਦਲੀ ਕਰਵਾ ਕੇ। ਸਵਾਤੀ ਨੂੰ ਕਹਿ ਗਿਆ ਹੈ, ਮੈਂ ਫਿਰ ਆਵਾਂਗਾ ਤੇਰੇ ਕੋਲ, ਉਦਾਸ ਨਾ ਹੋ।"

ਸਵਾਤੀ ਨੇ ਮੈਨੂੰ ਉਹੀ ਡਾਇਲਾਗ ਪਹਿਲਾਂ ਵੀ ਦੱਸਿਆ ਸੀ ਕਿ ਉਹ ਵਾਪਿਸ ਉਹਦੇ ਕੋਲ ਪਰਤੇਗਾ...। ਤੇ ਉਹ ਬੇਵਕੂਫ਼ ਉਹਦੀ ਉਡੀਕ ਲਗਾਈ ਰੱਖਦੀ ਏ। ਉਹਦਾ ਰਾਹ ਤੱਕਦੀ ਰਹਿੰਦੀ ਏ। ਜਿੰਨੇ ਦਿਨ ਦਿੱਲੀ ਰਹਿੰਦਾ ਹੈ, ਸਵਾਤੀ ਦਾ ਦਿਲ ਪਰਚਾਈ ਰੱਖਦਾ ਹੈ। ਸਵਾਤੀ ਵੀ ਭੁਲਾਵੇ ਵਿਚ ਜੀਵੀ ਜਾ ਰਹੀ ਹੈ। ਸੁਮੀਤ ਦਾ ਕੀ ਵਿਗੜਦਾ ਹੈ। ਜਿੰਨੇ ਦਿਨ ਦਿੱਲੀ ਰਿਹਾ ਆਪਣਾ ਦਿਲ ਲਗਾਈ ਰੱਖਿਆ। ਸਵਾਤੀ ਬੱਚੀ ਤਾਂ ਹੈ ਨਹੀਂ ਜਿਹਨੂੰ ਸਮਝਾਇਆ ਜਾ ਸਕੇ। ਪਤਾ ਨਹੀਂ ਕਿਥੇ ਮੈਂ ਪੜ੍ਹਿਆ ਕਿ ਔਰਤ ਜਦੋਂ ਪਿਆਰ ਵਿੱਚ ਡੁੱਬੀ ਹੁੰਦੀ ਹੈ ਤਾਂ ਵਿਵੇਕ-ਰਹਿਤ ਹੋ ਜਾਂਦੀ ਹੈ। ਆਪਣੇ ਦਿਮਾਗ ਦਾ ਪ੍ਰਯੋਗ ਨਹੀਂ ਕਰਦੀ......।

ਸਵਾਤੀ ਹੁਣ ਜਦੋਂ ਵੀ ਮਿਲਦੀ, ਨਾ ਉਹ ਸੁਮੀਤ ਦੀ ਕੋਈ ਗੱਲ ਛੇੜਦੀ ਨਾ ਮੈਂ।

9.

ਮੰਜੂ ਨੇ ਫ਼ੋਨ ਤੇ ਦੱਸਿਆ ਕਿ ਮਾਲਾ ਬਹੁਤ ਬੀਮਾਰ ਹੈ। ਉਹ ਹੱਸਪਤਾਲ ਵਿਚ ਭਰਤੀ ਹੈ। ਮੈਂ ਸਵਾਤੀ ਨੂੰ ਫ਼ੋਨ ਤੇ ਫ਼ੋਨ ਕਰਦੀ ਰਹੀ ਪਰ ਉਹ ਮਿਲੀ ਹੀ ਨਹੀਂ। ਇਕ ਦਿਨ ਮੈਂ ਇੰਦਰ ਨੂੰ ਨਾਲ ਲੈ ਕੇ ਹਸਪਤਾਲ ਪਹੁੰਚ ਗਈ। ਸਵਾਤੀ ਵੀ ਉਥੇ ਹੀ ਮਿਲ ਗਈ। ਮਾਲਾ ਦਾ ਬਲੱਡ ਪ੍ਰੈਸ਼ਰ ਬਹੁਤ ਵੱਧ ਗਿਆ ਸੀ ਅਤੇ ਕੰਟਰੋਲ ਵਿਚ ਨਹੀਂ ਸੀ ਆ ਰਿਹਾ। ਬਹੁਤ ਸਾਰੇ ਟੈਸਟ ਹੋ ਰਹੇ ਸਨ। ਜਿਸ ਦਿਨ ਮੈਂ ਹੱਸਪਤਾਲ ਗਈ ਉਸ ਦਿਨ ਮਾਲਾ ਦੀ ਸਿਹਤ ਵਿਚ ਕੁਝ ਸੁਧਾਰ ਹੋ ਗਿਆ ਸੀ।

ਬਬਲੀ, ਸੁਜਾਤਾ, ਬਬਲੀ ਦੇ ਡੈਡੀ ਸਭ ਉਥੇ ਹੀ ਮਿਲ ਗਏ।

ਮੇਰੇ ਉਥੇ ਹੁੰਦਿਆਂ ਹੀ ਸਵਾਤੀ ਦੇ ਬਾਬਾ ਅਤੇ ਕ੍ਰਿਸ਼ਨਾ ਵੀ ਆ ਗਏ। ਉਸ ਦਿਨ ਮੈਂ ਉਹਨਾਂ ਦੋਹਾਂ ਨੂੰ ਧਿਆਨ ਨਾਲ ਵੇਖਿਆ। ਸਵਾਤੀ ਦੇ ਬਾਬਾ ਬਹੁਤ ਕਮਜ਼ੋਰ, ਝੁਕੇ ਹੋਏ, ਬੁੱਢੇ ਅਤੇ ਬੀਮਾਰ ਲਗ ਰਹੇ ਸਨ। ਕ੍ਰਿਸ਼ਨਾ ਦਾ ਸ਼ਰੀਰ ਭਰਿਆ ਹੋਇਆ ਸੀ ਪਰ ਚਿਹਰਾ ਢਿਲਕਿਆ ਹੋਇਆ ਸੀ। ਬੜੀ ਸਾਧਾਰਣ ਜਹੀ, ਛੋਟੇ ਜਹੇ ਕਦ ਦੀ ਔਰਤ। ਅੱਖਾਂ ਤੇ ਮੋਟੇ ਸ਼ੀਸ਼ੇ ਦੀ ਐਨਕਾਂ ਪਰ ਕਾਟਨ ਦੀ, ਬਾਰਡਰ ਵਾਲੀ ਸਾੜ੍ਹੀ, ਬੜੇ ਸਲੀਕੇ ਨਾਲ ਬੰਨ੍ਹੀ ਹੋਈ ਸੀ। ਗਲੇ ਵਿਚ ਮੰਗਲਸੂਤਰ, ਮੱਥੇ ਤੇ ਬਿੰਦੀ, ਬਾਹਾਂ ਵਿਚ ਕੱਚ ਦੀਆਂ ਚੂੜੀਆਂ।

ਸਵਾਤੀ ਥੋੜ੍ਹੀ ਦੇਰ ਬਾਅਦ ਬਾਹਰ ਬਰਾਂਡੇ ਵਿਚ ਮੇਰੇ ਕੋਲ ਆ ਕੇ ਬੈਠ ਗਈ। ਬੜੀ ਪ੍ਰੇਸ਼ਾਨ ਲੱਗ ਰਹੀ ਸੀ। ਬੋਲੀ, "ਮਾਲਾ ਦੀਦੀ ਨੇ ਸਾਨੂੰ ਸਭ ਭੈਣਾਂ ਨੂੰ ਆਪਣੇ ਆਲ੍ਹਣੇ ਵਿਚ ਸੰਭਾਲਿਆ ਹੋਇਆ ਹੈ। ਜੇ ਦੀਦੀ ਨੂੰ ਕੁਝ ਹੋ ਗਿਆ ਤਾਂ ਸਭ ਕੁਝ ਬਿਖਰ ਜਾਵੇਗਾ।" ਉਹ ਡੁਸਕ-ਡੁਸਕ ਕੇ ਰੋਣ ਲੱਗ ਪਈ। ਉਹਦੇ ਰੋਣੇ ਨੇ ਮੈਨੂੰ ਅੰਦਰ ਤੱਕ ਹਿਲਾ ਦਿੱਤਾ।

ਕੁਝ ਸ਼ਾਂਤ ਹੋਈ ਤਾਂ ਬੋਲੀ, "ਦੀਦੀ ਨੇ ਦਵਾਰਕਾ ਵਿਚ ਇਕ ਅਪਾਰਟਮੈਂਟ ਲਿਆ ਹੈ। ਬਬਲੀ ਉਥੇ ਚਲੀ ਜਾਵੇਗੀ ਅਨਿਲ ਨੂੰ ਵੀ ਇਕ ਬੈਂਕ ਵਿਚ ਨੌਕਰੀ ਮਿਲ ਗਈ ਹੈ। ਸੁਜਾਤਾ ਦੀਦੀ ਵੀ ਉਥੇ ਹੀ ਰਹੇਗੀ। ਉਹ ਬੱਚੇ ਨੂੰ ਰੱਖੇਗੀ। ਉਧਰ ਵਿਕਾਸਪੁਰੀ ਵਿਚ ਅਨਿਲ ਦੇ ਮਾਤਾ ਪਿਤਾ ਵੀ ਨੇੜੇ ਪੈਣਗੇ। ਉਹਨਾਂ ਦਾ ਅਨਿਲ ਦੇ ਸਿਵਾ ਕੋਈ ਹੈ ਨਹੀਂ। ਮਾਲਾ ਦੀਦੀ ਅਤੇ ਜੀਜਾ ਜੀ ਰਿਟਾਇਰ ਹੋਣ ਤੋਂ ਬਾਅਦ ਦਵਾਰਕਾ ਹੀ ਸਿਫਟ ਕਰ ਜਾਣਗੇ। ਉਹਨਾਂ ਨੂੰ ਕੁਆਰਟਰ ਤਾਂ ਛੱਡਣਾ ਹੀ ਪਵੇਗਾ। ਤੇ ਬਾਕੀ ਰਹਿ ਜਾਵਾਂਗੀ ਮੈਂ......।" ਇਹ ਕਹਿ ਕੇ ਉਹ ਹੱਸਣ ਲੱਗ ਪਈ। ਇਕ ਉਦਾਸੀ ਭਰਿਆ ਹਾਸਾ।

"ਅੰਜਲੀ ਦਾ ਕੀ ਹਾਲ ਹੈ?" ਮੈਂ ਪੁੱਛਿਆ।

"ਉਹਨਾਂ ਨੂੰ ਖਬਰ ਨਹੀਂ ਕੀਤੀ। ਉਹ ਆਪ ਹੀ ਬਹੁਤ ਪ੍ਰੇਸ਼ਾਨ ਨੇ।" ਉਹ ਲੰਬੇ ਸਾਹ ਲੈ ਕੇ ਬੋਲੀ।

"ਸੁਜਾਤਾ ਖੁਸ਼ ਹੈ ?"

"ਅੱਜ ਕਲ੍ਹ ਸੁਜਾਤਾ ਦੀਦੀ ਬਹੁਤ ਸੰਤੁਸ਼ਟ ਹੈ। ਚਿਰਾਗ ਨਾਲ ਉਹਨਾਂ ਦਾ ਦਿਲ ਲੱਗਾ ਰਹਿੰਦਾ ਹੈ। ਹੁਣ ਮਾਲਾ ਦੀਦੀ, ਜੀਜਾ ਜੀ, ਬਬਲੀ, ਅਨਿਲ ਸਭ ਸੁਜਾਤਾ ਦੀਦੀ ਦੀ ਬਹੁਤ ਕਦਰ ਕਰਦੇ ਨੇ। ਉਨ੍ਹਾਂ ਨੂੰ ਹਰ ਤਰ੍ਹਾਂ ਨਾਲ ਖੁਸ਼ ਰੱਖਦੇ ਨੇ। ਬਾਹਰ ਘੁੰਮਾਣ ਵੀ ਲੈ ਜਾਂਦੇ ਨੇ।"

*****

"ਭਾਬੀ ਜੀ, ਕਲ੍ਹ ਹੱਸਪਤਾਲ ਆ ਸਕਦੇ ਹੋ ? ਬੜਾ ਜ਼ਰੂਰੀ ਕੰਮ ਹੈ।" ਸਵਾਤੀ ਦਾ ਫ਼ੋਨ ਸੀ।

"ਜ਼ਰੂਰੀ ਕੰਮ ਹੈ ਤਾਂ ਮੈਂ ਜ਼ਰੂਰ ਹਾਜ਼ਰ ਹੋ ਜਾਵਾਂਗੀ।"

"ਗਰਮੀ ਬਹੁਤ ਹੈ, ਤੁਸੀਂ ਸਵੇਰੇ ਹੀ ਆ ਜਾਣਾ, ਠੰਡੇ ਵੇਲੇ। ਤੁਹਾਡਾ ਖਾਣਾ ਮੈਂ ਲੈ ਆਵਾਂਗੀ।" ਉਹਦੀ ਆਵਾਜ਼ ਵਿਚ ਉਤਸ਼ਾਹ ਸੀ।

"ਕੁਝ ਹਿੰਟ ਤਾਂ ਦੇ ਦੇ ਕਿ ਕੀ ਜ਼ਰੂਰੀ ਕੰਮ ਹੈ ?" ਮੈਂ ਪੁੱਛਿਆ।

"ਨਹੀਂ ਹਿੰਟ ਵਿੰਟ ਕੁਝ ਨਹੀਂ। ਬੱਸ ਆ ਜਾਣਾ।" ਅਤੇ ਉਸ ਫ਼ੋਨ ਰੱਖ ਦਿੱਤਾ।

ਦੂਜੇ ਦਿਨ ਮੈਂ ਗਿਆਰਾਂ ਕੁ ਵਜੇ ਪੁੱਜ ਗਈ। ਚਾਹ ਪਿਲਾ ਕੇ ਅਤੇ ਆਪਣੇ ਕੁਝ ਹੱਥਲੇ ਕੰਮ ਮੁਕਾ ਕੇ ਉਹ ਬੋਲੀ,

"ਭਾਬੀ ਜੀ, ਅੱਜ ਤੁਹਾਨੂੰ ਕਿਸੇ ਨਾਲ ਮਿਲਾਣਾ ਹੈ। ਇਸ ਲਈ ਬੁਲਾਇਆ ਹੈ।"

ਮੈਂ ਸਵਾਲੀਆ ਨਜ਼ਰਾਂ ਨਾਲ ਉਹਦੇ ਵੱਲ ਵੇਖਿਆ ਤਾਂ ਉਹ ਬੋਲੀ, "ਭਾਬੀ ਜੀ, ਕਲਾ ਨੂੰ ਜਾਣਦੇ ਹੋ ?"

ਮੈਂ 'ਨਾਂਹ' ਵਿਚ ਸਿਰ ਹਿਲਾ ਦਿੱਤਾ।

"ਉਹ ਇਸੇ ਹੱਸਪਤਾਲ ਵਿਚ ਫਿਜ਼ਿਓਥੈਰਾਪਿਸਟ ਹੈ। ਨੀਲਮ ਦੇ ਵਿਭਾਗ ਵਿੱਚ ਹੀ ਹੈ। ਉਸ ਮੈਨੂੰ ਇਕ ਲੜਕੇ, ਲੜਕੇ ਤਾਂ ਨਹੀਂ ਕਹਿਣਾ ਚਾਹੀਦਾ, ਆਦਮੀ ਨਾਲ ਮਿਲਾਇਆ ਹੈ। ਉਹ ਤਲਾਕਸ਼ੁਦਾ ਹੈ, ਉਹਦੇ ਦੋ ਬੱਚੇ ਨੇ ਇਕ ਲੜਕਾ, ਇਕ ਲੜਕੀ। ਦੋਵੇਂ ਮਸੂਰੀ ਪੜ੍ਹਦੇ ਨੇ.....।"

ਉਹ ਸ਼ਾਇਦ ਮੇਰੇ ਚਿਹਰੇ ਦੇ ਹਾਵ-ਭਾਵ ਵੇਖਣ ਲਈ ਚੁੱਪ ਹੋ ਗਈ।

"ਕੀ ਕਰਦਾ ਹੈ ?"

"ਉਹਨਾਂ ਦਾ ਹੌਜ਼ਰੀ ਦਾ ਕੰਮ ਹੈ, ਥੋਕ ਦਾ। ਸਦਰ ਬਾਜ਼ਾਰ ਵਿਚ ਦੁਕਾਨ ਹੈ, ਪਿਤਾ ਜੀ ਨਾਲ। ਮਾਤਾ ਜੀ ਵੀ ਨਾਲ ਰਹਿੰਦੇ ਨੇ। ਇਕ ਭਰਾ ਵੱਡਾ ਹੈ, ਉਹ ਵੱਖਰਾ ਗ੍ਰੇਟਰ-ਕੈਲਾਸ਼ ਰਹਿੰਦਾ ਹੈ। ਇਹ ਲੋਕ ਤਾਂ ਚਾਂਦਨੀ ਚੌਂਕ ਕਰੀਬਾ ਵਿੱਚ ਰਹਿੰਦੇ ਨੇ।"

"ਪੜ੍ਹਿਆ ਲਿਖਿਆ ਕੀ ਹੈ ?"

"ਗ੍ਰੈਜੂਏਟ ਹੈ।"

"ਤੈਨੂੰ ਕਿਵੇਂ ਲੱਗਾ ?" ਮੈਂ ਉਹਦੇ ਚਿਹਰੇ ਤੇ ਨਜ਼ਰਾਂ ਗਡ ਕੇ ਪੁੱਛਿਆ।

"ਭਾਬੀ ਜੀ, ਪਹਿਲੀ ਵੇਰ ਮੇਰਾ ਮਤਲਬ ਹੈ, ਸੁਮੀਤ ਤੋਂ ਬਾਅਦ....।" ਉਹ ਝੇਂਪਦੇ ਹੋਈ ਬੋਲੀ, ਮੈਨੂੰ ਇਕ ਬੰਦਾ ਚੰਗਾ ਲੱਗਾ ਹੈ। ਗੱਲ ਕਰਨ ਵਿਚ ਬੜਾ ਚੰਗਾ ਹੈ। ਸਲੀਕੇ ਵਾਲਾ। ਹਸਮੁੱਖ ਹੈ। ਬੜਾ ਖੁਸ਼ ਦਿਲ!" ਉਹਦੀਆਂ ਅੱਖਾਂ ਵਿੱਚ ਬੜੇ ਦਿਨ ਬਾਅਦ ਮੈਂ ਚਮਕ ਵੇਖ ਰਹੀ ਸਾਂ।

"ਕਿਥੇ ਮਿਲੀ ਸੈਂ?"

"ਪਹਿਲੀ ਵਾਰ ਤਾਂ ਕਲਾ ਦੇ ਘਰ। ਉਹਨਾਂ ਦੇ ਪਰਿਵਾਰ ਨਾਲ। ਇਹਨਾਂ ਲੋਕਾਂ ਦੀ ਪਾਰਿਵਾਰਿਕ ਸਾਂਝ ਹੈ। ਇਕੋ ਇਲਾਕੇ ਵਿਚ ਰਹਿੰਦੇ ਹਨ। ਫਿਰ ਕਲਾ ਨਾਲ ਗਈ ਸਾਂ, ਇਕ ਰੈਸਤਰਾਂ ਵਿਚ, ਉਥੇ ਉਹ ਵੀ ਆ ਗਿਆ। ਤੀਜੀ ਵਾਰ ਮੈਂ ਤੇ ਉਹ ਇਕੱਲੇ ਇਕ ਰੈਸਤਰਾਂ ਵਿਚ ਮਿਲੇ ਸਾਂ।"

"ਤੂੰ ਉਹਦੇ ਬੱਚਿਆਂ ਨੂੰ ਮਿਲੀ ਹੈਂ? ਉਹਦੇ ਮੰਮੀ ਪਾਪਾ ਨੂੰ?"

"ਹਾਲੇ ਤਾਂ ਨਹੀਂ।"

"ਸਵਾਤੀ, ਇਹ ਪਤਾ ਕਰਨਾ ਚਾਹੀਦਾ ਹੈ ਕਿ ਪਹਿਲੀ ਪਤਨੀ ਤੋਂ ਤਲਾਕ ਕਿਉਂ ਹੋਇਆ। ਉਹਦੇ ਬਾਰੇ ਛਾਣ-ਬੀਣ ਕਰ ਲੈਣੀ ਚਾਹੀਦੀ ਹੈ।"

ਸਵਾਤੀ ਸੋਚਾਂ ਵਿਚ ਡੁੱਬ ਗਈ ਸੀ।

"ਸਵਾਤੀ ਤੂੰ ਨਾਮ ਤਾਂ ਦੱਸਿਆ ਹੀ ਨਹੀਂ?"

"ਵਿਕਰਮ ਮਲਹੋਤਰਾ, ਪੰਜਾਬੀ ਹੈ।"

"ਤੇਰੇ ਜੀਜਾ ਜੀ ਉਹਨੂੰ ਮਿਲ ਲੈਣ ਤਾਂ ਚੰਗਾ ਹੈ। ਉਹ ਪਤਾ ਵੀ ਕਰਾ ਲੈਣਗੇ ਕਿ ਉਹ ਕਿਸ ਤਰ੍ਹਾਂ ਦਾ ਬੰਦਾ ਹੈ।"

"ਨਹੀਂ ਹਾਲੇ ਨਹੀਂ।"

"ਮੰਜੂ ਨਾਲ ਵੀ ਅੱਜ ਹੀ ਮਿਲਾਣਾ ਹੈ। ਉਹ ਚਾਰ ਕੁ ਵਜੇ ਆਵੇਗਾ ਤਾਂ ਮੰਜੂ ਨੂੰ ਵੀ ਨਾਲ ਲੈ ਕੇ ਅਸੀਂ ਕਨਾਟ ਪਲੇਸ ਕਿਸੇ ਰੈਸਤਰਾਂ, ਵਿਚ ਬੈਠ ਕੇ ਗੱਲ ਬਾਤ ਕਰਾਂਗੇ।"

*****

ਵਿਕਰਮ ਤੇ ਨਜ਼ਰ ਪੈਂਦਿਆਂ ਹੀ ਉਹਦੀ ਸ਼ਖ਼ਸੀਅਤ ਬੜੀ ਸ਼ਾਨਦਾਰ ਲੱਗੀ। ਉਹ ਆਪਣੀ ਉਮਰ ਤੋਂ ਬਹੁਤ ਘੱਟ ਲੱਗ ਰਿਹਾ ਸੀ। ਗੱਲ ਬਾਤ ਵਿਚ ਵੀ ਬੜਾ ਹੱਸਮੁਖ ਬੰਦਾ ਲੱਗਾ।

ਇਧਰ ਉਧਰ ਦੀਆਂ ਗੱਲਾਂ ਤੋਂ ਬਾਅਦ ਮੈਂ ਪੁੱਛ ਹੀ ਲਿਆ ਕਿ ਉਹਦੀ ਪਤਨੀ ਨਾਲ ਕਿਉਂ ਅਣਬਣ ਹੋ ਗਈ ਸੀ?

"ਬੱਸ ਕੀ ਦੱਸਾਂ? ਉਹ ਤਾਂ ਪੈਸੇ ਦੀ ਪੀਰ ਹੈ। ਹਰ ਵਕਤ ਪੈਸਾ, ਪੈਸਾ, ਪੈਸਾ। ਮੇਰੇ ਮੰਮੀ ਪਾਪਾ ਨਾਲ ਬਹੁਤ ਬਦਤਮੀਜ਼ੀ ਨਾਲ ਪੇਸ਼ ਆਉਂਦੀ ਹੈ। ਬੱਚਿਆਂ ਨੂੰ ਮਾਰਨਾ-ਕੁਟਨਾ। ਬਹੁਤ ਹੀ ਗੁਸੈਲ ਹੈ। ਗੁੱਸੇ ਤੇ ਉਹਦਾ ਕੋਈ ਕਾਬੂ ਨਹੀਂ। ਗੁੱਸੇ ਵਿਚ ਉਹ ਕੁਝ ਵੀ ਕਰ ਸਕਦੀ ਹੈ। ਦਰਅਸਲ ਉਹ ਕਿੰਨਾ ਕੁਝ ਕਰ ਵੀ ਚੁੱਕੀ

ਹੈ......।" ਗੱਲ ਕਰਦੇ ਕਰਦੇ ਵਿਕਰਮ ਬਹੁਤ ਹੀ ਪ੍ਰੇਸ਼ਾਨ ਹੋ ਗਿਆ ਲੱਗਦਾ ਸੀ। ਉਹਦੀ ਆਵਾਜ਼ ਟੁੱਟ ਰਹੀ ਸੀ। ਮੈਂ ਗੱਲ ਨੂੰ ਹੋਰ ਅੱਗੇ ਵਧਾਣਾ ਠੀਕ ਨਹੀਂ ਸਮਝਿਆ।

"ਸਵਾਤੀ ਤਾਂ ਮਰਾਠੀ ਹੈ ਅਤੇ ਤੁਸੀਂ ਪੰਜਾਬੀ। ਤੁਹਾਡੇ ਘਰਵਾਲੇ ਮੰਨ ਜਾਣਗੇ?" ਮੰਜੂ ਨੇ ਪੁੱਛਿਆ।

ਵਿਕਰਮ ਹੱਸਣ ਲੱਗ ਪਿਆ, "ਘਰ ਵਿਚ ਤਾਂ ਹਾਲੇ ਗੱਲ ਹੀ ਨਹੀਂ ਕੀਤੀ। ਜੇ ਮੈਨੂੰ ਪਸੰਦ ਹੈ ਤਾਂ......।"

"ਤੁਹਾਡੇ ਬੱਚੇ?"

"ਲੜਕੀ ਸਤ ਸਾਲ ਦੀ ਹੈ, ਲੜਕਾ ਪੰਜ ਸਾਲ ਦਾ। ਉਹ ਦੋਵੇਂ ਹੋਸਟਲ ਵਿਚ ਨੇ। ਮੈਂ ਮਹੀਨੇ ਵਿਚ ਇਕ ਵਾਰ ਉਹਨਾਂ ਨੂੰ ਮਿਲਣ ਜਾਂਦਾ ਹਾਂ। ਛੁੱਟੀਆਂ ਵਿਚ ਉਹ ਘਰ ਆ ਜਾਂਦੇ ਨੇ।"

"ਬੱਚਿਆਂ ਦਾ ਆਪਣੀ ਮੰਮੀ ਵੱਲ.......। ਕਿਹੋ ਜੇਹਾ ਰੱਵੀਆ ਹੈ?"

"ਉਹ ਹਾਲੇ ਬਹੁਤ ਛੋਟੇ ਨੇ। ਮੰਮੀ ਵੱਲੋਂ ਉਹਨਾਂ ਨੂੰ ਪਿਆਰ ਮਿਲਿਆ ਹੀ ਨਹੀਂ। ਦਾਦੀ ਨੇ ਹੀ ਉਹਨਾਂ ਨੂੰ ਵੱਡਾ ਕੀਤਾ ਹੈ। ਉਹ ਆਪਣੀ ਮੰਮੀ ਨੂੰ ਬਿਲਕੁਲ ਯਾਦ ਨਹੀਂ ਕਰਦੇ। ਉਹਨਾਂ ਨੂੰ ਪਿਆਰ ਕਰਨ ਵਾਲੀ ਮਾਂ ਦੀ ਲੋੜ ਹੈ.......।"

ਘੜੀ ਵੱਲ ਵੇਖਦੇ ਹੋਏ ਉਹ ਬੋਲਿਆ, "ਮਾਫ਼ ਕਰਨਾ। ਮੈਂ ਇਕ ਜਗ੍ਹਾ ਜ਼ਰੂਰੀ ਪੁੱਜਣਾ ਹੈ, ਆਪਣੇ ਕੰਮ ਦੇ ਸਿਲਸਿਲੇ ਵਿਚ। ਕਹੋ ਤਾਂ ਤੁਹਾਨੂੰ ਕਿਧਰੇ ਡਰਾਪ ਕਰਦਾ ਜਾਵਾਂ?"

ਅਸਾਂ ਉਹਦਾ ਧੰਨਵਾਦ ਕੀਤਾ ਅਤੇ ਉਥੇ ਰੇਸਤਰਾਂ ਵਿਚ ਹੀ ਬੈਠੀਆਂ ਰਹੀਆਂ।

"ਕੀ ਖਿਆਲ ਹੈ, ਤੁਹਾਡਾ?" ਸਵਾਤੀ ਮੇਰੇ ਅਤੇ ਮੰਜੂ ਵੱਲ ਆਸ ਭਰੀਆਂ ਨਜ਼ਰਾਂ ਨਾਲ ਵੇਖਦੇ ਹੋਏ ਬੋਲੀ।

"ਵੇਖਣ ਨੂੰ, ਗੱਲ ਬਾਤ ਕਰਨ ਨੂੰ ਤਾਂ ਠੀਕ ਹੀ ਲੱਗ ਰਿਹਾ ਹੈ।" ਮੰਜੂ ਬੋਲੀ।

"ਤਲਾਕ ਬਾਰੇ, ਬੀਵੀ ਬਾਰੇ ਜੋ ਉਹਨੇ ਦੱਸਿਆ ਹੈ, ਉਹੀ ਸਾਨੂੰ ਪਤਾ ਹੈ। ਤਸਵੀਰ ਦਾ ਦੂਜਾ ਪਾਸਾ ਤਾਂ ਕਿਸੇ ਕੋਲੋਂ ਪਤਾ ਕਰਨਾ ਪਵੇਗਾ। ਮੰਜੂ, ਤੂੰ ਜੇਅੰਤ ਨੂੰ ਕਹਿ ਕੇ ਕੁਝ ਕਰ ਸਕਦੀ ਹੈਂ?"

"ਕੋਸ਼ਿਸ਼ ਕਰਕੇ ਵੇਖਦੀ ਹਾਂ। ਵੈਸੇ ਉਹ ਕੰਮ ਜੇ ਸਵਾਤੀ ਦੇ ਜੀਜਾ ਜੀ ਕਰਨ ਤਾਂ ਚੰਗਾ ਹੈ।"

"ਵਿਕਰਮ ਜਦ ਤੱਕ ਪੱਕੀ ਤਰ੍ਹਾਂ 'ਹਾਂ' ਨਹੀਂ ਕਰਦਾ ਮੈਂ ਘਰ ਵਿਚ ਗੱਲ ਨਹੀਂ ਕਰਾਂਗੀ। ਮੈਂ ਆਪਣਾ ਮਜ਼ਾਕ ਨਹੀਂ ਉਡਵਾਉਣਾ ਚਾਹੁੰਦੀ।" ਸਵਾਤੀ ਨੇ ਗੰਭੀਰ ਹੋ ਕੇ ਕਿਹਾ।

"ਸਵਾਤੀ ਤੂੰ ਦੋ ਬੱਚਿਆਂ ਨਾਲ ਐਡਜਸਟ ਕਰ ਲਵੇਂਗੀ?" ਮੈਂ ਉਹਦੇ ਚਿਹਰੇ ਵੱਲ ਵੇਖਦੇ ਹੋਏ ਪੁੱਛਿਆ।

ਉਹ ਹੱਸਣ ਲੱਗ ਪਈ। ਫਿਰ ਗੰਭੀਰ ਹੋ ਕੇ ਬੋਲੀ, "ਹੁਣ ਮੈਂ ਬੱਚੇ ਪੈਦਾ ਕਰਨ ਦੀ ਉਮਰ ਤੋਂ ਤਾਂ ਲੰਘ ਹੀ ਗਈ ਹਾਂ। ਫਿਰ ਬਿਨਾਂ ਕਸ਼ਟ ਦੇ ਦੋ ਪਲੇ ਹੋਏ ਬੱਚੇ ਮਿਲ ਜਾਣ ਤਾਂ ਆਪੇ ਹਾਲਾਤ ਨਾਲ ਆਪਣੇ ਆਪ ਨੂੰ ਢਾਲ ਲਵਾਂਗੀ। ਹੁਣ ਹੋਰ ਕੋਈ ਚਾਰਾ ਵੀ ਨਹੀਂ!" ਉਹ ਉਦਾਸ ਹੋ ਕੇ ਬੋਲੀ।

ਫਿਰ ਮਿਲਣ ਦਾ ਵਾਅਦਾ ਕਰਕੇ ਅਸੀਂ ਅਲੱਗ ਹੋ ਗਈਆਂ।

****

ਉਸ ਤੋਂ ਬਾਅਦ ਮੇਰੀ ਸਵਾਤੀ ਅਤੇ ਮੰਜੂ ਨਾਲ ਫ਼ੋਨ ਤੇ ਲਗਾਤਾਰ ਗੱਲ ਹੁੰਦੀ ਰਹਿੰਦੀ।

ਇਕ ਦਿਨ ਵਿਕਰਮ ਬਿਨਾਂ ਦੱਸੇ ਸਵਾਤੀ ਦੇ ਘਰ ਚਲਾ ਗਿਆ ਸੀ। ਉਸ ਦਿਨ ਨਾ ਮਾਲਾ ਘਰ ਸੀ, ਨਾ ਉਹ ਉਹਦੇ ਜੀਜਾ ਜੀ। ਕੁਝ ਦੇਰ ਬੈਠ ਕੇ ਉਹ ਚਾਹ ਪੀ ਕੇ ਚਲਾ ਗਿਆ ਸੀ।

ਇਕ ਵਾਰ ਆਪਣੇ ਘਰ ਲੈ ਗਿਆ ਸੀ। ਉਥੇ ਸਿਰਫ਼ ਇਕ ਨੌਕਰ ਸੀ। ਉਹ ਚਾਹ ਬਣਾ ਕੇ ਲੈ ਆਇਆ ਸੀ।

"ਭਾਬੀ ਜੀ, ਇਸ ਹਫ਼ਤੇ ਉਹ ਮੈਨੂੰ ਆਪਣੀ ਗੱਡੀ ਤੇ ਮਸੂਰੀ ਲੈ ਗਿਆ ਸੀ, ਆਪਣੇ ਬੱਚਿਆਂ ਨਾਲ ਮਿਲਾਣ। ਬੜੇ ਪਿਆਰੇ ਬੱਚੇ ਨੇ, ਮਾਸੂਮ ਜਿਹੇ।"

"ਮਸੂਰੀ ਇਕੋ ਦਿਨ ਵਿਚ ਵਾਪਿਸ ਆ ਗਏ?" ਮੈਂ ਪੁੱਛਿਆ।

ਉਹ ਇਸ ਗੱਲ ਦਾ ਜੁਆਬ ਟਾਲ ਗਈ।

"ਤੂੰ ਮਾਲਾ ਨਾਲ ਗੱਲ ਕੀਤੀ ਹੈ?" ਮੈਂ ਜ਼ੋਰ ਦੇ ਕੇ ਪੁੱਛਿਆ।

"ਹਾਲੇ ਵਿਕਰਮ ਆਪਣਾ ਕੁਝ ਥਹੁ-ਪਤਾ ਹੀ ਨਹੀਂ ਦੇ ਰਿਹਾ। ਮੈਂ ਗੱਲ ਅੱਗੇ ਕਿਵੇਂ ਤੋਰਾਂ?" ਉਹ ਮਾਯੂਸੀ ਨਾਲ ਬੋਲੀ।

"ਸ਼ਾਇਦ ਉਹ ਪਹਿਲੇ ਵਿਆਹ ਦੇ ਨਾਕਾਮ ਹੋਣ ਕਰਕੇ ਫੂਕ ਫੂਕ ਕੇ ਕਦਮ ਰੱਖ ਰਿਹਾ ਹੈ।" ਮੈਂ ਕਿਹਾ।

ਮੰਜੂ ਨੇ ਦੱਸਿਆ, "ਭਾਬੀ ਜੀ ਵਿਕਰਮ ਤਾਂ ਅਕਸਰ ਹੀ ਆ ਕੇ ਸਵਾਤੀ ਦੇ ਕਮਰੇ ਵਿਚ ਬੈਠਾ ਰਹਿੰਦਾ ਹੈ। ਛੁੱਟੀ ਵੇਲੇ ਹੀ ਆਉਂਦਾ ਹੈ। ਕਈ ਵਾਰੀ ਸਵਾਤੀ ਨੂੰ ਨਾਲ ਲੈ ਜਾਂਦਾ ਹੈ।"

"ਸਵਾਤੀ ਦਾ ਕੀ ਕਹਿਣਾ ਹੈ?"

"ਉਹ ਅੱਜ ਕਲ੍ਹ ਮੇਰੇ ਨਾਲ ਗੱਲ ਕਰਨ ਤੋਂ ਬਚਣ ਲੱਗ ਪਈ ਹੈ। ਪੁੱਛਣ ਤੇ ਗੱਲ ਟਾਲ ਦਿੰਦੀ ਹੈ।"

"ਵਿਕਰਮ ਆਪਣੀ ਮੌਜ਼ ਮਸਤੀ ਲਈ ਹੀ ਤਾਂ ਇਹਨੂੰ ਲਾਰੇ ਨਹੀਂ ਲਾਈ ਜਾਂਦਾ?"

'ਕੀ ਪਤਾ?"

"ਤੂੰ ਕਲਾ ਨਾਲ ਗੱਲ ਕਰ ਵੇਖ। ਉਹ ਕੀ ਕਹਿੰਦੀ ਹੈ?"

"ਭਾਬੀ ਜੀ, ਕਲਾ ਨਾਲ ਮੇਰੀ ਇੰਜ ਦੀ ਸਾਂਝ ਨਹੀਂ। ਤੁਸੀਂ ਹੀ ਇਕ ਦਿਨ

ਆਕੇ ਸਵਾਤੀ ਨਾਲ ਗੱਲ ਕਰੋ। ਤੁਹਾਡੇ ਨਾਲ ਉਹ ਜ਼ਿਆਦਾ ਖੁੱਲ੍ਹੀ ਹੋਈ ਹੈ। ਇਧਰ ਵਿਕਰਮ ਦੇ ਰੋਜ਼ ਰੋਜ਼ ਆਉਣ ਨਾਲ ਗੱਲਾਂ ਵੀ ਬੜੀ ਜਲਦੀ ਬਣਦੀਆਂ ਨੇ..। ਲੋਕਾਂ ਨੇ ਉਹਦੇ ਕਮਰੇ ਵਿਚ ਤਾਂਕ ਝਾਂਕ ਸ਼ੁਰੂ ਕਰ ਦਿੱਤੀ ਹੈ। ਭਾਬੀ ਜੀ, ਮੇਰੇ ਕੋਲੋਂ ਵੀ ਲੋਕ ਪੁੱਛਣ ਲੱਗ ਪਏ ਨੇ.....।" ਮੰਜੂ ਦੀ ਆਵਾਜ਼ ਬੜੀ ਪ੍ਰੇਸ਼ਾਨ ਲੱਗ ਰਹੀ ਸੀ।

ਮੇਰਾ ਮੱਥਾ ਠਣਕਿਆ। ਕਿਧਰੇ ਸੁਮੀਤ ਵਾਂਗ ਵਿਕਰਮ ਵੀ ਇਹਨੂੰ ਆਪਣਾ ਖਲਾਅ ਭਰਨ ਲਈ ਤਾਂ ਨਹੀਂ ਵਰਤ ਰਿਹਾ!

****

ਅੰਮ੍ਰਿਤਾ, ਇੰਦਰ, ਸਿਮਰ ਕੁਝ ਦਿਨ ਲਈ ਘੁੰਮਣ ਲਈ ਬਾਹਰ ਗਏ ਹੋਏ ਸਨ। ਮੈਂ ਘਰ ਇਕੱਲੀ ਉਦਾਸ ਹੋ ਰਹੀ ਸਾਂ। ਮੈਂ ਸਵਾਤੀ ਨੂੰ ਫ਼ੋਨ ਕੀਤਾ। ਉਹਨੂੰ ਘਰ ਆਉਣ ਲਈ ਕਿਹਾ। ਉਹ ਦੂਜੇ ਦਿਨ ਆਈ ਤਾਂ ਵਿਕਰਮ ਨਾਲ ਸੀ। ਮੈਂ ਦੰਗ ਰਹਿ ਗਈ। ਦੋਹਾਂ ਦੇ ਚਿਹਰੇ ਬੜੇ ਖਿੜੇ ਹੋਏ ਸਨ।

ਮੈਂ ਰਸੋਈ ਵਿਚ ਚਾਹ ਬਣਾਨ ਲਈ ਗਈ ਤਾਂ ਸਵਾਤੀ ਵੀ ਉਥੇ ਆ ਗਈ।

"ਭਾਬੀ ਜੀ, ਵਿਕਰਮ ਨਾਲ ਮੈਂ ਦੋ ਤਿੰਨ ਵਾਰ ਮਸੂਰੀ ਹੋ ਆਈ ਹਾਂ, ਉਹਦੇ ਬੱਚਿਆਂ ਨੂੰ ਮਿਲਣ। ਪਿਛਲੀ ਵੇਰ ਬਹੁਤ ਬਾਰਿਸ਼ ਹੋ ਗਈ। ਅਸੀਂ ਬਿਲਕੁਲ ਭਿੱਜ ਗਏ। ਮੇਰੇ ਕੋਲ ਤਾਂ ਇਕ ਵੀ ਕੱਪੜਾ ਨਹੀਂ ਸੀ। ਅਸੀਂ ਜਿਸ ਹੋਟਲ ਵਿਚ ਠਹਿਰੇ ਸਾਂ ਉਥੇ ਚਾਦਰ ਲਪੇਟ ਕੇ ਮੈਂ ਆਪਣੇ ਕੱਪੜੇ ਪ੍ਰੈਸ ਨਾਲ ਸੁਕਾਏ....।" ਉਹ ਦੱਸਦੀ ਹੋਈ ਸ਼ਰਮਾ ਰਹੀ ਸੀ, ਲਾਲ ਹੋ ਰਹੀ ਸੀ। ਖੁਸ਼ ਸੀ।

"ਵਿਕਰਮ ਨੂੰ ਤਾਂ ਬੜਾ ਚੰਗਾ ਮੌਕਾ ਮਿਲ ਗਿਆ।" ਮੈਂ ਮੁਸਕਰਾ ਕੇ ਕਿਹਾ।

"ਭਾਬੀ ਜੀ, ਇਹੀ ਤਾਂ ਕਮਾਲ ਦੀ ਗੱਲ ਹੈ.....ਇਹੋ ਜਹੇ ਹਾਲਾਤ ਵਿਚ ਕੋਈ ਵੀ ਡੋਲ ਜਾਵੇ। ਮੈਂ ਵੀ! ਪਰ ਮੈਂ ਉਹਨੂੰ 'ਉਥੋਂ ਤੱਕ' ਅੱਗੇ ਵੱਧਣ ਤੋਂ ਨਾਂਹ ਕਰ ਦਿੱਤੀ ਤਾਂ ਕਹਿੰਦਾ, 'ਠੀਕ ਹੈ ਜੇ ਤੂੰ ਨਹੀਂ ਚਾਹੁੰਦੀ ਤਾਂ'....ਮੈਨੂੰ ਠੰਡ ਲੱਗ ਰਹੀ ਸੀ। ਉਸ ਮੈਨੂੰ ਇਕ ਪੈਗ ਪਿਲਾ ਦਿੱਤਾ। ਬਹੁਤ ਧਿਆਨ ਰੱਖਦਾ ਹੈ....। ਸਾਰੀ ਰਾਤ 'ਕਿੱਸੀ, ਜੱਫੀ' ਤੋਂ ਅੱਗੇ ਨਹੀਂ ਵੱਧਣ ਦਿੱਤਾ। ਜਦੋਂ ਤੱਕ ਵਿਆਹ ਲਈ ਕੋਈ ਗੱਲ ਅੱਗੇ ਨਹੀਂ ਵਧਾਂਦਾ....।" ਉਹਦੀ ਅਵਾਜ਼ ਥਿੜਕ ਰਹੀ ਸੀ।

"ਤੂੰ ਜ਼ੋਰ ਦੇ ਕੇ ਪੁੱਛ।" ਮੈਂ ਕਿਹਾ।

"ਮੈਨੂੰ ਡਰ ਲੱਗਦਾ ਹੈ, ਕਿਧਰੇ ਮਿਲਣਾ ਹੀ ਬੰਦ ਨਾਂਹ ਕਰ ਦੇਵੇ।" ਮੈਂ ਚਾਹ ਛਾਣ ਰਹੀ ਸਾਂ। ਮੇਰੇ ਹੱਥ ਕੰਬ ਗਏ ਅਤੇ ਚਾਹ ਛਲਕ ਕੇ ਡੁਲ੍ਹ ਗਈ।

"ਇਹਨੂੰ ਕਹਿ ਹਸਪਤਾਲ ਨਾ ਆਇਆ ਕਰੇ। ਲੋਕੀਂ ਐਵੇਂ ਗੱਲਾਂ ਕਰਨਗੇ।"

"ਭਾਬੀ ਜੀ, ਮੈਨੂੰ ਪਤਾ ਹੈ, ਕੌਣ ਲੋਕ ਗੱਲਾਂ ਕਰਦੇ ਨੇ। ਇਹ ਮੰਜੂ, ਨੀਲਮ ਤੇ ਬਾਕੀ ਸਭ ਮੌਕਾ ਮਿਲਦੇ ਹੀ ਫਲਰੱਟ ਕਰਦੇ ਨੇ। ਉਹ ਵਿਆਹੇ ਹੋਏ, ਬਾਲ ਬੱਚਿਆਂ ਵਾਲੇ ਨੇ, ਇਸ ਲਈ ਉਹਨਾਂ ਦੀ ਗੱਲ ਹਾਸੇ ਵਿਚ ਟੱਲ ਜਾਂਦੀ ਹੈ।"

"ਚਲ ਤੂੰ ਉਹਨਾਂ ਦੀ ਗੱਲ ਛੱਡ। ਮੈਨੂੰ ਤੇਰਾ ਫ਼ਿਕਰ ਹੈ। ਮੰਜੂ ਵੀ ਤੇਰੀ ਬਹੁਤ

ਚਿੰਤਾ ਕਰਦੀ ਹੈ। ਅਸੀਂ ਤੇਰਾ ਭਲਾ ਹੀ ਚਾਹੁੰਦੀਆਂ ਹਾਂ। ਅੱਗੋਂ ਤੂੰ ਆਪ ਸਿਆਣੀ ਹੈਂ.....।"

ਚਾਹ ਪੀਂਦਿਆਂ ਇਧਰ ਉਧਰ ਦੀਆਂ ਗੱਲਾਂ ਹੁੰਦੀਆਂ ਰਹੀਆਂ। ਵਿਕਰਮ ਬੋਲਿਆ-"ਸਵਾਤੀ, ਤੁਹਾਨੂੰ ਬਹੁਤ ਮੰਨਦੀ ਹੈ।"

"ਸਵਾਤੀ ਬਹੁਤ ਵਧੀਆ, ਪਿਆਰ ਕਰਨ ਵਾਲੀ, ਦੂਜੇ ਦਾ ਦਰਦ ਸਮਝਣ ਵਾਲੀ ਲੜਕੀ ਹੈ, ਵਿਕਰਮ! ਤੂੰ ਕੀ ਸੋਚ ਰਿਹਾ ਹੈਂ? ਜੋ ਫੈਸਲਾ ਕਰਨਾ ਹੈ, ਕਰੋ।"

ਉਹ ਹੱਸਣ ਲੱਗ ਪਿਆਂ ਉਹਦਾ ਹਰ ਗੱਲ ਤੇ ਹੱਸਣਾ ਮੈਨੂੰ ਅਜੀਬ ਲੱਗ ਰਿਹਾ ਸੀ। ਕੋਲੋਂ ਸਵਾਤੀ ਨੇ ਗੱਲ ਨੂੰ ਕੁਝ ਹੋਰ ਮੋੜ ਦੇ ਦਿੱਤਾ।

ਬਾਹਰ ਧੋਬਣ ਪ੍ਰੈਸ ਵਾਲੇ ਕੱਪੜੇ ਦੇਣ ਆ ਗਈ ਤਾਂ ਉਥੇ ਮੇਰਾ ਵਕਤ ਲੱਗ ਗਿਆ। ਮੈਂ ਵਾਪਿਸ ਮੁੜੀ ਤਾਂ ਉਹ ਦੋਵੇਂ ਜਫੀ ਪਾਈ, ਮੂੰਹ ਨਾਲ ਮੂੰਹ ਜੋੜੀ, ਮੇਰੇ ਤੋਂ ਬੇਖਬਰ ਸਨ। ਇਕ ਦਿਲ ਕੀਤਾ ਵਾਪਿਸ ਚਲੀ ਜਾਵਾਂ। ਤਦੇ ਹੀ ਫ਼ੋਨ ਦੀ ਘੰਟੀ ਵਜ ਪਈ। ਉਹ ਤ੍ਰਭਕ ਕੇ ਅਲੱਗ ਹੋ ਗਏ। ਮੈਂ ਇੰਜ ਵਿਖਾਵਾ ਕੀਤਾ ਜਿਵੇਂ ਮੈਂ ਵੇਖਿਆ ਹੀ ਨਹੀਂ ਤੇ ਉਹਨਾਂ ਵੱਲ ਪਿੱਠ ਕਰਕੇ ਫ਼ੋਨ ਸੁਨਣ ਲੱਗ ਪਈ।

ਮੈਂ ਚਾਹ ਦੇ ਕੱਪ ਚੁੱਕਣ ਲਈ ਅੱਗੇ ਵਧੀ ਤਾਂ ਸਵਾਤੀ ਨੇ ਮੈਨੂੰ ਰੋਕ ਦਿੱਤਾ, "ਭਾਬੀ ਜੀ, ਇਹ ਮੈਂ ਕਰਾਂਗੀ। ਤੁਸੀਂ ਸਾਡੇ ਕੋਲ ਬੈਠੋ।"

ਮੈਂ ਉਹਨਾਂ ਦੇ ਸਾਹਮਣੇ ਸੋਫੇ ਤੇ ਬੈਠ ਗਈ।

"ਵਿਕਰਮ ਤੁਸੀਂ ਪੰਜਾਬ ਤੋਂ ਕਿਹੜੇ ਸ਼ਹਿਰ ਤੋਂ ਹੋ?" ਮੈਂ ਕੋਈ ਗੱਲ ਚਲਾਣ ਲਈ ਪੁੱਛਿਆ।

"ਮੇਰੇ ਮੰਮੀ ਡੈਡੀ ਪਾਕਿਸਤਾਨ ਤੋਂ ਨੇ। ਉਹ ਦੱਸਦੇ ਹੁੰਦੇ ਨੇ ਰਾਵਲ ਪਿੰਡੀ, ਪਿਸ਼ਾਵਰ। ਮੈਨੂੰ ਪੱਕਾ ਯਾਦ ਨਹੀਂ। ਇਧਰ ਵਾਲੇ ਪੰਜਾਬ ਵਿਚ ਤਾਂ ਸਾਡਾ ਕੋਈ ਰਿਸ਼ਤੇਦਾਰ ਨਹੀਂ ਰਹਿੰਦਾ। ਬਹੁਤੇ ਦਿੱਲੀ ਹੀ ਰਹਿੰਦੇ ਹਨ। ਕੁਝ ਗੰਗਾਨਗਰ, ਰਾਜਸਥਾਨ ਵਿਚ ਹਨ। ਭੂਆ ਦਾ ਪਰਿਵਾਰ ਤਾਂ ਕੈਨੇਡਾ ਜਾ ਵਸਿਆ ਹੈ।"

"ਵਿਕਰਮ, ਭਾਬੀ ਜੀ ਹਰ ਇਕ ਨੂੰ ਇਹ ਜ਼ਰੂਰ ਪੁੱਛਦੇ ਹਨ ਕਿ ਤੁਸੀਂ ਪਿੱਛੋਂ ਕਿੱਥੋਂ ਦੇ ਹੋ? ਜਦੋਂ ਮੈਨੂੰ ਪਹਿਲੀ ਵੇਰ ਮਿਲੇ ਸੀ ਤਾਂ ਮੇਰੇ ਕੋਲੋਂ ਵੀ ਉਹਨਾਂ ਇਹੀ ਸਵਾਲ ਪੁੱਛਿਆ ਸੀ। ਜਦੋਂ ਮੈਂ ਦੱਸਿਆ ਕਿ ਮੈਂ ਮਰਾਠੀ ਹਾਂ ਤਾਂ ਉਹ ਬੋਲੇ, ਅੱਛਾ ਮੇਰੇ ਪੇਕੇ ਵੀ ਮਹਾਰਾਸ਼ਟਰ ਵਿੱਚ ਹਨ। ਹੁਣੇ ਤੁਹਾਨੂੰ ਦੱਸਣਗੇ ਕਿ ਉਹ ਵੀ ਪਾਕਿਸਤਾਨ ਤੋਂ ਆਏ ਹਨ। ਜਦੋਂ ਮੇਰੀ ਵੱਡੀ ਦੀਦੀ ਨੇ ਦੱਸਿਆ ਕਿ ਉਹ ਅੰਮ੍ਰਿਤਸਰ ਬਹੁਤ ਸਾਲ ਰਹੇ ਸਨ ਤਾਂ ਭਾਬੀ ਜੀ ਨੇ ਵੀ ਆਪਣਾ ਅੰਮ੍ਰਿਤਸਰ ਨਾਲ ਜੋ ਨਾਤਾ ਸੀ, ਦਸ ਦਿੱਤਾ........।"

ਸਵਾਤੀ ਇਹ ਦੱਸਦੇ ਹੋਏ ਹੱਸਦੀ ਜਾ ਰਹੀ ਸੀ। ਉਹਨੂੰ ਇਤਨਾ ਹੱਸਦੇ ਹੋਏ ਤਾਂ ਮੈਂ, ਇਧਰ, ਬਹੁਤ ਘੱਟ ਹੀ ਵੇਖਿਆ ਸੀ। ਦੀਪਕ ਦੇ ਵੇਲੇ ਇਹ ਸਾਰੀ ਮਜਲਿਸ ਜਦ ਇਕੱਠੀ ਹੁੰਦੀ ਸੀ ਤਾਂ ਮੰਜੂ, ਡਾ. ਗੁਪਤਾ, ਨੀਲਮ, ਸਵਾਤੀ, ਸਭ ਖ਼ੂਬ ਠਹਾਕੇ ਮਾਰ ਮਾਰ ਕੇ ਹੱਸਦੇ ਸਨ। ਉਸ ਤੋਂ ਬਾਅਦ ਤਾਂ ਕਦੀ ਇੰਜ ਦੀ ਬੈਠਕ ਮੇਰੇ

ਸਾਹਮਣੇ ਜੰਮੀ ਹੀ ਨਹੀਂ। ਦੀਪਕ ਦੇ ਜਾਣ ਬਾਅਦ ਤਾਂ ਮੈਂ ਉਹਨਾਂ ਦੀ ਬੈਠਕ ਤੋਂ ਬਾਹਰ ਹਾਂ।

ਉਂਜ ਸਵਾਤੀ ਨੇ ਹੁਣੇ ਜੋ ਕੁਝ ਕਿਹਾ ਸੀ, ਉਹ ਠੀਕ ਹੀ ਹੈ। ਮੈਂ ਕਦੀ ਧਿਆਨ ਹੀ ਨਹੀਂ ਕੀਤਾ ਕਿ ਮੈਂ ਹਰ ਇਕ ਨੂੰ ਉਹਦੇ ਪਿਛੋਕੜ ਬਾਰੇ ਪੁੱਛਣ ਲੱਗ ਜਾਂਦੀ ਹਾਂ। ਸ਼ਾਇਦ ਅਚੇਤ ਹੀ, ਸਹਿਜ-ਸੁਭਾ ਹੀ ਮੈਂ ਇਹ ਸਵਾਲ ਪੁੱਛਣ ਲੱਗ ਜਾਂਦੀ ਹਾਂ। ਅੱਗੋਂ ਮੈਨੂੰ ਇਸ ਬਾਰੇ ਸੁਚੇਤ ਹੋਣਾ ਪਵੇਗਾ।

"ਭਾਬੀ ਜੀ, ਕੀ ਸੋਚ ਰਹੇ ਹੋ ?" ਸਵਾਤੀ ਨੇ ਪੁੱਛਿਆ। ਮੈਂ ਹੱਸ ਪਈ।

ਉਸ ਦਿਨ ਵਿਕਰਮ ਅਤੇ ਸਵਾਤੀ ਦੇ ਜਾਣ ਬਾਅਦ, ਮੈਨੂੰ ਲੱਗਾ ਕਿ ਵਿਕਰਮ ਸਵਾਤੀ ਨਾਲ ਵਿਆਹ ਕਰਾ ਕੇ ਉਹਨੂੰ ਖੁਸ਼ ਰੱਖ ਸਕਦਾ ਹੈ। ਮੈਂ ਸਵਾਤੀ ਵੱਲੋਂ ਨਿਸ਼ਚਿੰਤ ਜਹੀ ਹੋ ਗਈ।

10.

ਮੇਰਾ ਦਿਲ ਬੜਾ ਹੁਸੜਿਆ ਪਿਆ ਸੀ। ਅੰਮ੍ਰਿਤਾ ਅਤੇ ਇੰਦਰ ਘੁੰਮ ਕੇ ਆ ਗਏ ਤਾਂ ਮੈਂ ਮੁੰਬਈ ਜਾਣ ਲਈ ਟਿਕਟ ਰੀਜ਼ਰਵ ਕਰਾ ਲਈ।

ਬਾਜ਼ਾਰ ਤੋਂ ਕੁਝ ਛੋਟੀ ਮੋਟੀ ਖਰੀਦਾਰੀ ਕਰਕੇ ਮੈਂ ਘਰ ਆਈ ਤਾਂ ਅੰਮ੍ਰਿਤਾ ਨੇ ਦੱਸਿਆ, "ਸਵਾਤੀ ਆਂਟੀ ਦਾ ਫ਼ੋਨ ਆਇਆ ਸੀ, ਉਹਦੇ ਪਿਤਾ ਜੀ ਹਸਪਤਾਲ ਵਿਚ ਹਨ, ਬਹੁਤ ਬੀਮਾਰ ਹਨ। ਉਸ ਤੋਂ ਬਾਅਦ ਮੰਜੂ ਆਂਟੀ ਦਾ ਫ਼ੋਨ ਆਇਆ ਸੀ ਕਿ ਸ਼ਾਮ ਨੂੰ ਉਹ ਹੱਸਪਤਾਲ ਜਾਣਗੇ ਤਾਂ ਤੁਹਾਨੂੰ ਨਾਲ ਲਈ ਜਾਣਗੇ।"

ਮੈਂ ਘੜੀ ਵੱਲ ਨਜ਼ਰ ਮਾਰੀ। ਸ਼ਾਮ ਦੇ ਛੇ ਵੱਜ ਚੁੱਕੇ ਸਨ। ਮੈਂ ਬਹੁਤ ਥੱਕੀ ਹੋਈ ਸਾਂ। ਕੁਝ ਸਮਝ ਨਾ ਆਈ ਕਿ ਕੀ ਕਰਾਂ। ਇਸੇ ਉਲਝਣ ਵਿਚ ਸਾਂ ਕਿ ਅੰਮ੍ਰਿਤਾ ਮੇਰੇ ਲਈ ਚਾਹ ਬਣਾਕੇ ਲੈ ਆਈ।

"ਮੰਮੀ, ਤੁਸੀਂ ਚਿੰਤਾ ਨਾ ਕਰੋ। ਇੰਦਰ ਹੋਰੀਂ ਕੰਮ ਤੋਂ ਆਉਣਗੇ ਤਾਂ ਉਹਨੂੰ ਹੱਸਪਤਾਲ ਲੈ ਜਾਣਗੇ।"

"ਪਰ ਇੰਦਰ ਦੇ ਘਰ ਆਉਣ ਦਾ ਵਕਤ ਤਾਂ ਨਿਸਚਿਤ ਨਹੀਂ ਹੁੰਦਾ। ਫਿਰ ਸਵੇਰ ਦਾ ਗਿਆ, ਵਿਚਾਰਾ ਥੱਕ ਕੇ ਆਵੇਗਾ....। ਕਲ੍ਹ ਚਲੀ ਜਾਵਾਂਗੀ।" ਮੈਂ ਚਾਹ ਪੀਂਦੇ ਹੋਏ ਕਿਹਾ।

ਦੂਜੇ ਦਿਨ ਸਿਮਰ ਨੂੰ ਅੰਮ੍ਰਿਤਾ ਨੇ ਆਪਣੀ ਭੈਣ ਦੇ ਘਰ ਛੱਡਿਆ ਅਤੇ ਅਸੀਂ ਹੱਸਪਤਾਲ ਚਲੀਆਂ ਗਈਆਂ।

ਸਵਾਤੀ ਦੇ ਬਾਬਾ ਦੀ ਹਾਲਤ ਤਾਂ ਗੰਭੀਰ ਹੀ ਸੀ। ਮਾਲਾ ਅੰਦਰ ਬਾਬਾ ਕੋਲ ਸੀ। ਬਾਕੀ ਸਭ ਬਰਾਂਡੇ ਵਿਚ ਬੈਠੇ ਸਨ। ਸਵਾਤੀ ਦੇ ਜੀਜਾ ਜੀ ਵੀ ਅੰਦਰ ਬਾਹਰ ਆ ਜਾ ਰਹੇ ਸਨ। ਸੁਜਾਤਾ ਦੇ ਨਾਲ ਇਕ ਔਰਤ ਨੂੰ ਬੈਠੇ ਵੇਖਿਆ ਤਾਂ ਮੈਂ ਪਛਾਣਿਆ ਨਹੀਂ। ਸੁਜਾਤਾ ਨੇ ਹੀ ਦੱਸਿਆ ਕਿ ਉਹ ਅੰਜਲੀ ਹੈ। ਉਸੇ ਦਿਨ

ਦਿੱਲੀ ਪਹੁੰਚੀ ਹੈ। ਮੈਂ ਉਹ ਨੂੰ ਇਕ ਵਾਰ ਹੀ ਦੇਖਿਆ ਸੀ, ਬਬਲੀ ਦੇ ਵਿਆਹ ਤੇ, ਇਸ ਲਈ ਪਛਾਣ ਵੀ ਕਿੰਜ ਲੈਂਦੀ। ਉਹ ਉਦਾਸੀ ਦੀ ਮੂਰਤੀ ਬਣੀ ਬੈਠੀ ਸੀ।

ਇਹ ਤਿੰਨੇ ਭੈਣਾਂ ਤਾਂ ਦਿੱਲੀ ਵਿਚ ਇਕੱਠੀਆਂ ਨੇ, ਦੁੱਖ ਸੁੱਖ ਸਾਂਝਾ ਕਰ ਲੈਂਦੀਆਂ ਨੇ, ਅੰਜਲੀ ਵਿਚਾਰੀ ਇਕੱਲੀ ਪੈ ਜਾਂਦੀ ਹੈ.....। ਮੈਂ ਮਨ ਹੀ ਮਨ ਸੋਚਿਆ।

ਕ੍ਰਿਸ਼ਨਾ ਨੂੰ ਮੈਂ ਪਛਾਣ ਲਿਆ ਸੀ। ਉਹ ਦੂਜੇ ਬੈਂਚ ਤੇ ਬੈਠੀ ਸੀ। ਸੁਜਾਤਾ ਨੇ ਹੀ ਦਸਿਆ ਸੀ ਕਿ ਨਾਲ ਉਹਦਾ ਭਰਾ ਬੈਠਾ ਸੀ।

ਇੰਨੀ ਦੇਰ ਵਿਚ ਸਵਾਤੀ ਬਰਾਂਡਾ ਪਾਰ ਕਰਕੇ ਸਾਡੇ ਵੱਲ ਆਉਂਦੀ ਵਿਖਾਈ ਦਿੱਤੀ। ਉਹਦੇ ਨਾਲ ਕੈਂਟੀਨ ਤੋਂ ਇਕ ਲੜਕਾ ਚਾਹ ਦੇ ਗਿਲਾਸ ਲੈ ਕੇ ਆ ਰਿਹਾ ਸੀ।

ਥੋੜ੍ਹੀ ਦੇਰ ਬਾਅਦ ਸਵਾਤੀ ਮੇਰੇ ਕੋਲ ਆ ਕੇ ਬੈਠ ਗਈ। ਉਸ ਕਾਟਨ ਦਾ ਸਾਧਾਰਣ ਜਿਹਾ ਸੂਟ ਪਾਇਆ ਹੋਇਆ ਸੀ। ਉਹਦਾ ਚਿਹਰਾ ਮੁਰਝਾਇਆ ਪਿਆ ਸੀ।

ਸਵਾਤੀ ਨੇ ਦੱਸਿਆ ਕਿ ਬਾਬਾ ਦਾ ਨਿਮੋਨੀਆ ਵਿਗੜ ਗਿਆ ਹੈ। ਕ੍ਰਿਸ਼ਨਾ ਆਂਟੀ ਨੇ ਬਹੁਤ ਲੇਟ ਦੱਸਿਆ ਹੈ।

ਗੱਲਾਂ ਹੀ ਗੱਲਾਂ ਵਿਚ ਮੈਂ ਸਵਾਤੀ ਨੂੰ ਆਪਣਾ ਮੁੰਬਈ ਜਾਣ ਦਾ ਪ੍ਰੋਗਰਾਮ ਦੱਸਿਆ।

"ਫਿਰ ਜਲਦੀ ਆ ਜਾਣਾ। ਤੁਸੀਂ ਉਥੇ ਜਾਂਦੇ ਤਾਂ ਹਫ਼ਤੇ ਲਈ ਹੋ ਤੇ ਲਗਾ ਮਹੀਨਾ ਆਉਂਦੇ ਹੋ।" ਸਵਾਤੀ ਮੇਰਾ ਹੱਥ ਫੜ ਕੇ ਬੋਲੀ।

ਮੈਂ ਹਲਕਾ ਜਿਹਾ ਹੱਸ ਕੇ 'ਹਾਂ' ਵਿਚ ਸਿਰ ਹਿਲਾ ਦਿੱਤਾ।

"ਭਾਬੀ ਜੀ, ਕਲ੍ਹ ਹੀ ਪਤਾ ਲੱਗਾ ਹੈ ਕਿ ਬਾਬਾ ਨੇ ਜਨਕਪੁਰੀ ਵਾਲਾ ਘਰ ਵੇਚਕੇ ਇਕ ਫਲੈਟ ਤਿਲਕ ਨਗਰ ਦੇ ਨੇੜੇ ਤੇੜੇ ਕਿਤੇ ਲੈ ਲਿਆ ਹੈ। ਉਹ ਕ੍ਰਿਸ਼ਨਾ ਆਂਟੀ ਦੇ ਨਾਮ ਤੇ ਹੈ। ਸਾਨੂੰ, ਭੈਣਾਂ ਨੂੰ ਤਾਂ ਧੂੰ ਤੱਕ ਨਹੀਂ ਕੱਢਿਆ। ਮੇਰੇ ਕੋਲ ਤਾਂ ਨੌਕਰੀ ਹੈ। ਸੁਜਾਤਾ ਦੀਦੀ ਲਈ ਹੀ ਕੁਝ ਕਰ ਦਿੰਦੇ। ਕੁਝ ਪੈਸਾ ਅੰਜਲੀ ਦੀਦੀ ਨੂੰ ਦੇ ਦਿੰਦੇ। ਉਹਨਾਂ ਦੀ ਹਾਲਤ ਵੀ ਖਰਾਬ ਹੈ।" ਸਵਾਤੀ ਅੰਜਲੀ ਵੱਲ ਵੇਖਦੇ ਹੋਏ ਬੋਲੀ।

"ਮਾਲਾ ਦੀਦੀ ਬਾਬਾ ਲਈ ਇੰਨਾ ਕੁਝ ਕਰਦੀ ਰਹੀ। ਉਹਨਾਂ ਨੂੰ ਵੀ ਬਾਬਾ ਨੇ ਕੁਝ ਨਹੀਂ ਦੱਸਿਆ। ਭਾਬੀ ਜੀ, ਬਾਬਾ ਮੈਨੂੰ ਇੰਨਾ ਪਿਆਰ ਕਰਦੇ ਸਨ, ਕਿਸੇ ਜ਼ਮਾਨੇ ਵਿਚ। ਛੋਟੀ ਹੋਣ ਕਰਕੇ ਮੈਂ ਉਹਨਾਂ ਦੀ ਸਭ ਤੋਂ ਲਾਡਲੀ ਸਾਂ। ਆਪਣੀ ਔਲਾਦ ਲਈ ਪਿਆਰ ਦੇ ਸਾਰੇ ਸੋਮੇ ਸੁਕ ਕਿਵੇਂ ਗਏ? ਸਾਨੂੰ ਸਮਝ ਹੀ ਨਹੀਂ ਆਉਂਦੀ। ਹੁਣ ਅਸੀਂ ਚਾਰੇ ਭੈਣਾਂ ਬਾਬਾ ਲਈ ਰੱਬ ਅੱਗੇ ਮੰਨਤ ਮੰਗ ਰਹੀਆਂ ਹਾਂ ਕਿ ਉਹ ਠੀਕ ਹੋ ਜਾਣ।" ਸਵਾਤੀ ਦੀਆਂ ਅੱਖਾਂ ਲਬਾਲਬ ਭਰੀਆਂ ਹੋਈਆਂ ਸਨ। ਆਵਾਜ਼ ਕੰਬ ਰਹੀ ਸੀ। ਮੈਂ ਉਹਦੀ ਪਿੱਠ ਨੂੰ ਪਲੋਸ ਕੇ, ਚੁੱਪ ਕਰਾਣ ਦੀ ਕੋਸ਼ਿਸ਼ ਕਰਦੀ ਰਹੀ। ਧਰੀਜ ਬੰਨ੍ਹਾਂਦੀ ਰਹੀ।

ਤੀਜੇ ਦਿਨ ਮੈਂ ਮੁੰਬਈ ਲਈ ਰਵਾਨਾ ਹੋ ਗਈ। ਉਥੇ ਮੇਰਾ ਇਕ ਮਹੀਨਾ ਲੱਗ ਗਿਆ।

ਅੰਮ੍ਰਿਤਾ ਨੇ ਫ਼ੋਨ ਤੇ ਦੱਸਿਆ ਸੀ ਕਿ ਸਵਾਤੀ ਦੇ ਬਾਬਾ ਗੁਜ਼ਰ ਗਏ ਹਨ। ਕਿਰਿਆ ਦੀ ਰਸਮ ਤਿਲਕ ਨਗਰ ਇਕ ਛੋਟੇ ਜਹੇ ਮੰਦਿਰ ਵਿਚ ਹੋਈ ਸੀ। ਸਵਾਤੀ ਆਟੋ ਲੈ ਕੇ ਗਈ ਸੀ। ਤਿਲਕ ਨਗਰ ਦੇ ਇਲਾਕੇ ਵਿੱਚ ਬੜੀ ਮੁਸ਼ਕਿਲ ਨਾਲ ਉਹਨੂੰ ਮਹਾਵੀਰ ਨਗਰ ਦਾ ਮੰਦਿਰ ਮਿਲਿਆ ਸੀ। ਗਿਣੇ ਚੁਣੇ ਲੋਕ ਸਨ।

ਮੈਂ ਸਵਾਤੀ ਨੂੰ ਅਫਸੋਸ ਦਾ ਇਕ ਲੰਬਾ ਖ਼ਤ ਮੁੰਬਈ ਤੋਂ ਲਿਖ ਦਿੱਤਾ ਸੀ।

ਦਿੱਲੀ ਵਾਪਿਸ ਆਉਣ ਤੇ ਮੈਂ ਸਵਾਤੀ ਨੂੰ ਮਿਲਣ ਦਾ ਪ੍ਰੋਗਰਾਮ ਬਣਾਇਆ। ਉਹਦੇ ਬਾਬਾ ਦੇ ਗੁਜ਼ਰਨ ਦਾ ਅਫਸੋਸ ਕਰਨ ਲਈ ਮੈਂ ਮਾਲਾ ਦੇ ਘਰ ਜਾਣਾ ਹੀ ਠੀਕ ਸਮਝਿਆ।

ਮਾਲਾ ਬੜੀ ਕਮਜ਼ੋਰ ਲੱਗ ਰਹੀ ਸੀ। ਸਵਾਤੀ ਵੀ ਬਹੁਤ ਉਖੜੀ ਹੋਈ ਸੀ। ਉਹ ਦੇ ਜੀਜਾ ਜੀ ਘਰ ਨਹੀਂ ਸਨ।

ਮਾਲਾ ਬਾਬਾ ਦੀਆਂ ਗੱਲਾਂ ਯਾਦ ਕਰਦੀ ਰਹੀ। ਕਹਿਣ ਲੱਗੀ, "ਬਾਬਾ ਸਾਡਾ ਸਭ ਭੈਣਾਂ ਦਾ ਬੜਾ ਧਿਆਨ ਕਰਦੇ ਸਨ। ਸਾਡੀ ਪੜ੍ਹਾਈ ਵਿਚ ਉਹ ਖਾਸ ਰੁਚੀ ਲੈਂਦੇ। ਅੱਜ ਜੋ ਮੈਂ ਡਾਕਟਰ ਹਾਂ, ਉਹਨਾਂ ਦੇ ਉਤਸ਼ਾਹ ਤੇ ਪ੍ਰੇਰਣਾ ਸਦਕਾ ਹੀ ਹਾਂ। ਸਾਡੀ ਮਾਂ ਵੀ ਨਾਗਪੁਰ ਵਿਚ ਪ੍ਰੋਫੈਸਰ ਸੀ। ਉਹ ਵੀ ਇਹੀ ਕਹਿੰਦੀ-ਤੁਸੀਂ ਪੜ੍ਹੋ। ਘਰ ਦਾ ਕੰਮ ਮੈਂ ਆਪੇ ਨਿਪਟਾ ਲਵਾਂਗੀ। ਪਰ ਉਮਰ ਦੇ ਪਿਛਲੇ ਪੰਜ ਸਾਲ ਮਾਂ ਬਿਸਤਰ ਨਾਲ ਜੁੜੀ ਰਹੀ। ਉਸ ਤੋਂ ਬਾਅਦ ਬਾਬਾ ਟੁੱਟ ਗਏ। ਬਿਖਰ ਗਏ। ਇਕ ਗੱਲੋਂ ਚੰਗਾ ਹੀ ਸੀ ਕਿ ਕ੍ਰਿਸ਼ਨਾ ਆਂਟੀ ਨੇ ਉਹਨਾਂ ਨੂੰ ਸਾਂਭ ਲਿਆ ਸੀ। ਪਰ ਅਸੀਂ ਭੈਣਾਂ ਇਸ ਗੱਲ ਨੂੰ ਸਵੀਕਾਰ ਹੀ ਨਾਂਹ ਕਰ ਸਕੀਆਂ। ਉਹ ਧੀਆਂ ਦੀ ਜ਼ਿੰਮੇਵਾਰੀ ਤੋਂ ਮੂੰਹ ਮੋੜਕੇ ਆਪਣੇ ਆਪ ਵਿਚ ਮਗਨ ਹੋ ਗਏ। ਸ਼ਾਇਦ ਇਹਦੇ ਵਿਚ ਸਾਡਾ ਭੈਣਾਂ ਦਾ ਵੀ ਦੋਸ਼ ਸੀ। ਕਿਸੇ ਨੇ ਵੀ ਕ੍ਰਿਸ਼ਨਾ ਆਂਟੀ ਨਾਲ ਸਿੱਧੇ ਮੂੰਹ ਗੱਲ ਨਹੀਂ ਕੀਤੀ। ਉਹਨੂੰ ਘਰ ਦਾ ਜੀਅ ਨਹੀਂ ਸਮਝਿਆ.....। ਖੈਰ! ਇਹੀ ਲਿਖਿਆ ਸੀ ਸਾਡੀ ਕਿਸਮਤ ਵਿੱਚ।"

ਸਵਾਤੀ ਨੇ ਤਾਂ ਚੁੱਪ ਧਾਰੀ ਰੱਖੀ। ਉਂਜ ਵੀ ਆਪਣੀ ਵੱਡੀ ਭੈਣ ਦੇ ਸਾਹਮਣੇ ਉਹ ਬਹੁਤ ਨਹੀਂ ਸੀ ਬੋਲਦੀ।

ਸੁਜਾਤਾ ਕਿਧਰੇ ਵੀ ਨਜ਼ਰ ਵੀ ਨਹੀਂ ਰਹੀ ਸੀ। ਮੈਂ ਉਹਦੇ ਬਾਰੇ ਪੁੱਛਿਆ ਤਾਂ ਪਤਾ ਲੱਗਾ ਕਿ ਉਹ ਚਿਰਾਗ ਨੂੰ ਲੈ ਕੇ ਪਾਰਕ ਵਿਚ ਗਈ ਹੈ।

ਅੰਜਲੀ, ਬਾਬਾ ਦੀ ਮੌਤ ਦੇ ਬਾਅਦ ਕੁਝ ਦਿਨ ਮਾਲਾ ਕੋਲ ਰਹੀ ਸੀ। ਉਸ ਤੋਂ ਬਾਅਦ ਸਵਾਤੀ ਉਹਨੂੰ ਘਰ ਛੱਡ ਆਈ ਸੀ।

ਸਵਾਤੀ ਨੂੰ ਫਿਰ ਤੋਂ ਮਿਲਣ ਦਾ ਵਾਅਦਾ ਕਰਕੇ ਮੈਂ ਘਰ ਆ ਗਈ।

11.

ਮੈਂ ਚਾਹੁੰਦੀ ਸਾਂ ਸਵਾਤੀ ਨਾਲ ਕੁਝ ਵਕਤ ਬਿਤਾਵਾਂ। ਮਾਲਾ ਦੇ ਘਰ ਗਈ ਸਾਂ ਤਾਂ ਸਵਾਤੀ ਨਾਲ ਕੋਈ ਗੱਲ ਸਾਂਝੀ ਹੀ ਨਹੀਂ ਸੀ ਹੋ ਸਕੀ। ਇਕ ਦਿਨ ਉਹਨੂੰ ਮਿਲਣ ਮੈਂ ਹੱਸਪਤਾਲ ਚਲੀ ਗਈ। ਮੈਨੂੰ ਵੇਖਕੇ ਉਹ ਭਾਵੁਕ ਹੋ ਗਈ। ਕਹਿਣ ਲੱਗੀ–"ਮੈਂ ਜਾਣਦੀ ਸਾਂ, ਤੁਸੀਂ ਮੈਨੂੰ ਮਿਲਣ ਆਉਗੇ।" ਉਹਦਾ ਹੇਠਲਾ ਬੁੱਲ੍ਹ ਕੰਬਣ ਲੱਗ ਪਿਆ। ਮੈਨੂੰ ਲੱਗਾ ਕਿ ਹੁਣੇ ਉਹ ਰੋ ਪਵੇਗੀ!

ਉਹਨੂੰ ਇੰਨੀ ਭਾਵੁਕ ਹੁੰਦੇ ਮੈਂ ਕਦੀ ਨਹੀਂ ਸੀ ਵੇਖਿਆ।

"ਤੂੰ ਮੈਨੂੰ ਬੁਲਾ ਲੈਂਦੀ! ਮੈਂ ਨੱਠੀ ਹੋਈ ਆਉਂਦੀ।" ਮੈਂ ਉਹਦੇ ਹੱਥ ਆਪਣੇ ਹੱਥਾਂ ਵਿਚ ਫੜਕੇ ਕਿਹਾ।

ਉਹਦੀਆਂ ਅੱਖਾਂ ਵਿਚੋਂ ਵਹਿੰਦੇ ਅੱਥਰੂ ਵੇਖ ਕੇ ਮੈਂ ਘਬਰਾ ਗਈ।

ਤਦੇ ਕਮਰੇ ਦੇ ਬਾਹਰ ਕੁਝ ਆਵਾਜ਼ਾਂ ਦਾ ਸ਼ੋਰ ਸੁਣਾਈ ਦਿੱਤਾ। ਸਵਾਤੀ ਨੇ ਆਪਣੇ ਹੱਥ ਮੇਰੇ ਹੱਥਾਂ ਵਿਚੋਂ ਛੁਡਾ ਲਏ ਅਤੇ ਝਟਪਟ ਆਪਣੇ ਅੱਥਰੂ ਪੂੰਝਣ ਲੱਗੀ। ਦਰਵਾਜ਼ੇ ਦਾ ਪਰਦਾ ਸਰਕਿਆ ਤੇ ਸਾਹਮਣੇ ਸਾਰੇ ਜਾਣੇ ਪਛਾਣੇ ਚਿਹਰੇ ਖੜੇ ਸਨ–ਮੁਸਕਰਾਂਦੇ ਹੋਏ। ਲਗਭਗ ਸਭ ਦੇ ਮੂੰਹੋਂ ਇਕੱਠਾ ਹੀ ਨਿਕਲਿਆ–

"ਅਰੇ! ਭਾਬੀ ਜੀ!"

ਮੰਜੂ ਨੀਲਮ, ਡਾ. ਗੁਪਤਾ ਦੇ ਨਾਲ ਇਕ ਨਵਾਂ ਚਿਹਰਾ ਸੀ।

"ਕਦੋਂ ਆਏ?" ਨੀਲਮ ਨੇ ਪੁੱਛਿਆ।

"ਬੱਸ ਆਕੇ ਬੈਠੀ ਹੀ ਹਾਂ।" ਮੈਂ ਕਿਹਾ।

"ਮੁੰਬਈ ਦੀ ਸੈਰ ਕਰ ਆਏ ਹੋ?" ਮੰਜੂ ਨੇ ਪੁੱਛਿਆ।

ਮੈਂ ਹਾਂ ਵਿਚ ਸਿਰ ਹਿਲਾਇਆ।

"ਤੁਹਾਡੀ ਜੁੰਡਲੀ ਇਥੇ ਕਿੱਥੇ? ਅੱਜ ਹੱਸਪਤਾਲ ਵਿਚ ਕੰਮ ਕੋਈ ਨਹੀਂ?" ਮੈਂ ਹੱਸ ਕੇ ਕਿਹਾ।

"ਬੜੇ ਦਿਨਾਂ ਤੋਂ ਸਵਾਤੀ ਦੇ ਹੱਥ ਦੀ ਚਾਹ ਨਹੀਂ ਸੀ ਪੀਤੀ। ਸੋਚਿਆ ਅੱਜ ਉਹਨੂੰ ਮੌਕਾ ਦਿੱਤਾ ਜਾਵੇ।" ਡਾ. ਗੁਪਤਾ ਹੱਸ ਕੇ ਬੋਲੇ।

ਸਵਾਤੀ ਉਹਨਾਂ ਦੀਆਂ ਗੱਲਾਂ ਸੁਣ ਕੇ ਫਿਕਾ ਫਿਕਾ ਹੱਸਣ ਦੀ ਕੋਸ਼ਿਸ਼ ਕਰ ਰਹੀ ਸੀ।

"ਸਵਾਤੀ, ਤੂੰ ਬੈਠੀ ਰਹਿ। ਅੱਜ ਮੈਂ ਚਾਹ ਬਣਾਂਦੀ ਹਾਂ। ਮੰਜੂ ਅੱਗੇ ਵੱਧਕੇ ਬੋਲੀ। ਸਵਾਤੀ ਨੇ 'ਹਾਂ' ਵਿਚ ਸਿਰ ਹਿਲਾ ਦਿੱਤਾ।

"ਹੋਰ ਸੁਣਾਓ ਭਾਬੀ ਜੀ–ਕੀ ਹਾਲ ਹੈ?"

"ਸਭ ਠੀਕ ਹੈ।"

"ਹੁਣ ਅਮਰੀਕਾ ਕਦੋਂ ਜਾ ਰਹੇ ਹੋ?"

"ਬੇਟਾ ਬਹੁਤ ਕਾਹਲਾ ਪਿਆ ਹੋਇਆ ਹੈ। ਬਹੁਤ ਦਿਨ ਤੋਂ ਬੁਲਾ ਰਿਹਾ ਹੈ।" ਮੈਂ ਕਿਹਾ।

"ਫਿਰ ਦੇਰ ਕਾਹਦੀ? ਇਹੋ ਜਿਹਾ ਮੌਕਾ ਹੱਥੋਂ ਜਾਣ ਨਹੀਂ ਦੇਣਾ ਚਾਹੀਦਾ।"

"ਭਾਬੀ ਜੀ, ਤੁਹਾਡਾ ਬੇਟਾ ਅਤੇ ਨੂੰਹ ਤਾਂ ਕੰਮ ਤੇ ਚਲੇ ਜਾਂਦੇ ਨੇ। ਸਾਰਾ ਦਿਨ ਤੁਸੀਂ ਇਕੱਲੇ ਵਕਤ ਕਿਵੇਂ ਬਿਤਾਂਦੇ ਹੋ? ਤੁਹਾਡਾ ਦਿਲ ਲੱਗ ਜਾਂਦਾ ਹੈ?"

ਇਸ ਤੋਂ ਪਹਿਲਾਂ ਕਿ ਮੈਂ ਕੁਝ ਜੁਆਬ ਦਿੰਦੀ ਹੱਸਪਤਾਲ ਦੀ ਰਸੋਈ ਵਿਚੋਂ ਰਾਤ ਦੇ ਖਾਣੇ ਦੀ ਟਰੇ ਲੈ ਕੇ ਇਕ ਔਰਤ ਆ ਖੜ੍ਹੀ ਹੋਈ। ਦੁਪਹਿਰ ਅਤੇ ਰਾਤ ਦੇ ਖਾਣੇ ਵਿੱਚ ਮਰੀਜ਼ਾਂ ਲਈ ਜੋ ਖਾਣਾ ਬਣਦਾ ਹੈ, ਉਹਨੂੰ ਸਵਾਤੀ ਜਾਂਚਦੀ ਹੈ, ਚਖ ਕੇ ਵੇਖਦੀ ਹੈ। ਸਵਾਤੀ ਨੇ ਖਾਣਾ ਜਾਂਚ ਲਿਆ ਤਾਂ ਉਹ ਔਰਤ ਟਰੇ ਲੈ ਕੇ ਵਾਪਿਸ ਚਲੀ ਗਈ।

"ਭਾਬੀ ਜੀ, ਦੀਪਕ ਨੇ ਮੈਨੂੰ ਇਕ ਕੈਸੇਟ ਦਿੱਤੀ ਸੀ। ਸੰਤ ਕਬੀਰ ਦੇ ਸ਼ਬਦ ਗਾਏ ਹੋਏ ਸਨ। ਉਹ ਖਰਾਬ ਹੋ ਗਈ ਹੈ। ਤੁਹਾਨੂੰ ਕੁਝ ਯਾਦ ਹੈ, ਉਹ ਕੀਹਦੇ ਗਾਏ ਹੋਏ ਨੇ?"

"ਮੈਨੂੰ ਨਹੀਂ ਪਤਾ। ਦੀਪਕ ਦੀ ਉਹ ਵਾਲੀ ਕੈਸੇਟ ਘਿਸ ਘਿਸਕੇ ਖਰਾਬ ਹੋ ਗਈ ਹੈ। ਉਹ ਦਫ਼ਤਰ ਤੋਂ ਆ ਕੇ ਰੋਜ਼ ਕਦੀ ਕਬੀਰ, ਕਦੀ ਫਰੀਦ ਦੇ ਸ਼ਲੋਕ ਸੁਣਦੇ ਸਨ ਜਾਂ ਫਿਰ ਸ਼ਿਵ-ਕੁਮਾਰ ਬਟਾਲਵੀ ਨੂੰ। ਮੇਰੇ ਕੋਲ ਇਕ ਸੀ. ਡੀ. ਹੈ-ਗੁਲਜ਼ਾਰ ਨੇ ਆਬੀਦਾ ਪ੍ਰਵੀਨ ਦੀ ਆਵਾਜ਼ ਵਿਚ 'ਕਬੀਰ' ਨੂੰ ਪੇਸ਼ ਕੀਤਾ ਹੈ। ਉਹ ਸੁਣਕੇ ਬਹੁਤ ਚੰਗਾ ਲੱਗਦਾ ਹੈ। ਗੁਲਜ਼ਾਰ ਦੀ ਪੇਸ਼ਕਾਰੀ ਦੀ ਭਾਸ਼ਾ ਬਹੁਤ ਅੱਛੀ ਲੱਗਦੀ ਹੈ। ਉਹਦੀ ਆਵਾਜ਼ ਵਿਚ ਬਹੁਤ ਗਹਿਰਾਈ ਹੈ-ਕਮਾਲ ਹੈ। ਆਬੀਦਾ ਪ੍ਰਵੀਨ ਦੀ ਆਵਾਜ਼ ਵੀ ਗਜ਼ਬ ਦੀ ਹੈ।" ਮੈਂ ਕਿਹਾ।

"ਕਿਸੇ ਨੇ ਕੁਮਾਰ ਗੰਧਰਵ ਦੀ ਆਵਾਜ਼ ਵਿਚ ਕਬੀਰ ਨੂੰ ਗਾਂਦੇ ਹੋਏ ਸੁਣਿਆ ਹੈ?" ਸਵਾਤੀ ਨੇ ਪੁੱਛਿਆ।

ਸਭ ਨੇ 'ਨਾਂਹ' ਵਿਚ ਸਿਰ ਹਿਲਾਇਆ।

ਸਵਾਤੀ ਉੱਠ ਕੇ ਅਲਮਾਰੀ ਵਿਚੋਂ ਸੀ. ਡੀ. ਪਲੇਅਰ ਅਤੇ ਇਕ ਸੀ. ਡੀ. ਕੱਢ ਲਿਆਈ।

"ਸੁਣੋ ਕੁਮਾਰ ਗੰਧਰਵ ਦੀ ਆਵਾਜ਼ ਵਿਚ ਕਬੀਰ ਨੂੰ। "ਸਵਾਤੀ ਸਾਡੇ ਸਭ ਵੱਲ ਵੇਖਦੇ ਹੋਏ ਬੋਲੀ। ਕਮਰੇ ਵਿਚ ਚੁੱਪ ਛਾ ਗਈ। ਆਵਾਜ਼ ਬਹੁਤ ਧੀਮੀ ਸੀ ਤਾਂ ਜੋ ਬਾਹਰ ਆਵਾਜ਼ ਨਾ ਜਾਵੇ।

ਉੜ ਜਾਏਗਾ ਹੰਸ ਅਕੇਲਾ
ਜਗ ਦਰਸ਼ਨ ਕਾ ਮੇਲਾ
ਜੈਸੇ ਪਾਤ ਗਿਰੇ ਤਰੁਵਰ ਸੇ
ਮਿਲਣਾ ਬਹੁਤ ਦੁਹੇਲਾ
ਨਾ ਜਾਣੇ ਕਿਧਰ ਗਿਰੇਗਾ
ਲਗਿਆ ਪਵਨ ਕਾ ਰੇਲਾ
ਜਬ ਹੋਵੇ ਉਮਰ ਪੂਰੀ

ਜਬ ਛੂਟੇਗਾ ਹੁਕਮ ਹਜ਼ੂਰੀ
ਜਮ ਕੇ ਦੂਤ ਬੜੇ ਮਜ਼ਬੂਤ
ਜਮ ਸੇ ਪੜਾ ਝਮੇਲਾ..........

ਸਭ ਮੰਤਰ ਮੁਗਧ ਹੋ ਕੇ ਸੁਣ ਰਹੇ ਸਨ। ਮਧੂ ਚਾਹ ਬਣਾ ਰਹੀ ਸੀ। ਉਹ ਵੀ ਹੱਥਲਾ ਕੰਮ ਬੰਦ ਕਰਕੇ ਖੜੀ ਸੀ।

"ਕਿਆ ਆਵਾਜ਼ ਹੈ! ਇਨਾ ਸੋਜ! ਇੰਨਾ ਦਰਦ। ਭਜਨ ਵਿਚ ਜ਼ਿੰਦਗੀ ਦੀ ਪੂਰੀ ਸੱਚਾਈ ਹੈ......ਜਗ ਦਰਸ਼ਨ ਕਾ ਮੇਲਾ.....ਵਾਹ ਸਵਾਤੀ, ਦਿਲ ਖ਼ੁਸ਼ ਹੋ ਗਿਆ।" ਨੀਲਮ ਬੜੇ ਉਤਸ਼ਾਹ ਨਾਲ ਬੋਲ ਰਹੀ ਸੀ।

"ਆਬਿਦਾ ਪ੍ਰਵੀਨ ਦੀ ਆਵਾਜ਼ ਵੀ ਬੜੀ ਦਿਲ ਟੁੰਬਵੀਂ ਹੈ। ਜਦੋਂ ਉਹ ਗਾਂਦੀ ਹੈ–

ਮਨ ਲਾਗੋ ਯਾਰ ਫਕੀਰੀ ਮੇਂ...
ਆਖਿਰ ਯੇਹ ਤਨ ਖ਼ਾਕ ਮਿਲੇਗਾ
ਕਿਉਂ ਫਿਰਤਾ ਮਗਰੂਰੀ ਮੇਂ.........।

ਸੰਤ ਕਬੀਰ ਨੇ ਸਿੱਧੀ ਸਾਦੀ ਭਾਸ਼ਾ ਵਿਚ ਅਮਰ ਸੱਚਾਈ ਦਾ ਬਿਆਨ ਕੀਤਾ ਹੈ। ਅਸੀਂ ਜਦੋਂ ਕਦੀ ਇਹੋ ਜਹੇ ਭਜਨ ਸੁਣਦੇ ਹਾਂ, ਕੁਝ ਦੇਰ ਲਈ ਅਸੀਂ ਅਸਰ ਕਬੂਲਦੇ ਹਾਂ, ਉਸ ਤੋਂ ਬਾਅਦ ਫਿਰ ਉਹੀ ਨੱਠ-ਭੱਜ, ਮਾਰ-ਧਾੜ, ਗੁੱਸਾ-ਗਿਲਾ.....।" ਮੰਜੂ ਬੜੀ ਉਦਾਸੀ ਵਿਚ ਆ ਗਈ ਸੀ।

"ਸੰਤ ਕਬੀਰ ਦੇ ਬਹੁਤ ਸਾਰੇ ਸ਼ਬਦ ਗੁਰੂ ਗ੍ਰੰਥ ਸਾਹਿਬ ਵਿਚ ਸ਼ਾਮਿਲ ਹਨ।" ਮੈਂ ਕਿਹਾ।

"ਇਕ ਵਾਰ ਦੀਪਕ ਨੇ ਦੱਸਿਆ ਸੀ ਕਿ ਗੁਰੂ ਗ੍ਰੰਥ ਸਾਹਿਬ ਵਿਚ ਬਹੁਤ ਸਾਰੇ ਹਿੰਦੂ, ਮੁਸਲਮਾਨ, ਸੂਫੀ ਅਤੇ ਦਲਿਤ ਸੰਤਾਂ ਦੀ ਬਾਣੀ ਹੈ।" ਨੀਲਮ ਬੋਲੀ।

ਡਾ. ਗੁਪਤਾ ਇੰਨੀ ਦੇਰ ਤੋਂ ਚੁੱਪ ਚਾਪ ਗੱਲਾਂ ਸੁਣ ਰਹੇ ਸਨ। ਉਹ ਬੋਲੇ– "ਬਈ ਇਹਨਾਂ ਦੋਨਾਂ ਸੀ. ਡੀਆਂ ਦੀਆਂ ਕਾਪੀਆਂ ਮੈਨੂੰ ਵੀ ਲਿਆ ਦੇਵੋ। ਮੈਂ ਵੀ ਆਪਣੀ ਜ਼ਿੰਦਗੀ ਸੁਧਾਰ ਲਵਾਂ!" ਉਹ ਇਸ ਢੰਗ ਨਾਲ ਬੋਲੇ ਕਿ ਸਭ ਹੱਸ ਪਏ।

"ਡਾ. ਚੋਪੜਾ ਨੂੰ ਵੀ ਇਹ ਸ਼ਬਦ ਸੁਣਾਨੇ ਚਾਹੁੰਦੇ ਨੇ, ਸ਼ਾਇਦ ਉਹ ਵੀ ਆਪਣਾ ਗੁੱਸਾ ਕੁਝ ਘੱਟ ਕਰ ਦੇਣ।" ਨੀਲਮ ਬੋਲੀ।

"ਤੂੰ ਉਹਨਾਂ ਨੂੰ, ਉਹਦੇ ਜਨਮ ਦਿਨ ਤੇ ਭੇਂਟ ਕਰ ਦੇ, ਕੀ ਖਿਆਲ ਹੈ?" ਮੰਜੂ ਨੇ ਸਲਾਹ ਦਿੱਤੀ।

"ਮੰਜੂ ਤੂੰ ਚਾਹ ਪਿਲਾ ਰਹੀ ਸੈਂ?" ਡਾ. ਗੁਪਤਾ ਨੇ ਚਾਹ ਦੇ ਪਿਆਲਿਆਂ ਵੱਲ ਵੇਖਦੇ ਹੋਏ ਪੁੱਛਿਆ।

ਚਾਹ ਪੀ ਕੇ ਜਲਦੀ ਹੀ ਸਭ ਚਲੇ ਗਏ ਤਾਂ ਮੈਂ ਅਤੇ ਸਵਾਤੀ ਇਕੱਲੀਆਂ ਰਹਿ ਗਈਆਂ।

ਸਵਾਤੀ ਅਲਮਾਰੀ ਵਿਚੋਂ ਇਕ ਮੋਟੀ ਜਹੀ ਕਿਤਾਬ ਕੱਢ ਲਿਆਈ।

"ਤੇਰੀ ਅਲਮਾਰੀ ਵਿਚ ਬੜਾ ਖਜ਼ਾਨਾ ਭਰਿਆ ਪਿਆ ਹੈ। ਕਦੀ ਸੀ. ਡੀ. ਨਿਕਲ ਆਉਂਦੀ ਹੈ, ਕਦੀ ਕਿਤਾਬ!" ਮੈਂ ਹੱਸ ਕੇ ਕਿਹਾ।

ਮੇਰੇ ਅੱਗੇ ਉਹ ਕਿਤਾਬ ਰੱਖਦੀ ਹੋਈ ਬੋਲੀ–"ਭਾਬੀ ਜੀ, ਇਹ ਨਵੀਂ ਕਿਤਾਬ ਖ਼ਰੀਦੀ ਹੈ।"

ਕਿਤਾਬ ਦਾ ਨਾਮ ਪੜ੍ਹ ਕੇ ਮੈਂ ਹੈਰਾਨੀ ਨਾਲ ਉਹਦੇ ਵੱਲ ਤਕਿਆ। ਮੈਂ ਉਹਨੂੰ ਜ਼ਿਆਦਾਤਰ ਸਿਹਤ ਅਤੇ ਖੁਰਾਕ ਸੰਬੰਧੀ ਕਿਤਾਬਾਂ ਪੜ੍ਹਦੇ ਹੀ ਵੇਖਿਆ ਸੀ।

ਮੇਰੇ ਸਾਹਮਣੇ ਖ਼ਲੀਲ ਜ਼ਿਬਰਾਨ ਦੀਆਂ ਕੁਝ ਲਿਖਤਾਂ ਦਾ ਅੰਗਰੇਜ਼ੀ ਵਿਚ ਸੰਗ੍ਰਹਿ ਪਿਆ ਸੀ।

"ਵਾਹ ਖ਼ੂਬ! ਸਵਾਤੀ, ਮੈਂ ਇਸ ਲੇਖਕ ਦੀ ਇਕ ਕਿਤਾਬ ਬਹੁਤ ਸਾਲ ਪਹਿਲਾਂ ਪੜ੍ਹੀ ਸੀ–'ਦੀ ਪ੍ਰੋਫਾਇਟ'। ਬਾਅਦ ਵਿਚ ਮੈਂ ਉਹਦਾ ਅਨੁਵਾਦ ਪੰਜਾਬੀ ਵਿਚ ਵੀ ਵੇਖਿਆ ਸੀ। ਉਸ ਕਿਤਾਬ ਦਾ ਅਨੁਵਾਦ ਦੁਨੀਆਂ ਦੀਆਂ ਸਾਰੀਆਂ ਪ੍ਰਮੁੱਖ ਭਾਸ਼ਾਵਾਂ ਵਿਚ ਹੋ ਚੁੱਕਾ ਹੈ। ਉਹਦੀਆਂ ਕਈ ਲੱਖ ਕਾਪੀਆਂ ਵਿੱਕੀਆਂ ਹੋਣਗੀਆਂ।"

"ਭਾਬੀ ਜੀ, ਇਸ ਲੇਖਕ ਦੀ ਭਾਸ਼ਾ ਕਮਾਲ ਦੀ ਹੈ। ਇਹਨੂੰ ਜ਼ਿੰਦਗੀ ਦੀ ਬਹੁਤ ਗਹਿਰੀ ਸਮਝ ਸੀ। ਪਹਾੜਾਂ, ਨਦੀਆਂ, ਰੁੱਖਾਂ, ਫੁਲਾਂ ਦਾ ਵਰਨਣ ਸਾਰੀ ਕਿਤਾਬ ਵਿਚ ਭਰਿਆ ਪਿਆ ਹੈ। ਕੁਦਰਤ ਨਾਲ ਉਹਨੂੰ ਬਹੁਤ ਲਗਾਵ ਸੀ। ਇਕ ਇਕ ਵਾਕ ਕਈ ਕਈ ਵਾਰ ਪੜ੍ਹਣ ਨੂੰ ਜੀ ਕਰਦਾ ਹੈ।"

ਮੈਂ ਸਵਾਤੀ ਦਾ ਚਿਹਰਾ ਵੇਖ ਰਹੀ ਸਾਂ। ਕਿਤਾਬ ਬਾਰੇ ਗੱਲ ਕਰਦੇ ਹੋਏ ਉਹਦੀਆਂ ਅੱਖਾਂ ਵਿਚ ਇਕ ਖਾਸ ਚਮਕ ਸੀ। ਉਸ ਕਿਤਾਬ ਦਾ ਇਕ ਸਫਾ ਖੋਲ੍ਹਿਆ ਅਤੇ ਮੇਰੇ ਅੱਗੇ ਰੱਖ ਦਿੱਤਾ–

"ਮਨੁੱਖ ਜਾਤੀ ਦੀ ਜ਼ਬਾਨ ਤੇ ਸਭ ਤੋਂ ਸੁੰਦਰ ਸ਼ਬਦ ਹੈ 'ਮਾਂ'। ਮਾਂ ਜਦੋਂ ਬੱਚੇ ਨੂੰ ਬੁਲਾਂਦੀ ਹੈ ਤਾਂ ਉਹਦੀ ਆਵਾਜ਼ ਸਭ ਤੋਂ ਮਿੱਠੀ ਲੱਗਦੀ ਹੈ। ਉਸਦੀ ਆਵਾਜ਼ ਵਿਚ ਪਿਆਰ ਹੈ, ਮਿਠਾਸ ਹੈ। ਇਹ ਸ਼ਬਦ ਮਾਂ ਦੇ ਦਿਲ ਦੀਆਂ ਤੈਹਾਂ ਤੋਂ ਨਿਕਲਦਾ ਹੈ। ਦੁੱਖ ਵੇਲੇ ਮਾਂ ਹੀ ਧੀਰਜ ਬੰਨ੍ਹਾਂਦੀ ਹੈਸ਼, ਦੁੱਖ ਵਿਚ ਆਸ ਦੀ ਕਿਰਨ ਜਗਾਂਦੀ ਹੈ, ਕਮਜ਼ੋਰੀ ਵੇਲੇ ਹਿੰਮਤ ਦਿੰਦੀ ਹੈ। ਉਹ ਪਿਆਰ, ਦਇਆ, ਹਮਦਰਦੀ ਖਿਮਾ ਸ਼ੀਲਤਾ ਦਾ ਸੋਮਾ ਹੈ। ਜਿਹਦੀ ਮਾਂ ਨਹੀਂ ਰਹਿੰਦੀ ਉਹਦੀ ਪਵਿੱਤਰ ਆਤਮਾ ਨੂੰ ਅਸ਼ੀਰਵਾਦ ਦੇਣ ਅਤੇ ਉਹ ਦੀ ਹਮੇਸ਼ਾ ਰੱਖਿਆ ਕਰਨ ਵਾਲਾ ਹੱਕ ਉਹਦੇ ਤੋਂ ਉੱਠ ਜਾਂਦਾ ਹੈ।"

"ਕੁਦਰਤ ਵਿਚ ਹਰ ਜਗ੍ਹਾ ਮਾਂ ਵਿਆਪਕ ਹੈ। ਸੂਰਜ ਧਰਤੀ ਦੀ ਮਾਂ ਹੈ ਜੋ ਇਸਨੂੰ ਗਰਮੀ ਦੇ ਕੇ ਪ੍ਰਫੁੱਲਿਤ ਕਰਦਾ ਹੈ। ਉਹ ਰਾਤ ਨੂੰ ਵੀ ਬ੍ਰਹਿਮੰਡ ਨੂੰ ਤਦ ਤੱਕ ਨਹੀਂ ਛੱਡਦਾ ਜਦ ਤੱਕ ਉਹ ਧਰਤੀ ਨੂੰ ਸਮੁੰਦਰ ਦੀਆਂ ਲਹਿਰਾਂ ਦਾ ਸੰਗੀਤ ਅਤੇ ਪੰਛੀਆਂ ਦੇ ਗੀਤਾਂ ਦੀਆਂ ਲੋਰੀਆਂ ਨਾਲ ਸਵਾ ਨਹੀਂ ਦਿੰਦਾ।"

"ਧਰਤੀ, ਰੁੱਖਾਂ ਅਤੇ ਫੁੱਲਾਂ ਦੀ ਮਾਂ ਹੈ। ਉਹਨਾਂ ਨੂੰ ਪੈਦਾ ਕਰਦੀ ਹੈ, ਪਾਲਦੀ

ਹੈ, ਵੱਡਾ ਕਰਦੀ ਹੈ। ਰੁੱਖ ਅਤੇ ਫੁਲ, ਫਲਾਂ ਅਤੇ ਬੀਜਾਂ ਦੀਆਂ ਮਾਵਾਂ ਹਨ। ਮਾਂ, ਪਿਆਰ ਅਤੇ ਸੁੰਦਰਤਾ ਦੀ ਹੋਂਦ ਦਾ ਸਥਾਈ ਮੂਲ ਰੂਪ ਹੈ।"

"ਮਾਂ ਸ਼ਬਦ ਸਾਡੇ ਦਿਲਾਂ ਦੀ ਗਹਿਰਾਈ ਵਿਚ ਸਮੋਇਆ ਹੋਇਆ ਹੈ। ਦੁੱਖ ਜਾਂ ਖੁਸ਼ੀ ਦੀ ਘੜੀ ਵਿਚ ਸਾਡੇ ਦਿਲਾਂ ਦੀ ਗਹਿਰਾਈ ਵਿਚੋਂ ਮਾਂ ਸ਼ਬਦ ਇੰਜ ਨਿਕਲਦਾ ਹੈ ਜਿਵੇਂ ਗੁਲਾਬ ਦੀ ਖੁਸ਼ਬੂ ਹਵਾ ਵਿਚ ਘੁੱਲ ਮਿਲ ਜਾਂਦੀ ਹੈ.....।"

ਉਹ ਸਫਾ ਪੜ੍ਹ ਕੇ ਮੇਰੀਆਂ ਅੱਖਾਂ ਸਾਹਮਣੇ ਆਪਣੀ ਮਾਂ ਦੀ ਤਸਵੀਰ ਉਭਰ ਆਈ।

"ਕਿੰਜ ਲੱਗਾ ?" ਸਵਾਤੀ ਸ਼ਾਇਦ ਮੇਰੇ ਚਿਹਰੇ ਦੇ ਬਦਲਦੇ ਭਾਵਾਂ ਨੂੰ ਪੜ੍ਹਣ ਦੀ ਕੋਸ਼ਿਸ਼ ਕਰ ਰਹੀ ਸੀ।

"ਬਹੁਤ ਵਧੀਆ ਹੈ। ਮੈਨੂੰ ਆਪਣੀ ਮਾਂ ਯਾਦ ਆ ਗਈ ਹੈ। ਉਹ ਪਿਆਰ ਅਤੇ ਤਿਆਗ ਦੀ ਮੂਰਤ ਸੀ।" ਮੈਂ ਕਿਹਾ।

"ਭਾਬੀ ਜੀ, ਬਾਬਾ ਦੇ ਗੁਜ਼ਰਨ ਬਾਅਦ ਲੱਗਾ ਹੈ ਕਿ ਮੈਂ ਅਨਾਥ ਹੋ ਗਈ ਹਾਂ। ਬਾਬਾ ਦੇ ਹੁੰਦਿਆ ਮੈਂ ਉਹਨਾਂ ਨੂੰ ਮਿਲਣ ਵੀ ਬਹੁਤ ਹੀ ਘੱਟ ਜਾਂਦੀ ਸਾਂ। ਬੀਮਾਰੀ ਵੇਲੇ ਜਦੋਂ ਹਸਪਤਾਲ ਦਾਖਿਲ ਕਰਵਾਇਆ ਸੀ ਤਾਂ ਬਹੁਤਾ ਵਕਤ ਮੈਂ ਹੀ ਉਹਨਾਂ ਕੋਲ ਰਹੀ। ਉਹਨਾਂ ਕਿੰਨੀ ਵੇਰ ਮੇਰਾ ਹੱਥ ਫੜਕੇ ਘੁਟਿਆ। ਕਿੰਨੀ ਵਾਰ ਉਹਨਾਂ ਦੀਆਂ ਭਿੱਜੀਆਂ ਅੱਖਾਂ, ਕੰਬਦੇ ਹੋਂਠ ਵੇਖਕੇ ਮੈਂ ਅੰਦਰ ਤੱਕ ਹਿਲ ਗਈ। ਜੇ ਬਾਬਾ ਨੇ ਸਾਡੀ ਸੁਧ ਨਹੀਂ ਲਈ ਤਾਂ ਅਸਾਂ ਵੀ ਕੀ ਕੀਤਾ। ਉਹਨਾਂ ਨੂੰ ਆਪਣੇ ਆਪ ਤੋਂ ਦੂਰ ਕਰਨ ਦੇ ਲਈ ਅਸੀਂ ਆਪ ਹੀ ਜ਼ਿੰਮੇਵਾਰ ਹਾਂ। ਕ੍ਰਿਸ਼ਨਾ ਆਂਟੀ ਤੋਂ ਨਫ਼ਰਤ ਨਾ ਕਰਦੇ ਤਾਂ ਬਾਬਾ ਸਾਡੇ ਨਾਲ ਜੁੜੇ ਰਹਿੰਦੇ।"

ਥੋੜ੍ਹੀ ਥੋੜ੍ਹੀ ਦੇਰ ਬਾਅਦ ਸਵਾਤੀ ਅੱਖਾਂ ਪੂੰਝਣ ਲੱਗਦੀ। ਮੈਂ ਚੁੱਪਚਾਪ ਸੁਣਦੀ ਰਹੀ।

"ਭਾਬੀ ਜੀ, ਅੱਜ ਕਲ੍ਹ, ਮੰਮੀ ਦੀ ਬੜੀ ਯਾਦ ਆ ਰਹੀ ਹੈ। ਮਾਸੀ ਨੂੰ ਵੀ ਬੜਾ ਮਿਸ ਕਰ ਰਹੀ ਹਾਂ। ਮਾਸੀ ਨੂੰ ਮਿਲਣ ਦੀ ਬੜੀ ਇੱਛਾ ਹੋ ਰਹੀ ਹੈ। ਉਹ ਬਾਬਾ ਦੇ ਗੁਜ਼ਰਨ ਤੇ ਦਿੱਲੀ ਨਹੀਂ ਆ ਸਕੀ। ਬਹੁਤ ਬੀਮਾਰ ਹੈ।"

"ਤੈਨੂੰ ਜਾਣਾ ਚਾਹੀਦਾ ਹੈ।" ਮੈਂ ਕਿਹਾ।

"ਸੁਜਾਤਾ ਦੀਦੀ ਵੀ ਜਾਣਾ ਚਾਹੁੰਦੀ ਹੈ। ਚਿਰਾਗ ਸੁਜਾਤਾ ਦੀਦੀ ਬਗੈਰ ਰਹਿੰਦਾ ਨਹੀਂ। ਅੰਜਲੀ ਦੀਦੀ ਵੀ ਕਹਿੰਦੀ ਸੀ ਕਿ ਉਹ ਵੀ ਜਾਣਾ ਚਾਹੁੰਦੀ ਹੈ। ਕੁਝ ਸਮਝ ਨਹੀਂ ਆ ਰਹੀ ਕਿ ਕੀ ਕੀਤਾ ਜਾਵੇ।"

ਮੈਨੂੰ ਕੋਈ ਜੁਆਬ ਨਾ ਸੁਝਾ। ਥੋੜ੍ਹੀ ਦੇਰ ਚੁੱਪ ਰਹਿਣ ਤੋਂ ਬਾਅਦ ਸਵਾਤੀ ਕਹਿਣ ਲੱਗੀ- "ਮੇਰਾ ਮਨ ਅੱਜਕਲ੍ਹ ਬਹੁਤ ਉਖੜਿਆ ਰਹਿੰਦਾ ਹੈ।" ਉਹਦੀ ਆਵਾਜ਼ ਉਦਾਸੀ ਵਿਚ ਡੁੱਬੀ ਹੋਈ ਸੀ।

'ਧੀਰਜ' ਅਤੇ 'ਸ਼ਬਰ' ਰੱਖਣ ਦੇ ਜਿੰਨੇ ਕੁ ਸ਼ਬਦ ਮੇਰੇ ਸ਼ਬਦ ਕੋਸ਼ ਵਿਚ ਸਨ, ਉਹ ਮੈਂ ਸਾਰੇ ਸਵਾਤੀ ਨੂੰ ਦਿਲਾਸਾ ਦੇਣ ਲਈ ਵਰਤ ਲਏ ਪਰ ਉਸ ਦਿਨ ਮੈਂ ਆਪਣੇ ਮੱਕਸਦ ਵਿਚ ਕਾਮਯਾਬ ਨਹੀਂ ਹੋਈ।

12.

ਇਕ ਦਿਨ ਸਵਾਤੀ ਦਾ ਫ਼ੋਨ ਆਇਆ-"ਭਾਬੀ ਜੀ, ਮੈਂ ਸ਼ਿਫਟ ਕਰ ਰਹੀ ਹਾਂ।"

"ਕਿੱਥੇ?" ਮੈਂ ਹੈਰਾਨੀ ਨਾਲ ਪੁੱਛਿਆ।

"ਮੈਂ ਬਹੁਤ ਅਰਸਾ ਪਹਿਲਾਂ ਹੱਸਪਤਾਲ ਦੇ ਕੁਆਰਟਰ ਲਈ ਦਰਖਾਸਤ ਦਿੱਤੀ ਸੀ। ਉਹ ਮਨਜ਼ੂਰ ਹੋ ਗਈ ਹੈ।"

"ਇਕੱਲੀ ਕਿਵੇਂ ਰਹੇਂਗੀ?" ਮੈਨੂੰ ਚਿੰਤਾ ਹੋ ਗਈ।

"ਭਾਬੀ ਜੀ, ਪਹਿਲਾਂ ਵੀ ਤਾਂ ਸੇਵਾਗ੍ਰਾਮ ਅਤੇ ਕਾਂਸ਼ੀ ਵਿਚ ਅਕੱਲੀ ਹੀ ਰਹੀ ਹਾਂ। ਹੁਣ ਦੀਦੀ ਨਾਲ ਰਹਿ ਕੇ ਵੀ ਮੈਂ ਇਕੱਲੀ ਹੀ ਹਾਂ......।" ਉਹਦੀ ਆਵਾਜ਼ ਵਿਚ ਉਦਾਸੀ ਸੀ।

"ਕੀ ਮਤਲਬ?"

"ਜਦੋਂ ਤੋਂ ਬਬਲੀ ਸੁਜਾਤਾ, ਚਿਰਾਗ ਇੱਥੋਂ ਸ਼ਿਫ਼ਟ ਕਰ ਗਏ ਨੇ ਘਰ ਵਿਚ ਸੰਨਾਟਾ ਛਾਇਆ ਰਹਿੰਦਾ ਹੈ। ਮਾਲਾ ਦੀਦੀ ਅਤੇ ਜੀਜਾ ਜੀ ਨੂੰ ਜਦੋਂ ਵੀ ਮੌਕਾ ਮਿਲਦਾ ਹੈ ਉਹ ਦਵਾਰਕਾ ਵੱਲ ਨੱਠਦੇ ਹਨ, ਆਪਣੇ ਬੱਚਿਆਂ ਕੋਲ। ਮੈਂ ਹੱਸਪਤਾਲ ਤੋਂ ਜਾ ਕੇ ਆਪਣੇ ਕਮਰੇ ਵਿਚ ਗਾਣੇ ਸੁਣਦੀ ਰਹਿੰਦੀ ਹਾਂ.....ਉਦਾਸੀ ਭਰੇ.....ਦਰਦ ਭਰੇ!" ਉਹ ਹਲਕਾ ਹਲਕਾ ਹੱਸਦੀ ਹੋਈ ਬੋਲੀ।

"ਦਰਦ ਭਰੇ ਗਾਣੇ ਹੀ ਕਿਉਂ ਸੁਣਦੀ ਹੈਂ! ਉਹ ਤੈਨੂੰ ਹੋਰ ਜ਼ਿਆਦਾ ਇਕੱਲ ਦਾ ਅਹਿਸਾਸ ਕਰਾਣਗੇ। ਤੂੰ ਕੋਈ ਮਸਤੀ ਭਰੇ, ਤੜਕ-ਭੜਕ ਵਾਲੇ ਗਾਣੇ ਸੁਣਿਆ ਕਰ ਤਾਂ ਜੋ ਤੇਰੀ ਤਬੀਅਤ ਹਮੇਸ਼ਾਂ ਚੜ੍ਹਦੀਆਂ ਕਲਾਂ ਵਿਚ ਰਹੇ।"

"ਅਰੇ ਭਾਬੀ ਜੀ। ਦੁਨੀਆਂ ਖੁਸ਼ ਕਿਥੇ ਰਹਿਣ ਦਿੰਦੀ ਹੈ!"

"ਕੀ ਮਤਲਬ?" ਮੈਂ ਪੁੱਛਿਆ।

ਸਵਾਤੀ ਨੇ ਮੇਰੀ ਗੱਲ ਦਾ ਜੁਆਬ ਟਾਲ ਦਿੱਤਾ।

"ਤੇਰੀ ਮਾਲਾ ਦੀਦੀ ਮੰਨ ਗਈ ਹੈ, ਤੈਨੂੰ ਇਕੱਲੀ ਭੇਜਣ ਲਈ?" ਮੈਂ ਪੁੱਛਿਆ।

"ਹਾਲੇ ਇਸ ਵਿਸ਼ੇ ਤੇ ਘਰ ਵਿਚ ਜ਼ਿਆਦਾ ਗੱਲ ਨਹੀਂ ਹੋਈ। ਅਜੇ ਤਾਂ ਕੁਆਰਟਰ ਹੱਥ ਵਿਚ ਆਉਣ ਤੇ ਵਕਤ ਲਗੇਗਾ। ਬੜਾ ਲੰਬਾ ਚੱਕਰ ਹੈ।"

"ਤੂੰ ਸੁਜਾਤਾ ਨੂੰ ਨਾਲ ਲੈ ਜਾਵੀਂ।" ਮੈਂ ਕਿਹਾ।

"ਹੁਣ ਤਾਂ ਬਬਲੀ ਸੁਜਾਤਾ ਦੀਦੀ ਨੂੰ ਇਕ ਪਲ ਲਈ ਵੀ ਨਹੀਂ ਛੱਡਦੀ....। ਉਹ ਵੀ ਉਥੇ ਖੁਸ਼ ਹੈ। ਚਿਰਾਗ ਆਪਣੀ ਮਾਂ ਨਾਲੋਂ ਸੁਜਾਤਾ ਦੀਦੀ ਨਾਲ ਜ਼ਿਆਦਾ ਜੁੜਿਆ ਹੋਇਆ ਹੈ।"

ਅੱਜ ਕਲ੍ਹ ਸਵਾਤੀ ਵਿਕਰਮ ਦਾ ਜ਼ਿਕਰ ਨਹੀਂ ਸੀ ਕਰਦੀ। ਮੈਂ ਵੀ ਜ਼ਿਆਦਾ ਘੋਖਾਂ ਘੋਖਦੀ ਚੰਗੀ ਨਹੀਂ ਸਾਂ ਲੱਗਦੀ। ਮੰਜੂ ਨੂੰ ਵੀ ਵਿਕਰਮ ਬਾਰੇ ਕੁਝ ਪਤਾ ਨਹੀਂ ਲੱਗ ਸਕਿਆ ਸੀ। ਅੰਦਰੋਂ ਅੰਦਰ ਮੈਨੂੰ ਉਤਸੁਕਤਾ ਬਹੁਤ ਸੀ ਜਾਨਣ ਦੀ। ਗੱਲ ਹੋਂਠਾਂ ਤੇ ਆਉਂਦੀ ਪਰ ਮੈਂ ਆਪਣੇ ਆਪ ਤੇ ਕਾਬੂ ਕਰ ਲੈਂਦੀ।

ਲੰਬੇ ਅਰਸੇ ਤੱਕ ਸਵਾਤੀ ਨੂੰ ਮਿਲਣ ਦਾ ਮੌਕਾ ਨਾ ਮਿਲਿਆ। ਫ਼ੋਨ ਤੇ ਵੀ ਉਹਦੇ ਨਾਲ ਸੰਪਰਕ ਨਾ ਹੋ ਸਕਿਆ।

ਠੰਢ ਬਹੁਤ ਪੈ ਰਹੀ ਸੀ। ਕਿੰਨੇ ਹੀ ਦਿਨਾਂ ਤੋਂ ਬਦਲਵਾਈ ਸੀ, ਧੁੰਦ ਸੀ। ਮੇਰਾ ਬਲੱਡਪ੍ਰੈਸ਼ਰ ਵੱਧ ਗਿਆ ਸੀ। ਡਾਕਟਰ ਨੇ ਦਵਾਈ ਬਦਲ ਦਿੱਤੀ ਸੀ। ਸਿਮਰ ਵੀ ਢਿੱਲੀ ਹੀ ਚਲ ਰਹੀ ਸੀ। ਇਹਨਾਂ ਹੀ ਪ੍ਰੇਸ਼ਾਨੀਆਂ ਵਿਚ ਮੇਰੀ ਸਹੇਲੀ ਕਮਲਾ ਦਾ ਫ਼ੋਨ ਆਇਆ ਕਿ ਉਹਦੀ ਸੱਸ ਕਾਫ਼ੀ ਬੀਮਾਰ ਹੈ। ਉਹ ਉਸੇ ਹਸਪਤਾਲ ਵਿਚ ਵਿਖਾਣਾ ਚਾਹੁੰਦੀ ਸੀ, ਜਿਥੇ ਦੀਪਕ ਕੰਮ ਕਰਦਾ ਸੀ। ਪਹਿਲਾਂ ਉਹ ਉਸੇ ਹਸਪਤਾਲ ਤੋਂ ਠੀਕ ਹੋਈ ਸੀ। ਕਮਲਾ ਕਹਿਣ ਲੱਗੀ–

"ਤੁਹਾਨੂੰ ਤਾਂ ਉਸ ਹੱਸਪਤਾਲ ਵਿਚ ਡਾਕਟਰ ਪਛਾਣਦੇ ਹਨ। ਤੁਸੀਂ ਨਾਲ ਚਲੋ। ਤੁਸੀਂ ਤਿਆਰ ਰਹਿਣਾ। ਅਸੀਂ ਤੁਹਾਨੂੰ ਲੈਣ ਆਵਾਂਗੇ।"

ਮੈਂ ਨਾਂਹ ਨਹੀਂ ਕਰ ਸਕੀ। ਅੰਮ੍ਰਿਤਾ ਅਤੇ ਇੰਦਰ ਨੇ ਮੇਰੀ ਸਿਹਤ ਦਾ ਸੋਚਕੇ ਨਾਂਹ ਕਰਨ ਨੂੰ ਕਿਹਾ ਪਰ ਮੈਂ ਨਹੀਂ ਮੰਨੀ। ਮੈਂ ਆਪਣੇ ਆਉਣ ਬਾਰੇ ਸਵਾਤੀ ਨੂੰ ਕੁਝ ਨਹੀਂ ਦੱਸਿਆ।

ਇਕ ਵਜੇ ਦੇ ਕਰੀਬ ਕਮਲਾ ਦੀ ਸੱਸ ਨੂੰ ਵਿਖਾਕੇ ਅਸੀਂ ਵਿਹਲੇ ਹੋ ਗਏ ਤਾਂ ਮੈਂ ਸੋਚਿਆ ਕਿ ਸਵਾਤੀ ਨੂੰ ਮਿਲਦੀ ਜਾਵਾਂ। ਉਹ ਆਪਣੇ ਕਮਰੇ ਵਿਚ ਹੀ ਸੀ, ਦੋ ਤਿੰਨ ਮਰੀਜ਼ਾਂ ਨਾਲ ਘਿਰੀ ਹੋਈ। ਮੈਂ ਕਮਲਾ ਨੂੰ ਵਾਪਿਸ ਭੇਜ ਦਿੱਤਾ।

ਸਵਾਤੀ ਮਰੀਜ਼ਾਂ ਨਾਲ ਰੁੱਝੀ ਹੋਈ ਸੀ। ਮੈਂ ਕੋਨੇ ਦੀ ਕੁਰਸੀ ਲੈ ਕੇ ਬੈਠ ਗਈ। ਸਵਾਤੀ ਦੀ ਸਾੜ੍ਹੀ ਦਾ ਰੰਗ ਬੜਾ ਹੀ ਹਲਕਾ ਸੀ ਤੇ ਸ਼ਾਲ ਵੀ ਮੈਚਿੰਗ ਨਹੀਂ ਸੀ। ਚਿਹਰਾ ਬੜਾ ਮੁਰਝਾਇਆ ਹੋਇਆ ਸੀ। ਅੱਖਾਂ ਥੱਲੇ ਕਾਲੇ ਨਿਸ਼ਾਨ, ਅੱਖਾਂ ਵਿੱਚੋਂ ਚਮਕ ਗਾਇਬ! ਬੁੱਲ੍ਹਾਂ ਤੋਂ ਮੁਸਕਾਣ ਗਾਇਬ। ਵਾਲਾਂ ਦੇ ਪਿੱਛੇ ਲੱਗਾ ਫੁਲ ਨਦਾਰਦ! ਕਮਰਾ ਵੀ ਥੋੜ੍ਹਾ ਅਸਤ–ਵਿਅਸਤ ਹੀ ਲੱਗ ਰਿਹਾ ਸੀ। ਨਾ ਉਹ ਆਪ ਆਪਣੇ ਅਸਲੀ ਰੂਪ ਵਿਚ ਸੀ, ਨਾ ਹੀ ਉਹਦਾ ਕਮਰਾ!

ਉਹ ਵਿਹਲੀ ਹੋਈ ਤਾਂ ਪਹਿਲ ਉਹਨੇ ਕਰ ਲਈ "ਭਾਬੀ ਜੀ, ਠੀਕ ਤਾਂ ਹੋ? ਚਿਹਰਾ ਬੜਾ ਉਤਰਿਆ ਹੋਇਆ ਹੈ?" ਉਹ ਬੋਲੀ।

"ਤੂੰ ਆਪਣੀ ਸੁਣਾ। ਕੀ ਤੇਰੀ ਸਿਹਤ ਠੀਕ ਨਹੀਂ ਜਾਂ ਕੋਈ ਹੋਰ ਸਮੱਸਿਆ ਹੈ। ਤੇਰਾ ਚਿਹਰਾ ਇੰਨਾ ਮੁਰਝਾਇਆ ਹੋਇਆ ਤਾਂ ਮੈਂ ਕਦੀ ਨਹੀਂ ਵੇਖਿਆ।"

ਉਸ ਬੁੱਲ੍ਹਾਂ ਤੇ ਮੁਸਕਾਣ ਲਿਆਣ ਦੀ ਪੂਰੀ ਕੋਸ਼ਿਸ਼ ਕੀਤੀ ਪਰ ਸਫਲ ਨਾ ਹੋ ਸਕੀ। ਉਹ ਮੌਸਮ ਬਾਰੇ ਗੱਲਾਂ ਕਰਨ ਲੱਗ ਪਈ।

ਮੈਂ ਫਿਰ ਤੋਂ ਉਹਦੀ ਸਿਹਤ ਦੀ ਗੱਲ ਛੇੜੀ ਤਾਂ ਬੋਲੀ–

"ਅਜ ਕਲ ਮਰੀਜ਼ਾਂ ਦੀ ਸੰਖਿਆ ਬਹੁਤ ਵੱਧ ਗਈ ਹੈ। ਮਾਲਾ ਦੀਦੀ ਦਾ ਬਲੱਡ–ਪ੍ਰੈਸ਼ਰ ਵੀ ਵੱਧ ਗਿਆ ਹੈ। ਸਰਦੀਆਂ ਵਿਚ ਅਕਸਰ ਹੀ ਵੱਧ ਜਾਂਦਾ ਹੈ। ਤੁਹਾਡਾ ਕੀ ਹਾਲ ਹੈ?"

"ਮੈਂ ਠੀਕ ਹਾਂ।" ਮੈਂ ਕਿਹਾ–

"ਤੂੰ ਅਜ ਕਲ੍ਹ ਕਿੱਥੇ ਗੁਆਚ ਗਈ ਹੈਂ? ਫ਼ੋਨ ਤੇ ਵੀ ਨਹੀਂ ਮਿਲਦੀ।" ਮੈਂ ਪੁੱਛਿਆ।

"ਬਸ, ਅੱਜ ਕਲ੍ਹ ਇਕ ਤਾਂ ਫਲੈਟ ਦੇ ਚੱਕਰ ਵਿਚ ਕਈ ਖਾਨਾਪੂਰਤੀਆਂ ਕਰਨੀਆਂ ਪੈਂਦੀਆਂ ਹਨ। ਇਕ ਪੈਰ ਦਵਾਰਕਾ, ਇਕ.........। ਚਿਰਾਗ ਵੀ ਠੰਡ ਕਰਕੇ ਬੀਮਾਰ ਸੀ। ਉਹ ਜੁਰਾਬਾਂ, ਬੂਟ ਲਾਹ ਦਿੰਦਾ ਹੈ। ਬਹੁਤ ਸ਼ਰਾਰਤੀ ਹੋ ਗਿਆ ਹੈ। ਬਹੁਤ ਬੋਲਦਾ ਹੈ। ਨੰਗੇ ਪੈਰ ਫਰਸ਼ ਤੇ ਘੁੰਮਦਾ ਹੈ ਅਤੇ ਬੀਮਾਰ ਹੋ ਜਾਂਦਾ ਹੈ........।" ਉਹ ਲਗਾਤਾਰ ਚਿਰਾਗ ਦੀਆਂ ਗੱਲਾਂ ਕਰ ਰਹੀ ਸੀ।

ਮੈਨੂੰ ਪਤਾ ਸੀ ਕਿ ਉਹ ਜਾਣ ਬੁਝ ਕੇ ਇੰਜ ਕਰ ਰਹੀ ਹੈ। ਉਹ ਗੱਲ ਦਾ ਰੁਖ ਬਾਰ ਬਾਰ ਇਧਰ ਉਧਰ ਮੋੜ ਰਹੀ ਸੀ। ਚਿਰਾਗ ਬਾਰੇ ਬੋਲਣਾ ਬੰਦ ਕੀਤਾ ਤਾਂ ਹੱਸਪਤਾਲ ਵੱਲੋਂ ਮਿਲਣ ਵਾਲੇ ਕੁਆਰਟਰ ਬਾਰੇ ਗੱਲ ਕਰਨ ਲੱਗ ਪਈ।

"ਪਰ ਤੂੰ ਇਕੱਲੀ ਰਹੇਂਗੀ ਕਿੰਜ?" ਮੇਰੀ ਆਵਾਜ਼ ਵਿਚੋਂ ਚਿੰਤਾ ਨੂੰ ਉਹ ਮਹਿਸੂਸ ਕਰ ਰਹੀ ਸੀ।

"ਮੈਂ ਹੂੰ ਇਕ ਪੰਛੀ ਅਕੇਲਾ, ਇਸ ਗਗਨ ਕੀ ਛਾਓਂ ਮੇਂ......।" ਇਹ ਗਾਣ ਲੱਗ ਪਈ।

"ਗਾਣਾ ਤਾਂ ਬਹੁਤ ਵਧੀਆ ਹੈ। ਪਰ ਇਹ ਉਦਾਸ ਕਰਦਾ ਹੈ।" ਮੈਂ ਕਿਹਾ।

ਮੇਰੀ ਗੱਲ ਦਾ ਜੁਆਬ ਦੇਣ ਦੀ ਬਜਾਏ ਉਹ ਫਿਰ ਗਾਣ ਲੱਗ ਪਈ–

ਬਸ ਇਕ ਚੁੱਪ ਸੀ ਲੱਗੀ ਹੈ
ਨਹੀਂ, ਉਦਾਸ ਨਹੀਂ, ਕਹੀ ਪੇ ਸਾਂਸ ਰੁਕੀ ਹੈ
ਨਹੀਂ ਉਦਾਸ ਨਹੀਂ......।"

"ਤੇਰੀ ਆਵਾਜ਼ ਵਿਚ ਬਹੁਤ ਸੋਜ਼ ਹੈ। ਬਹੁਤ ਗਹਿਰਾਈ ਹੈ। ਬਹੁਤ ਟੁੰਬਦੀ ਹੈ, ਤੇਰੀ ਆਵਾਜ਼.....। ਤੂੰ ਮੈਨੂੰ ਇਹ ਦੱਸ ਕਿ ਵਿਕਰਮ ਦਾ ਕੀ ਹੋਇਆ?"

ਉਹ ਫਿਰ ਗਾਣ ਲੱਗ ਪਈ–

"ਦੇਖੀ ਜ਼ਮਾਨੇ ਕੀ ਯਾਰੀ, ਬਿਛੜੇ ਸਭੀ ਬਾਰੀ ਬਾਰੀ
ਪਲ ਭਰ ਕੀ ਖੁਸ਼ੀਆਂ ਹੈ ਸਾਰੀ, ਹੋਣੇ ਲੱਗੀ ਬੇਕਰਾਰੀ........।"

ਮੈਂ ਸਮਝ ਗਈ ਕਿ ਅੱਜ ਉਹ ਆਪਣੇ ਬਾਰੇ ਕੋਈ ਗੱਲ ਨਹੀਂ ਕਰੇਗੀ। ਬਾਹਰ ਬੱਦਲ ਛੱਟ ਰਹੇ ਸਨ। ਠੰਡ ਵਧ ਰਹੀ ਸੀ। ਮੈਂ ਚਲਣ ਲਈ ਉੱਠ ਖੜੀ ਹੋਈ ਤਾਂ ਉਸ ਮੇਰਾ ਹੱਥ ਫੜਕੇ ਬਿਠਾ ਲਿਆ।

"ਚਾਹ ਬਣਾਂਦੀ ਹਾਂ, ਫਿਰ ਗੱਲ ਕਰਾਂਗੇ।" ਉਹ ਬੜੀ ਗੰਭੀਰ ਹੋ ਕੇ ਬੋਲੀ।

ਚਾਹ ਬਣਾਂਦੇ ਹੋਏ ਉਹ ਫਿਰ ਕੁਝ ਗੁਣਗੁਣਾਨ ਲੱਗ ਪਈ ਪਰ ਗਾਣੇ ਦੇ ਬੋਲ ਮੈਨੂੰ ਸਮਝ ਨਹੀਂ ਆਏ। ਮੇਰੇ ਪੁੱਛਣ ਤੇ ਕਹਿਣ ਲੱਗੀ–

"ਇਹ ਮਰਾਠੀ ਵਿਚ ਹੈ।"

"ਮਰਾਠੀ ਵਿਚ 'ਤਮਾਸ਼ਾ' ਦਾ ਇਕ ਸਟੇਜ ਸ਼ੋਅ ਬਹੁਤ ਸਾਲ ਪਹਿਲਾਂ ਮੁੰਬਈ ਵਿਚ ਵੇਖਿਆ ਸੀ। ਅਤੇ ਇਕ ਫੰਕਸ਼ਨ ਵਿਚ 'ਲਾਵਣੀ'......। ਇਕ ਔਰਤ ਗਾਂਦੀ

ਹੈ ਤਾਂ ਅਖੀਰਲੀ ਲਾਈਨ ਬਹੁਤ ਸਾਰੀਆਂ ਔਰਤਾਂ ਮਿਲਕੇ ਗਾਂਦੀਆਂ ਨੇ।"

ਸਵਾਤੀ ਹੱਸਣ ਲੱਗ ਪਈ।

"ਭਾਬੀ ਜੀ, ਸਟੇਜ ਤੇ ਤਾਂ ਮੈਂ ਹਾਲੇ ਤੀਕ ਕੋਈ ਵੀ ਮਰਾਠੀ ਪ੍ਰੋਗਰਾਮ ਨਹੀਂ ਵੇਖਿਆ।"

ਚਾਹ ਪੀਂਦੇ ਹੋਏ ਸਵਾਤੀ ਬੋਲੀ–"ਭਾਬੀ ਜੀ, ਵਿਕਰਮ ਬਾਰੇ ਕੀ ਦੱਸਾਂ। ਬੱਸ ਉਹ ਮਿਲਦਾ ਰਿਹਾ। ਮੈਨੂੰ ਚੰਗਾ ਲੱਗਦਾ ਸੀ। ਖ਼ੂਬ ਹਸਾਂਦਾ, ਘੁੰਮਾਂਦਾ। ਮੈਂ ਉਹਦੇ ਤੇ ਉਮੀਦਾਂ ਲੱਗਾ ਬੈਠੀ। ਪਰ ਉਹ ਮੇਰੇ ਹੱਥ ਪੱਲੇ ਕੁਝ ਵੀ ਨਾਂਹ ਪਾਂਦਾ। ਇਕ ਦਿਨ ਕਲਾ ਮੇਰੇ ਕਮਰੇ ਵਿਚ ਆਈ ਤਾਂ ਉਹ ਉਥੇ ਮੇਰੇ ਕੋਲ ਹੀ ਬੈਠਾ ਸੀ। ਕਲਾ ਨੂੰ ਵੇਖਕੇ ਉਹ ਇਕ ਦਮ ਝੇਂਪ ਜਿਹਾ ਗਿਆ ਅਤੇ ਜਲਦੀ ਜਲਦੀ ਉਥੋਂ ਚਲਾ ਗਿਆ, ਕੰਮ ਦਾ ਬਹਾਨਾ ਕਰਕੇ।

ਉਹਦੇ ਜਾਣ ਬਾਅਦ ਕਲਾ ਬੋਲੀ–"ਹੁਣ ਕਿਉਂ ਆਉਂਦਾ ਹੈ? ਇਹਨੇ ਤਾਂ ਪਿਛਲੇ ਮਹੀਨੇ ਦੁਬਾਰਾ ਸ਼ਾਦੀ ਕਰ ਲਈ ਹੈ। ਕੀ ਤੈਨੂੰ ਦੱਸਿਆ ਨਹੀਂ?"

"ਮੈਂ ਹੱਕੀ ਬੱਕੀ ਕਲਾ ਨੂੰ ਵੇਖਦੀ ਰਹਿ ਗਈ। ਮੈਨੂੰ ਲੱਗਾ ਕਿ ਕਮਰੇ ਦੀ ਛੱਤ ਮੇਰੇ ਤੇ ਆ ਡਿੱਗੀ ਹੈ ਅਤੇ ਮੇਰਾ ਸਾਹ ਘੁੱਟ ਰਿਹਾ ਹੈ। ਮੇਰੀਆਂ ਅੱਖਾਂ ਅੱਗੇ ਹਨੇਰਾ ਛਾ ਗਿਆ। ਮੇਰੀਆਂ ਲੱਤਾਂ ਕੰਬਣ ਲੱਗ ਪਈਆਂ......।"

ਮੈਨੂੰ ਮਹਿਸੂਸ ਹੋਇਆ ਕਿ ਉਹਦੀਆਂ ਲੱਤਾਂ ਹੁਣ ਵੀ ਕੰਬ ਰਹੀਆਂ ਹਨ। ਮੈਂ ਉਹਦੇ ਹੱਥ ਆਪਣੇ ਹੱਥਾਂ ਵਿਚ ਲੈ ਲਏ। ਉਹਦੇ ਹੱਥ ਠੰਢੇ ਯੱਖ ਸਨ। ਉਹਨਾਂ ਵਿਚ ਹਲਕੀ ਹਲਕੀ ਕੰਬਣੀ ਅਨੁਭਵ ਕਰ ਰਹੀ ਸਾਂ। ਮੈਂ ਉਹਦੇ ਹੱਥਾਂ ਨੂੰ ਮਲਿਆ। ਆਪਣੀ ਕੁਰਸੀ ਤੋਂ ਉੱਠ ਕੇ ਮੈਂ ਉਹਦੇ ਮੋਢੇ ਤੇ ਹੱਥ ਰੱਖ ਕੇ ਉਹ ਨੂੰ ਪਲੋਸਿਆ। ਉਹਦੀਆਂ ਗੱਲਾਂ ਨੂੰ ਹਥੇਲੀਆਂ ਨਾਲ ਥੱਪਥਪਾਇਆ। ਉਹਨੂੰ ਦੋ ਘੁੱਟ ਪਾਣੀ ਪਿਲਾਇਆ। ਉਹ ਕੁਝ ਸੰਭਲੀ ਤਾਂ ਮੈਂ ਉਹਦੇ ਨਾਲ ਦੀ ਕੁਰਸੀ ਤੇ ਜਾਕੇ ਬੈਠ ਗਈ। ਮੈਂ ਗੱਲ ਦਾ ਰੁੱਖ ਮੋੜਣ ਦੀ ਕੋਸ਼ਿਸ਼ ਕੀਤੀ ਪਰ ਉਹ ਕੁਝ ਦੇਰ ਦੀ ਖਾਮੋਸ਼ੀ ਬਾਅਦ ਬੋਲੀ– "ਇਸ ਤੋਂ ਬਾਅਦ ਉਹਦਾ ਆਉਣਾ ਬੰਦ ਹੋ ਗਿਆ। ਮੈਨੂੰ ਵੀ ਆਪਣੇ ਆਪ ਨੂੰ ਸੰਭਾਲਣ ਤੇ ਵਕਤ ਤਾਂ ਲੱਗਣਾ ਹੀ ਸੀ। ਇਕ ਦਿਨ ਉਹਦੇ ਮੋਬਾਇਲ ਫ਼ੋਨ ਤੇ ਮੈਂ ਉਹਨੂੰ ਵਧਾਈ ਦਿੱਤੀ ਅਤੇ ਫ਼ੋਨ ਰੱਖ ਦਿੱਤਾ। ਦੂਜੇ ਦਿਨ ਹੀ ਉਹ ਆ ਧਮਕਿਆ–ਬੜੀਆਂ ਸਫ਼ਾਈਆਂ ਦੇਣ ਲੱਗ ਪਿਆ। ਮਾਫ਼ੀਆਂ ਮੰਗਣ ਲੱਗਾ–"ਮੰਮੀ ਡੈਡੀ ਦੀ ਪਸੰਦ ਦੀ ਕੁੜੀ ਨਾਲ ਸ਼ਾਦੀ ਕਰਨੀ ਪਈ। ਤੈਨੂੰ ਮੈਂ ਇਸ ਲਈ ਨਹੀਂ ਸੀ ਦੱਸਿਆ ਕਿ ਮੈਂ ਤੈਨੂੰ ਸੱਚਮੁਚ ਹੀ ਤੈਨੂੰ ਪਸੰਦ ਕਰਨ ਲੱਗ ਪਿਆ ਸਾਂ। ਪਰ ਵਿਆਹ ਤਾਂ ਸਮਾਜਿਕ ਰਸਮਾਂ ਰਿਵਾਜ਼ਾਂ ਨਾਲ ਬੰਨ੍ਹਿਆ ਹੋਇਆ ਹੈ। ਮੈਂ ਮੰਮੀ ਡੈਡੀ ਨੂੰ ਨਾਰਾਜ਼ ਨਹੀਂ ਸੀ ਕਰ ਸਕਦਾ.......। ਉਹ ਲਗਾਤਾਰ ਬੋਲਦਾ ਰਿਹਾ। ਮੇਰੇ ਕੰਨਾਂ ਵਿਚ ਭਾਂ ਭਾਂ ਹੋ ਰਹੀ ਸੀ। ਮੈਂ ਚਾਹੁੰਦੀ ਸਾਂ ਕਿ ਉਹ ਜਲਦੀ ਉਥੋਂ ਉੱਠ ਕੇ ਚਲਾ ਜਾਵੇ। ਭਾਬੀ ਜੀ, ਉਸ ਵੇਲੇ ਮੇਰੇ ਅੰਦਰ ਇਕ ਲੜਾਈ ਹੋ ਰਹੀ ਸੀ, ਦਵੰਦ ਚਲ ਰਿਹਾ ਸੀ। ਜੋ ਖੇਡ ਉਹਨੇ ਮੇਰੇ ਨਾਲ ਖੇਡੀ ਸੀ–ਦਿਲ ਕਰ ਰਿਹਾ ਸੀ ਕਿ

ਉਹਦੇ ਮੂੰਹ ਤੇ ਥੱਪੜ ਮਾਰਾਂ ਤੇ ਮਾਰਦੀ ਜਾਵਾਂ.....। ਮੈਂ ਬੜੀ ਉਲਝਣ ਵਿਚ ਸਾਂ। ਮੈਂ ਅੱਖਾਂ ਚੁੱਕ ਕੇ ਉਹਦਾ ਚਿਹਰਾ ਨਹੀਂ ਸਾਂ ਵੇਖਣਾ ਚਾਹੁੰਦੀ....ਡਰਦੀ ਸਾਂ ਕਿਧਰੇ ਮੈਂ ਪਿਘਲ ਨਾ ਜਾਵਾ......ਪੰਘਰ ਨਾ ਜਾਵਾਂ.....।"

ਸਵਾਤੀ ਦੀ ਆਵਾਜ਼ ਆਵੇਗ ਨਾਲ ਕੰਬਣ ਲੱਗ ਪਈ ਸੀ। ਜਾਂਦੇ ਹੋਏ ਬੋਲਿਆ- "ਜੇ ਮੁਆਫ਼ ਕਰ ਦੇਵੇਂਗੀ ਤਾਂ ਮੈਂ ਤੇਰਾ ਦੋਸਤ, ਇਕ ਸੱਚਾ ਦੋਸਤ ਬਣਕੇ ਰਹਾਗਾ। ਹਰ ਲੋੜ ਵੇਲੇ ਤੇਰੇ ਕੰਮ ਆਵਾਂਗਾ। ਜਦੋਂ ਦਿਲ ਮੰਨੇ ਤਾਂ ਮੇਰੇ ਸੈੱਲ ਤੇ ਮੈਨੂੰ ਫ਼ੋਨ ਕਰ ਦਵੀਂ.......।"

ਜਾਣ ਲੱਗਾ, ਉਹ ਮੇਰਾ ਹੱਥ ਪਕੜਣਾ ਚਾਹੁੰਦਾ ਸੀ, ਮੈਂ ਝਟ ਦੇਣੀ ਹੱਥ ਪਰ੍ਹਾਂ ਖਿਚ ਲਏ....। ਬੱਸ ਇਕ ਅਧਿਆਏ ਹੋਰ ਖਤਮ!"

ਉਹਦੀ ਆਵਾਜ਼ ਫਟ ਗਈ ਸੀ। ਉਹਦੇ ਚਿਹਰੇ ਦੀਆਂ ਨਸਾਂ ਤਣੀਆਂ ਹੋਈਆਂ ਸਨ। ਮੈਨੂੰ ਕੋਈ ਸ਼ਬਦ ਨਹੀਂ ਸਨ ਅਹੁੜ ਰਹੇ, ਉਹਨੂੰ ਦਿਲਾਸਾ ਦੇਣ ਲਈ।

ਕੁਝ ਪਲਾਂ ਦੀ ਖਾਮੋਸ਼ੀ ਬਾਅਦ ਉਹ ਗੁਣਗੁਣਾਨ ਲੱਗ ਪਈ,

ਹਮਨੇ ਤੋਂ ਜਬ ਕਲੀਆਂ ਮਾਂਗੀ, ਕਾਂਟੋ ਕਾ ਹਾਰ ਮਿਲਾ

ਮੈਂ ਚੁੱਪਚਾਪ ਉਹਦਾ ਗੁਣਗੁਣਮਾਣਾ ਸੁਣਦੀ ਰਹੀ। ਸ਼ਾਇਦ ਇੰਜ ਹੀ ਉਹਦਾ ਦਰਦ ਕੁਝ ਘੱਟ ਜਾਵੇ.......। ਮੈਨੂੰ ਹੋਰ ਕੁਝ ਨਾ ਸੁਝਾ ਤਾਂ ਮੈਂ ਉਹਦੇ ਹੱਥ ਫੜ ਲਏ......। ਉਹਦੇ ਹੰਝੂਆਂ ਦਾ ਹੜ੍ਹ ਵਹਿ ਤੁਰਿਆ। ਉਹ ਬੇਰੋਕ ਆਵੇਗ ਵਿਚ ਰੋ ਰਹੀ ਸੀ। ਪਤਾ ਨਹੀਂ ਕਦੋਂ ਤੋਂ ਉਹਦੇ ਅੰਦਰ ਇਹ ਲਾਵਾ ਬਾਹਰ ਆਉਣ ਲਈ ਕਸਮਸਾ ਰਿਹਾ ਸੀ।

ਉਸ ਦਿਨ ਮੈਂ ਆਪਣਾ ਬਲੱਡ ਪ੍ਰੈਸ਼ਰ ਭੁੱਲ ਚੁੱਕੀ ਸਾਂ। ਬਾਹਰ ਦੀ ਸਰਦੀ, ਸ਼ਾਮ ਦੇ ਪਸਰਦੇ ਅੰਨ੍ਹੇਰੇ ਨੂੰ ਵਿਸਾਰ ਚੁੱਕੀ ਸਾਂ। ਸਾਹਮਣੇ ਬੈਠੀ 'ਇਕੱਲ' ਭੋਗਦੀ, ਸਵਾਤੀ ਮੇਰਾ ਕੇਂਦਰ ਬਿੰਦੂ ਸੀ। ਕੋਈ ਸ਼ਬਦ ਲੱਭ ਰਹੀ ਸਾਂ ਜਿਹੜੇ ਉਹਦੇ ਅੰਦਰ ਬਲਦੇ ਭਾਂਬੜ ਨੂੰ ਸ਼ਾਂਤ ਕਰ ਸਕਣ!

ਸਵਾਤੀ ਨੇ ਉਦੋਂ ਹੀ ਸੈੱਲ ਫ਼ੋਨ ਖਰੀਦਿਆ ਸੀ। ਉਹਦੀ ਘੰਟੀ ਵੱਜਣ ਲੱਗ ਪਈ। ਘਰੋਂ ਅੰਮ੍ਰਿਤਾ ਦਾ ਫ਼ੋਨ ਸੀ। ਉਹ ਮੇਰੇ ਘਰ ਨਾ ਪਰਤਣ ਤੇ ਚਿੰਤਾ ਕਰ ਰਹੀ ਸੀ। ਮੇਰੀ ਸਿਹਤ ਬਾਰੇ ਫਿਕਰਮੰਦ ਸੀ। ਬਾਰ-ਬਾਰ ਘਰ ਪਰਤਣ ਤੇ ਜ਼ੋਰ ਦੇ ਰਹੀ ਸੀ।

ਮੈਂ ਸਵਾਤੀ ਨੂੰ ਬਹੁਤ ਜ਼ੋਰ ਦੇ ਕੇ ਕਿਹਾ ਕਿ ਉਹ ਮੇਰੇ ਨਾਲ ਘਰ ਚਲੇ, ਕੁਝ ਦਿਨ ਮੇਰੇ ਨਾਲ ਰਹੇ ਪਰ ਉਹ ਨਹੀਂ ਮੰਨੀ। ਉਹਨੇ ਮੈਨੂੰ ਘਰ ਲਈ ਸਕੂਟਰ ਦਿਲਵਾਇਆ ਅਤੇ ਆਪ ਆਪਣੇ ਘਰ ਲਈ ਚਲ ਪਈ।

ਸਾਰੇ ਰਾਹ ਸਵਾਤੀ ਦਾ ਹੰਝੂਆਂ ਭਰਿਆ ਚਿਹਰਾ ਮੇਰੀਆਂ ਅੱਖਾਂ ਅੱਗੇ ਘੁੰਮਦਾ ਰਿਹਾ।

13.

ਫ਼ੋਨ ਤੇ ਸਵਾਤੀ ਨਾਲ ਮੇਰੀ ਬਹੁਤ ਘੱਟ ਗੱਲ ਹੁੰਦੀ, ਸਰਦੀਆਂ ਦੇ ਛੋਟੇ ਦਿਨ ਅਤੇ ਮੇਰੀ ਤਬੀਅਤ ਵੀ ਢਿੱਲੀ ਮੱਠੀ ਰਹਿੰਦੀ। ਕਦੀ ਉਹ ਕਿਧਰੇ ਰੁੱਝੀ ਹੁੰਦੀ; ਕਦੀ ਮੈਂ ਨਾ ਮਿਲਦੀ।

ਜਨਵਰੀ ਦੇ ਅਖੀਰਲੇ ਹਫ਼ਤੇ ਸਵਾਤੀ ਦਾ ਫ਼ੋਨ ਆਇਆ ਕਿ ਉਹ ਫਰਵਰੀ ਵਿਚ ਕੁਆਰਟਰ ਵਿਚ ਸ਼ਿਫਟ ਕਰ ਰਹੀ ਹੈ। ਮਾਰਚ ਵਿਚ ਉਹਦੀ ਦੀਦੀ ਅਤੇ ਜੀਜਾ ਜੀ ਦਵਾਰਕਾ ਸ਼ਿਫਟ ਕਰ ਜਾਣਗੇ।

"ਤੂੰ ਇਕੱਲੀ ਰਹੇਂਗੀ?" ਮੈਂ ਚਿੰਤਾ ਨਾਲ ਪੁੱਛਿਆ।

"ਭਾਬੀ ਜੀ, ਤੁਸੀਂ ਮੇਰੀ ਚਿੰਤਾ ਨਾ ਕਰੋ। ਤੁਸੀਂ ਸਭ ਲੰਚ ਤੇ ਆਉਣਾ। ਉਸ ਦਿਨ ਐਤਵਾਰ ਹੈ। ਮੰਜੂ ਵੀ ਅਮਰੀਕਾ ਤੋਂ ਆ ਗਈ ਹੈ।" ਉਹਦੀ ਆਵਾਜ਼ ਵਿਚ ਬੜਾ ਉਤਸ਼ਾਹ ਸੀ।

ਲੰਚ ਤੇ ਹੱਸਪਤਾਲ ਦੇ ਕਿੰਨੇ ਹੀ ਡਾਕਟਰ, ਮੰਜੂ ਅਤੇ ਨੀਲਮ ਦੇ ਪਰਿਵਾਰ ਵੀ ਆਏ ਹੋਏ ਸਨ। ਸਵਾਤੀ ਦੀਆਂ ਦੋਵੇਂ ਦੀਦੀਆਂ, ਬਬਲੀ ਦਾ ਪਰਿਵਾਰ, ਸਭ ਚਹਿਕ ਰਹੇ ਸਨ। ਖ਼ੂਬ ਰੌਣਕ ਸੀ। ਕੁਆਰਟਰ ਦੇ ਨੇੜੇ ਹੀ ਗਰਾਊਂਡ ਵਿਚ ਟੈਂਟ ਲਗਾ ਕੇ ਲੰਚ ਦਾ ਪ੍ਰਬੰਧ ਕੀਤਾ ਗਿਆ ਸੀ। ਕਈ ਜਾਣੇ ਪਛਾਣੇ ਲੋਕ ਮਿਲੇ।

ਮੰਜੂ ਮੈਨੂੰ ਆਪਣੀ ਅਮਰੀਕਾ ਯਾਤਰਾ ਬਾਰੇ ਦੱਸਦੀ ਰਹੀ। ਨੀਲਮ ਡਾਕਟਰ ਚੋਪੜਾ ਕਰਕੇ ਪ੍ਰੇਸ਼ਾਨ ਸੀ। ਡਾਕਟਰ ਗੁਪਤਾ ਆਪਣੇ ਗਰੁੱਪ ਵਿੱਚ ਖੜੇ ਕੁਝ ਚੁਟਕਲੇ ਸੁਣਾ ਰਹੇ ਸਨ। ਉਧਰੋਂ ਠਾਹਕਿਆਂ ਦੀਆਂ ਆਵਾਜ਼ਾਂ ਆ ਰਹੀਆਂ ਸਨ।

ਮੰਜੂ ਮੈਨੂੰ ਖਿਚ ਕੇ ਉਸ ਗਰੁੱਪ ਵਿੱਚ ਲੈ ਗਈ। ਡਾਕਟਰ ਗੁਪਤਾ ਸੁਣਾ ਰਹੇ ਸਨ- "ਇਕ ਆਦਮੀ ਮਾਨਸਿਕ ਤੌਰ ਤੇ ਬੜਾ ਬੇਚੈਨ ਰਹਿੰਦਾ ਸੀ। ਉਹ ਇਕ ਸਾਧੂ ਕੋਲ ਗਿਆ। ਸਾਧੂ ਨੇ ਮਨ ਦੀ ਸ਼ਾਂਤੀ ਲਈ ਉਹਨੂੰ ਇਕ ਮੰਤਰ ਪੜ੍ਹਣ ਲਈ ਦਿੱਤਾ ਅਤੇ ਕਿਹਾ-ਮੰਤਰ ਪੜ੍ਹਦੇ ਵਕਤੇ ਉੱਲੂ ਦਾ ਧਿਆਨ ਨਹੀਂ ਆਉਣਾ ਚਾਹੀਦਾ। ਪਰ ਉਹ ਜਦੋਂ ਵੀ ਮੰਤਰ ਪੜ੍ਹਣ ਲੱਗਦਾ, ਉਹਨੂੰ ਉੱਲੂ ਦਾ ਧਿਆਨ ਆ ਜਾਂਦਾ......।"

ਸਭ ਹੱਸਣ ਲੱਗ ਪਏ। ਹਾਸਾ ਥੰਮਿਆ ਤਾਂ ਉਹ ਬੋਲੇ-"ਇਕ ਰਾਜਾ ਬੜਾ ਦੁੱਖੀ ਰਹਿੰਦਾ ਸੀ। ਉਹ ਇਕ ਸਾਧੂ ਕੋਲ ਗਿਆ। ਸਾਧੂ ਨੇ ਕਿਹਾ ਕਿਸੇ ਖੁਸ਼ ਆਦਮੀ ਦੀ ਕਮੀਜ਼ ਪਾ ਲਵੋ। ਤੁਹਾਡੇ ਦੁੱਖ ਦੂਰ ਹੋ ਜਾਣਗੇ। ਰਾਜੇ ਨੇ ਚਾਰੇ ਪਾਸੇ ਦੂਤ ਭੇਜ ਦਿੱਤੇ ਕਿ ਖੁਸ਼ ਆਦਮੀ ਨੂੰ ਲੱਭ ਕੇ ਲਿਆਂਦਾ ਜਾਵੇ। ਇਕ ਦੂਤ ਨੂੰ ਇਕ ਖੁਸ਼ ਆਦਮੀ ਲੱਭ ਪਿਆ ਪਰ ਉਹਦੇ ਗੱਲ੍ਹ ਵਿਚ ਕਮੀਜ਼ ਹੀ ਨਹੀਂ ਸੀ।"

ਮੇਰੀ ਨਜ਼ਰ ਸਵਾਤੀ ਤੇ ਚਲੀ ਗਈ। ਉਹਦੇ ਚਿਹਰੇ ਤੇ ਅਜੇ ਬੜਾ ਖੇੜਾ ਨਜ਼ਰ ਆ ਰਿਹਾ ਸੀ। ਉਸ ਅੱਜ ਵਾਲਾਂ ਦਾ ਸਟਾਈਲ ਫਿਰ ਤੋਂ ਬਦਲਿਆ ਹੋਇਆ ਸੀ। ਵਾਲਾਂ ਵਿੱਚ ਚਿੱਟੇ ਫੁੱਲਾਂ ਦਾ ਗਜਰਾ ਲੱਗਾ ਹੋਇਆ ਸੀ। ਬਸੰਤੀ ਰੰਗ ਦੀ, ਕਾਲੇ ਬਾਰਡਰ ਵਾਲੀ, ਸਿਲਕ ਦੀ ਸਾੜ੍ਹੀ ਉਹਦੇ ਤੇ ਬੜੀ ਫੱਬ ਰਹੀ ਸੀ। ਮੱਥੇ ਤੇ

ਛੋਟੀ ਜਹੀ ਕਾਲੀ ਬਿੰਦੀ ਦੀ ਬਜਾਏ ਅੱਜ ਉਸ ਸਾੜ੍ਹੀ ਨਾਲ ਮੈਚਿੰਗ ਰੰਗ ਦੀ ਡਿਜ਼ਾਇਨਰ ਬਿੰਦੀ ਲਗਾਈ ਹੋਈ ਸੀ। ਹੋਠਾਂ ਤੇ ਹਲਕੀ ਹਲਕੀ ਲਿਪਸਟਿਕ ਵੀ ਬੜੀ ਜਚ ਰਹੀ ਸੀ।

ਅੰਮ੍ਰਿਤਾ ਮੇਰੇ ਕੰਨ ਕੋਲ ਮੂੰਹ ਲਿਜਾਕੇ ਹੌਲੀ ਜਹੀ ਬੋਲੀ-"ਮੰਮੀ, ਆਂਟੀ ਕਿੰਨੀ ਸਮਾਰਟ ਲੱਗ ਰਹੀ ਹੈ।"

ਮੈਂ ਮੁਸਕਰਾ ਕੇ ਹਾਂ ਵਿਚ ਸਿਰ ਹਿਲਾ ਦਿੱਤਾ।

"ਮੰਮੀ, ਆਂਟੀ ਨੇ ਸ਼ਾਦੀ ਕਿਉਂ ਨਹੀਂ ਕਰਵਾਈ ?"

ਮੈਂ ਅੰਮ੍ਰਿਤਾ ਨੂੰ ਕੀ ਕਹਿੰਦੀ। ਮੈਂ ਹੱਥਾਂ ਦੇ ਇਸ਼ਾਰੇ ਨਾਲ 'ਪਤਾ ਨਹੀਂ' ਕਹਿ ਕੇ ਜੁਆਬ ਦੇ ਦਿੱਤਾ।

ਅੰਮ੍ਰਿਤਾ ਥੋੜ੍ਹੀ ਦੇਰ ਬਾਅਦ ਉੱਠ ਕੇ ਸੁਜਾਤਾ ਕੋਲ ਚਲੀ ਗਈ। ਬਬਲੀ ਆਪਣੇ ਪੁੱਤਰ ਚਿਰਾਗ ਨਾਲ ਰੁੱਝੀ ਹੋਈ ਸੀ। ਮਾਲਾ ਇਕ ਕੁਰਸੀ ਤੇ ਨਿਢਾਲ ਜਿਹੀ ਬੈਠੀ ਸੀ।

ਮੈਂ ਮਾਲਾ ਕੋਲ ਚਲੀ ਗਈ। ਉਹਦੇ ਨਾਲ ਬੈਠਕੇ ਕੁਝ ਦੇਰ ਗੱਲਾਂ ਕਰਦੀ ਰਹੀ।

ਥੋੜ੍ਹੀ ਦੇਰ ਬਾਅਦ ਮੰਜੂ ਮੈਨੂੰ ਥੋੜ੍ਹਾ ਅਲੱਗ ਲਿਜਾਕੇ ਬੋਲੀ-"ਭਾਬੀ ਜੀ, ਤੁਹਾਨੂੰ ਪਤਾ ਏ ਕਿ ਵਿਕਰਮ ਕਿੰਨਾ ਧੋਖੇਬਾਜ਼ ਨਿਕਲਿਆ ?" ਉਹਦੇ ਚਿਹਰੇ ਤੋਂ ਗੁੱਸਾ ਟਪਕ ਰਿਹਾ ਸੀ।

ਮੈਂ 'ਹਾਂ' ਵਿਚ ਸਿਰ ਹਿਲਾ ਦਿੱਤਾ। ਉਹਨੇ ਵੀ ਗੱਲ ਨੂੰ ਅੱਗੇ ਨਹੀਂ ਖਿਚਿਆ।

ਲੰਚ ਤੋਂ ਬਾਅਦ ਸੁਜਾਤਾ ਸਾਨੂੰ ਅਪਾਰਟਮੈਂਟ ਵਿਖਾਣ ਲਈ ਲੈ ਗਈ।

ਅਪਾਰਟਮੈਂਟ ਪਹਿਲੀ ਮੰਜ਼ਿਲ ਤੇ ਸੀ। ਇਕ ਹਾਲ ਕਮਰਾ, ਇਕ ਬੈੱਡਰੂਮ, ਰਸੋਈ, ਬਾਹਰ ਬਾਲਕੋਨੀ। ਹਾਲ ਕਮਰੇ ਵਿਚ ਇਕ ਰੈਕ ਵਿਚ ਬਹੁਤ ਸਾਰੀਆਂ ਕਿਤਾਬਾਂ ਪਈਆਂ ਸਨ। ਮੈਂ ਕਿਤਾਬਾਂ ਦੇ ਨਾਮ ਪੜ੍ਹਣ ਲੱਗ ਪਈ-ਓਸ਼ੋ ਰਜਨੀਸ਼ ਦੀਆਂ ਕਿਤਾਬਾਂ ਨਾਲ ਇਕ ਖਾਨਾ ਭਰਿਆ ਪਿਆ ਸੀ। ਦੂਜੇ ਪਾਸੇ ਵਿਚ ਮੈਡੀਟੇਸਨ, ਯੋਗਾ ਅਤੇ ਰੂਹਾਨੀਅਤ ਬਾਰੇ ਨਵੀਆਂ ਨਵੀਆਂ ਕਿਤਾਬਾਂ ਪਈਆਂ ਸਨ।

ਸੋਫ਼ੇ ਦੇ ਕੋਲ ਸਾਈਡ ਟੇਬਲ ਤੇ ਬਹੁਤ ਸਾਰੇ ਸੀ. ਡੀ. ਪਏ ਸਨ। ਭਗਵਾਨ ਰਜਨੀਸ਼ ਦੇ ਪ੍ਰਵਚਨ, ਕਬੀਰ ਦੀ ਬਾਣੀ ਅਤੇ ਕੁਝ ਪੁਰਾਣੇ ਫਿਲਮੀ ਗਾਣੇ।

ਮਰਾਠੀ ਅਤੇ ਅੰਗਰੇਜ਼ੀ ਦੇ ਕੁਝ ਰਸਾਲੇ ਵੀ ਪਏ ਹੋਏ ਸਨ।

'ਮੰਮੀ, ਤੁਸੀਂ ਤਾਂ ਕਿਤਾਬਾਂ ਦੀ ਦੁਨੀਆਂ ਵਿਚ ਗੁੰਮ ਗਏ ਹੋ। ਸਵਾਤੀ ਆਂਟੀ ਨੇ ਆਪਣਾ ਘਰ ਬਹੁਤ ਵਧੀਆ ਸੈਟ ਕੀਤਾ ਹੈ।" ਅੰਮ੍ਰਿਤਾ ਮੇਰੇ ਕੋਲ ਆ ਕੇ ਬੜੇ ਉਤਸ਼ਾਹ ਨਾਲ ਬੋਲੀ।

ਮੰਜੂ, ਨੀਲਮ, ਡਾ.ਗੁਪਤਾ ਵੀ ਅਪਾਰਟਮੈਂਟ ਵੇਖਣ ਲਈ ਆ ਗਏ। ਉਹ ਆਪਣੀਆਂ ਟਿੱਪਣੀਆਂ ਅਤੇ ਸਲਾਹਾਂ ਦੇਣ ਲੱਗ ਪਏ।

ਮੈਂ ਸਵਾਤੀ ਦਾ ਬੈੱਡ-ਰੂਮ ਵੇਖਣ ਲਈ ਗਈ। ਉਥੇ ਇਕ ਮੇਜ਼ ਤੇ ਦਲਿਤ ਸਾਹਿਤ ਸੰਬੰਧੀ ਕੁਝ ਪੁਸਤਕਾਂ ਪਈਆਂ ਸਨ। ਉਮ ਪ੍ਰਕਾਸ਼ ਬਾਲਮੀਕੀ ਦੀ ਜੀਵਨੀ-'ਜੂਠਨ' ਪਈ ਸੀ।

"ਸਵਾਤੀ ਅੱਜ ਕਲ੍ਹ ਬਹੁਤ ਪੜ੍ਹ ਰਹੀ ਹੈ।" ਮੈਂ ਮਨ ਹੀ ਮਨ ਸੋਚਿਆ।

ਉਸ ਦਿਨ ਸਵਾਤੀ ਨਾਲ ਨਿੱਠ ਕੇ, ਬੈਠ ਕੇ ਕੋਈ ਗੱਲ ਨਹੀਂ ਹੋ ਸਕੀ।

ਇੰਦਰ ਅਤੇ ਅੰਮ੍ਰਿਤਾ ਘਰ ਚੱਲਣ ਲਈ ਕਾਹਲੇ ਪੈ ਗਏ।

ਰਾਹ ਵਿਚ ਅੰਮ੍ਰਿਤਾ ਬੋਲੀ, "ਸਵਾਤੀ ਆਂਟੀ ਲਈ ਇਕੱਲਿਆਂ ਰਹਿਣਾ ਬੜਾ ਔਖਾ ਹੈ, ਮੰਮੀ।"

"ਇਹੋ ਜਹੀ ਕੋਈ ਗੱਲ ਨਹੀਂ, ਅੰਮ੍ਰਿਤਾ। ਸਾਡੇ ਘਰ ਦੇ ਆਸ ਪਾਸ ਕਿੰਨੀਆਂ ਹੀ ਔਰਤਾਂ ਇਕੱਲੀਆਂ ਰਹਿੰਦੀਆਂ ਨੇ-ਮਿਸ ਮਹਿਤਾ, ਮਿਸਿਜ਼ ਕਸ਼ਯਪ, ਮਿਸਿਜ਼ ਸੁਬਰਾਮਨੀਅਮ....।

"ਇੰਜ ਤਾਂ ਬਹੁਤ ਨੇ...।" ਅੰਮ੍ਰਿਤਾ ਗੰਭੀਰ ਹੋ ਕੇ ਬੋਲੀ।

"ਮਿਸ ਮਹਿਤਾ ਨੂੰ ਫੁਲਾਂ ਪੌਦਿਆਂ ਨਾਲ ਬਹੁਤ ਪਿਆਰ ਹੈ। ਉਹ ਸਾਰਾ ਦਿਨ ਆਪਣੀ ਛੋਟੀ ਜਹੀ ਬਗੀਚੀ ਵਿਚ ਰੁੱਝੀ ਰਹਿੰਦੀ ਹੈ। ਉਹ ਆਪਣੇ ਬਾਲ-ਬੱਚਿਆਂ ਵਾਂਗ ਹਰ ਫੁਲ, ਹਰ ਬੂਟੇ ਦੀ ਵੇਖ-ਭਾਲ ਕਰਦੀ ਹੈ।"

ਮਿਸਿਜ਼ ਕਸ਼ਯਪ ਨੂੰ ਪੜ੍ਹਣ ਦਾ ਸ਼ੌਂਕ ਹੈ। ਉਹ ਆਪਣਾ ਧਿਆਨ ਕਿਤਾਬਾਂ, ਰਸਾਲਿਆਂ ਵਿੱਚ ਲਗਾਈ ਰੱਖਦੀ ਹੈ।" ਮੈਂ ਕਿਹਾ।

"ਸਾਡੀ ਸੁਸ਼ਮਾ ਆਂਟੀ ਨੂੰ ਸਾਰਾ ਦਿਨ ਟੀ. ਵੀ. ਸੀਰੀਅਲ ਵੇਖਣ ਤੋਂ ਫੁਰਸਤ ਨਹੀਂ। ਹੱਥ ਵਿਚ ਰੀਮੋਟ ਪਕੜੀ ਉਹ ਚੈਨਲ ਹੀ ਬਦਲਦੀ ਰਹਿੰਦੀ ਹੈ। ਸੱਸ-ਨੂੰਹ ਦੇ ਝਗੜੇ, ਹੀਰੋ ਹੀਰੋਇਨਾਂ ਦੇ ਪੰਜ-ਪੰਜ ਵਿਆਹਾਂ, ਮੁਰਦਿਆਂ ਦਾ ਜਿੰਦਾ ਹੋ ਜਾਣਾ....ਫਿਰ ਭੂਤਾਂ ਦੇ ਚੈਨਲ, ਜੋਤਿਸ਼ ਵਿਦਿਆ.....। ਉਹਨੂੰ ਪਤਾ ਹੀ ਨਹੀਂ ਲੱਗਦਾ ਉਹਦਾ ਦਿਨ ਕਿੰਜ ਬੀਤ ਜਾਂਦਾ ਹੈ...।" ਇੰਦਰ ਹੱਸ ਹੱਸ ਕੇ ਸਾਡੀ ਗਵਾਂਢਣ ਮਿਸਿਜ਼ ਸੁਸ਼ਮਾ ਨੂੰ ਯਾਦ ਕਰ ਰਿਹਾ ਸੀ। ਉਹਦੇ ਦੋਵੇਂ ਬੱਚੇ ਅਮਰੀਕਾ ਵਿਚ ਕੰਮ ਕਰਦੇ ਸਨ।

ਨਾਲ ਦੀ ਬਿਲਡਿੰਗ ਵਿਚ ਰਹਿੰਦੀ ਮਿਸਿਜ਼ ਆਨੰਦ ਪ੍ਰਿੰਸੀਪਲ ਦੀ ਪਦਵੀ ਤੋਂ ਰੀਟਾਇਰ ਹੋਈ ਹੈ। ਉਹ ਰੋਜ਼ ਇਕ ਘੰਟਾ ਝੁੱਗੀ ਝੌਂਪੜੀ ਦੇ ਬੱਚਿਆਂ ਨੂੰ ਪੜ੍ਹਾਣ ਚਲੀ ਜਾਂਦੀ ਹੈ।

"ਫਿਰ ਸਵਾਤੀ ਕੋਈ ਵਿਹਲੀ ਥੋੜ੍ਹਾ ਹੀ ਹੈ। ਸਾਰਾ ਦਿਨ ਤਾਂ ਉਹ ਹੱਸਪਤਾਲ ਵਿਚ ਕੰਮ ਕਰੇਗੀ।" ਮੈਂ ਕਿਹਾ।

"ਪਰ ਮੰਮੀ, ਇਕੱਲ ਤਾਂ ਇਕੱਲ ਹੀ ਹੈ। ਸ਼ਾਮ ਨੂੰ ਥੱਕੀ ਟੁੱਟੀ ਘਰ ਆਵੇਗੀ ਤਾਂ.....।" ਅੰਮ੍ਰਿਤਾ ਫਿਰ ਬੋਲੀ।

"ਜ਼ਿੰਦਗੀ ਵਿਚ ਕੁਝ ਰੁਝਾਣ ਹੋਵੇ। ਕੋਈ ਅਦਰਸ਼ ਸਾਹਮਣੇ ਹੋਣ ਤਾਂ ਇਕੱਲਤਾ ਦਾ ਅਹਿਸਾਸ ਨਹੀਂ ਹੁੰਦਾ।" ਇੰਦਰ ਕਾਰ ਡਰਾਈਵ ਕਰਦੇ ਹੋਏ ਸਾਡੀਆਂ ਗੱਲਾਂ ਦਾ ਹੁੰਗਾਰਾ ਦੇ ਰਿਹਾ ਸੀ।

ਇਸ ਤੋਂ ਕੁਝ ਦਿਨ ਬਾਅਦ ਹੀ ਅਮਰੀਕਾ ਤੋਂ ਮੇਰੇ ਬੇਟੇ ਨੇ ਮੇਰੇ ਲਈ ਟਿਕਟ ਭੇਜ ਦਿੱਤੀ। ਮੈਂ ਜਾਣ ਦੀ ਤਿਆਰੀ ਵਿਚ ਲੱਗ ਗਈ। ਜਾਣ ਤੋਂ ਪਹਿਲਾਂ ਵੀ ਮੈਂ ਸਵਾਤੀ ਨੂੰ ਮਿਲ ਨਾ ਸਕੀ। ਬੱਸ ਫ਼ੋਨ ਤੇ ਹੀ ਦੋ ਚਾਰ ਵਾਰ ਗੱਲ ਹੋਈ।

ਅਮਰੀਕਾ ਤੋਂ ਮੈਂ ਸਵਾਤੀ ਨੂੰ ਉਹਦੇ ਜਨਮ ਦਿਨ ਤੇ ਫ਼ੋਨ ਕੀਤਾ। ਬੜੀ ਖੁਸ਼ ਹੋਈ-"ਬਾਹਰ ਜਾ ਕੇ ਵੀ ਤੁਸੀਂ ਮੈਨੂੰ ਭੁਲੇ ਨਹੀਂ।" ਉਹ ਬੋਲੀ।

"ਕਿਸ ਤਰ੍ਹਾਂ ਚਲ ਰਹੀ ਹੈ, ਜ਼ਿੰਦਗੀ ?" ਮੈਂ ਪੁੱਛਿਆ।

"ਬਹੁਤ ਮਜ਼ੇ ਵਿਚ। ਭਾਬੀ ਜੀ, ਅਜੱਕਲ੍ਹ ਮੈਂ ਇੰਦਰਾ-ਗਾਂਧੀ ਯੂਨੀਵਰਸਿਟੀ ਤੋਂ ਐਮ. ਐਸ. ਸੀ. ਕਰ ਰਹੀ ਹਾਂ।"

"ਬਹੁਤ ਖ਼ੂਬ। ਕਿਸ ਵਿਸ਼ੇ ਤੇ।"

"ਫੂਡ ਐਂਡ ਨੁਟ੍ਰੀਸ਼ਨ 'ਤੇ। ਬਹੁਤ ਮਜ਼ਾ ਆ ਰਿਹਾ ਹੈ, ਫਿਰ ਤੋਂ ਵਿਦਿਆਰਥੀ ਬਣਕੇ। ਬਹੁਤ ਸਾਰੀਆਂ ਕੁੜੀਆਂ ਨਵੀਆਂ ਸਹੇਲੀਆਂ ਬਣ ਗਈਆਂ ਹਨ। ਵਕਤ ਬਹੁਤ ਵਧੀਆ ਬੀਤ ਰਿਹਾ ਹੈ। ਭਾਬੀ ਜੀ, ਮੈਂ ਕੰਪਿਊਟਰ ਵੀ ਲੈ ਲਿਆ ਹੈ। ਉਹਲੇ ਤੇ ਆਪਣੇ ਮਜ਼ਬੂਨ ਬਾਰੇ ਸਰਚਿੰਗ ਕਰਨ ਵਿੱਚ ਬੜਾ ਮਜ਼ਾ ਆਉਂਦਾ ਹੈ.....। ਭਾਬੀ ਜੀ, ਹੁਣ ਮੇਰੀ ਫ਼ਿਕਰ ਨਾ ਕਰਿਆ ਕਰੋ। ਆਪਣੀ ਸਿਹਤ ਦਾ ਧਿਆਨ ਰੱਖਣਾ।"

ਬਾਰਿ ਪਰਾਇਐ ਬੈਸਣਾ

1.

ਅਮਨ ਰਾਤ ਦੇ ਬਾਰ੍ਹਾਂ ਵਜੇ ਸਿੰਗਾਪੁਰ ਏਅਰ ਲਾਈਨਜ਼ ਤੋਂ ਇੰਦਰਾ ਗਾਂਧੀ ਹਵਾਈ-ਅੱਡੇ ਤੇ, ਦਿੱਲੀ ਪਹੁੰਚਿਆ। ਉਹਨੇ ਘਰਦਿਆਂ ਨੂੰ ਹਵਾਈ ਅੱਡੇ ਤੇ ਆਉਣ ਤੋਂ ਮਨ੍ਹਾ ਕੀਤਾ ਹੋਇਆ ਸੀ। ਫਿਰ ਵੀ ਬਾਹਰ ਨਿਕਲ ਕੇ ਉਸ ਸੱਜੇ ਖੱਬੇ ਨਜ਼ਰ ਦੁੜਾਈ। ਸ਼ਾਇਦ ਮਨ ਦੇ ਕਿਸੇ ਕੋਨੇ ਵਿਚ ਉਹਨੂੰ ਉਮੀਦ ਸੀ, ਕੋਈ ਜਾਣਿਆ ਪਛਾਣਿਆ ਚਿਹਰਾ ਦਿਖ ਜਾਵੇ।

ਅਮਨ ਆਪਣੀ ਕੰਪਨੀ ਵੱਲੋਂ ਇਕ ਪ੍ਰਾਜੈਕਟ ਦੇ ਸਿਲਸਿਲੇ ਵਿਚ ਇਕ ਮਹੀਨੇ ਲਈ ਸਿੰਗਾਪੁਰ ਗਿਆ ਸੀ। ਪਿਛਲੇ ਕੁਝ ਦਿਨਾਂ ਤੋਂ ਉਹ ਬੜਾ ਬੇਚੈਨ ਸੀ। ਅੰਜੂ ਨੇ ਉਹਦੀ ਕਿਸੇ ਵੀ ਈ-ਮੇਲ ਦਾ ਜੁਆਬ ਨਹੀਂ ਸੀ ਦਿੱਤਾ। ਉਸ ਆਪਣਾ ਮੋਬਾਇਲ ਵੀ ਸਵਿੱਚ ਆਫ਼ ਕੀਤਾ ਹੋਇਆ ਸੀ। ਸੋਚਾਂ ਵਿਚ ਡੁੱਬਾ ਉਹ ਪ੍ਰੀ-ਪੇਡ ਟੈਕਸੀ ਕਾਊਂਟਰ ਅੱਗੇ ਲੱਗੀ ਲਾਈਨ ਵਿਚ ਖੜਾ ਹੋ ਗਿਆ। ਰਾਜੌਰੀ ਗਾਰਡਨ ਦੀ ਰਸੀਦ ਕਟਵਾ ਕੇ ਉਹ ਬਾਹਰ ਟੈਕਸੀ ਵਿਚ ਆ ਕੇ ਬੈਠ ਗਿਆ। ਰਾਹ ਵਿਚ ਟਰੱਕਾਂ ਦੀਆਂ ਲੰਬੀਆਂ ਕਤਾਰਾਂ ਕਰਕੇ ਬਰਾਰ ਸੁਕੇਅਰ ਤੋਂ ਲੈ ਕੇ ਮਾਇਆਪੁਰੀ ਤੱਕ ਟ੍ਰੈਫਿਕ ਜਾਮ ਸੀ। ਇਸ ਜਾਮ ਕਰਕੇ ਉਹ ਕੁੜ੍ਹਣ ਲੱਗ ਪਿਆ ਸੀ।

"ਕੀ ਦਿੱਲੀ ਵਿਚ ਵੀ ਕਦੀ ਟ੍ਰੈਫਿਕ ਵਿਚ ਸੁਧਾਰ ਹੋਵੇਗਾ?"

ਘਰ ਪਹੁੰਚਦੇ ਪਹੁੰਚਦੇ ਰਾਤ ਦੇ ਦੋ ਵਜ ਗਏ। ਅਮਨ ਨੇ ਘੰਟੀ ਵਜਾਈ ਤਾਂ ਅੰਮਾਂ ਨੇ ਦਰਵਾਜ਼ਾ ਖੋਲ੍ਹਿਆ। ਅੰਮਾਂ ਦਾ ਖਿਚਿਆ ਹੋਇਆ ਚਿਹਰਾ ਵੇਖ ਕੇ ਅਮਨ ਤ੍ਰਭਕ ਗਿਆ। 'ਸਭ ਠੀਕ ਤਾਂ ਹੈ ਨਾ?' ਇਸ ਸਵਾਲ ਨੇ ਉਸਦੇ ਦਿਮਾਗ ਵਿਚ ਬਵੰਡਰ ਮਚਾ ਦਿੱਤਾ। ਅਮਨ ਨੇ ਸਾਮਾਨ ਅੰਦਰ ਰੱਖਕੇ ਅੰਮਾਂ ਦੇ ਪੈਰੀਂ ਪੈਣਾ ਕੀਤਾ ਤਾਂ ਅੰਮਾ ਬੁੱਲ੍ਹਾਂ ਵਿਚ ਕੁਝ ਬੁੜਬੁੜਾਈ.....। ਸਿਰ ਤੇ ਪਿਆਰ ਦੇਣ ਦੀ ਉਸ ਐਵੇਂ ਰਸਮ ਜਹੀ ਕੀਤੀ........।

"ਅੰਮਾਂ ਸ਼ਾਇਦ ਗੂੜ੍ਹੀ ਨੀਂਦ ਵਿਚੋਂ ਜਾਗੀ ਹੈ।" ਅਮਨ ਨੇ ਸੋਚਿਆ।

'ਪਹਿਲਾਂ ਤਾਂ ਜਦੋਂ ਕਦੀ ਮੈਂ ਬਾਹਰੋਂ ਆਉਂਦਾ ਸਾਂ ਤਾਂ ਅੰਮਾਂ ਮੈਨੂੰ ਗਲੇ ਲਗਾਂਦੀ, ਮੱਥਾ ਚੁੰਮਦੀ, ਅਸੀਸਾਂ ਦੀ ਝੜੀ ਲਗਾ ਦਿੰਦੀ ਸੀ। ਅੱਜ ਘਰ ਅੰਦਰ ਪੂਰਾ ਹਨੇਰਾ ਹੈ। ਪਿਛਲੀ ਵੇਰ ਆਇਆ ਸੀ ਤਾਂ ਛੋਟੇ ਭਰਾ ਬਾਹਰ ਖੜੇ ਉਡੀਕ ਰਹੇ ਸਨ। ਤਦ ਘਰ ਦੇ ਸਾਰੇ ਜੀਅ ਜਾਗਦੇ ਸਨ ਪਰ ਅੱਜ ਤਾਂ ਬਾਹਰ ਦੀ ਬੱਤੀ ਵੀ ਨਹੀਂ ਜੱਗ ਰਹੀ। ਅੱਜ ਸ਼ਾਇਦ ਦੋਵੇਂ ਭਰਾ ਘੂਕ ਸੁੱਤੇ ਪਏ ਨੇ। ਅਲਕਾ ਵੀ ਨਜ਼ਰ ਨਹੀਂ ਸੀ ਆ ਰਹੀ.......।'

ਅੰਮਾਂ ਪਾਣੀ ਦਾ ਗਿਲਾਸ ਲੈ ਆਈ।

"ਕੁਝ ਲਵੇਂਗਾ?" ਅੰਮਾਂ ਦਾ ਸੰਖੇਪ ਜਿਹਾ ਸਵਾਲ ਸੁਣਕੇ ਉਹ ਕੁਝ ਛਿਣ ਲਈ ਅੰਮਾਂ ਵੱਲ ਹੱਕਾ ਬੱਕਾ ਹੋ ਕੇ ਤਕਦਾ ਰਿਹਾ। ਉਸ ਨਾਂਹ ਵਿਚ ਸਿਰ ਹਿਲਾ ਦਿੱਤਾ। ਅੰਮਾਂ ਉਹਦੇ ਕੋਲ ਬੈਠਣ ਦੀ ਬਜਾਏ ਆਪਣੇ ਕਮਰੇ ਵਿਚ ਚਲੀ ਗਈ।

"ਹੋਇਆ ਕੀ ਹੈ, ਅੰਮਾਂ ਨੂੰ?" ਕੁਝ ਪਲ ਸੋਚਦਾ ਹੋਇਆ ਅਮਨ ਖੜਾ ਰਿਹਾ ਫਿਰ ਆਪਣੇ ਕਮਰੇ ਵੱਲ ਵੱਧ ਗਿਆ। ਕਮਰੇ ਵਿਚ ਰੋਸ਼ਨਦਾਨ ਤੋਂ ਆ ਰਹੀਆਂ ਰੌਸ਼ਨੀ ਦੀਆਂ ਹਲਕੀਆਂ ਹਲਕੀਆਂ ਕੁਝ ਲਕੀਰਾਂ ਨੇ ਕਮਰੇ ਨੂੰ ਘੁੱਪ ਹਨੇਰੇ ਤੋਂ ਬਚਾਇਆ ਹੋਇਆ ਸੀ। ਉਸ ਬੈੱਡ-ਸਵਿੱਚ ਦਬਾਇਆ। ਕਮਰੇ ਵਿਚ ਹਲਕੀ ਨੀਲੀ ਰੌਸ਼ਨੀ ਫੈਲ ਗਈ। ਅਲਕਾ ਸੱਜੀ ਬਾਂਹ ਤੇ ਸਿਰ ਰੱਖੀ ਸੁੱਤੀ ਪਈ ਸੀ। ਅਮਨ ਵੱਲ ਉਸਦੀ ਪਿੱਠ ਸੀ। ਉਸ ਨਾਈਟ-ਸੂਟ ਕੱਢਣ ਲਈ ਹੌਲੀ ਜਹੇ ਅਲਮਾਰੀ ਖੋਲ੍ਹੀ ਤਾਂ ਉਹਦਾ ਦਿਲ ਧੱਕ ਕਰਕੇ ਇਕ ਵਾਰ ਤਾਂ ਜਿਵੇਂ ਰੁਕ ਹੀ ਗਿਆ। ਸਾਹਮਣੇ ਉਹੀ ਸਾਰਾ ਸਾਮਾਨ ਪਿਆ ਸੀ ਜੋ ਉਹ ਪਿਛਲੇ ਸਾਲ ਤੋਂ ਅੰਜੂ ਨੂੰ ਦਿੰਦਾ ਆ ਰਿਹਾ ਸੀ-ਕੁਝ ਉਹਦੇ ਜਨਮ ਦਿਨ ਤੇ, ਕੁਝ ਦੀਵਾਲੀ ਤੇ, ਕੁਝ ਉਹ ਪਿਛਲੀ ਫੇਰੀ ਤੇ ਜਾਪਾਨ ਤੋਂ ਲਿਆਇਆ ਸੀ। ਉਹ ਸਦਮੇ ਦੀ ਹਾਲਤ ਵਿਚ ਸੀ। ਉਹਦੇ ਦਿਲ ਦੀ ਧੜਕਣ ਇਕ ਦਮ ਤੇਜ਼ ਹੋ ਗਈ। ਉਹ ਧੜੰਮ ਕਰਕੇ ਪਲੰਗ ਦੇ ਕਿਨਾਰੇ ਤੇ ਬੈਠ ਗਿਆ। ਉਸ ਕਮਰੇ ਵਿਚ ਨਜ਼ਰ ਦੌੜਾਈ ਤਾਂ ਇਕ ਨੁਕਰ ਵਿਚ ਕੰਪਿਊਟਰ ਵੀ ਪਿਆ ਸੀ, ਜੋ ਉਸ ਅੰਜੂ ਨੂੰ ਲੈ ਕੇ ਦਿੱਤਾ ਸੀ।

"ਇਹ ਸਭ ਕਿੰਜ ਹੋ ਗਿਆ? ਉਹ ਸਾਮਾਨ ਇਥੇ ਕਿਵੇਂ ਆ ਗਿਆ?" ਸੋਚ ਸੋਚ ਕੇ ਉਹਦੇ ਸਿਰ ਦੀਆਂ ਨਸਾਂ ਫੱਟਣ ਲੱਗ ਪਈਆਂ। ਉਸ ਗਰਦਨ ਘੁੰਮਾਕੇ ਅਲਕਾ ਵੱਲ ਵੇਖਿਆ। ਹੁਣ ਅਲਕਾ ਦਾ ਚਿਹਰਾ ਅਮਨ ਵੱਲ ਸੀ। ਉਹਨੂੰ ਲੱਗਾ ਕਿ ਸਿਰ ਤੇ ਬਾਹਾਂ ਰੱਖਕੇ ਉਹ ਚੋਰ ਅੱਖਾਂ ਨਾਲ ਉਸੇ ਨੂੰ ਵੇਖ ਰਹੀ ਹੋਵੇਗੀ। ਹੁਣ ਉਹਨੂੰ ਅੰਮਾਂ ਦੇ ਰੁੱਖੇਪਣ ਦੀ ਸਮਝ ਆ ਗਈ। ਦੋਵੇਂ ਭਰਾ ਵੀ ਜਾਗ ਰਹੇ ਹੋਣਗੇ। ਪਿਤਾ ਜੀ ਦੀ ਨੀਂਦ ਤਾਂ ਬਹੁਤ ਹੀ ਕੱਚੀ ਹੈ, ਜ਼ਰਾ ਜਿੰਨੀ ਬਿੜਕ ਸੁਣਕੇ ਜਾਗ ਜਾਂਦੇ ਹਨ........।"

ਹਵਾਈ ਸਫਰ ਦੀ ਥਕਾਨ ਭੁੱਲ ਕੇ ਉਹ ਇਸ ਤਨਾਅ ਵਿਚ ਜਕੜਿਆ ਗਿਆ ਸੀ। ਬਿਨਾਂ ਕੱਪੜੇ ਬਦਲੇ ਹੀ, ਬਿਜਲੀ ਬੰਦ ਕਰਕੇ ਉਹ ਬਿਸਤਰ ਤੇ ਲੇਟ ਗਿਆ। ਪਰ ਚੈਨ ਕਿੱਥੇ! ਅਚਾਨਕ ਉਹਨੂੰ ਲੱਗਾ ਕਿ ਅਲਕਾ ਚੁੱਪ ਚਾਪ, ਖਾਮੋਸ਼ ਰੋ ਰਹੀ ਹੈ। ਉਸ ਉਹਦੇ ਵੱਲ ਵੇਖਿਆ ਪਰ ਹਨੇਰੇ ਵਿਚ ਕੁਝ ਪਤਾ ਨਹੀਂ ਲੱਗਾ। ਇਕ ਹੀ ਸਵਾਲ ਹਥੌੜੇ ਦੀ ਤਰ੍ਹਾਂ ਉਸਦੇ ਦਿਮਾਗ ਵਿਚ ਵਜ ਰਿਹਾ ਸੀ-'ਅੰਜੂ ਨੂੰ ਦਿੱਤੇ ਤੋਹਫ਼ੇ ਇੱਥੇ ਕਿਵੇਂ ਪਹੁੰਚ ਗਏ?'

ਪਿਛਲੇ ਕੁਝ ਦਿਨਾਂ ਤੋਂ ਅੰਜੂ ਨੇ ਉਹਦੀ ਕਿਸੇ ਵੀ ਈ-ਮੇਲ ਦਾ ਜਵਾਬ ਨਹੀਂ ਸੀ ਦਿੱਤਾ। ਉਸ ਦੋ ਤਿੰਨ ਵਾਰ ਉਹਦੇ ਘਰ ਫ਼ੋਨ ਵੀ ਮਿਲਾਇਆ ਸੀ। ਪਰ ਗੱਲ ਨਹੀਂ ਹੋ ਸਕੀ ਸੀ। ਉਸ ਅੰਜੂ ਨੂੰ ਆਪਣੀ ਵਾਪਸੀ ਦੀ ਤਾਰੀਖ ਲਿਖ ਦਿੱਤੀ ਸੀ।

ਉਹਦਾ ਬਹੁਤ ਹੀ ਨਜ਼ਦੀਕੀ ਦੋਸਤ ਸੰਜੇ ਵੀ ਆਪਣੀ ਕੰਪਨੀ ਦੇ ਕੰਮ ਦੇ ਸਿਲਸਿਲੇ ਵਿਚ ਬੰਗਲੌਰ ਗਿਆ ਹੋਇਆ ਸੀ।

ਘਰ ਦੇ ਅੰਦਰ ਤਾਂ ਭਿਆਨਕ ਸੰਨਾਟਾ ਸੀ ਪਰ ਮਨ ਅੰਦਰ ਸ਼ੂਕਦਾ ਸ਼ੋਰ!

ਇਕ ਵਾਰ ਅਮਨ ਦੇ ਮਨ ਵਿਚ ਆਇਆ ਕਿ ਅਲਕਾ ਨੂੰ ਝਿੰਝੋੜ ਕੇ ਜਗਾਏ ਅਤੇ ਉਹਦੇ ਕੋਲੋਂ ਪੁੱਛੇ, ਇਹ ਸਭ ਕੀ ਹੋ ਰਿਹਾ ਹੈ? ਪਰ ਹਿੰਮਤ ਨਹੀਂ ਪਈ।

ਚੌਂਕੀਦਾਰ ਦੀ 'ਜਾਗਦੇ ਰਹੋ' ਦੀ ਆਵਾਜ਼ ਦੇ ਨਾਲ-ਨਾਲ ਡੰਡੇ ਦੀ ਲਗਾਤਾਰ ਆਵਾਜ਼ ਵੱਲ ਅਚਾਨਕ ਅਮਨ ਦਾ ਧਿਆਨ ਚਲਾ ਗਿਆ।

'ਜਾਗ ਹੀ ਤਾਂ ਰਿਹਾ ਹਾਂ......।' ਉਹਨੇ ਚੀਕ ਕੇ ਕਹਿਣਾ ਚਾਹਿਆ ਪਰ ਚੀਕ ਛਾਤੀ ਵਿਚ ਹੀ ਦਬ ਗਈ।

ਅਚਾਨਕ ਸਫਰ ਦੀ ਥਕਾਵਟ ਅਤੇ ਨੀਂਦ ਨੇ ਉਹਨੂੰ ਜਕੜ ਲਿਆ ਅਤੇ ਥੋੜ੍ਹੀ ਦੇਰ ਲਈ ਉਹਦੀ ਅੱਖ ਲੱਗ ਗਈ। ਕੁਝ ਦੇਰ ਬਾਅਦ ਹੀ ਉਹ ਅਬੜਵਾਹੇ ਫਿਰ ਉਠ ਬੈਠਾ। ਬਾਰੀ ਦੇ ਬਾਹਰ ਉਜਾਲਾ ਹੋਣਾ ਸ਼ੁਰੂ ਹੋ ਗਿਆ ਸੀ। ਚਿੜੀਆਂ ਦੀ ਚੀਂ ਚੀਂ ਅਤੇ ਕਾਵਾਂ ਦੀ ਕਾਵਾਂ ਰੌਲੀ ਕੰਨੀ ਪੈਣ ਲੱਗ ਪਈ ਸੀ। ਆਸ-ਪਾਸ ਦੇ ਫਲੈਟਾਂ ਵਿਚ ਭਾਂਡਿਆਂ ਦੀ ਖਟ-ਪਟ ਸ਼ੁਰੂ ਹੋ ਗਈ ਸੀ। ਕਿਸੇ ਘਰ ਤੋਂ ਟੀ. ਵੀ. ਤੇ ਭਜਨ-ਗਾਇਨ ਸੁਣਾਈ ਦੇ ਰਿਹਾ ਸੀ। ਉਸ ਪਾਸਾ ਪਲਟ ਕੇ ਵੇਖਿਆ ਅਲਕਾ ਉਥੇ ਨਹੀਂ ਸੀ। ਗੁਸਲਖਾਨੇ ਵਿਚੋਂ ਪਾਣੀ ਦੀ ਆਵਾਜ਼ ਆ ਰਹੀ ਸੀ। ਸ਼ਾਇਦ ਪਿਤਾ ਜੀ ਨਹਾ ਰਹੇ ਸਨ। ਉਸ ਹੱਥ-ਘੜੀ ਤੇ ਨਜ਼ਰ ਮਾਰੀ ਹਾਲੇ ਸਾਢੇ-ਪੰਜ ਹੀ ਵਜੇ ਸਨ। ਉਹ ਫਿਰ ਤੋਂ ਉਂਘਲਾਣ ਲੱਗ ਪਿਆ।

ਤਿੰਨ ਚਾਰ ਘੰਟੇ ਬਾਅਦ ਜਦੋਂ ਉਹਦੀ ਅੱਖ ਖੁੱਲ੍ਹੀ ਤਾਂ ਉਹਨੇ ਕਮਰੇ ਵਿਚ ਨਜ਼ਰ ਦੌੜਾਈ। ਕੋਈ ਨਹੀਂ ਸੀ। ਬੂਹਾ ਢੋਇਆ ਹੋਇਆ ਸੀ। ਅਚਾਨਕ ਉਹਨੂੰ ਰਾਤ ਦੇ ਹਾਲਾਤ ਫਿਰ ਯਾਦ ਆ ਗਏ। ਦਿਮਾਗ ਵਿਚ ਸ਼ਾਂ ਸ਼ਾਂ ਹੋਣ ਲੱਗ ਪਈ। ਉਹਨੂੰ ਬਹੁਤ ਪਿਆਸ ਲੱਗੀ ਸੀ। ਗਲਾ ਸੁਕ ਰਿਹਾ ਸੀ। ਉਹ ਬਿਸਤਰ ਤੋਂ ਹੌਲੀ ਹੌਲੀ ਉਠਿਆ ਅਤੇ ਕਮਰੇ ਦਾ ਬੂਹਾ ਖੋਹਲ ਕੇ ਚੁੱਪ ਜਹੇ ਬਾਹਰ ਆਇਆ। ਪਿਤਾ ਜੀ ਦਫ਼ਤਰ ਜਾ ਚੁੱਕੇ ਸਨ। ਬੱਬੀ ਅਤੇ ਛੋਟੂ ਵੀ ਸਕੂਲ ਅਤੇ ਕਾਲਜ ਚਲੇ ਗਏ ਹੋਣਗੇ। ਅਲਕਾ ਉਹਨੂੰ ਰਸੋਈ ਵਿਚ ਨਜ਼ਰ ਆ ਰਹੀ ਸੀ। ਉਹਦੀ ਦਰਵਾਜ਼ੇ ਵੱਲ ਪਿੱਠ ਸੀ। ਅੰਮਾਂ ਕਿਧਰੇ ਵੀ ਵਿਖਾਈ ਨਹੀਂ ਸੀ ਦੇ ਰਹੀ।

"ਅਲਕਾ, ਇਕ ਗਿਲਾਸ ਪਾਣੀ ਦੇਣਾ। ਫਿਰ ਚਾਹ ਬਣਾ ਦੇਣਾ।" ਰਸੋਈ ਦੇ ਦਰਵਾਜ਼ੇ ਦੇ ਬਾਹਰ ਖੜ੍ਹੇ ਹੋ ਕੇ ਅਮਨ ਨੇ ਕਿਹਾ।

ਅਲਕਾ ਨੇ ਕੋਈ ਜਵਾਬ ਨਹੀਂ ਦਿੱਤਾ। ਨਾ ਹੀ ਪਿੱਠ ਮੋੜਕੇ ਜਾਂ ਧੌਣ ਘੁੰਮਾ ਕੇ ਅਮਨ ਵੱਲ ਵੇਖਿਆ। ਉਹ ਜਿਸ ਕੰਮ ਲੱਗੀ ਸੀ, ਲੱਗੀ ਰਹੀ। ਕੁਝ ਪਲ ਉਹ ਅਲਕਾ ਨੂੰ ਉਡੀਕਦਾ ਰਿਹਾ ਫਿਰ ਆਪ ਹੀ ਰਸੋਈ ਵਿਚੋਂ ਪਾਣੀ ਦਾ ਗਿਲਾਸ ਲੈ ਆਇਆ। ਉਸ ਅਲਕਾ ਦਾ ਚਿਹਰਾ ਵੇਖਣ ਦੀ ਕੋਸ਼ਿਸ਼ ਕੀਤੀ। ਪਰ ਅਲਕਾ ਨੇ ਚਿਹਰਾ ਦੀਵਾਰ ਵੱਲ ਕਰ ਲਿਆ ਸੀ। ਪਾਣੀ ਪੀ ਕੇ ਕੁਝ ਪਲ ਉਹ ਸੋਚਦਾ ਰਿਹਾ

ਪਰ ਉਹਦੇ ਦਿਮਾਗ ਵਿਚ ਧੁੰਦ ਦੇ ਗੁਬਾਰ ਉਠ ਰਹੇ ਸਨ। ਉਹ ਆਪਣੇ ਕਮਰੇ ਵਿਚ ਗਿਆ, ਬੂਹਾ ਢੋਇਆ ਅਤੇ ਅੰਜੂ ਦੇ ਘਰ ਦਾ ਫ਼ੋਨ ਨੰਬਰ ਮਿਲਾਇਆ। ਲਗਾਤਾਰ ਘੰਟੀ ਵੱਜ ਵਜ ਕੇ ਫ਼ੋਨ ਬੰਦ ਹੋ ਗਿਆ। ਉਹ ਘਰ ਦੇ ਬਾਹਰ ਨਿਕਲਿਆ ਤਾਂ ਵੇਖਿਆ ਅੰਮਾਂ ਬਗੀਚੇ ਵਿਚ ਪੌਦਿਆਂ ਨੂੰ ਪਾਣੀ ਦੇ ਰਹੀ ਸੀ।

ਅੰਮਾਂ ਨੇ ਉਹਨੂੰ ਵੇਖ ਕੇ ਅਣਵੇਖਿਆ ਕਰ ਦਿੱਤਾ। ਉਸ ਸਕੂਟਰ ਨੂੰ ਕਿੱਕ ਮਾਰੀ ਅਤੇ ਘਰੋਂ ਬਾਹਰ ਨਿਕਲ ਗਿਆ। ਕਾਫ਼ੀ ਦੂਰ ਨਿਕਲ ਗਿਆ ਤਾਂ ਉਹਨੂੰ ਚਾਹ ਦੀ ਤਲਬ ਹੋਈ। ਉਹ ਇਕ ਗਲੀ ਦੀ ਨੁੱਕਰ ਤੇ ਚਾਹ ਪੀਣ ਲਈ ਰੁਕ ਗਿਆ। ਉਥੇ ਬੈਂਚ ਤੇ ਬੈਠ ਕੇ ਉਸ ਦਿਨ ਦਾ ਅਖ਼ਬਾਰ ਖੋਲ੍ਹ ਕੇ ਵੇਖਣ ਲੱਗ ਪਿਆ। ਉਹਦੇ ਪੱਲੇ ਤਾਂ ਕੀ ਪੈਣਾ ਸੀ, ਉਹਦਾ ਦਿਮਾਗ ਤਾਂ ਕਿਸੇ ਹੋਰ ਹੀ ਉਧੇੜ ਬੁਣ ਵਿਚ ਲੱਗਾ ਹੋਇਆ ਸੀ।

"ਸਾਹਿਬ ਕੁਝ ਚਾਹੀਦਾ ਹੈ?" ਮੁੰਡੂ ਨੇ ਮੇਜ਼ ਤੇ ਕੱਪੜਾ ਫੇਰਦੇ ਹੋਏ ਪੁੱਛਿਆ।

"ਹਾ......ਹਾ.......। ਕੀ? ਹਾਂ ਇਕ ਕੱਪ ਚਾਹ ਦਾ ਹੋਰ ਦੇ ਦੇ ਅਤੇ ਨਾਲ ਇਕ ਪਲੇਟ ਸੈਂਡ-ਵਿਚ ਵੀ।"

'ਘਰ ਵਿਚ ਅੰਜੂ ਬਾਰੇ ਸਭ ਨੂੰ ਪਤਾ ਲੱਗ ਗਿਆ ਹੈ। ਪਰ ਕਿਸ ਤਰ੍ਹਾਂ? ਅੰਜੂ ਨੇ ਤੋਹਫੇ ਕਿਉਂ ਵਾਪਿਸ ਕਰ ਦਿੱਤੇ? ਅੰਜੂ ਫ਼ੋਨ ਤੇ ਗੱਲ ਕਿਉਂ ਨਹੀਂ ਕਰ ਰਹੀ?'

ਇਹਨਾਂ ਸਭ ਸਵਾਲਾਂ ਨਾਲ ਘਿਰਿਆ ਅਮਨ ਬੇਚੈਨੀ ਨਾਲ ਛਟਪਟਾ ਰਿਹਾ ਸੀ। ਜਦੋਂ ਚਾਹ ਦੀ ਦੁਕਾਨ ਤੇ ਹੋਰ ਬੈਠਣਾ ਔਖਾ ਹੋ ਗਿਆ ਤਾਂ ਉਸ ਸਕੂਟਰ ਚੁੱਕਿਆ ਅਤੇ ਘਰ ਆ ਗਿਆ। ਅੰਮਾਂ ਅਤੇ ਅਲਕਾ ਇਕੱਠੀਆਂ ਬੈਠੀਆਂ ਕੁਝ ਗੱਲਾਂ ਕਰ ਰਹੀਆਂ ਸਨ। ਅਲਕਾ ਨੇ ਅਮਨ ਨੂੰ ਵੇਖਕੇ ਝਟ ਆਪਣੇ ਅੱਥਰੂ ਪੂੰਝ ਲਏ। ਅਮਨ ਨੂੰ ਅੰਮਾਂ ਦੀਆਂ ਅੱਖਾਂ ਵਿਚ ਵੀ ਹੰਝੂ ਤੈਰਦੇ ਨਜ਼ਰ ਆਏ ਜਾਂ ਸ਼ਾਇਦ ਉਹਦਾ ਵਹਿਮ ਸੀ।

ਅੱਜ ਅੰਮਾਂ ਦੀ ਮਮਤਾ ਕਿੱਥੇ ਗਈ? ਨਾ ਚਾਹ, ਨਾ ਪਾਣੀ, ਨਾ ਰੋਟੀ....। ਬੱਸ ਅਲਕਾ ਦੇ ਸਿਰ ਨਾਲ ਸਿਰ ਜੋੜਕੇ ਇੰਜ ਬੈਠੀ ਹੈ ਜਿਵੇਂ ਮਾਵਾਂ-ਧੀਆਂ ਹੋਣ। ਅੰਮਾਂ ਅਕਸਰ ਕਹਿੰਦੀ ਵੀ ਰਹਿੰਦੀ ਹੈ ਕਿ ਮੇਰੀ ਧੀ ਕੋਈ ਨਹੀਂ ਸੀ। ਅਲਕਾ ਦੇ ਰੂਪ ਵਿਚ ਮੈਨੂੰ ਧੀ ਮਿਲ ਗਈ ਹੈ। ਇਹ ਗੱਲ ਤਾਂ ਸਹੀ ਹੈ ਕਿ ਅਲਕਾ ਨੇ ਘਰ ਵਿਚ ਆਉਂਦਿਆਂ ਹੀ ਸਭ ਦਾ ਮਨ ਜਿੱਤ ਲਿਆ ਹੈ, ਅੰਮਾਂ ਦਾ, ਪਿਤਾ ਜੀ ਦਾ, ਬੱਬੀ ਦਾ, ਛੋਟੂ ਦਾ। ਅੰਮਾਂ ਆਪ ਹੀ ਆਪਣੀ ਪਸੰਦ ਦੀ ਨੂੰਹ ਲਿਆਈ ਹੈ। ਰਹਵੇ ਫਿਰ ਉਸੇ ਨਾਲ ਖੁਸ਼....। ਮੇਰੀ ਕੋਈ ਪਰਵਾਹ ਹੀ ਨਹੀਂ.....। ਮੈਂ ਇੰਨੇ ਦਿਨਾਂ ਬਾਅਦ ਪ੍ਰਦੇਸ਼ ਤੋਂ ਆਇਆ ਹਾਂ ਪਰ ਘਰ ਵਿਚ ਮੁਰਦਨੀ ਛਾਈ ਹੋਈ ਹੈ। ਅੰਮਾਂ ਰੁੱਸ ਕੇ ਜਾਵੇਗੀ ਕਿਥੇ! ਅਲਕਾ ਦੀ ਮੈਨੂੰ ਪ੍ਰਵਾਹ ਨਹੀਂ.....।'

ਅਮਨ ਆਪਣੇ ਕਮਰੇ ਵਿਚ ਪਿਠ ਭਾਰ ਪਲੰਗ ਤੇ ਲੇਟ ਗਿਆ, ਲੱਤਾਂ ਪਲੰਘ ਤੋਂ ਥੱਲੇ ਲਟਕਾਈ, ਅੱਖਾਂ ਬੰਦ ਕਰਕੇ ਉਹ ਖਿਆਲਾਂ ਵਿੱਚ ਡੁੱਬ ਗਿਆ।

2.

ਅਮਨ ਬਹੁਤ ਡੂੰਘੀ ਨੀਂਦ ਵਿਚ ਸੀ ਜਦੋਂ ਛੋਟੂ ਨੇ ਉਹਨੂੰ ਝਿੰਝੋੜ ਕੇ ਜਗਾਇਆ। ਛੋਟੂ ਜਦੋਂ ਸਕੂਲ ਤੋਂ ਆਇਆ ਸੀ ਤਾਂ ਘਰ ਵਿਚ ਇਕ ਅਜੀਬ ਜਿਹੀ ਚੁੱਪ ਵਰਤੀ ਹੋਈ ਸੀ। ਬੜੀ ਉਦਾਸ ਅਤੇ ਗਹਿਰੀ ਚੁੱਪ। ਕੁਝ ਦੇਰ ਬਾਅਦ ਬੱਬੀ ਵੀ ਕਾਲਜ ਤੋਂ ਆ ਗਿਆ ਸੀ। ਉਹਨਾਂ ਨੇ ਅੰਮਾਂ ਅਤੇ ਅਲਕਾ ਭਾਬੀ ਨੂੰ ਇਸ਼ਾਰਿਆਂ ਨਾਲ ਫੁਸਫੁਸਾਕੇ ਪੁੱਛਿਆ ਸੀ ਕਿ ਉਹਨਾਂ ਦੀ ਗੈਰ ਹਾਜ਼ਰੀ ਵਿਚ ਕੀ ਹੋਇਆ ਸੀ? ਉਹਨਾਂ ਦੋਹਾਂ ਕੋਲ ਦੱਸਣ ਨੂੰ ਕੁਝ ਵੀ ਨਹੀਂ ਸੀ।

ਛੋਟੂ ਅਤੇ ਬੱਬੀ ਅਮਨ ਨੂੰ 'ਭਾਈ' ਕਰਕੇ ਬੁਲਾਂਦੇ ਸਨ। ਕਦੀ ਕਦੀ 'ਅਮਨ ਭਾਈ' ਕਹਿਕੇ ਬੁਲਾਂਦੇ।

ਰਾਤ ਦਾ ਖਾਣਾ ਤਿਆਰ ਹੋ ਗਿਆ ਤਾਂ ਛੋਟੂ ਅਮਨ ਦੇ ਕਮਰੇ ਵਿਚ ਗਿਆ–

"ਭਾਈ ਉਠੋ।" ਅਮਨ ਦੇ ਮੋਢੇ ਨੂੰ ਜ਼ੋਰ ਦੀ ਝਿੰਝੋੜ ਦੇ ਹੋਏ ਛੋਟੂ ਨੇ ਅਮਨ ਨੂੰ ਡੂੰਘੀ ਨੀਂਦ ਵਿਚੋਂ ਜਗਾਇਆ।

"ਆ ਗਿਆ, ਸਕੂਲ ਤੋਂ?" ਅਮਨ ਨੇ ਅੰਗੜਾਈਆਂ ਭੰਨਦੇ ਹੋਏ ਕਿਹਾ।

"ਬਹੁਤ ਦੇਰ ਹੋ ਗਈ। ਉਠੋ।"

"ਛੋਟੂ ਨੂੰ ਸ਼ਾਇਦ ਕੁਝ ਪਤਾ ਹੋਵੇ, ਇਸੇ ਤੋਂ ਪੁੱਛਿਆ ਜਾਵੇ।" ਅਮਨ ਨੇ ਸੋਚਿਆ।

ਅਮਨ ਉਠ ਕੇ ਬੈਠ ਗਿਆ। ਉਸ ਨੂੰ ਛੋਟੂ ਨੂੰ ਪਾਣੀ ਦਾ ਗਿਲਾਸ ਲਿਆਣ ਲਈ ਕਿਹਾ।

"ਬਾਹਰ ਆ ਕੇ ਖਾਣਾ ਖਾ ਲਵੋ।" ਛੋਟੂ ਪਾਣੀ ਦਾ ਗਿਲਾਸ ਲੈ ਕੇ ਆ ਕੇ ਬੋਲਿਆ।

"ਅਜੇ ਤਾਂ ਮੈਂ ਨਹਾਣਾ ਹੈ। ਬਾਅਦ ਵਿੱਚ ਖਾਵਾਂਗਾ।" ਅਮਨ ਉਬਾਸੀਆਂ ਲੈਂਦਾ ਹੋਇਆ ਬੋਲਿਆ।

ਛੋਟੂ ਬਾਹਰ ਜਾਣ ਲੱਗਾ ਤਾਂ ਅਮਨ ਨੇ ਉਹਨੂੰ ਬਾਂਹ ਤੋਂ ਫੜ ਕੇ ਆਪਣੇ ਕੋਲ ਬਿਠਾ ਲਿਆ।

"ਕੀ ਹਾਲ ਹੈ ਤੇਰਾ?" ਉਸ ਧਿਆਨ ਨਾਲ ਛੋਟੂ ਦਾ ਚਿਹਰਾ ਵੇਖਦੇ ਹੋਏ ਪੁੱਛਿਆ।

"ਠੀਕ ਹੈ!" ਛੋਟੂ ਨੇ ਅਮਨ ਤੋਂ ਅੱਖਾਂ ਚੁਰਾਂਦੇ ਹੋਏ ਸੰਖੇਪ ਜਿਹਾ ਉੱਤਰ ਦਿੱਤਾ।

"ਹੂੰ! ਕੀ ਘਰ ਵਿਚ ਸਭ ਠੀਕ ਨੇ?" ਅਮਨ ਨੇ ਛੋਟੂ ਦਾ ਹੱਥ ਫੜ ਕੇ ਪੁੱਛਿਆ।

"ਹਾਂ, ਸਭ ਠੀਕ ਨੇ। ਬਾਹਰ ਆ ਜਾਓ। ਸਭ ਖਾਣਾ ਖਾ ਰਹੇ ਨੇ। ਸਭ ਨੂੰ ਮਿਲ ਲਵੋ।" ਇਹ ਕਹਿਕੇ ਛੋਟੂ ਉਠ ਖਲੋਤਾ।

"ਆ ਰਿਹਾ ਹਾਂ।" ਅਮਨ ਨੇ ਬੇਜਾਨ ਜਿਹੀ ਆਵਾਜ਼ ਵਿਚ ਕਿਹਾ।

"ਮੇਰੇ ਪਿਛੋਂ ਘਰ ਕੋਈ ਆਇਆ ਸੀ?" ਅਮਨ ਨੇ ਘੋਖਵੀਂ ਨਜ਼ਰ ਛੋਟੂ ਤੇ ਮਾਰੀ।

"ਮੈਨੂੰ ਤਾਂ ਪਤਾ ਨਹੀਂ। ਮੈਂ ਤਾਂ ਸਕੂਲ ਹੁੰਦਾ ਹਾਂ। ਬਾਹਰ ਆਕੇ ਭਾਬੀ ਤੋਂ ਪੁੱਛ ਲਵੋ। ਸ਼ਾਇਦ ਅੰਮਾਂ ਨੂੰ ਪਤਾ ਹੋਵੇ।" ਇਹ ਕਹਿਕੇ ਉਹ ਬੂਹਾ ਖੋਲ੍ਹ ਕੇ ਬਾਹਰ ਨਿਕਲ ਗਿਆ।

ਅਮਨ ਨੂੰ ਅਚਾਨਕ ਡਰ ਨੇ ਫਿਰ ਤੋਂ ਘੇਰ ਲਿਆ। ਉਹਦੇ ਦਿਲ ਦੀ ਧੜਕਣ ਇਕ ਦਮ ਤੇਜ਼ ਹੋ ਗਈ।

'ਮੇਰੇ ਪਿਛੋਂ ਕੀ ਹੋਇਆ ਹੋਵੇਗਾ?' ਇਹ ਸਵਾਲ ਬਾਰ ਬਾਰ ਉਹਨੂੰ ਕਚੋਟ ਰਿਹਾ ਸੀ। ਉਹ ਪਿਤਾ ਜੀ ਦਾ ਸਾਹਮਣਾ ਕਰਨ ਤੋਂ ਡਰ ਰਿਹਾ ਸੀ।

'ਵੇਖੋ ਕੀ ਤੂਫਾਨ ਉਠਦਾ ਹੈ? ਸਾਹਮਣਾ ਤਾਂ ਕਰਨਾ ਹੀ ਪਵੇਗਾ।'

ਇਹ ਸੋਚ ਕੇ ਉਹ ਕਮਰੇ ਤੋਂ ਬਾਹਰ ਆ ਗਿਆ। ਬਾਹਰ ਆਉਣ ਤੇ ਪਹਿਲੀ ਵਾਰ ਪਿਤਾ ਜੀ ਅਤੇ ਬੱਬੀ ਨਾਲ ਸਾਹਮਣਾ ਹੋ ਰਿਹਾ ਸੀ।

"ਸੁਣਾ ਬਈ, ਕੀ ਹਾਲ ਹੈ? ਟ੍ਰਿਪ ਕਿੰਜ ਦਾ ਰਿਹਾ? ਜਦੋਂ ਦਾ ਆਇਆ ਏਂ, ਵਿਖਾਈ ਹੀ ਨਹੀਂ ਦਿੱਤਾ। ਤਬੀਅਤ ਤਾਂ ਠੀਕ ਹੈ ਨਾ? ਆ ਬੈਠ। ਖਾਣਾ ਖਾਹ! ਤੇਰੀ ਅੰਮਾਂ ਕਹਿ ਰਹੀ ਏ ਕਿ ਜਦੋਂ ਦਾ ਤੂੰ ਆਇਆ ਹੈਂ, ਕੁਝ ਖਾਧਾ ਹੀ ਨਹੀਂ। ਹੱਥ ਮੂੰਹ ਧੋਕੇ, ਫਰੈਸ਼ ਹੋਕੇ ਆ ਜਾ....।" ਉਹਦੇ ਪਿਤਾ ਜੀ ਲਗਾਤਾਰ ਬੋਲਦੇ ਜਾ ਰਹੇ ਸਨ, ਬਿਨਾਂ ਅਮਨ ਵੱਲ ਵੇਖੇ। ਘਰ ਦੇ ਬਾਕੀ ਜੀਅ ਕਦੀ ਉਹਨਾਂ ਵੱਲ ਵੇਖਦੇ, ਕਦੀ ਅਮਨ ਵੱਲ! ਪਿਤਾ ਜੀ ਇੰਜ ਤਾਂ ਕਦੀ ਨਹੀਂ ਬੋਲਦੇ। ਉਹ ਅਮਨ ਨੂੰ ਕੋਲ ਬਿਠਾ ਕੇ, ਜਫ਼ੀ ਪਾ ਕੇ, ਪਿਠ ਤੇ, ਸਿਰ ਤੇ ਪਿਆਰ ਫੇਰਦੇ, ਅਸ਼ੀਰਵਾਦ ਦਿੰਦੇ....। ਅੱਜ ਸ਼ਾਇਦ ਉਹ ਬਹੁਤ ਕੁਝ ਦਿਲ ਵਿਚ ਛੁਪਾਈ ਰੱਖਣ ਲਈ ਇੰਜ ਕਰ ਰਹੇ ਸਨ।

ਅਮਨ ਬਾਥਰੂਮ ਵਿਚ ਚਲਾ ਗਿਆ। ਉਹ ਜਾਣ-ਬੁਝ ਕੇ ਜ਼ਿਆਦਾ ਵਕਤ ਲਗਾ ਰਿਹਾ ਸੀ। ਕਿੰਨੀ ਦੇਰ ਨਲਕਾ ਖੋਲ੍ਹ ਕੇ ਉਹ ਉਹਦੇ ਹੇਠ ਬੈਠਾ ਰਿਹਾ। ਜਦੋਂ ਤੱਕ ਬਾਹਰ ਆਇਆ ਤਾਂ ਸਭ ਖਾਣਾ ਖਾ ਚੁੱਕੇ ਸਨ। ਅੰਮਾਂ ਨੇ ਚੁੱਪਚਾਪ ਅਮਨ ਲਈ ਖਾਣਾ ਪਰੋਸ ਦਿੱਤਾ। ਅਲਕਾ ਰਸੋਈ ਵਿਚ ਕੁਝ ਕਰ ਰਹੀ ਸੀ। ਜਿੰਨਾ ਖਾਣਾ ਗਲੇ ਤੋਂ ਥੱਲੇ ਲੰਘ ਸਕਿਆ, ਖਾ ਕੇ ਉਹ ਆਪਣੇ ਕਮਰੇ ਵਿਚ ਆ ਗਿਆ।

ਉਸ ਅੰਜੂ ਦੇ ਘਰ ਦਾ ਨੰਬਰ ਮਿਲਾਇਆ। ਉਧਰੋਂ ਅੰਜੂ ਦੀ ਮੰਮੀ ਨੇ 'ਹੈਲੋ' ਕੀਤੀ ਤਾਂ ਉਸ ਰਿਸੀਵਰ ਥੱਲੇ ਰੱਖ ਦਿੱਤਾ।

'ਪਹਿਲਾਂ ਤਾਂ ਅੰਜੂ ਦੀ ਮੰਮੀ ਨਾਲ ਵੀ ਕਿੰਨੀਆਂ ਹੀ ਗੱਲਾਂ ਹੁੰਦੀਆਂ ਸਨ, ਫ਼ੋਨ ਤੇ ਪਰ ਅੱਜ.......।'

ਸਾਈਡ ਟੇਬਲ ਤੇ ਕੁਝ ਕਿਤਾਬਾਂ ਅਤੇ ਰਸਾਲੇ ਪਏ ਸਨ। ਪੜ੍ਹਣ ਲਈ ਉਹ ਕੁਝ ਢੂੰਡਣ ਲੱਗ ਪਿਆ। ਪਰ ਉਹਨੂੰ ਕੁਝ ਜਚਿਆ ਨਹੀਂ। ਬੇਚੈਨ ਮਨ ਕਿਧਰੇ ਟਿਕ ਨਹੀਂ ਸੀ ਰਿਹਾ। ਟੀ. ਵੀ. ਬਾਹਰ ਹਾਲ ਵਿਚ ਸੀ। ਉਥੇ ਪਿਤਾ ਜੀ ਖ਼ਬਰਾਂ ਵੇਖ ਰਹੇ

ਸਨ। ਦੋਵੇਂ ਭਰਾ ਸ਼ਾਇਦ ਆਪਣੇ ਕਮਰੇ ਵਿਚ ਪੜ੍ਹ ਰਹੇ ਹੋਣ। ਰਸੋਈ ਵਿਚੋਂ ਭਾਂਡਿਆਂ ਦੀ ਆਵਾਜ਼ ਆ ਰਹੀ ਸੀ। ਨੂੰਹ-ਸੱਸ ਰਸੋਈ ਸਾਂਭਣ ਵਿਚ ਲਗੀਆਂ ਹੋਣਗੀਆਂ।

'ਮੈਂ ਤਾਂ ਪਾਗਲ ਹੋ ਜਾਵਾਂਗਾ।' ਅਮਨ ਸਿਰ ਝਟਕ ਕੇ ਮਨ ਹੀ ਮਨ ਝੁੰਝਲਾਇਆ। ਤਦੇ ਫ਼ੋਨ ਦੀ ਘੰਟੀ ਵੱਜੀ। ਅਮਨ ਨੇ ਲਪਕ ਕੇ ਰਿਸੀਵਰ ਚੁੱਕ ਲਿਆ। ਉਹ ਪਾਸੇ ਪ੍ਰੀਤੀ ਸੀ।

"ਸਿੰਗਾਪੁਰ ਤੋਂ ਕਦੋਂ ਆਇਐਂ, ਅਮਨ?"

"ਅੱਜ ਸਵੇਰੇ ਹੀ।"

"ਬੜੀ ਥੱਕੀ-ਥੱਕੀ ਆਵਾਜ਼ ਵਿੱਚ ਬੋਲ ਰਿਹਾ ਹੈਂ। ਸਫਰ ਦੀ ਥਕਾਵਟ ਹੈ ਜਾਂ ਅਲਕਾ ਨੇ ਥਕਾ ਦਿੱਤਾ ਹੈ?" ਪ੍ਰੀਤੀ ਖਿੜ ਖਿੜਾਕੇ ਹੱਸ ਰਹੀ ਸੀ।

"ਤੁਹਾਡਾ ਕੀ ਹਾਲ ਹੈ, ਆਂਟੀ?"

"ਪੁੱਤਰ, ਇਕੱਲੇ ਬੰਦਿਆਂ ਦਾ ਕੀ ਹਾਲ ਹੁੰਦਾ ਹੈ? ਬੱਸ, ਚਲ ਰਹੀ ਹੈ, ਜ਼ਿੰਦਗੀ। ਪੁੱਤਰ ਤੇਰੀ ਬਹੁਤ ਯਾਦ ਆ ਰਹੀ ਸੀ। ਤੂੰ ਕਹੇਂਗਾ ਆਂਟੀ, ਮਤਲਬ ਨਾਲ਼ ਯਾਦ ਕਰਦੀ ਹੈ। ਅਮਨ, ਫਿਰ ਤੋਂ ਉਹੀ ਸਮੱਸਿਆ। ਕੰਪਿਊਟਰ ਵਿਚ ਕੁਝ ਗੜਬੜ ਹੈ। ਗਗਨ ਨਾਲ ਚੈਟ ਵੀ ਨਹੀਂ ਹੋ ਸਕਦੀ।"

"ਕਿਉਂ ਕੀ ਹੋ ਗਿਆ?"

"ਕੰਪਿਊਟਰ ਦਾ ਡਾਕਟਰ ਤਾਂ ਤੂੰ ਹੈਂ। ਤੂੰ ਹੀ ਆਕੇ ਉਹਦੀ ਨਬਜ਼ ਟੋਹ ਕੇ ਦੱਸੇਂਗਾ ਕਿ ਕੀ ਬੀਮਾਰੀ ਹੈ। ਕਦੋਂ ਆਵੇਂਗਾ? ਕਲ੍ਹ ਐਤਵਾਰ ਹੈ। ਅਲਕਾ ਨੂੰ ਵੀ ਨਾਲ ਲੈ ਕੇ ਆ ਜਾ। ਖਾਣਾ ਮੇਰੇ ਨਾਲ ਖਾਣਾ। ਕੀ ਖਿਆਲ ਹੈ? ਮੇਰੇ ਘਰ ਰੌਣਕ ਹੋ ਜਾਵੇਗੀ।"

"ਆਂਟੀ, ਕਲ੍ਹ ਮੈਂ ਤੁਹਾਨੂੰ ਫ਼ੋਨ ਕਰਕੇ ਦੱਸਾਂਗਾ।" ਅਮਨ ਨੇ ਲਿੱਸੀ ਜਹੀ ਆਵਾਜ਼ ਵਿਚ ਕਿਹਾ।

"ਚੰਗਾ ਤੂੰ ਹੁਣ ਆਰਾਮ ਕਰ! ਫ਼ੋਨ ਅਲਕਾ ਨੂੰ ਦੇਣਾ ਜ਼ਰਾ।"

ਅਮਨ ਨੇ ਬੂਹਾ ਖੋਲ੍ਹ ਕੇ ਅਲਕਾ ਨੂੰ ਆਵਾਜ਼ ਦਿੱਤੀ। ਉਹ ਫ਼ੋਨ ਲੈ ਕੇ ਕਮਰੇ ਤੋਂ ਬਾਹਰ ਚਲੀ ਗਈ। ਅਲਕਾ ਬਹੁਤ ਦੇਰ ਤੱਕ ਆਂਟੀ ਨਾਲ ਗੱਲਾਂ ਕਰਦੀ ਰਹੀ।

"ਇੰਨੀਆਂ ਕੀ ਗੱਲਾਂ ਹੋ ਸਕਦੀਆਂ ਨੇ......।" ਅਚਾਨਕ ਅਮਨ ਦਾ ਮੱਥਾ ਠਣਕਿਆ-'ਕਿਤੇ ਆਂਟੀ ਨੂੰ ਸਭ ਗੱਲਾਂ ਦਾ ਪਤਾ ਤਾਂ ਨਹੀਂ?'

ਅਮਨ ਦਾ ਦਿਲ ਕੀਤਾ-ਉਸੇ ਵੇਲੇ ਤਿਆਰ ਹੋਵੇ ਅਤੇ ਆਂਟੀ ਵੱਲ ਚਲ ਪਵੇ। ਘੜੀ ਤੇ ਨਜ਼ਰ ਮਾਰੀ ਤਾਂ ਰਾਤ ਦੇ ਦਸ ਵਜ ਚੁੱਕੇ ਸਨ।

'ਕਲ੍ਹ ਸਵੇਰੇ ਹੀ ਠੀਕ ਰਹੇਗਾ।' ਇਹ ਸੋਚ ਕੇ ਉਸ ਕਮਰੇ ਦੀ ਬੱਤੀ ਬੰਦ ਕਰ ਦਿੱਤੀ ਅਤੇ ਲੇਟ ਗਿਆ। ਸੋਚਾਂ ਨੇ ਉਹਨੂੰ ਫਿਰ ਤੋਂ ਘੇਰ ਲਿਆ।

3.

'ਅੱਜ ਜੇ ਗਗਨ ਇਥੇ ਹੁੰਦਾ ਤਾਂ ਕਿੰਨਾ ਚੰਗਾ ਸੀ। ਉਹਨੂੰ ਤਾਂ ਮੈਂ ਹਾਲੇ ਕੁਝ ਲਿਖਿਆ ਹੀ ਨਹੀਂ। ਉਹ ਇਸ ਹਾਲਤ ਵਿਚ ਜ਼ਰੂਰ ਮੇਰੀ ਮੱਦਦ ਕਰਦਾ। ਉਹਦੀ ਮੰਮੀ, ਪ੍ਰੀਤੀ ਆਂਟੀ ਵੀ ਪੜ੍ਹੀ ਲਿਖੀ, ਸੁਲਝੀ ਹੋਈ ਔਰਤ ਹੈ। ਮੈਂ ਅਕਸਰ ਹੀ ਆਂਟੀ ਨਾਲ ਵੀ ਦੁੱਖ-ਸੁੱਖ ਦੀ ਗੱਲ ਕਰ ਹੀ ਲੈਂਦਾ ਹਾਂ ਪਰ ਅੰਜੂ ਬਾਰੇ ਉਹ ਕੁਝ ਨਹੀਂ ਜਾਣਦੇ। ਕੀ ਉਹਨਾਂ ਨੂੰ ਅੰਜੂ ਬਾਰੇ ਦੱਸਾਂ?' ਪਤਾ ਨਹੀਂ ਕਿੰਨੀ ਦੇਰ ਉਹ ਇਸੇ ਉਧੇੜਬਣ ਵਿਚ ਲੱਗਾ ਰਿਹਾ।

ਗਗਨ ਅਤੇ ਅਮਨ ਇਕੋ ਕੰਪਨੀ ਵਿਚ ਕੰਮ ਕਰਦੇ ਸਨ। ਗਗਨ ਕੀਰਤੀ ਨਗਰ ਰਹਿੰਦਾ ਸੀ। ਉਹ ਗੁੜਗਾਵਾਂ, ਕੰਪਨੀ ਦੇ ਦਫ਼ਤਰ ਇਕੱਠੇ ਹੀ ਆਉਂਦੇ ਜਾਂਦੇ। ਉਹਨਾਂ ਦੋਹਾਂ ਦੀ ਸਾਂਝ ਦੋਸਤੀ ਵਿਚ ਬਦਲ ਗਈ। ਅਮਨ ਅਕਸਰ ਹੀ ਗਗਨ ਦੇ ਘਰ ਚਲਾ ਜਾਂਦਾ। ਉਥੇ ਪ੍ਰੀਤੀ ਆਂਟੀ ਨਾਲ ਗੱਲ ਕਰਨਾ ਉਹਨੂੰ ਬਹੁਤ ਚੰਗਾ ਲੱਗਦਾ।

ਗਗਨ ਨੇ ਇਸੇ ਕੰਪਨੀ ਵਿਚ ਇਕ ਕੁੜੀ ਈਨਾ ਪਸੰਦ ਕਰ ਲਈ ਸੀ। ਗਗਨ, ਅਮਨ ਅਤੇ ਈਨਾ ਦਫ਼ਤਰ ਤੋਂ ਬਾਅਦ ਅਕਸਰ ਹੀ ਇਕੱਠੇ ਘੁੰਮਦੇ।

ਗਗਨ ਮਾਂ ਦਾ ਇਕਲੌਤਾ ਪੁੱਤਰ ਹੈ। ਉਹਦੇ ਪਿਤਾ ਜੀ ਨੂੰ ਗੁਜ਼ਰੇ ਬਹੁਤ ਸਾਲ ਹੋ ਗਏ ਹਨ। ਮਾਂ ਨੌਕਰੀ ਕਰਦੀ ਸੀ। ਉਸ ਆਪਣੀ ਨੌਕਰੀ ਦੇ ਸਹਾਰੇ ਗਗਨ ਨੂੰ ਪੜ੍ਹਾਇਆ। ਉਧਰੋਂ ਗਗਨ ਦੀ ਨੌਕਰੀ ਲੱਗੀ ਤਾਂ ਇਧਰੋਂ ਉਹਦੀ ਮਾਂ ਰੀਟਾਇਰ ਹੋ ਗਈ। ਹੁਣ ਉਹ ਗਗਨ ਵੱਲੋਂ ਨਿਸ਼ਚਿੰਤ ਸੀ।

ਗਗਨ ਇਕ ਹੋਣਹਾਰ ਲੜਕਾ ਹੈ। ਗਗਨ ਲਈ ਮੁਸ਼ਕਲ ਇਹ ਸੀ ਕਿ ਜਿਹੜੀ ਕੁੜੀ ਉਹਨੇ ਪਸੰਦ ਕੀਤੀ ਸੀ ਉਹ ਕ੍ਰਿਸ਼ਚਿਅਨ ਤਮਿਲ ਸੀ। ਉਹਨੂੰ ਉਮੀਦ ਨਹੀਂ ਸੀ ਕਿ ਮੰਮੀ ਇਸ ਰਿਸ਼ਤੇ ਲਈ ਹਾਂ ਕਰ ਦੇਵੇਗੀ। ਗਗਨ ਦੇ ਡੈਡੀ ਦੇ ਅਚਾਨਕ ਗੁਜ਼ਰ ਜਾਣ ਤੋਂ ਬਾਅਦ ਗਗਨ ਦੇ ਮਾਮਾ ਜੀ ਨੇ ਇਸ ਪਰਿਵਾਰ ਦੀ ਹਰ ਤਰ੍ਹਾਂ ਨਾਲ ਮੱਦਦ ਕੀਤੀ ਸੀ। ਮੰਮੀ ਉਹਨਾਂ ਦੇ ਬਹੁਤ ਨੇੜੇ ਸੀ। ਮਾਮਾ ਜੀ ਦੇ ਪਰਿਵਾਰ ਵਾਲੇ ਸਾਰੇ ਨਿਤ-ਨੇਮ ਵਾਲੇ, ਭਗਤ ਬੰਦੇ ਸਨ। ਬੜੀ ਸ਼ਰਧਾ-ਭਗਤੀ ਵਾਲੇ ਲੋਕ। ਰੋਜ਼ ਨੇਮ ਨਾਲ ਗੁਰਦਵਾਰੇ ਜਾਣ ਵਾਲੇ। ਘਰ ਵਿੱਚ, ਕਾਰ ਵਿਚ ਕੀਰਤਨ ਦੀ ਟੇਪ ਲੱਗੀ ਰਹਿੰਦੀ। ਜਦੋਂ ਕਦੀ ਉਹਨਾਂ ਨੂੰ ਪਤਾ ਲੱਗਦਾ ਕਿ ਕੋਈ ਮਸ਼ਹੂਰ ਰਾਗੀ ਉਹਨਾਂ ਦੇ ਗੁਰਦੁਵਾਰੇ ਕੀਰਤਨ ਕਰਨ ਆ ਰਹੇ ਨੇ ਤਾਂ ਉਹ ਜ਼ਰੂਰ ਪਹੁੰਚਦੇ। ਮਾਮਾ ਜੀ ਦੇ ਬੱਚੇ ਵੀ ਅਕਸਰ ਹੀ ਬੰਗਲਾ ਸਾਹਿਬ ਪਹੁੰਚੇ ਹੁੰਦੇ। ਗਗਨ ਦੇ ਦੋਵੇਂ ਚਾਚੇ, ਉਹਦੇ ਡੈਡੀ ਦੇ ਗੁਜ਼ਰਨ ਬਾਅਦ, ਇਸ ਪਰਿਵਾਰ ਤੋਂ ਦੂਰ ਹੋ ਗਏ ਸਨ। ਮੰਮੀ ਮਾਮਾ ਜੀ ਦੀ ਹਰ ਰਾਇ ਨੂੰ ਬਹੁਤ ਮਹੱਤਵ ਦਿੰਦੀ ਸੀ। ਮਾਮਾ ਜੀ ਵੀ ਮੰਮੀ ਦੀ ਹਰ ਗੱਲ ਮੰਨਦੇ ਸਨ।

ਗਗਨ ਨੂੰ ਲੱਗਦਾ ਕਿ ਮੰਮੀ ਨਾਲ ਜੇ ਉਹ ਈਨਾ ਬਾਰੇ ਗੱਲ ਕਰੇਗਾ ਤਾਂ

ਉਹ ਮਾਮਾ ਜੀ ਨਾਲ ਸਲਾਹ ਕਰੇਗੀ। ਮਾਮਾ ਜੀ ਇਕ ਕ੍ਰਿਸ਼ਚਿਅਨ-ਤਮਿਲ ਨਾਲ ਉਹਦੀ ਸ਼ਾਦੀ ਕਰਨ ਲਈ ਕਦੀ ਵੀ ਰਾਜ਼ੀ ਨਹੀਂ ਹੋਣਗੇ।

ਈਨਾ ਦੇ ਮਾਤਾ-ਪਿਤਾ ਤਾਂ ਮੰਨ ਗਏ ਪਰ ਉਹਦਾ ਭਰਾ, ਜੋ ਬੰਗੌਲਰ ਕਿਸੇ ਕੰਪਨੀ ਵਿਚ ਕੰਮ ਕਰਦਾ ਸੀ ਉਂਝ ਇਸ ਰਿਸ਼ਤੇ ਨੂੰ ਸਵੀਕਾਰ ਕਰਨ ਤੋਂ ਸਾਫ਼ ਨਾਂਹ ਕਰ ਦਿੱਤੀ ਸੀ। ਇਕ ਪੰਜਾਬੀ ਸਿੱਖ ਨਾਲ ਆਪਣੀ ਭੈਣ ਦਾ ਵਿਆਹ ਕਰਨਾ ਉਹਨੂੰ ਬਿਲਕੁਲ ਉੱਚਿਤ ਨਹੀਂ ਸੀ ਲੱਗ ਰਿਹਾ। ਉਹਨੇ ਈਨਾ ਨੂੰ ਬੰਗਲੌਰ ਤੋਂ ਲੰਬੇ ਫ਼ੋਨ ਕਰਕੇ ਕਿੰਨੀ ਵਾਰ ਸਮਝਾਇਆ। ਫਿਰ ਆਪ ਦਿੱਲੀ ਆ ਗਿਆ। ਜਦੋਂ ਉਹ ਗਗਨ ਨੂੰ ਮਿਲਿਆ ਤਾਂ ਉਹਨੂੰ ਸਭ ਠੀਕ ਲੱਗਾ। ਉਸ 'ਹਾਂ' ਕਰ ਦਿੱਤੀ। ਹੁਣ ਗਗਨ ਨੇ ਆਪਣਾ ਮੋਰਚਾ ਫਤਹਿ ਕਰਨਾ ਸੀ। ਪਹਿਲਾਂ ਮੰਮੀ ਨੂੰ ਮਨਾਣਾ ਸੀ ਅਤੇ ਫਿਰ ਮਾਮਾ ਜੀ ਨੂੰ।

ਇਕ ਦਿਨ ਗਗਨ ਈਨਾ ਨੂੰ ਘਰ ਲੈ ਆਇਆ, ਨਾਲ ਅਮਨ ਵੀ ਸੀ।

"ਇਹ ਮੇਰੀ ਕੁਲੀਗ ਹੈ, ਈਨਾ।" ਉਸ ਆਪਣੀ ਮੰਮੀ ਨਾਲ ਜਾਣ-ਪਛਾਣ ਕਰਾਈ।

ਈਨਾ ਦੇ ਚਲੇ ਜਾਣ ਬਾਅਦ ਪ੍ਰੀਤੀ ਬੋਲੀ-"ਤੇਰੀ ਕੁਲੀਗ ਈਨਾ ਬੜੀ ਪਿਆਰੀ ਹੈ ਪਰ ਅਫਸੋਸ ਕ੍ਰਿਸ਼ਚਿਅਨ ਹੈ ਅਤੇ ਫਿਰ ਉਪਰੋਂ ਮਦਰਾਸਨ!"

ਗਗਨ ਹੱਸ ਪਿਆ। ਉਸ ਆਪਣੀ ਮੰਮੀ ਨੂੰ ਹਾਲੇ ਤੀਕ ਇਹ ਤਾਂ ਦੱਸਿਆ ਨਹੀਂ ਸੀ ਕਿ ਉਹ ਉਹਨੂੰ ਪਸੰਦ ਕਰਦਾ ਹੈ ਅਤੇ ਉਹਦੇ ਨਾਲ ਵਿਆਹ ਕਰਵਾਣਾ ਚਾਹੁੰਦਾ ਹੈ। ਕੋਲੋਂ ਅਮਨ ਨੇ ਝਟ ਮੌਕੇ ਦਾ ਫਾਇਦਾ ਉਠਾਇਆ ਅਤੇ ਕਹਿਣ ਲੱਗਾ,

"ਆਂਟੀ, ਤੁਹਾਡੇ ਪੁੱਤਰ ਨੇ ਤਾਂ ਇਸ ਕੁੜੀ ਨੂੰ ਆਪਣੇ ਲਈ ਪਸੰਦ ਕੀਤਾ ਹੋਇਆ ਹੈ। ਤੁਹਾਨੂੰ ਵੀ ਪਿਆਰੀ ਲੱਗੀ ਹੈ, ਬੱਸ ਫਿਰ ਕੀ......।"

"ਕੀ ਮਤਲਬ?" ਪ੍ਰੀਤੀ ਦੇ ਮੱਥੇ ਤੇ ਪਏ ਵੱਟ ਵੇਖ ਕੇ ਅਮਨ ਕੁਝ ਪਲ ਥਿੜਕ ਗਿਆ। ਫਿਰ ਬੋਲਿਆ,

"ਆਂਟੀ ਈਨਾ ਦੇ ਮਾਂ-ਬਾਪ ਨੇ ਤਾਂ ਹਾਂ ਕਰ ਦਿੱਤੀ ਹੋਈ ਹੈ, ਹੁਣ ਮਾਮਲਾ ਤੁਹਾਡੇ ਕੋਰਟ ਵਿਚ ਹੈ...।" ਗਗਨ ਪ੍ਰੀਤੀ ਦੇ ਚਿਹਰੇ ਦਾ ਭਾਵ ਬੜੇ ਧਿਆਨ ਨਾਲ ਵੇਖ ਰਿਹਾ ਸੀ। ਉਹਦੇ ਦਿਲ ਦੀ ਧੜਕਣ ਤੇਜ਼ ਹੋ ਗਈ ਸੀ। ਗੱਲ੍ਹਾਂ ਕੰਨਾਂ ਤੱਕ ਲਾਲ ਹੋ ਗਈਆਂ ਸਨ।

"ਅਮਨ ਤੂੰ ਕੀ ਝੱਲ-ਵਲੱਲੀਆਂ ਮਾਰ ਰਿਹੈਂ। ਮੇਰਾ ਬੇਟਾ ਇੰਨਾ ਬੇਵਕੂਫ਼ ਨਹੀਂ। ਉਹਨੂੰ ਪਤਾ ਏ ਕਿ ਅਸੀਂ ਸਿੱਖ ਹਾਂ ਅਤੇ ਇਕ ਸਿੱਖ ਲੜਕੀ ਹੀ ਪਸੰਦ ਕਰੇਗਾ।"

"ਮੰਮੀ, ਤੁਸੀਂ ਤਾਂ ਇੰਨੇ ਪੜ੍ਹੇ ਲਿਖੇ ਹੋ। ਫਿਰ ਵੀ ਇੰਜ ਸੋਚਦੇ ਹੋ! ਸਾਡੇ ਗੁਰੂ ਤਾਂ ਇਹਨਾਂ ਭਿੰਨ-ਭੇਦਾਂ ਨੂੰ ਮੰਨਦੇ ਨਹੀਂ। ਉਹ ਤਾਂ ਸਭ ਬਰਾਬਰ ਸਮਝਦੇ ਨੇ....।" ਬੜੀਆਂ ਆਸ ਭਰੀਆਂ ਨਜ਼ਰਾਂ ਨਾਲ ਗਗਨ ਮਾਂ ਵੱਲ ਵੇਖ ਰਿਹਾ ਸੀ। ਪ੍ਰੀਤੀ ਨੇ

ਪੁੱਤਰ ਦਾ ਪਿਘਲਿਆ ਹੋਇਆ, ਮਾਯੂਸ ਚਿਹਰਾ ਵੇਖਿਆ ਤਾਂ ਉਹਨੂੰ ਬੜਾ ਝਟਕਾ ਲੱਗਾ।

"ਤਾਂ ਗੱਲ ਇਥੋਂ ਤੱਕ ਪਹੁੰਚ ਗਈ ਹੈ।" ਉਸ ਸੋਚਿਆ ਅਤੇ ਠੰਡੀ ਆਹ ਭਰ ਕੇ ਰਸੋਈ ਵਿਚ ਚਾਹ ਦੇ ਭਾਂਡੇ ਰੱਖਣ ਚਲੀ ਗਈ।

"ਮੰਮੀ ਮੈਂ ਵਿਆਹ ਇਸੇ ਨਾਲ ਕਰਵਾਣਾ ਹੈ।" ਇਹ ਕਹਿ ਕੇ ਗਗਨ ਅਮਨ ਨਾਲ ਘਰੋਂ ਬਾਹਰ ਨਿਕਲ ਗਿਆ।

ਅੱਜ ਤੱਕ ਤਾਂ ਗਗਨ ਨੇ ਮਾਂ ਦਾ ਕਿਹਾ ਕਦੀ ਨਹੀਂ ਸੀ ਮੋੜਿਆ। ਉਹਦਾ ਇਹ ਵਤੀਰਾ ਉਹਨੂੰ ਬੜਾ ਦੁੱਖਦਾਈ ਲੱਗਾ। ਮਾਂ-ਪੁੱਤ ਵਿਚ ਇਕ ਚੁੱਪ-ਧਾਰੀ ਲੜਾਈ ਚਲਦੀ ਰਹੀ। ਪ੍ਰੀਤੀ ਨੇ ਇਕ ਦਿਨ ਅਮਨ ਨੂੰ ਬੁਲਾ ਕੇ ਕੁੜੀ ਬਾਰੇ ਬਹੁਤ ਸਾਰੀ ਜਾਣਕਾਰੀ ਲੈਣ ਦੀ ਕੋਸ਼ਿਸ਼ ਕੀਤੀ।

ਇਕ ਐਤਵਾਰ ਸਵੇਰੇ ਮਾਮਾ ਜੀ ਘਰ ਆ ਗਏ। ਗਗਨ ਦੀ ਆਦਤ ਸੀ-ਐਤਵਾਰ ਨੂੰ ਸਵੇਰੇ 9-10 ਵਜੇ ਉਠਣਾ। ਉਹ ਉਠਿਆ ਤਾਂ ਮਾਮਾ ਜੀ ਨਾਲ ਦੇ ਕਮਰੇ ਵਿਚ ਬੈਠੇ ਸਨ। ਉਸ ਪੈਰੀ ਪੈਣਾ ਕੀਤਾ ਅਤੇ ਨਹਾਣ ਚਲਾ ਗਿਆ।

'ਅੱਜ ਸਵੇਰੇ ਸਵੇਰੇ, ਮਾਮਾ ਜੀ! ਜ਼ਰੂਰ ਮੰਮੀ ਨੇ ਬੁਲਾਇਆ ਹੋਵੇਗਾ। ਉਹ ਮੈਨੂੰ ਸਮਝਾਣਗੇ, ਧਮਕਾਣਗੇ, ਮੰਮੀ ਦੀਆਂ ਤਕਲੀਫ਼ਾਂ ਦਾ ਵਾਸਤਾ ਦੇਣਗੇ.....। ਚਲੋ, ਜੋ ਹੋਵੇਗਾ, ਵੇਖਿਆ ਜਾਵੇਗਾ......।' ਗਗਨ ਨਹਾਂਦੇ ਹੋਏ ਲਗਾਤਾਰ ਸੋਚ ਰਿਹਾ ਸੀ।

"ਸੁਣਾ ਬਰਖ਼ੁਰਦਾਰ। ਫਿਰ ਕਿਸ ਤਰ੍ਹਾਂ ਚਲ ਰਹੀ ਹੈ, ਤੇਰੀ ਨੌਕਰੀ?" ਉਹਦੇ ਮੋਢੇ ਤੇ ਥਾਪੜਾ ਦਿੰਦੇ ਹੋਏ ਮਾਮਾ ਜੀ ਨੇ ਪੁੱਛਿਆ।

"ਠੀਕ ਹੈ।" ਮੁਸਕਰਾਣ ਦੀ ਕੋਸ਼ਿਸ਼ ਕਰਦੇ ਹੋਏ ਉਹ ਬੋਲਿਆ।

"ਕਦੀ ਕਦਾਈਂ ਭੁੱਲ-ਭੁਲੇਖੇ ਗੁਰਦਵਾਰੇ ਵੀ ਚਲਾ ਜਾਇਆ ਕਰ।" ਮਾਮਾ ਜੀ ਇਹ ਡਾਇਲਾਗ ਬਹੁਤ ਵਾਰੀ ਬੋਲ ਚੁੱਕੇ ਸਨ।

"ਕਦੀ ਕਦੀ ਮੰਮੀ ਨਾਲ, ਬੰਗਲਾ ਸਾਹਿਬ ਜਾਂਦਾ ਹਾਂ।"

"ਬਹੁਤ ਅੱਛਾ! ਕੱਲ੍ਹ ਕਿਹੜੀ ਕੁੜੀ ਨਾਲ ਬੰਗਲਾ ਸਾਹਿਬ ਮੱਥਾ ਟੇਕਣ ਆਇਆ ਸੈਂ?" ਮਾਮਾ ਜੀ ਉਹਦੇ ਨਾਲ ਅੱਖਾਂ ਮਿਲਾ ਕੇ ਬੋਲੇ।

"ਓ! ਤੁਸੀਂ ਵੀ ਉਥੇ ਸੀ? ਉਹ ਮੇਰੇ ਦਫ਼ਤਰ ਵਿਚ ਕੰਮ ਕਰਦੀ ਹੈ।" ਗਗਨ ਝੇਂਪ ਗਿਆ ਸੀ।

"ਉਹੀ ਹੈ, ਈਨਾ? ਤੇਰੀ ਮੰਮੀ ਨੇ ਮੈਨੂੰ ਜੋ ਦੱਸਿਆ ਹੈ, ਕੀ ਉਹ ਠੀਕ ਹੈ?"

ਗਗਨ ਨੇ ਹਲਕਾ ਜਿਹਾ ਸਿਰ ਹਿਲਾ ਦਿੱਤਾ।

"ਵਿਆਹ ਤੋਂ ਬਾਅਦ ਉਹਦਾ ਨਾਮ 'ਈਨਾ ਕੌਰ' ਹੋ ਜਾਵੇਗਾ।" ਕਹਿ ਕੇ ਮਾਮਾ ਜੀ ਖਿੜਖਿੜਾਕੇ ਹੱਸਣ ਲੱਗ ਪਏ।

"ਕੁੜੀ ਨੂੰ ਪੁੱਛੀਂ, ਉਹ ਸਰਦਾਰਨੀ ਸਜ ਜਾਵੇਗੀ? ਹਾਂ, ਵਿਆਹ ਗੁਰਦਵਾਰੇ ਵਿਚ ਹੀ ਹੋਵੇਗਾ। ਚਰਚ ਵਿਚ ਨਹੀਂ। ਮੈਨੂੰ ਅਗਲੇ ਹਫ਼ਤੇ ਤੱਕ ਉਹਦੇ ਪਿਤਾ ਜੀ

ਨਾਲ ਮਿਲਾ ਦੇ.....।" ਉਹ ਕਾਹਲੀ-ਕਾਹਲੀ ਬੋਲਦੇ ਗਏ ਅਤੇ ਅਚਾਨਕ ਚਲਣ ਲਈ ਤਿਆਰ ਹੋ ਗਏ। ਗਗਨ ਉਹਨਾਂ ਦੇ ਚਿਹਰੇ ਵੱਲ ਹੀ ਵੇਖਦਾ ਰਹਿ ਗਿਆ। ਪ੍ਰੀਤੀ ਵੀ ਤਿਆਰ ਹੀ ਸੀ। ਉਹ ਵੀ ਉਹਨਾਂ ਨਾਲ ਹੀ ਗੁਰਦੁਵਾਰੇ ਚਲੀ ਗਈ। ਗਗਨ ਦਾ ਨਾਸ਼ਤਾ ਮੇਜ਼ ਤੇ ਲਗਾ ਗਈ। ਗਗਨ ਨੇ ਅੱਗੇ ਵੱਧ ਕੇ ਮਾਮਾ ਜੀ ਅਤੇ ਮੰਮੀ ਦੇ ਪੈਰੀ ਪੈਣਾ ਕੀਤਾ। ਮਾਮਾ ਜੀ ਨੇ ਉਹਨੂੰ ਗਲੇ ਲੱਗਾ ਲਿਆ ਅਤੇ ਉਹਦਾ ਮੱਥਾ ਚੁੰਮ ਲਿਆ। ਮੰਮੀ ਦੀਆਂ ਅੱਖਾਂ ਵੀ ਭਰ ਆਈਆਂ ਸਨ।

"ਥੈਂਕਸ, ਮੰਮੀ......।" ਉਹ ਇੰਨਾ ਹੀ ਕਹਿ ਸਕਿਆ ਤੇ ਉਹਦਾ ਵੀ ਗਲਾ ਭਰ ਆਇਆ। ਉਹ ਜਾਣਦਾ ਸੀ ਕਿ ਮੰਮੀ ਨੇ ਮਾਮਾ ਜੀ ਨੂੰ ਬੜੀ ਮੁਸ਼ਕਲ ਨਾਲ ਮਨਾਇਆ ਹੋਵੇਗਾ। ਉਹਨਾਂ ਦੋਹਾਂ ਦੇ ਚਲੇ ਜਾਣ ਬਾਅਦ ਉਹ ਆਪਣੇ ਡੈਡੀ ਦੀ ਤਸਵੀਰ ਸਾਹਮਣੇ ਖੜਾ ਕਿੰਨੀ ਦੇਰ ਅੱਥਰੂ ਵਹਾਂਦਾ ਰਿਹਾ।

ਵਿਆਹ ਠੀਕ ਠਾਕ ਹੋ ਗਿਆ। ਈਨਾ ਨੇ ਆਪਣੇ ਆਪ ਨੂੰ ਪ੍ਰੀਤੀ ਨਾਲ ਢਾਲਣ ਦੀ ਪੂਰੀ ਕੋਸ਼ਿਸ਼ ਕੀਤੀ। ਪ੍ਰੀਤੀ ਵੀ ਗਗਨ ਅਤੇ ਈਨਾ ਦੇ ਕਿਸੇ ਮਾਮਲੇ ਵਿਚ ਦਖਲ ਦੇਣਾ ਪਸੰਦ ਨਹੀਂ ਸੀ ਕਰਦੀ।

ਵਿਆਹ ਨੂੰ ਹਾਲੇ ਛੇ ਮਹੀਨੇ ਹੀ ਹੋਏ ਸਨ ਕਿ ਗਗਨ ਨੂੰ ਕੰਪਨੀ ਤਿੰਨ ਸਾਲ ਲਈ ਅਮਰੀਕਾ ਭੇਜਣਾ ਚਾਹੁੰਦੀ ਸੀ। ਗਗਨ ਮੰਮੀ ਨੂੰ ਇਕੱਲਾ ਨਹੀਂ ਸੀ ਛੱਡਣਾ ਚਾਹੁੰਦਾ। ਪਰ ਪ੍ਰੀਤੀ ਦ੍ਰਿੜ ਸੀ ਕਿ ਉਹ ਈਨਾ ਨੂੰ ਨਾਲ ਲੈ ਕੇ ਜਾਵੇ।

ਗਗਨ ਨੇ ਆਪਣੇ ਦੋਸਤ ਅਮਨ ਨੂੰ ਕਿਹਾ ਕਿ ਉਹ ਉਹਦੀ ਮੰਮੀ ਦਾ ਪਿੱਛੋਂ ਧਿਆਨ ਰੱਖੇ। ਇਕ ਦਿਨ ਅਮਨ ਆਪਣੀ ਅੰਮਾਂ ਰੇਵਤੀ ਨੂੰ ਪ੍ਰੀਤੀ ਆਂਟੀ ਨਾਲ ਮਿਲਾਣ ਲਈ ਲੈ ਆਇਆ। ਰੇਵਤੀ ਹਰਿਆਣਾ ਦੇ ਕਿਸੇ ਛੋਟੇ ਜਹੇ ਪਿੰਡ ਤੋਂ ਆਈ ਸੀ। ਪੜ੍ਹੀ ਲਿਖੀ ਬਿਲਕੁਲ ਨਹੀਂ ਸੀ। ਉਹਦੀ ਭਾਸ਼ਾ, ਪਹਿਰਾਵਾ ਸਭ ਪੇਂਡੂ ਹੀ ਸੀ। ਪ੍ਰੀਤੀ ਨੂੰ ਉਹ ਬਹੁਤ ਚੰਗੀ ਲੱਗੀ। ਉਹਦੇ ਵਿਚ ਕੋਈ ਵਲ-ਛੱਲ ਨਹੀਂ ਸੀ। ਉਹਨਾਂ ਦੇ ਪਰਿਵਾਰ ਵਿਚ ਅਮਨ ਪਹਿਲਾਂ ਮੁੰਡਾ ਸੀ ਜੋ ਪੜ੍ਹ ਗਿਆ ਸੀ।

4.

ਇਕ ਦਿਨ ਅਮਨ ਦੀ ਮੰਮੀ, ਨੂੰ ਰੇਵਤੀ ਦਾ ਫ਼ੋਨ ਆਇਆ। ਉਸ ਪ੍ਰੀਤੀ ਨੂੰ ਆਪਣੇ ਘਰ ਬੁਲਾਇਆ। ਉਹ ਕਹਿਣ ਲੱਗੀ,

"ਪ੍ਰੀਤੀ ਭੈਣ ਜੀ, ਅਮਨ ਨੂੰ ਸਮਝਾਓ, ਹੁਣ ਵਿਆਹ ਕਰ ਲਵੇ। ਉਸ ਲਈ ਇਕ ਕੁੜੀ ਵੇਖੀ ਹੋਈ ਹੈ, ਪੜ੍ਹੀ ਲਿਖੀ ਹੈ, ਵੇਖਿਆ ਭਾਲਿਆ ਪਰਿਵਾਰ ਹੈ, ਵੇਖਣ ਨੂੰ ਵੀ ਸੁਹਣੀ-ਸੁਨੱਖੀ ਹੈ। ਫਿਰ ਸਭ ਤੋਂ ਵੱਡੀ ਗੱਲ ਆਪਣੀ ਬਿਰਾਦਰੀ ਦੀ ਹੈ। ਘਰ ਵਿਚ ਖੂਬ ਰੱਚ-ਮਿੱਚ ਜਾਵੇਗੀ। ਅਮਨ ਨੂੰ ਸ਼ਿਕਾਇਤ ਦਾ ਕੋਈ ਮੌਕਾ ਨਹੀਂ ਦੇਵੇਗੀ। ਤੁਸੀਂ ਉਹਨੂੰ ਸਮਝਾਓ। ਤੁਹਾਡੀ ਗੱਲ ਤਾਂ ਉਹ ਮੰਨਦਾ ਹੈ।"

"ਹੋ ਸਕਦਾ ਹੈ, ਉਹਨੇ ਆਪ ਕੋਈ ਕੁੜੀ ਪਸੰਦ ਕੀਤੀ ਹੋਵੇ।" ਪ੍ਰੀਤੀ ਨੇ ਕਿਹਾ।

"ਤੁਸੀਂ ਪੁੱਛ ਵੇਖੋ। ਤੁਹਾਡੇ ਨਾਲ ਤਾਂ ਉਹ ਖੁੱਲ੍ਹ ਕੇ ਗੱਲ ਕਰ ਲੈਂਦਾ ਹੈ। ਸ਼ਾਇਦ ਤੁਹਾਨੂੰ ਦਿਲ ਦੀ ਗੱਲ ਦੱਸ ਦੇਵੇ। ਜੇ ਉਸ ਆਪ ਕੋਈ ਕੁੜੀ ਪਸੰਦ ਕੀਤੀ ਹੈ, ਤਾਂ ਦੱਸੇ ਤਾਂ ਸਹੀਂ।" ਰੇਵਤੀ ਦੀ ਆਵਾਜ਼ ਵਿਚ ਉਦਾਸੀ ਸੀ।

"ਅੱਜਕਲ੍ਹ ਬੱਚਿਆਂ ਅੱਗੇ ਝੁਕਣਾ ਪੈਂਦਾ ਹੈ। ਵੇਖੋ ਨਾ ਗਗਨ ਨੂੰ। ਉਹਦਾ ਉਦਾਹਰਣ ਤੁਹਾਡੇ ਸਾਹਮਣੇ ਹੈ। ਉਹਦੀ ਪਸੰਦ ਦੀ ਕੁੜੀ ਨਾਲ ਵਿਆਹ ਕਰ ਦਿੱਤਾ ਹੈ। ਫਿਰ ਕੀ ਕਰਦੇ। ਹੁਣ ਉਹੀ ਕੁੜੀ ਆਪਣੀ ਲਗਦੀ ਹੈ, ਪਿਆਰ ਕਰਦੀ ਹੈ, ਪਿਆਰ ਲੈਂਦੀ ਹੈ।"

ਅਗਲੀ ਸਵੇਰ ਅਮਨ ਪ੍ਰੀਤੀ ਨੂੰ ਮਿਲਣ ਗਿਆ ਤਾਂ ਪ੍ਰੀਤੀ ਨੇ ਸਿੱਧਾ ਹੀ ਪੁੱਛਿਆ, "ਤੂੰ ਕੋਈ ਕੁੜੀ ਪਸੰਦ ਕੀਤੀ ਹੋਈ ਹੈ ਤਾਂ ਦੱਸ ਦੇ। ਫਿਰ ਤੇਰੇ ਮਾਤਾ-ਪਿਤਾ ਨਾਲ ਵਿਆਹ ਦੀ ਗੱਲ ਚਲਾਈਏ।" ਇਹ ਗੱਲ ਸੁਣਕੇ ਅਮਨ ਉੱਚੀ ਉੱਚੀ ਹੱਸਣ ਲੱਗ ਪਿਆ।

ਪ੍ਰੀਤੀ ਉਹਦੇ ਹਾਸੇ ਦੇ ਪਿੱਛੇ ਲੁਕੇ ਅਰਥ ਢੂੰਡਣ ਦੀ ਕੋਸ਼ਿਸ਼ ਕਰਨ ਲੱਗੀ।

"ਆਂਟੀ, ਇਕ ਕੁੜੀ ਦਫ਼ਤਰ ਵਿਚ ਮੈਨੂੰ ਬਹੁਤ ਚੰਗੀ ਲੱਗਦੀ ਸੀ। ਗਗਨ ਨੂੰ ਵੀ ਪਤੈ ਉਸਦੇ ਬਾਰੇ, ਪਰ ਉਹਦੇ ਮਾਪੇ ਕਦੀ ਨਹੀਂ ਮੰਨਣਗੇ। ਉਹ ਉਹਦਾ ਵਿਆਹ ਆਪਣੀ ਬਿਰਾਦਰੀ ਵਿਚ ਹੀ ਕਰਨਾ ਚਾਹੁੰਦੇ ਹਨ। ਲੜਕੀ ਦਾ ਜਵਾਬ ਵੀ ਇਹੀ ਸੀ ਕਿ ਉਹਦੇ ਮਾਂ-ਬਾਪ ਜਿੱਥੇ ਚਾਹੁਣਗੇ ਉਹ ਉਥੇ ਹੀ ਵਿਆਹ ਕਰੇਗੀ। ਸੋ ਮੈਂ ਪਿੱਛੇ ਹੱਟ ਗਿਆ। ਉਸ ਕੁੜੀ ਦੀ ਤਾਂ ਹੁਣ ਮੰਗਣੀ ਹੋ ਗਈ ਹੈ।" ਅਮਨ ਮਾਯੂਸ ਜਿਹਾ ਚਿਹਰਾ ਬਣਾ ਕੇ ਬੋਲਿਆ।

"ਤੇਰੇ ਘਰਦਿਆਂ ਨੇ ਕੋਈ ਕੁੜੀ ਲੱਭੀ ਹੋਈ ਹੈ, ਤੇਰੇ ਲਈ?" ਪ੍ਰੀਤੀ ਨੇ ਪੁੱਛਿਆ।

"ਹਾਂ, ਮੇਰੇ ਮਾਮਾ ਜੀ ਨੇ ਪਿੰਡ ਵਿਚ ਇਕ ਕੁੜੀ ਪਸੰਦ ਕੀਤੀ ਹੋਈ ਹੈ। ਉਹਨਾਂ ਆਪੇ ਹੀ 'ਹਾਂ' ਕਰ ਦਿੱਤੀ। ਭਲਾ ਇਹ ਵੀ ਕੋਈ ਗੱਲ ਹੋਈ?" ਅਮਨ ਦੇ ਮੱਥੇ ਤੇ ਵੱਟ ਪੈ ਗਏ ਸਨ।

"ਤੂੰ ਵੇਖੀ ਹੈ, ਉਹ ਕੁੜੀ?"

"ਨਹੀਂ।"

"ਇਕ ਵੇਰ ਵੇਖ ਲੈ ਫਿਰ ਆਪਣਾ ਫੈਸਲਾ ਦੱਸ ਦਈਂ।"

"ਅੰਮਾਂ ਨੇ ਐਵੇਂ ਜਲਦੀ ਮਚਾ ਰੱਖੀ ਹੈ। ਮੈਂ ਕੁਝ ਹੋਰ ਮੋਹਲਤ ਚਾਹੁੰਦਾ ਹਾਂ। ਜੇ ਗਗਨ ਦੀ ਵਹੁਟੀ ਵਾਂਗ ਕੋਈ ਮਿਲ ਜਾਵੇ ਤਾਂ ਮੈਂ ਝਟ ਹਾਂ ਕਰਦਿਆਂ.......।" ਅਮਨ ਝੇਂਪ ਕੇ ਰੁੱਕ-ਰੁੱਕ ਕੇ ਬੋਲਿਆ।

ਪ੍ਰੀਤੀ ਹੱਸਣ ਲੱਗ ਪਈ, "ਅਮਨ ਬੇਟਾ, ਈਨਾ ਵਾਂਗ ਤਾਂ ਕੋਈ ਹੋਰ ਲੜਕੀ ਨਹੀਂ ਮਿਲ ਸਕਦੀ। ਹੋ ਸਕਦਾ ਹੈ ਉਸ ਤੋਂ ਸੋਹਣੀ ਅਤੇ ਸਿਆਣੀ ਮਿਲ ਜਾਵੇ। ਤੈਨੂੰ ਤਾਂ ਇਹੋ ਜਹੀ ਲੜਕੀ ਚਾਹੀਦੀ ਹੈ ਜੋ ਤੇਰੇ ਘਰਦਿਆਂ ਨਾਲ ਵੀ ਘੁੱਲ-ਮਿਲ ਜਾਵੇ। ਤੂੰ ਕੁੜੀ ਵੇਖ ਆ। ਇਕ ਵਾਰ ਕੁੜੀ ਵੇਖਣ ਵਿਚ ਕੋਈ ਹਰਜ਼ ਨਹੀਂ.......।"

ਇਕ ਦਿਨ ਰੇਵਤੀ ਦਾ ਫ਼ੋਨ ਆਇਆ-"ਪ੍ਰੀਤੀ ਭੈਣ ਜੀ ਅਮਨ ਤੇ ਤੁਹਾਡੀ ਗੱਲ ਦਾ ਕੁਝ ਅਸਰ ਤਾਂ ਹੋਇਆ ਹੈ। ਉਹ ਲੜਕੀ ਵੇਖਣ ਲਈ ਮੰਨ ਗਿਆ ਹੈ।"

"ਬਹੁਤ ਅੱਛਾ! ਕਦੋਂ ਜਾ ਰਹੇ ਹੋ?" ਪ੍ਰੀਤੀ ਨੇ ਉਤਸ਼ਾਹ ਨਾਲ ਪੁੱਛਿਆ।

"ਅਮਨ ਹੀ ਦੱਸੇਗਾ, ਉਹਨੂੰ ਛੁੱਟੀ ਕਦੋਂ ਮਿਲ ਸਕਦੀ ਹੈ। ਭੈਣ ਜੀ ਤੁਸੀਂ ਸਾਡੇ ਨਾਲ ਚਲੋਗੇ, ਕੁੜੀ ਵੇਖਣ ਲਈ?"

"ਕੁੜੀ ਤਾਂ ਅਮਨ ਨੇ ਪਸੰਦ ਕਰਨੀ ਹੈ, ਤੁਸਾਂ ਤਾਂ ਪਹਿਲਾਂ ਹੀ ਪਸੰਦ ਕੀਤੀ ਹੋਈ ਹੈ। ਵਾਪਿਸ ਆ ਕੇ ਮੈਨੂੰ ਦੱਸਣਾ ਕਿ ਕੀ ਹੋਇਆ।" ਪ੍ਰੀਤੀ ਨੇ ਕਿਹਾ।

ਪ੍ਰੀਤੀ ਨੇ ਸੋਚਿਆ ਕਿ ਰੇਵਤੀ ਨੂੰ ਕਹੇ ਕਿ ਮੁੰਡੇ ਨੂੰ ਮਜਬੂਰ ਨਾ ਕਰੇ.....ਪਰ ਉਹ ਕੁਝ ਸੋਚ ਕੇ ਚੁੱਪ ਕਰ ਗਈ। ਅਮਨ ਕੋਈ ਛੋਟਾ ਬੱਚਾ ਥੋੜ੍ਹਾ ਹੀ ਹੈ। ਆਪਣਾ ਭਲਾ-ਬੁਰਾ ਸਮਝਦਾ ਹੈ।

*****

ਕੁਝ ਦਿਨ ਹੀ ਲੰਘੇ ਸਨ ਕਿ ਰੇਵਤੀ ਨੇ ਬੜਾ ਚਹਿਕ ਕੇ, ਫ਼ੋਨ ਤੇ ਪ੍ਰੀਤੀ ਨੂੰ ਖ਼ਬਰ ਦਿੱਤੀ ਸੀ-ਅਮਨ ਨੇ ਉਸ ਕੁੜੀ ਲਈ ਹਾਂ ਕਰ ਦਿੱਤੀ ਹੈ ਅਤੇ ਵਿਆਹ ਦੀ ਤਾਰੀਖ ਵੀ ਪੱਕੀ ਕਰ ਦਿੱਤੀ ਹੈ ਕਿਉਂਕਿ ਉਸ ਤੋਂ ਬਾਅਦ ਵਿਆਹ ਦਾ ਮਹੂਰਤ ਤਿੰਨ ਮਹੀਨੇ ਨਿਕਲ ਹੀ ਨਹੀਂ ਸਕਦਾ।

ਵੇਖਦੇ-ਵੇਖਦੇ ਅਮਨ ਦੀ ਅਲਕਾ ਨਾਲ ਸ਼ਾਦੀ ਹੋ ਗਈ। ਪ੍ਰੀਤੀ ਵੀ ਅਮਨ ਦੀ ਜੰਜ ਨਾਲ ਹਰਿਆਣਾ ਦੇ ਇਕ ਪਿੰਡ ਵਿਚ ਗਈ ਸੀ। ਅਮਨ ਦਾ ਇਕ ਦੋਸਤ ਸੰਜੇ ਵੀ ਨਾਲ ਗਿਆ ਸੀ। ਅਮਨ ਇਸ ਮੌਕੇ ਤੇ ਗਗਨ ਨੂੰ ਬਹੁਤ ਮਿਸ ਕਰ ਰਿਹਾ ਸੀ। ਅਮਨ ਵੀ ਖ਼ੁਸ਼ ਨਜ਼ਰ ਆ ਰਿਹਾ ਸੀ। ਉਹ ਆਪਣੀ ਪਤਨੀ, ਅਲਕਾ ਨੂੰ ਲੈ ਕੇ ਪ੍ਰੀਤੀ ਦੇ ਘਰ ਆਇਆ ਸੀ। ਅਲਕਾ ਨੇ ਹਿੰਦੀ ਮੀਡੀਅਮ ਰਾਹੀਂ ਬੀ. ਏ. ਕੀਤੀ ਹੋਈ ਸੀ। ਉਹਦਾ ਬੋਲਣ ਦਾ ਲਹਿਜ਼ਾ ਹਰਿਆਣਵੀ ਸੀ। ਚਿਹਰਾ ਬੜਾ ਹਸਮੁਖ ਸੀ। ਦੋ ਤਿੰਨ ਮੁਲਾਕਾਤਾਂ ਵਿਚ ਹੀ ਅਲਕਾ ਪ੍ਰੀਤੀ ਨਾਲ ਇੰਜ ਘੁੱਲ ਮਿਲ ਗਈ ਜਿਵੇਂ ਉਹਨਾਂ ਦੀ ਕੋਈ ਪੁਰਾਣੀ ਸਾਂਝ ਹੋਵੇ।

ਅਮਨ ਦੀ ਅੰਮਾਂ ਨੇ ਦੱਸਿਆ ਸੀ ਕਿ ਅਲਕਾ ਉਹਨਾਂ ਦੇ ਘਰ ਵਿਚ ਰੱਚ-ਮਿਚ ਗਈ ਹੈ। ਅਮਨ ਦੇ ਦੋਵੇਂ ਭਰਾ ਵੀ ਬਹੁਤ ਖੁਸ਼ ਸਨ। 'ਭਾਬੀ, ਭਾਬੀ' ਕਰਦੇ ਨਾ ਥੱਕਦੇ। ਇਕ ਦਿਨ ਰੇਵਤੀ ਨੇ ਪ੍ਰੀਤੀ ਨੂੰ ਕਿਹਾ-"ਮੈਨੂੰ ਤਾਂ ਧੀ ਦੀ ਕਮੀ ਸੀ। ਧੀ ਮਿਲ ਗਈ ਹੈ। ਅਮਨ ਕੋਈ ਗਿਟ-ਮਿਟ ਬੋਲਣ ਵਾਲੀ ਲੈ ਆਉਂਦਾ ਤਾਂ ਮੇਰਾ ਜੀਣਾ ਦੂਭਰ ਹੋ ਜਾਂਦਾ.....।"

ਦਸੰਬਰ ਵਿਚ ਕ੍ਰਿਸਮਿਸ ਦੀਆਂ ਛੁੱਟੀਆਂ ਵਿਚ ਗਗਨ ਅਤੇ ਈਨਾ ਇੰਡੀਆ ਆਏ ਤਾਂ ਉਹ ਅਲਕਾ ਅਤੇ ਅਮਨ ਨਾਲ ਘੁੰਮਣ ਦੋ ਦਿਨ ਲਈ ਜੈਪੁਰ ਚਲੇ ਗਏ। ਵਾਪਸ ਆ ਕੇ ਈਨਾ ਅਤੇ ਗਗਨ ਨੇ ਅਲਕਾ ਦੀ ਬਹੁਤ ਪ੍ਰਸੰਸਾ ਕੀਤੀ।

ਸਭ ਠੀਕ ਹੀ ਚਲ ਰਿਹਾ ਸੀ। ਪਰ ਪਿਛਲੇ ਸੱਤ-ਅੱਠ ਮਹੀਨੇ ਹੋਏ ਅਮਨ ਦਾ ਕੁਝ ਪਤਾ ਹੀ ਨਾ ਲੱਗਦਾ। ਉਹਦੇ ਫ਼ੋਨ ਬਹੁਤ ਘੱਟ ਗਏ ਸਨ। ਉਹਦਾ ਪ੍ਰੀਤੀ ਵੱਲ

ਆਉਣਾ ਤਾਂ ਨਾਂਹ ਦੇ ਬਰਾਬਰ ਸੀ। ਪ੍ਰੀਤੀ ਸੋਚਦੀ ਕਿ ਹੁਣ ਉਹਦੀ ਆਪਣੀ ਘਰ-ਗ੍ਰਹਿਸਥੀ ਹੈ, ਮਾਤਾ-ਪਿਤਾ ਹੈਣ। ਫਿਰ ਦਫ਼ਤਰ ਦਾ ਇਨਾ ਕੰਮ। ਪ੍ਰੀਤੀ ਫ਼ੋਨ ਤੇ ਅਲਕਾ ਅਤੇ ਰੇਵਤੀ ਨਾਲ ਗੱਲ ਕਰਦੀ ਰਹਿੰਦੀ।

ਇਕ ਦਿਨ ਪ੍ਰੀਤੀ ਨੇ ਫ਼ੋਨ ਕੀਤਾ ਤਾਂ ਉਹਨੂੰ ਲੱਗਾ ਕਿ ਅਲਕਾ ਬੜੀ ਪ੍ਰੇਸ਼ਾਨ ਹੈ। ਪ੍ਰੀਤੀ ਨੇ ਕਾਰਨ ਪੁੱਛਿਆ ਤਾਂ ਉਹ ਰੋਣ ਹੀ ਲੱਗ ਪਈ। ਪ੍ਰੀਤੀ ਨੇ ਸੋਚਿਆ, "ਅਮਨ ਨਾਲ ਜਾਂ ਉਹਦੀ ਮੰਮੀ ਨਾਲ ਕਿਸੇ ਗੱਲ ਤੋਂ ਖਟਪਟ ਹੋ ਗਈ ਹੋਵੇਗੀ। ਨੋਂਕ-ਝੋਂਕ ਤਾਂ ਘਰਾਂ ਵਿਚ ਹੁੰਦੀ ਹੀ ਰਹਿੰਦੀ ਹੈ।" ਇਹ ਸੋਚ ਕੇ ਪ੍ਰੀਤੀ ਸ਼ਾਂਤ ਹੋ ਗਈ।

ਪਰ ਦੂਜੇ ਦਿਨ ਰੇਵਤੀ ਅਤੇ ਅਲਕਾ ਨੂੰ ਆਪਣੇ ਸਾਹਮਣੇ ਵੇਖਕੇ ਉਹ ਹੈਰਾਨ ਰਹਿ ਗਈ। ਦੋਹਾਂ ਦੇ ਚਿਹਰੇ ਬੜੇ ਸੰਜੀਦਾ ਸਨ। ਸਮੱਸਿਆ ਕੋਈ ਗੰਭੀਰ ਹੀ ਸੀ।

"ਅਮਨ ਨੂੰ ਫ਼ੋਨ ਆਉਂਦੇ ਨੇ, ਬਹੁਤ ਰਾਤੀਂ, ਅੱਧੀਂ ਰਾਤੀਂ ਸੱਤੀ ਸਵੇਰੇ......। ਘੰਟਾ, ਡੇਢ ਘੰਟਾ, ਦਰਵਾਜ਼ਾ ਬੰਦ ਕਰਕੇ ਉਹ ਫ਼ੋਨ ਤੇ ਲੱਗਾ ਰਹਿੰਦਾ ਹੈ।" ਰੇਵਤੀ ਬੋਲੀ

"ਹੋ ਸਕਦਾ ਹੈ, ਉਹ ਦਫ਼ਤਰ ਦੇ ਕਿਸੇ ਕੰਮ ਲਈ ਆਉਂਦੇ ਹੋਣ। ਅੱਜ ਕਲ੍ਹ ਆਈ. ਟੀ. ਵਿਚ ਕੰਮ ਕਰਦੇ ਕਰਮਚਾਰੀਆਂ ਦਾ ਇਹੀ ਹਾਲ ਹੈ। ਉਹਨਾਂ ਦੇ ਪ੍ਰਾਜੈਕਟ ਅਮਰੀਕਾ, ਇੰਗਲੈਂਡ, ਯੂਰਪ ਆਦਿ ਦੇਸ਼ਾਂ ਨਾਲ ਸੰਬੰਧਿਤ ਹੁੰਦੇ ਹਨ। ਉਹਨਾਂ ਦੇ ਅਤੇ ਸਾਡੇ ਦੇਸ਼ ਵਿਚ ਦਿਨ-ਰਾਤ ਦਾ ਅੰਤਰ ਹੁੰਦਾ ਹੈ......।"

"ਆਂਟੀ, ਦਫ਼ਤਰ ਦੇ ਫ਼ੋਨ ਅਤੇ ਦੂਜੇ ਫ਼ੋਨ ਦਾ ਫ਼ਰਕ ਤਾਂ ਮੈਂ ਵੀ ਸਮਝਦੀ ਹਾਂ।" ਅਲਕਾ ਦੀ ਆਵਾਜ਼ ਬੜੀ ਭਾਰੀ ਸੀ।

"ਤੂੰ ਕਿਥੇ ਹੁੰਦੀ ਹੈਂ ਜਦੋਂ ਫ਼ੋਨ ਆਉਂਦੇ ਨੇ?" ਪ੍ਰੀਤੀ ਦੀ ਆਵਾਜ਼ ਵਿਚ ਚਿੰਤਾ ਸੀ।

"ਮੇਰੇ ਨਾਲ ਤਾਂ ਪਿਛਲੇ ਛੇ ਮਹੀਨੇ ਤੋਂ ਗੱਲ ਹੀ ਨਹੀਂ ਕਰ ਰਿਹਾ।" ਅਲਕਾ ਦੀਆਂ ਅੱਖਾਂ ਵਿਚੋਂ ਹੰਝੂ ਕਿਰਨ ਲੱਗ ਪਏ ਸਨ।

"ਛੇ ਮਹੀਨੇ ਤੋਂ? ਕੁੜੀ ਕੌਣ ਹੈ?" ਪ੍ਰੀਤੀ ਨੇ ਘਬਰਾ ਕੇ ਪੁੱਛਿਆ।

"ਦਫ਼ਤਰ ਵਿਚ ਹੀ ਹੈ......।" ਰੇਵਤੀ ਬੋਲੀ।

ਅਲਕਾ ਰੋਈ ਜਾ ਰਹੀ ਸੀ।

ਕਮਰੇ ਵਿਚ ਲੰਬੀ ਚੁੱਪ ਛਾ ਗਈ।

ਪ੍ਰੀਤੀ ਉਠਕੇ ਪਾਣੀ ਦਾ ਗਿਲਾਸ ਲੈ ਆਈ। ਉਹ ਅਲਕਾ ਨੂੰ ਚੁੱਪ ਕਰਾਣ ਦੀ ਕੋਸ਼ਿਸ਼ ਕਰਨ ਲੱਗੀ। ਉਹਦਾ ਰੋਣਾ ਕੁਝ ਘਟਿਆ ਤਾਂ ਅਲਕਾ ਕਹਿਣ ਲੱਗੀ-

"ਅਮਨ, ਕਮਰੇ ਦਾ ਦਰਵਾਜ਼ਾ ਬੰਦ ਕਰ ਲੈਂਦਾ ਹੈ। ਕੋਲ ਵੀ ਹੋਵਾਂ ਤਾਂ ਮੈਨੂੰ ਉਹਦੀ ਗੱਲ ਕੁਝ ਪੱਲੇ ਨਹੀਂ ਪੈਂਦੀ। ਉਹ ਇੰਨੀ ਹੌਲੀ ਬੋਲਦਾ ਹੈ, ਉਹ ਅੰਗਰੇਜ਼ੀ ਵਿੱਚ....।"

"ਤੂੰ ਸੌਂਦੀ ਕਿੱਥੇ ਹੈਂ?" ਪ੍ਰੀਤੀ ਨੇ ਪੁੱਛਿਆ।

"ਉਸੇ ਕਮਰੇ ਵਿਚ, ਉਸੇ ਬੈੱਡ ਤੇ।"

"ਤੇ ਫਿਰ?" ਪ੍ਰੀਤੀ ਕੁਝ ਹੋਰ ਪੁੱਛਣ ਤੋਂ ਝਿਝਕ ਗਈ ਸੀ।

ਅਲਕਾ ਚੁੱਪ ਸੀ। ਉਹਦੀਆਂ ਅੱਖਾਂ ਫਿਰ ਤੋਂ ਲਬਾਲਬ ਭਰ ਗਈਆਂ ਸਨ।

"ਉਹ ਮੈਨੂੰ ਨੇੜੇ ਨਹੀਂ ਢੁਕਣ ਦਿੰਦਾ......। ਮੈਂ ਵੀ ਉਹਦੇ ਤੇ ਕਿਉਂ ਡਿੱਗਾਂ?" ਉਹ ਰੋਣ ਹੱਕੀ ਜਿਹੀ ਹੋ ਕੇ ਬੋਲੀ।

"ਕੀਤੀ ਨਾ ਇਹਨੇ ਜੱਟਾਂ ਵਾਲੀ ਗੱਲ। ਹੈ ਤਾਂ ਜੱਟਾਂ ਦੀ ਹੀ ਧੀ। ਇਹ ਆਪਣੀ ਹੈਂਕੜ ਵਿਚ ਰਹਿੰਦੀ ਹੈ। ਨਹੀਂ ਤਾਂ ਛੇ ਮਹੀਨੇ ਇੰਜ ਲੰਘ ਜਾਣ! ਇਕ ਹੀ ਕਮਰੇ ਵਿਚ, ਇਕ ਹੀ ਬੈੱਡ ਤੇ। ਇਹ ਚਾਹੇ ਤਾਂ ਉਹਨੂੰ ਫੁਸਲਾ ਸਕਦੀ ਏ....ਥੋੜ੍ਹਾ ਅੱਗੇ ਵੱਧੇ। ਹੁਣ ਮੈਂ ਕੀ ਕਹਾਂ? ਭੈਣ ਜੀ!" ਰੇਵਤੀ ਅਲਕਾ ਬਾਰੇ ਸ਼ਿਕਾਇਤ ਕਰਨ ਦੇ ਲਹਿਜੇ ਵਿਚ ਬੋਲੀ।

"ਤੂੰ ਕਦੀ ਕੋਸ਼ਿਸ਼ ਤਾਂ ਕਰ। ਔਰਤਾਂ ਤਾਂ ਕਈ ਤਰ੍ਹਾਂ ਦੇ ਚਰਿੱਤਰ ਕਰ ਲੈਂਦੀਆਂ ਨੇ..। ਆਪਣੀ ਜ਼ਿੱਦ ਛੱਡ ਦੇ। ਇਹਦੇ ਵਿਚ ਕੋਈ ਹੇਠੀ ਨਹੀਂ। ਤੇਰਾ ਘਰ ਵਾਲਾ ਹੈ। ਉਹਦੇ ਤੇ ਹੱਕ ਜਤਲਾ। ਜੇ ਤੂੰ ਪਿੱਛੇ ਹਟਦੀ ਗਈ ਤਾਂ ਉਹ ਉਸ ਕੁੜੀ ਵੱਲ ਖਿਚਦਾ ਚਲਾ ਜਾਵੇਗਾ....।" ਰੇਵਤੀ ਅਲਕਾ ਨੂੰ ਸਮਝਾਣ ਦੇ ਲਹਿਜੇ ਵਿਚ ਬੋਲੀ।

ਪ੍ਰੀਤੀ ਉਹਨਾਂ ਦੀਆਂ ਗੱਲਾਂ ਬੜੇ ਧਿਆਨ ਨਾਲ ਸੁਣ ਰਹੀ ਸੀ। ਉਹਦੇ ਚਿਹਰੇ ਤੇ ਚਿੰਤਾ ਦੀਆਂ ਰੇਖਾਵਾਂ ਉਭਰ ਆਈਆਂ ਸਨ।

"ਤੂੰ ਕਦੀ ਜਾਣਨ ਦੀ ਕੋਸ਼ਿਸ਼ ਕੀਤੀ ਏ ਕਿ ਉਹਦੇ ਵਿਚ ਇਹ ਤਬਦੀਲੀ ਕਿੰਝ ਆ ਗਈ। ਉਸ ਕੁੜੀ ਦਾ ਪਤਾ ਕਰੋ, ਕੌਣ ਹੈ? ਉਹਦੇ ਦੋਸਤ ਸੰਜੇ ਨੂੰ ਪੁੱਛੋ, ਉਹ ਜ਼ਰੂਰ ਜਾਣਦਾ ਹੋਵੇਗਾ। ਇਹ ਤਾਂ ਅਨੱਰਥ ਹੀ ਹੈ।" ਪ੍ਰੀਤੀ ਦਾ ਮਨ ਅਲਕਾ ਲਈ ਕਲਪ ਰਿਹਾ ਸੀ।

"ਸਾਡੇ ਕਿਸੇ ਨਾਲ ਖਾਸ ਗੱਲ ਹੀ ਨਹੀਂ ਕਰਦਾ। ਖਾਣ-ਪੀਣ ਵੱਲੋਂ ਬਿਲਕੁਲ ਲਾ-ਪ੍ਰਵਾਹ ਹੋ ਗਿਆ ਹੈ। ਮੈਂ ਉਹਦੀ ਮਾਂ ਹਾਂ। ਉਹਦੀ ਹਾਲਤ ਵੇਖ-ਵੇਖ ਕੇ ਕਲੇਜਾ ਸੜਦਾ ਹੈ। ਅਲਕਾ ਦੇ ਅੱਥਰੂ ਵੇਖੇ ਨਹੀਂ ਜਾਂਦੇ। ਇਸ ਕੁੜੀ ਦਾ ਕੀ ਦੋਸ਼?"

"ਕੀ ਤੁਸੀਂ ਅਮਨ ਕੋਲੋਂ ਜ਼ਬਰਦਸਤੀ ਵਿਆਹ ਲਈ ਹਾਂ ਕਰਵਾਈ ਸੀ?" ਪ੍ਰੀਤੀ ਨੇ ਪੁੱਛਿਆ।

"ਪਹਿਲਾਂ ਤਾਂ ਨਾਂਹ ਹੀ ਕਰਦਾ ਰਿਹਾ। ਫਿਰ ਅਲਕਾ ਨੂੰ ਵੇਖਕੇ ਆਪੇ ਮਾਮੇ ਨੂੰ ਹਾਂ ਕਰ ਦਿੱਤੀ। ਅਸਾਂ ਤਾਂ ਪੁੱਛਿਆ ਸੀ ਕਿ ਆਪਣੀ ਪਸੰਦ ਦੀ ਕੋਈ ਕੁੜੀ ਹੈ ਤਾਂ ਦੱਸ। ਪਰ ਉਹ ਚੁੜੇਲ ਹੁਣ ਪਤਾ ਨਹੀਂ ਕਿੱਥੋਂ ਆ ਗਈ? ਸਾਡੇ ਘਰ ਦੀ ਸ਼ਾਂਤੀ ਖਤਮ ਹੋ ਗਈ।" ਰੇਵਤੀ ਦੀ ਆਵਾਜ਼ ਵਿਚੋਂ ਬਹੁਤ ਪ੍ਰੇਸ਼ਾਨੀ ਝਲਕ ਰਹੀ ਸੀ।

ਗੱਲਾਂ ਕਰਦੇ ਕਰਦੇ ਅਲਕਾ ਕਦੀ ਰੋ ਪੈਂਦੀ, ਕਦੀ ਚੁੱਪ ਕਰ ਜਾਂਦੀ।

ਉਸ ਸਾਰੀ ਰਾਤ ਪ੍ਰੀਤੀ ਸੌਂ ਨਾ ਸਕੀ। ਇਹ ਸਭ ਕਿਉਂ ਤੇ ਕਿਵੇਂ ਹੋ ਗਿਆ? ਉਹਨੂੰ ਅਮਨ ਦੀ ਕਹੀ ਹੋਈ ਇਕ ਗੱਲ ਯਾਦ ਆ ਗਈ–'ਜੇ ਮੈਨੂੰ ਗਗਨ ਦੀ ਵਹੁਟੀ ਵਾਂਗ ਕੋਈ ਮਿਲ ਜਾਵੇ ਤਾਂ ਮੈਂ ਝੱਟ ਹਾਂ ਕਰ ਦਿਆਂ।"

ਐਤਵਾਰ ਨੂੰ ਬਿਨਾਂ ਦੱਸੇ ਪ੍ਰੀਤੀ ਅਮਨ ਦੇ ਘਰ ਪਹੁੰਚ ਗਈ। ਅਲਕਾ ਰਸੋਈ ਵਿਚ ਕੁਝ ਬਣਾ ਰਹੀ ਸੀ। ਅਮਨ ਆਪਣੇ ਕਮਰੇ ਦਾ ਦਰਵਾਜ਼ਾ ਬੰਦ ਕਰਕੇ ਅੰਦਰ ਪਤਾ ਨਹੀਂ ਕੀ ਕਰ ਰਿਹਾ ਸੀ। ਛੋਟੂ ਕੰਪਿਊਟਰ ਤੇ ਕੋਈ ਗੇਮ ਖੇਡ ਰਿਹਾ ਸੀ। ਬੱਬੀ ਬਾਹਰ ਵਿਹੜੇ ਵਿਚ ਮੋਟਰ-ਸਾਈਕਲ ਸਾਫ਼ ਕਰ ਰਿਹਾ ਸੀ। ਅਮਨ ਦੇ ਪਿਤਾ ਜੀ ਬਗੀਚੇ ਵਿਚ ਪੌਦਿਆਂ ਨੂੰ ਪਾਣੀ ਦੇ ਰਹੇ ਸਨ। ਰੇਵਤੀ ਬਾਹਰ ਵਿਹੜੇ ਵਿਚ ਤਾਰ ਤੇ ਕੱਪੜੇ ਸੁਕਣੇ ਪਾ ਰਹੀ ਸੀ। ਘਰ ਵਿਚ ਇਕ ਗੰਭੀਰ ਜਿਹਾ, ਸੋਗੀ ਜਿਹਾ ਮਾਹੌਲ ਸੀ। ਪ੍ਰੀਤੀ ਨੂੰ ਵੇਖਕੇ ਹੌਲੀ ਹੌਲੀ ਸਭ ਹਾਲ-ਕਮਰੇ ਵਿਚ ਆ ਗਏ। ਰਸਮੀ ਜਹੀਆਂ ਗੱਲਾਂ ਹੁੰਦੀਆਂ ਰਹੀਆਂ। ਅਮਨ ਕੁਝ ਦੇਰ ਬਾਅਦ ਕਮਰੇ ਤੋਂ ਬਾਹਰ ਨਿਕਲ ਆਇਆ। ਜਾਂ ਤਾਂ ਉਸ ਪ੍ਰੀਤੀ ਦੀ ਆਵਾਜ਼ ਸੁਣ ਲਈ ਸੀ ਜਾਂ ਫਿਰ ਛੋਟੂ ਬੁਲਾ ਲਿਆਇਆ ਸੀ।

ਉਹਨੂੰ ਵੇਖ ਕੇ ਪ੍ਰੀਤੀ ਦੰਗ ਰਹਿ ਗਈ। ਅੱਖਾਂ ਅੰਦਰ ਨੂੰ ਧਸੀਆਂ ਹੋਈਆਂ, ਗੱਲ੍ਹਾਂ ਪਿਚਕੀਆਂ ਪਈਆਂ ਸਨ......। ਵਾਲ ਰੁੱਖੇ.....। ਸ਼ੇਵ ਵੀ ਨਹੀਂ ਕੀਤੀ ਹੋਈ ਸੀ।

'ਵੱਡਾ ਮਜਨੂੰ ਦੀ ਉਲਾਦ।' ਪ੍ਰੀਤੀ ਨੇ ਮਨ ਹੀ ਮਨ ਸੋਚਿਆ, ਉਹ ਉਪਰੋਂ ਬੋਲੀ,

"ਇਹ ਤੈਨੂੰ ਕੀ ਹੋ ਗਿਆ ਹੈ, ਅਮਨ ਬੇਟੇ? ਕੀ ਬੀਮਾਰ ਹੈਂ?"

"ਨਹੀਂ, ਮੈਂ ਠੀਕ ਹਾਂ।" ਉਹ ਮਰੀਅਲ ਜਹੀ ਆਵਾਜ਼ ਵਿਚ ਬੋਲਿਆ।

"ਫਿਰ ਇਹ ਕੀ ਹਾਲਤ ਬਣਾ ਰੱਖੀ ਹੈ?" ਪ੍ਰੀਤੀ ਨੇ ਪੁੱਛਿਆ।

"ਬੱਸ ਦਫ਼ਤਰ 'ਚ ਕੰਮ ਬਹੁਤ ਹੈ ਆਂਟੀ।" ਉਹਨੇ ਸੰਖੇਪ ਜਿਹਾ ਉੱਤਰ ਦਿੱਤਾ।

"ਤਾਂ ਹੀ ਮੇਰੀ ਖਬਰ ਨਹੀਂ ਲੈਂਦਾ, ਨਾ ਫ਼ੋਨ, ਨਾ ਤੇਰਾ ਘਰ ਆਉਣਾ। ਗਗਨ ਦੀ ਈ-ਮੇਲ ਦਾ ਵੀ ਤੂੰ ਜਵਾਬ ਨਹੀਂ ਦਿੰਦਾ.....।"

ਗੱਲ ਗੱਲ ਤੇ ਹੱਸਣ ਵਾਲਾ ਅਮਨ ਗੰਭੀਰ ਚਿਹਰਾ ਲਈ ਕੁਝ ਦੇਰ ਕੋਲ ਬੈਠਾ ਰਿਹਾ, ਫਿਰ ਆਪਣੇ ਕਮਰੇ ਵਿਚ ਚਲਾ ਗਿਆ। ਘਰ ਵਿਚ ਚੁੱਪ ਗਹਿਰੀ ਹੋ ਗਈ। ਉਥੇ ਪ੍ਰੀਤੀ ਲਈ ਹੋਰ ਬੈਠਣਾ ਔਖਾ ਹੋ ਗਿਆ। ਉਥੋਂ ਚਲਣ ਤੋਂ ਪਹਿਲਾਂ ਉਹ ਅਮਨ ਦੇ ਕਮਰੇ ਵਿਚ ਗਈ। ਉਹ ਅੱਖਾਂ ਤੇ ਬਾਂਹ ਰੱਖ ਕੇ ਲੇਟਿਆ ਹੋਇਆ ਸੀ।

"ਕੀ ਗੱਲ ਹੈ, ਅਮਨ? ਥਕਾਵਟ ਲਾਹ ਰਿਹੈਂ?" ਪ੍ਰੀਤੀ ਨੇ ਉਹਦੀ ਬਾਂਹ ਨੂੰ ਅੱਖਾਂ ਤੋਂ ਪਰ੍ਹਾਂ ਕਰਦੇ ਹੋਏ ਪੁੱਛਿਆ।

"ਹੂੰ!" ਅਮਨ ਨੇ ਸੰਖੇਪ ਜਿਹਾ ਹੁੰਗਾਰਾ ਭਰਿਆ।

"ਤੂੰ ਕਿਸੇ ਗੱਲ ਤੋਂ ਪ੍ਰੇਸ਼ਾਨ ਲੱਗਦਾ ਏਂ। ਜੇ ਆਂਟੀ ਨੂੰ ਆਪਣੀ ਸਮਝਦਾ ਏਂ

ਤਾਂ ਮੈਨੂੰ ਦੱਸ....।" ਪ੍ਰੀਤੀ ਨੇ ਅਮਨ ਦਾ ਹੱਥ ਆਪਣੇ ਹੱਥ ਵਿੱਚ ਲੈ ਕੇ ਪੁੱਛਿਆ।

"ਕੀ ਦੱਸਾਂ, ਆਂਟੀ ?" ਉਹਦੀਆਂ ਅੱਖਾਂ ਭਰ ਆਈਆਂ ਸਨ।

"ਕੁਝ ਬਹੁਤ ਵੱਡੀ ਸਮੱਸਿਆ ਲੱਗਦੀ ਹੈ।" ਪ੍ਰੀਤੀ ਨੇ ਚਿੰਤਾ ਪ੍ਰਗਟ ਕਰਦੇ ਹੋਏ ਕਿਹਾ।

"ਮੈਂ ਆਵਾਂਗਾ, ਤੁਹਾਡੇ ਵੱਲ।" ਅਮਨ ਨੇ ਹੰਝੂ ਪੂੰਝਦੇ ਹੋਏ ਕਿਹਾ।

"ਕਦੋਂ ?"

"ਜਲਦੀ ਹੀ, ਉਥੇ ਹੀ ਗੱਲ ਕਰਾਂਗਾ।"

"ਚਲ ਹੁਣੇ ਚਲ, ਅੱਜ ਛੁੱਟੀ ਹੈ।" ਪ੍ਰੀਤੀ ਨੇ ਉਹਦਾ ਹੱਥ ਖਿਚਦੇ ਹੋਏ ਉਹਨੂੰ ਉਠਾਣ ਦੀ ਕੋਸ਼ਿਸ਼ ਕੀਤੀ।

"ਨਹੀਂ ਆਂਟੀ, ਅੱਜ ਨਹੀਂ, ਜਲਦੀ ਹੀ ਆਵਾਂਗਾ।"

****

ਪ੍ਰੀਤੀ ਕਈ ਦਿਨ ਤੱਕ ਅਮਨ ਦੀ ਉਡੀਕ ਕਰਦੀ ਰਹੀ ਪਰ ਉਹ ਨਹੀਂ ਆਇਆ। ਉਹਨੂੰ ਪਤਾ ਲੱਗਾ ਕਿ ਉਹ ਦਫ਼ਤਰ ਦੇ ਕੰਮ ਸਿੰਗਾਪੁਰ ਚਲਾ ਗਿਆ ਹੈ।

5.

ਇਕ ਦਿਨ ਪ੍ਰੀਤੀ ਨੂੰ ਅਲਕਾ ਦਾ ਫ਼ੋਨ ਆਇਆ। ਉਹਦੀ ਆਵਾਜ਼ ਵਿਚੋਂ ਬੜੀ ਪ੍ਰੇਸ਼ਾਨੀ ਝਲਕ ਰਹੀ ਸੀ।

"ਆਂਟੀ, ਅੱਜ ਸਾਡੇ ਘਰ ਆ ਜਾਉ।"

"ਕੀ ਗੱਲ ਹੋ ਗਈ ?"

"ਆਂਟੀ, ਫ਼ੋਨ ਤੇ ਨਹੀਂ ਦੱਸ ਸਕਦੀ। ਅੱਜ ਮੈਂ ਘਰ ਇਕੱਲੀ ਹੀ ਹਾਂ। ਤੁਹਾਡੇ ਨਾਲ ਬਹੁਤ ਗੱਲਾਂ ਕਰਨੀਆਂ ਹਨ। ਨਾਂਹ ਨਾ ਕਰਨਾ।"

ਪ੍ਰੀਤੀ ਆਟੋ ਪਕੜ ਕੇ ਉਹਨਾਂ ਦੇ ਘਰ ਪਹੁੰਚ ਗਈ।

"ਆਂਟੀ, ਸਾਡੇ ਘਰ ਚਾਰ ਦਿਨਾਂ ਪਹਿਲਾਂ ਇਕ ਕੁੜੀ ਆਈ ਸੀ। ਉਸ ਨਾਲ ਦੋ ਮੁੰਡੇ ਸਨ। ਉਹ ਲੜਕੀ ਕਹਿਣ ਲੱਗੀ ਕਿ ਉਹ ਅਮਨ ਦੇ ਦਫ਼ਤਰ ਵਿੱਚ ਕੰਮ ਕਰਦੀ ਹੈ। ਉਸ ਗੱਲਾਂ ਹੀ ਗੱਲਾਂ ਵਿਚ ਮੈਨੂੰ ਪੁੱਛਿਆ ਕਿ ਕੀ ਮੇਰਾ ਕੋਈ ਬੱਚਾ ਹੈ। ਮੈਂ ਬੜੀ ਹੈਰਾਨ ਸਾਂ ਕਿ ਉਹ ਕੀ ਕਰਨ ਆਈ ਹੈ ਤੇ ਇਹੋ ਜਹੇ ਸਵਾਲ ਕਿਉਂ ਪੁੱਛ ਰਹੀ ਹੈ।"

"ਉਹ ਲੜਕੀ ਕਹਿਣ ਲੱਗੀ ਕਿ ਅਮਨ ਦਫ਼ਤਰ ਵਿਚ ਕੰਮ ਕਰਦੀ ਇਕ ਕੁੜੀ ਨਾਲ ਵਿਆਹ ਕਰਵਾ ਰਿਹਾ ਹੈ। ਉਹਦਾ ਕਹਿਣਾ ਹੈ ਕਿ ਉਹਦਾ ਆਪਣੀ ਪਤਨੀ ਨਾਲ ਕੋਈ ਸੰਬੰਧ ਨਹੀਂ। ਉਹਦੀ ਮਾਂ ਨੇ ਜ਼ਬਰਦਸਤੀ ਉਹਦਾ ਵਿਆਹ ਕਰ ਦਿੱਤਾ ਹੈ। ਉਹਨੇ ਅੱਜ ਤਕ ਆਪਣੀ ਪਤਨੀ ਨਾਲ ਕੋਈ ਸਰੀਰਕ ਸੰਬੰਧ ਨਹੀਂ ਰੱਖੇ। ਉਹ ਆਪਣੀ ਪਤਨੀ ਨੂੰ ਤਲਾਕ ਦੇ ਰਿਹਾ ਹੈ। ਜਲਦੀ ਹੀ ਉਹ ਦਫ਼ਤਰ ਵਿਚ

ਕੰਮ ਕਰਦੀ ਕੁੜੀ, ਅੰਜੂ ਨਾਲ ਵਿਆਹ ਕਰ ਲਵੇਗਾ.....। ਆਂਟੀ, ਮੈਂ ਤਾਂ ਇਹ ਸਭ ਸੁਣਕੇ ਪੱਥਰ ਹੋ ਗਈ। ਤਦ ਮੈਨੂੰ ਸਮਝ ਆਈ ਕਿ ਅਮਨ ਨੇ ਜ਼ਬਰਦਸਤੀ ਮੇਰਾ ਅਬਾਰਸ਼ਨ ਕਿਉਂ ਕਰਵਾਇਆ ਸੀ......।"

"ਤੇਰਾ ਅਬਾਰਸ਼ਨ ਕਰਵਾਇਆ ਸੀ?" ਹੁਣ ਪ੍ਰੀਤੀ ਦੀ ਹੈਰਾਨ ਹੋਣ ਦੀ ਵਾਰੀ ਸੀ।

"ਹਾਂ ਆਂਟੀ ਉਸ ਆਪਣੀ ਕਸਮ ਦਿੱਤੀ ਸੀ। ਕਿੰਨਾ ਗਿੜਗਿੜਾਇਆ ਸੀ। ਘਰ ਛੱਡਣ ਦੀ ਧਮਕੀ ਦਿੱਤੀ ਸੀ। ਮੈਂ ਅੰਮਾਂ ਨੂੰ ਵੀ ਇਹ ਗੱਲ ਦੱਸ ਦਿੱਤੀ। ਅੰਮਾਂ ਨੇ ਅਮਨ ਨੂੰ ਤਰਲੇ ਕੀਤੇ-'ਪੁੱਤਰ ਇਹ ਜ਼ੁਲਮ ਨਾ ਕਰ।' ਉਹ ਬਹੁਤ ਕਲਪੀ, ਤੜਫੀ ਪਰ ਪੁੱਤਰ ਦੀਆਂ ਧਮਕੀਆਂ ਅੱਗੇ ਅੰਮਾਂ ਦਾ ਵੱਸ ਨਾ ਚਲਿਆ। ਬੱਸ ਉਸ ਤੋਂ ਬਾਅਦ ਅਮਨ ਨੇ ਮੇਰੇ ਨਾਲ ਸਰੀਰਕ ਸੰਬੰਧ ਤੋੜ ਲਵੇ। ਮੈਂ ਕੁਝ ਲੱਜਾ ਵਸ ਅਤੇ ਕੁਝ ਹਉਮੈ ਵਿਚ ਕਦੀ ਅਗੇ ਨਾ ਵਧੀ। ਪਰ ਮੈਂ ਅੰਮਾਂ ਨਾਲ ਹਰ ਗੱਲ ਸਾਂਝੀ ਕਰਦੀ ਰਹੀ।"

"ਤੇਰੇ ਨਾਲ ਇੰਨਾ ਕੁਝ ਹੋ ਗਿਆ ਤੇ ਮੈਨੂੰ ਕੁਝ ਪਤਾ ਹੀ ਨਹੀਂ ਲੱਗਾ।" ਅਲਕਾ ਦੇ ਦੋਵੇਂ ਹੱਥ ਆਪਣੇ ਹੱਥਾਂ ਵਿਚ ਲੈ ਕੇ ਪ੍ਰੀਤੀ ਨੇ ਚੁੰਮ ਲਏ।

ਅਲਕਾ ਦਾ ਅਥਰੂਆਂ ਦਾ ਰੁਕਿਆ ਹੋਇਆ ਬੰਨ੍ਹ ਜ਼ਰਾ ਜਿੰਨਾ ਪਿਆਰ ਪਾ ਕੇ ਵਹਿ ਨਿਕਲਿਆ। ਪ੍ਰੀਤੀ ਨੇ ਉਹਦੇ ਮੋਢੇ ਦਵਾਲੇ ਸੱਜੀ ਬਾਂਹ ਪਾ ਕੇ ਆਪਣੇ ਨਾਲ ਲਗਾ ਲਿਆ।

"ਅਮਨ ਤਾਂ ਬੜਾ ਬੀਬਾ ਮੁੰਡਾ ਹੈ। ਫਿਰ ਇਹ ਸਭ ਕਿਉਂ ਹੋਇਆ।" ਪ੍ਰੀਤੀ ਸੋਚਣ ਲੱਗੀ। ਉਹਨੂੰ ਯਾਦ ਆਇਆ ਕਿ ਉਹ ਗਗਨ ਅਤੇ ਈਨਾ ਨੂੰ ਇਕੱਠੇ ਘੁੰਮਦੇ ਵੇਖਦਾ ਤਾਂ ਉਹਦੇ ਮਨ ਵਿਚ ਵੀ ਹਸਰਤ ਉਠਦੀ ਸੀ......'ਕੋਈ ਹੋਵੇ'। ਉਸ ਇਕ ਵਾਰ ਕਿਹਾ ਵੀ ਸੀ-'ਕੋਈ ਈਨਾ ਵਰਗੀ ਕੁੜੀ ਲਭ ਜਾਵੇ ਤਾਂ.....।' ਅਲਕਾ ਵੀ ਚੰਗੀ ਲੰਬੀ, ਗੋਰੀ, ਸੋਹਣੇ ਨੈਣ-ਨਕਸ਼ ਵਾਲੀ ਹੈ। ਗ੍ਰੈਜੂਏਟ ਵੀ ਹੈ। ਠੀਕ ਹੈ ਕਿ ਉਹਨੂੰ ਅੰਗਰੇਜ਼ੀ ਬੋਲਣੀ ਨਹੀਂ ਆਉਂਦੀ। ਉਹਦਾ ਲਹਿਜਾ ਪੇਂਡੂ ਹੈ ਪਰ ਅਮਨ ਅਲਕਾ ਨੂੰ ਆਪਣੇ ਨਾਲ ਢਾਲ ਸਕਦਾ ਹੈ। ਉਹਨੂੰ ਅੱਗੋਂ ਪੜ੍ਹਾਵੇ, ਸਿਖਾਵੇ, ਆਪਣੇ ਨਾਲ ਚਲਾਣ ਲਈ ਉਹ ਮੌਕਾ ਦੇਵੇ।

ਅਲਕਾ ਦੇ ਹੰਝੂਆਂ ਦਾ ਹੜ੍ਹ ਰੁਕਿਆ ਤਾਂ ਉਹ ਬੋਲੀ-"ਆਂਟੀ, ਤੁਸੀਂ ਉਹਨੂੰ ਬੀਬਾ ਮੁੰਡਾ ਕਹਿੰਦੇ ਹੋ। ਪਰਸੋਂ ਉਹ ਲੜਕੀ ਅਤੇ ਦੋਵੇਂ ਲੜਕੇ ਸਾਡੇ ਘਰ ਫਿਰ ਤੋਂ ਆਏ। ਉਸ ਕੁੜੀ ਨੇ ਦੱਸਿਆ ਕਿ ਉਹ ਅਮਨ ਦੇ ਦਫ਼ਤਰ ਵਿਚ ਕੰਮ ਨਹੀਂ ਕਰਦੀ ਬਲਕਿ ਅੰਜੂ ਦੀ ਭੈਣ ਹੈ ਤੇ ਦੋਵੇਂ ਲੜਕੇ ਉਹਦੇ ਭਰਾ।"

"ਅੰਜੂ ਕੌਣ?" ਪ੍ਰੀਤੀ ਉਲਝਣ ਵਿਚ ਪੈ ਗਈ ਸੀ।

"ਆਂਟੀ, ਅੰਜੂ ਅਮਨ ਦੇ ਦਫ਼ਤਰ ਵਿਚ ਕੰਮ ਕਰਦੀ ਹੈ। ਅਮਨ ਉਸੇ ਨਾਲ ਵਿਆਹ ਕਰਵਾਣਾ ਚਾਹੁੰਦਾ ਹੈ। ਉਹ ਅੰਜੂ ਦੀ ਭੈਣ ਅਤੇ ਭਰਾ ਸਨ।"

"ਉਹ ਦੁਬਾਰਾ ਕਿਉਂ ਆਏ?" ਪ੍ਰੀਤੀ ਨੇ ਉਤਸੁਕਤਾ ਨਾਲ ਪੁੱਛਿਆ।

ਉਹਨਾਂ ਤਿੰਨਾਂ ਨੇ ਟੈਕਸੀ ਦੀ ਡਿੱਕੀ ਵਿਚੋਂ ਬਹੁਤ ਸਾਰਾ ਸਾਮਾਨ ਕੱਢਿਆ ਤੇ ਬਰਾਂਡੇ ਵਿਚ ਰੱਖਦੇ ਗਏ। ਇਕ ਕੰਪਿਊਟਰ, ਘੜੀ, ਬਹੁਤ ਸਾਰੇ ਕੱਪੜੇ, ਸੋਨੇ ਦੀ ਚੇਨ....। ਕੀ ਕੀ ਗਿਣਾਵਾਂ, ਆਂਟੀ। ਇੰਨਾ ਸਾਰਾ ਸਾਮਾਨ....। ਅਸੀਂ ਘਰ ਦੇ ਜੀਅ ਹੱਕੇ ਬੱਕੇ ਖੜੇ ਉਹਨਾਂ ਨੂੰ ਵੇਖਦੇ ਹੀ ਰਹਿ ਗਏ।"

"ਕਮਾਲ ਹੈ!" ਪ੍ਰੀਤੀ ਦੇ ਮੂੰਹੋਂ ਇੰਨਾ ਹੀ ਨਿਕਲਿਆ।

ਉਹ ਲੜਕੀ ਬੋਲੀ, "ਇਹ ਸਾਰਾ ਸਾਮਾਨ ਅਮਨ ਨੇ ਸਾਡੀ ਭੈਣ ਅੰਜੂ ਨੂੰ ਦਿੱਤਾ ਸੀ, ਅਸੀਂ ਵਾਪਿਸ ਕਰ ਰਹੇ ਹਾਂ। ਉਹਨੂੰ ਕਹਿਣਾ ਹੁਣ ਅੰਜੂ ਨੂੰ ਫ਼ੋਨ ਨਾ ਕਰੇ, ਨਾ ਉਹਨੂੰ ਮਿਲਣ ਦੀ ਕੋਸ਼ਿਸ਼ ਕਰੇ।"

"ਅੰਟੀ, ਉਸ ਲੜਕੀ ਨੇ ਮੈਨੂੰ ਕਿਹਾ,

"ਮੈਨੂੰ ਬਹੁਤ ਅਫਸੋਸ ਹੈ ਕਿ ਤੇਰੇ ਨਾਲ ਅਨਿਆਂ ਹੋਇਆ ਹੈ। ਇਹ ਸਭ ਅਣਜਾਣੇ ਵਿਚ ਹੀ ਹੋਇਆ ਹੈ। ਅਮਨ ਜੋ ਕਹਿੰਦਾ ਗਿਆ, ਅੰਜੂ ਮੰਨਦੀ ਗਈ। ਸਾਡੀ ਭੈਣ ਦੀ ਵੀ ਗਲਤੀ ਹੈ। ਹੁਣ ਉਹ ਬਹੁਤ ਦੁਖੀ ਹੈ.....ਜੇ ਤੇਰੇ ਨਾਲ ਧੋਖਾ ਹੋਇਆ ਹੈ ਤਾਂ ਉਹਦੇ ਨਾਲ ਵੀ ਧੋਖਾ ਹੀ ਹੋਇਆ ਹੈ। ਉਹਦਾ ਕੀ ਕਸੂਰ ? ਜਿਸ ਤਰ੍ਹਾਂ ਤੂੰ ਪ੍ਰੇਸ਼ਾਨ ਹੈਂ, ਉਂਜ ਹੀ ਅੰਜੂ ਪ੍ਰੇਸ਼ਾਨ ਹੈ। ਉਸ ਖਾਣਾ ਪੀਣਾ ਛੱਡ ਦਿੱਤਾ ਹੈ। ਦਫ਼ਤਰ ਨਹੀਂ ਜਾ ਰਹੀ। ਹੁਣ ਉਹ ਉਸ ਦਫ਼ਤਰ ਵਿਚ ਨੌਕਰੀ ਨਹੀਂ ਕਰਨਾ ਚਾਹੁੰਦੀ। ਜਿਸ ਤਰ੍ਹਾਂ ਤੈਨੂੰ ਇਹ ਸਭ ਸਹਿਣਾ ਔਖਾ ਲੱਗ ਰਿਹਾ ਹੈ ਤਾਂ ਉਹਦੇ ਲਈ ਵੀ ਔਖਾ ਹੀ ਹੈ.....।' ਉਹਦੀ ਭੈਣ ਰੋਣ ਲੱਗ ਪਈ ਸੀ। ਦੋਵੇਂ ਭਰਾਵਾਂ ਦੇ ਚਿਹਰੇ ਵੀ ਬੜੇ ਮਾਯੂਸ ਸਨ।"

"ਆਂਟੀ, ਅੰਮਾਂ ਪਹਿਲਾਂ ਤਾਂ ਇਹ ਸਭ ਸਾਮਾਨ ਵੇਖ ਕੇ, ਉਸ ਕੁੜੀ ਦੀਆਂ ਗੱਲਾਂ ਸੁਣ ਕੇ ਸੁੰਨ ਹੋ ਕੇ ਖੜੀ ਰਹੀ। ਫਿਰ ਅਚਾਨਕ ਬੋਲੀ,

"ਤੁਹਾਡੀ ਭੈਣ ਨੂੰ ਇਹ ਤਾਂ ਪਤਾ ਸੀ ਕਿ ਮੇਰਾ ਬੇਟਾ ਵਿਆਹਿਆ ਹੋਇਆ ਹੈ। ਉਸ ਸਾਡਾ ਘਰ ਕਿਉਂ ਬਰਬਾਦ ਕੀਤਾ ? ਉਹਨੂੰ ਕੋਈ ਕੁਆਰਾ ਨਹੀਂ ਮਿਲਿਆ। ਉਹਨੇ ਮੇਰੇ ਪੁੱਤਰ ਨੂੰ ਕਿਉਂ ਫਸਾਇਆ! ਰੱਬ ਉਹਨੂੰ ਕਦੀ ਸੁੱਖੀ ਨਹੀਂ ਰੱਖੇਗਾ......।'

'ਆਂਟੀ! ਅੰਮਾਂ ਗੁੱਸੇ ਵਿਚ ਨਾਲੇ ਰੋਈ ਜਾਏ ਅਤੇ ਨਾਲ ਨਾਲ ਉਹਨਾਂ ਨੂੰ ਬਦਅਸੀਸਾਂ ਦਿੰਦੀ ਜਾਵੇ। ਬੱਬੀ ਉਸ ਵੇਲੇ ਘਰ ਸੀ। ਉਸ ਵੀ ਅੰਮਾਂ ਨੂੰ ਚੁੱਪ ਕਰਾਣ ਦੀ ਬਹੁਤ ਕੋਸ਼ਿਸ਼ ਕੀਤੀ ਪਰ ਅੰਮਾਂ ਤੇ ਤਾਂ ਗੁੱਸੇ ਦਾ ਭੂਤ ਸਵਾਰ ਸੀ। ਅਖੀਰ ਬੱਬੀ ਅੰਮਾਂ ਨੂੰ ਜ਼ਬਰਦਸਤੀ ਅੰਦਰ ਲੈ ਗਿਆ।

"ਆਂਟੀ ਪਤਾ ਨਹੀਂ ਕਿਉਂ ਮੇਰੇ ਮਨ ਅੰਦਰ ਉਸ ਕੁੜੀ ਲਈ ਹਮਦਰਦੀ ਉਪਜੀ ਜਾਂ ਕੀ, ਮੈਂ ਉਹਦੇ ਦੋਵੇਂ ਹੱਥ ਫੜ ਲਏ...ਉਸ ਵੀ ਮੈਨੂੰ ਆਪਣੀ ਜੱਫੀ ਵਿਚ ਲੈ ਲਿਆ ਅਤੇ ਕੁਝ ਦੇਰ ਅਸੀਂ ਰੋਂਦੀਆਂ ਰਹੀਆਂ ਸਨ। ਮਨ ਜ਼ਰਾ ਹਲਕਾ ਹੋਇਆ ਤਾਂ ਮੈਂ ਉਹਨਾਂ ਦੇ ਘਰ ਦਾ ਫ਼ੋਨ ਨੰਬਰ ਮੰਗਿਆ ਸੀ। ਪਰ ਇਹ ਦੇਣਾ ਨਹੀਂ ਸੀ ਚਾਹੁੰਦੀ ਆਂਟੀ, ਉਹ ਕੁੜੀ ਬੋਲੀ, ਜਿਸ ਤਰ੍ਹਾਂ ਅੰਜੂ ਮੇਰੀ ਭੈਣ ਹੈ, ਤੂੰ ਵੀ ਮੇਰੀ ਭੈਣ ਹੀ ਹੈਂ। ਮੈਂ ਤੇਰਾ ਦੁੱਖ ਵੀ ਸਮਝਦੀ ਹਾਂ। ਪਰ ਤੇਰੀ ਸੱਸ ਨੇ ਮੇਰੀ ਭੈਣ ਨੂੰ ਜੋ

ਬਦਅਸੀਸ ਦਿੱਤੀਆਂ ਹਨ.....।" ਉਹ ਕੁੜੀ ਫਿਰ ਰੋਣ ਲੱਗ ਪਈ। ਆਂਟੀ ਮੈਂ ਸਮਝਦੀ ਹਾਂ ਕਿ ਅੰਮਾਂ ਨੇ ਗੁੱਸੇ ਵਿਚ ਬੁਰਾ ਭਲਾ ਬਹੁਤ ਕੁਝ ਕਹਿ ਦਿੱਤਾ ਸੀ....। ਪਰ ਮੈਂ ਤਾਂ ਜਿਵੇਂ ਗੂੰਗੀ ਹੀ ਹੋ ਗਈ ਸਾਂ। ਮੇਰੇ ਕੋਲੋਂ ਤਾਂ ਕੁਝ ਬੋਲਿਆ ਹੀ ਨਹੀਂ ਗਿਆ। ਆਂਟੀ, ਜਦੋਂ ਉਹ ਲੋਕ ਚਲੇ ਗਏ ਤਾਂ ਮੈਂ ਆਪਣੇ ਕਮਰੇ ਵਿੱਚ ਆਪਣੇ ਆਪ ਨੂੰ ਬੰਦ ਕਰ ਲਿਆ ਅਤੇ ਇਹ ਸੋਚਦੀ ਰਹੀ ਕਿ ਇਸ ਸਭ ਵਿਚ ਕਸੂਰਵਾਰ ਕੌਣ ਹੈ। ਮੇਰੀ ਸੱਸ ਤਾਂ ਮੈਨੂੰ ਕਈ ਵਾਰ ਸੁਣਾ ਚੁੱਕੀ ਹੈ ਕਿ ਮੈਂ ਅਮਨ ਦਾ ਦਿਲ ਨਹੀਂ ਜਿੱਤ ਸਕੀ। ਅੰਮਾਂ ਦਾ ਕਹਿਣਾ ਹੈ ਕਿ ਮੈਂ ਆਪਣੀ ਆਕੜ ਵਿਚ ਰਹਿੰਦੀ ਹਾਂ। ਦੂਜੇ ਦਾ ਦਿਲ ਜਿੱਤਣ ਲਈ ਆਪਣਾ ਆਪ ਮਾਰਨਾ ਪੈਂਦਾ ਹੈ, ਪਰ ਮੈਂ ਸੋਚਦੀ ਹਾਂ ਮੇਰੇ ਵਿਚ ਤਾਂ ਕੋਈ ਆਕੜ ਨਹੀਂ! ਕਾਹਦੀ ਆਕੜ ਕਰਾਂ, ਆਂਟੀ। ਇਕ ਸਾਧਾਰਣ ਜਹੀ ਆਮ ਜਹੀ ਲੜਕੀ ਹਾਂ। ਸਾਧਾਰਣ ਮੱਧ-ਸ਼੍ਰੇਣੀ ਤੋਂ ਆਈ ਹਾਂ। ਮੇਰੀਆਂ ਖਾਸ ਮੰਗਾਂ ਨਹੀਂ। ਬੱਸ ਘਰ ਦਿਆਂ ਦੀ ਖੁਸ਼ੀ ਨੂੰ ਆਪਣੀ ਖੁਸ਼ੀ ਮੰਨਿਆ। ਵਿਆਹ ਤੋਂ ਪਹਿਲਾਂ ਮਾਪਿਆਂ ਦੀ ਖੁਸ਼ੀ ਵਿੱਚ, ਚਾਚੇ ਚਾਚੀਆਂ ਦੀ ਖੁਸ਼ੀ, ਦਾਦੀ ਦਾਦੇ ਦੀ....। ਇਥੇ ਆ ਕੇ ਸਭ ਨਾਲ ਰੱਚ ਮਿਚ ਗਈ। ਘਰ ਦਾ ਸਾਰਾ ਕੰਮ ਸੰਭਾਲ ਲਿਆ। ਅਮਨ ਦੀ ਗੱਲ ਨੂੰ ਸਿਰ ਮੱਥੇ ਮੰਨ ਲਿਆ। ਕੋਈ ਤਾਂ ਘਾਟ ਮੇਰੇ ਵਿੱਚ ਹੈ ਜੋ ਮੈਂ ਅਮਨ ਨੂੰ ਅਪਣਾ ਨਹੀਂ ਬਣਾ ਸਕੀ। ਪਰ ਆਂਟੀ ਇਕ ਗੱਲ ਜ਼ਰੂਰ ਹੈ, ਆਤਮ-ਸਨਮਾਨ ਵੀ ਤਾਂ ਕੁਝ ਹੁੰਦਾ ਹੈ ਨਾ! ਮੈਂ ਆਪਣੇ ਆਪ ਨੂੰ ਅਮਨ ਤੇ ਜ਼ਬਰਦਸਤੀ ਨਹੀਂ ਲੱਦ ਸਕਦੀ। ਜੇ ਉਹ ਮੈਨੂੰ ਨਹੀਂ ਛੂਹਣਾ ਚਾਹੁੰਦਾ ਤਾਂ ਮੈਂ ਵੀ.....।" ਅਲਕਾ ਫਿਰ ਰੋਣ ਲੱਗ ਪਈ। ਪ੍ਰੀਤੀ ਨੇ ਉਹਦੇ ਹੱਥ ਆਪਣੇ ਹੱਥਾਂ ਵਿਚ ਫੜ ਲਏ ਤੇ ਉਹਨਾਂ ਨੂੰ ਪਲੋਸਣ ਲੱਗੀ।

"ਰੋ ਨਹੀਂ, ਹੁਣ ਸਭ ਠੀਕ ਹੋ ਜਾਵੇਗਾ।" ਪ੍ਰੀਤੀ ਨੇ ਅਲਕਾ ਨੂੰ ਪੁਚਕਾਰ ਕੇ ਕਿਹਾ।

"ਸਭ ਠੀਕ ਕੀ ਹੋਵੇਗਾ, ਆਂਟੀ! ਹੁਣ ਤਾਂ ਦਿਲ ਕਰਦਾ ਹੈ ਕਿ ਦੋ ਟੁੱਕ ਫੈਸਲਾ ਕਰਾਂ ਤੇ ਆਪਣੇ ਪਿੰਡ ਵਾਪਿਸ ਚਲੀ ਜਾਵਾਂ। ਪਰ ਆਪਣੀ ਮਾਂ ਦਾ ਸੋਚ ਕੇ ਚੁੱਪ ਹਾਂ। ਮਾਂ ਤਾਂ ਦਮੇ ਦੀ ਮਰੀਜ਼ ਹੈ। ਜੇ ਮਾਂ ਨੂੰ ਜ਼ਰਾ ਵੀ ਭਿਣਕ ਪਈ ਤਾਂ ਉਹਦਾ ਅਗਲਾ ਸਾਹ ਨਹੀਂ ਆਉਣਾ।"

"ਤੇਰੇ ਪੇਕੇ ਘਰ ਕਿਸੇ ਨੂੰ ਪਤਾ ਹੈ?" ਪ੍ਰੀਤੀ ਨੇ ਪੁੱਛਿਆ।

"ਮੇਰੀ ਛੋਟੀ ਭੈਣ ਨੂੰ ਥੋੜ੍ਹਾ ਜਿਹਾ ਆਭਾਸ ਹੈ। ਅੰਮਾਂ ਕਹਿੰਦੀ ਹੈ, ਤੂੰ ਪੇਕੇ ਕਿੱਸੇ ਨੂੰ ਨਾਂਹ ਦੱਸੀਂ। ਰੋਣ ਲੱਗ ਜਾਂਦੀ ਹੈ। ਫਿਰ ਮੈਂ ਮਜਬੂਰ ਹੋ ਜਾਂਦੀ ਹਾਂ। ਜਦੋਂ ਵੀ ਮੈਂ ਪੇਕੇ ਜਾਵਾਂ, ਅੰਮਾਂ ਮੈਨੂੰ ਕਸਮਾਂ ਖਿਲਾ ਦਿੰਦੀ ਹੈ। ਪਰ ਆਂਟੀ, ਇਹ ਗੱਲ ਮੈਂ ਕਦੋਂ ਤੱਕ ਲੁਕਾਵਾਂਗੀ?"

ਤਦੇ ਰੇਵਤੀ ਅਤੇ ਬੱਬੀ ਆ ਗਏ। ਰੇਵਤੀ ਬੱਬੀ ਨਾਲ ਕਿਸੇ ਬੀਮਾਰ ਰਿਸ਼ਤੇਦਾਰ ਨੂੰ ਵੇਖਣ ਗਈ ਹੋਈ ਸੀ। ਉਹ ਪ੍ਰੀਤੀ ਨੂੰ ਵੇਖਕੇ ਪਹਿਲਾਂ ਤਾਂ ਤ੍ਰਭਕ ਗਈ ਪਰ ਫਿਰ ਜਲਦੀ ਹੀ ਸੰਭਲ ਗਈ। "ਤੁਸੀਂ ਕਦੋਂ ਆਏ?" ਉਸ ਪੁੱਛਿਆ।

"ਬੱਸ, ਹੁਣੇ ਹੀ ਆਈ ਹਾਂ।" ਪ੍ਰੀਤੀ ਬੋਲੀ।

"ਅਲਕਾ ਨੇ ਸਭ ਦੱਸਿਆ ਹੋਵੇਗਾ। ਮੇਰੇ ਲੜਕੇ ਦੀ ਤਾਂ ਮਤ ਹੀ ਮਾਰੀ ਗਈ ਏ। ਅਮਨ ਅੱਜਕਲ੍ਹ ਘਰ ਵੀ ਖਰਚਾ ਨਹੀਂ ਦੇ ਰਿਹਾ ਸੀ। ਸਾਰਾ ਪੈਸਾ ਉਸ ਚੁੜੇਲ ਤੇ ਖਰਚ ਕਰ ਰਿਹਾ ਸੀ। ਕਿੰਨੀ ਮਹਿੰਗੀ ਘੜੀ, ਸੋਨੇ ਦੀ ਚੇਨ, ਕੰਪਿਊਟਰ। ਅੱਜ ਦੀਆਂ ਕੁੜੀਆਂ ਕਿੰਨੀਆਂ ਚੰਟ ਨੇ, ਕਿਵੇਂ ਫਸਾਂਦੀਆਂ ਨੇ ਮੁੰਡਿਆਂ ਨੂੰ......।"

ਪ੍ਰੀਤੀ ਦਾ ਦਿਲ ਕੀਤਾ ਕਿ ਉਹ ਕਹੇ ਕਿ ਜੇ ਕੁੜੀ ਚੰਟ ਹੁੰਦੀ ਤਾਂ ਸਾਮਾਨ ਵਾਪਸ ਨਾ ਕਰਦੀ। ਸਭ ਡਕਾਰ ਜਾਂਦੀ ਤੇ ਮੂੰਹ ਵੀ ਫੇਰ ਲੈਂਦੀ। ਪਰ ਉਹ ਚੁੱਪ ਹੀ ਰਹੀ।

"ਹੁਣ ਅਮਨ ਕਦੋਂ ਆ ਰਿਹੈ?" ਪ੍ਰੀਤੀ ਨੇ ਪੁੱਛਿਆ।

"ਅਜ ਸਵੇਰੇ ਫ਼ੋਨ ਆਇਆ ਸੀ। ਪਰਸੋਂ ਸਵੇਰ ਦੇ ਦੋ ਵਜੇ ਆ ਰਿਹੈ।"

"ਇਕ ਦਮ ਆਉਂਦੇ ਹੀ ਉਹਨੂੰ ਕੁਝ ਨਾ ਕਹਿਣਾ।" ਪ੍ਰੀਤੀ ਨੇ ਕਿਹਾ।

"ਮੈਂ ਤਾਂ ਘਰ ਵਿਚ ਸਭ ਨੂੰ ਕਹਿ ਦਿੱਤੈ ਕਿ ਕੋਈ ਵੀ ਉਹਦੇ ਨਾਲ ਰਾਮ-ਸਲਾਮ ਨਾ ਕਰੇ।" ਰੇਵਤੀ ਬੜੀ ਤਲਖ ਹੋ ਕੇ ਬੋਲੀ।

"ਉਹਨੇ ਤਾਂ ਸਾਡੀ ਮਿੱਟੀ ਹੀ ਪਲੀਤ ਕਰ ਦਿੱਤੀ ਹੈ। ਜਦੋਂ ਦਾ ਇਹ ਸਾਮਾਨ ਆਇਆ ਹੈ, ਅਮਨ ਦੇ ਪਿਤਾ ਜੀ ਨੇ ਤਾਂ ਉਸ ਤੋਂ ਬਾਅਦ ਇਕ ਚੁੱਪ ਧਾਰ ਲਈ ਏ। ਆਪਣਾ ਪੇਟ ਕਟ ਕਟ ਕੇ ਇਹਨੂੰ ਪੜ੍ਹਾਇਆ। ਬੰਗਲੌਰ ਹੋਸਟਲ ਵਿਚ ਰਿਹਾ। ਹਰ ਮਹੀਨੇ ਖਰਚਾ ਭੇਜਣਾ। ਉਂਜ ਤਾਂ ਬੜਾ ਸਾਊ ਸੀ। ਕਦੀ ਫਿਜ਼ੂਲ ਖਰਚ ਨਹੀਂ ਸੀ ਕਰਦਾ। ਪਰ ਉਸ ਕੁੜੀ ਨੇ ਪਤਾ ਨਹੀਂ ਕੀ ਜਾਦੂ-ਟੂਣਾ ਕਰ ਦਿੱਤਾ, ਉਸ 'ਤੇ......। ਸਾਨੂੰ ਤਾਂ ਸਭ ਨੂੰ ਉਸ ਵਿਸਾਰ ਹੀ ਦਿੱਤਾ ਹੈ। ਨਾ ਭਰਾਵਾਂ ਨਾਲ ਕੋਈ ਮਤਲਬ, ਨਾ ਵਹੁਟੀ ਨਾਲ, ਨਾ ਮਾਂ ਨਾਲ, ਨਾ ਪਿਤਾ ਜੀ ਨਾਲ। ਘਰ ਵਿਚ ਇਹੀ ਕਹਿੰਦਾ ਰਿਹਾ ਕਿ ਦਫ਼ਤਰ ਵਿਚ ਬਹੁਤ ਕੰਮ ਹੈ। ਸਾਨੂੰ ਕੀ ਪਤਾ ਕਿ ਉਸ ਕੁੜੀ ਨਾਲ ਘੁੰਮਦਾ ਸੀ, ਗਲ੍ਹਛੱਰੇ ਉਡਾ ਰਿਹਾ ਸੀ। ਭਲਾ ਸੋਚੋ, ਹੁਣ ਉਹਦਾ ਛੋਟੇ ਭਰਾਵਾਂ 'ਤੇ ਕੀ ਅਸਰ ਪਵੇਗਾ? ਇਤਨਾ ਨੇਕ ਲੜਕਾ ਸੀ ਪਤਾ ਨਹੀਂ ਕਿਹਦੀ ਨਜ਼ਰ ਲੱਗ ਗਈ.....।" ਅਚਾਨਕ ਰੇਵਤੀ ਰੋਣ ਲੱਗ ਪਈ। ਪ੍ਰੀਤੀ ਪ੍ਰੇਸ਼ਾਨ ਹੋ ਗਈ। ਉਹਨੂੰ ਸਮਝ ਨਹੀਂ ਆ ਰਹੀ ਕਿ ਉਹ ਰੇਵਤੀ ਨੂੰ ਸ਼ਾਂਤ ਕਿੰਜ ਕਰੇ। ਜਦੋਂ ਉਹਦਾ ਰੋਣਾ ਥਮ ਗਿਆ ਤਾਂ ਉਹ ਉਠਕੇ ਰਸੋਈ ਵਿੱਚ ਚਲੀ ਗਈ।

ਅਲਕਾ ਬੋਲੀ, "ਕਲ੍ਹ ਅੰਜੂ ਦੀ ਮੰਮੀ ਦਾ ਫ਼ੋਨ ਆਇਆ ਸੀ। ਬਹੁਤ ਦੇਰ ਗੱਲਾਂ ਕਰਦੀ ਰਹੀ। ਕਹਿਣ ਲੱਗੀ, "ਮਾਫ਼ ਕਰ ਦੇਣਾ। ਅੰਜੂ ਬਹੁਤ ਪ੍ਰੇਸ਼ਾਨ ਹੈ। ਬਹੁਤ ਰੋ ਰਹੀ ਹੈ। ਖਾਣਾ ਪੀਣਾ ਛੱਡੀ ਬੈਠੀ ਹੈ। ਅਲਕਾ, ਤੂੰ ਮੇਰੀ ਧੀ ਵੱਲੋਂ ਹੁਣ ਨਿਸਚਿਤ ਰਹਿਣਾ। ਉਹ ਅਮਨ ਨੂੰ ਹੁਣ ਕਦੀ ਨਹੀਂ ਮਿਲੇਗੀ।"

ਪ੍ਰੀਤੀ ਬੜੇ ਧਿਆਨ ਨਾਲ ਸਭ ਗੱਲਾਂ ਸੁਣਦੀ ਰਹੀ। ਕੁਝ ਦੇਰ ਦੀ ਚੁੱਪ ਬਾਅਦ ਅਲਕਾ ਫਿਰ ਕਹਿਣ ਲੱਗੀ, "ਅੰਜੂ ਦੇ ਮੰਮੀ ਨੇ ਦੱਸਿਆ ਕਿ ਅਮਨ ਅੰਜੂ ਨਾਲ ਕਈ ਵਾਰ ਉਹਨਾਂ ਦੇ ਘਰ ਆਉਂਦਾ ਸੀ। ਬਹੁਤ ਚੰਗੀ ਤਰ੍ਹਾਂ ਸਭ ਨਾਲ

ਬੋਲਦਾ ਸੀ। ਉਹ ਘਰ ਵਿਚ ਸਭ ਨਾਲ ਘੁੱਲ ਮਿਲ ਗਿਆ। ਫਿਰ ਪਤਾ ਲੱਗਾ ਕਿ ਵਿਆਹਿਆ ਹੋਇਆ ਹੈ। ਅੰਜੂ ਨੇ ਦੱਸਿਆ ਕਿ ਮਾਂ-ਬਾਪ ਨੇ ਉਹਦੀ ਸ਼ਾਦੀ ਜ਼ਬਰਦਸਤੀ ਇਕ ਗੰਵਾਰ, ਅਣਪੜ੍ਹ ਕੁੜੀ ਨਾਲ ਕਰ ਦਿੱਤੀ ਸੀ। ਉਹਨੇ ਉਹਨੂੰ ਕਦੀ ਹੱਥ ਵੀ ਨਹੀਂ ਲਗਾਇਆ। ਜਲਦੀ ਹੀ ਉਹਦੇ ਕੋਲੋਂ ਤਲਾਕ ਮਿਲ ਜਾਵੇਗਾ.....। ਅੰਜੂ ਉਹਦੀਆਂ ਗੱਲਾਂ ਨੂੰ ਸੱਚ ਮੰਨਦੀ ਗਈ। ਦਰਅਸਲ ਅਮਨ ਸਾਨੂੰ ਸਭ ਨੂੰ ਚੰਗਾ ਲਗਦਾ ਸੀ। ਫਿਰ ਜਦੋਂ ਇਹ ਪਤਾ ਲੱਗਾ ਕਿ ਅੰਜੂ ਦਾ ਉਹਦੇ ਵੱਲ ਝੁਕਾ ਹੈ ਤਾਂ ਅਸਾਂ ਅੰਜੂ ਨੂੰ ਬਹੁਤ ਸਮਝਾਇਆ ਕਿ ਇਕ ਤਲਾਕ ਸ਼ੁਦਾ ਲੜਕੇ ਨਾਲ ਸ਼ਾਦੀ ਕਰਾਣ ਦੀ ਕੋਈ ਲੋੜ ਨਹੀਂ। ਹੋਰ ਲੜਕੇ ਬਥੇਰੇ ਨੇ। ਇਕ ਤੋਂ ਵੱਧ ਕੇ ਇਕ। ਪਰ ਉਹ ਮੰਨੀ ਹੀ ਨਹੀਂ। ਉਹ ਤਾਂ ਉਹਦੇ ਪਿਆਰ ਵਿੱਚ ਪਾਗਲ ਸੀ। ਕੁਝ ਦਿਨਾਂ ਪਹਿਲਾਂ ਕਿਸੇ ਦਾ ਫ਼ੋਨ ਆਇਆ ਕਿ ਅਮਨ ਦੀ ਬੀਵੀ ਤਾਂ ਉਸੇ ਘਰ ਵਿਚ ਰਹਿੰਦੀ ਹੈ। ਤਾਂ ਮੈਂ ਆਪਣੀ ਵੱਡੀ ਬੇਟੀ ਅਤੇ ਦੋਵੇਂ ਬੇਟਿਆਂ ਨੂੰ ਤੇਰੇ ਕੋਲ ਭੇਜਿਆ ਸੀ। ਤਦੇ ਸਾਰੀ ਅਸਲੀਅਤ ਦਾ ਪਤਾ ਲੱਗਾ ਹੈ। ਮੈਨੂੰ ਇਸ ਸਾਰੀ ਗੱਲ ਦਾ ਬਹੁਤ ਬਹੁਤ ਅਫਸੋਸ ਹੈ। ਤੇਰੇ ਲਈ ਵੀ ਅਤੇ ਅੰਜੂ ਲਈ ਵੀ।' ਆਂਟੀ, ਉਹਨਾਂ ਕੋਲੋਂ ਮੈਂ ਫ਼ੋਨ ਨੰਬਰ ਮੰਗਿਆ ਤਾਂ ਕੁਝ ਝਿਜਕ ਤੋਂ ਬਾਅਦ ਉਹਨਾਂ ਨੇ ਦਿੱਤਾ। ਮੈਂ ਕਿਹਾ, ਮੇਰੀ ਅੰਜੂ ਨਾਲ ਗੱਲ ਕਰਾ ਦਿਉ। ਪਰ ਉਹਨਾਂ ਗੱਲ ਨਹੀਂ ਕਰਾਈ ਜਾਂ ਸ਼ਾਇਦ ਅੰਜੂ ਹੀ ਨਾਂਹ ਚਾਹੁੰਦੀ ਹੋਵੇ। ਉਹਨਾਂ ਅੰਮਾਂ ਦੀ ਸ਼ਿਕਾਇਤ ਕੀਤੀ ਕਿ ਉਹਨਾਂ ਗੁੱਸੇ ਵਿੱਚ ਅੰਜੂ ਨੂੰ ਬਹੁਤ ਬੁਰਾ-ਭਲਾ ਕਿਹਾ ਹੈ, ਬਦਅਸੀਸਾਂ ਦਿੱਤੀਆਂ ਹਨ।"

ਪ੍ਰੀਤੀ ਉਸ ਦਿਨ ਸ਼ਾਮ ਨੂੰ ਘਰ ਪਰਤੀ ਤਾਂ ਉਹਦਾ ਨਾ ਤਾਂ ਖਾਣਾ ਬਣਾਨ ਤੇ ਦਿਲ ਕੀਤਾ ਤੇ ਨਾ ਹੀ ਉਸ ਸਾਰੀ ਰਾਤ ਉਹ ਠੀਕ ਢੰਗ ਨਾਲ ਸੌਂ ਸਕੀ। ਉਹਦੇ ਕੰਨਾਂ ਵਿਚ ਅਲਕਾ ਅਤੇ ਰੇਵਤੀ ਦਾ ਵਾਰਤਾਲਾਪ ਹੀ ਗੂੰਜਦਾ ਰਿਹਾ।

6.

ਉਧਰ ਅਮਨ ਸਾਰੀ ਰਾਤ ਪਾਸੇ ਮਾਰਦਾ ਰਿਹਾ। ਅਲਕਾ ਚਿਹਰਾ ਦੂਜੇ ਪਾਸੇ ਕਰਕੇ ਲੇਟ ਗਈ ਸੀ। ਉਹਨੂੰ ਸਮਝ ਨਹੀਂ ਸੀ ਆ ਰਹੀ ਕਿ ਉਹ ਸੁੱਤੀ ਹੋਈ ਹੈ ਜਾਂ ਜਾਗਦੀ। ਉਹਦਾ ਦਿਲ ਕੀਤਾ ਕਿ ਉਹ ਉਹਨੂੰ ਝੰਜੋੜ ਕੇ ਬਿਠਾ ਦੇਵੇ ਤੇ ਪੁੱਛੇ ਇਹ ਸਭ ਕਿੰਜ ਹੋਇਆ ਹੈ ਅਤੇ ਦੱਸ ਦੇਵੇ ਕਿ ਉਹ ਅੰਜੂ ਨੂੰ ਪਿਆਰ ਕਰਦਾ ਹੈ, ਉਹਦੇ ਬਿਨਾਂ ਜੀਅ ਨਹੀਂ ਸਕਦਾ.....। ਇਹ ਸਭ ਗੱਲਾਂ ਸੋਚ ਸੋਚ ਕੇ ਉਹਦਾ ਦਮ ਘੁੱਟਣ ਲੱਗਾ। ਉਹ ਉਠ ਕੇ ਬੈਠ ਗਿਆ। ਚੌਂਕੀਦਾਰ ਦੇ ਡੰਡੇ ਦੀ ਆਵਾਜ਼ ਨਾਲ ਉਹ ਇਕ ਦਮ ਤ੍ਰਭਕ ਗਿਆ।

ਚੌਂਕੀਦਾਰ ਘਰ ਦੇ ਕਿਤੇ ਬਹੁਤ ਨੇੜੇ ਹੀ ਸੀ ਅਤੇ ਡੰਡੇ ਖੜਕਾ ਰਿਹਾ ਸੀ। ਬਹੁਤ ਦੂਰੋਂ ਇਕ ਕੁੱਤੇ ਦੇ ਭੌਂਕਣ ਦੀ ਆਵਾਜ਼ ਸੁਣਾਈ ਦਿੱਤੀ। ਉਹ ਪਲੰਘ ਤੇ ਸਰ੍ਹਾਣਿਆਂ ਦੀ ਢੋਅ ਲਗਾ ਕੇ ਬੈਠ ਗਿਆ।

'ਸੰਜੇ ਨੇ ਵੀ ਤਾਂ ਹਾਲੇ ਅਗਲੇ ਹਫਤੇ ਵਾਪਿਸ ਆਉਣਾ ਹੈ। ਕੀ ਗਗਨ ਨੂੰ ਸਭ ਕੁਝ ਈ-ਮੇਲ ਤੇ ਲਿਖ ਦਿਆਂ। ਪਰ ਉਹ ਇੰਨੀ ਦੂਰ ਬੈਠਾ ਉਹਦੀ ਸਮੱਸਿਆ ਨਹੀਂ ਸਮਝ ਸਕੇਗਾ। ਉਹ ਕਿੰਨਾ ਖੁਸ਼ਕਿਸਮਤ ਹੈ, ਉਹਨੂੰ ਆਪਣੀ ਪਸੰਦ ਦੀ ਕੁੜੀ ਮਿਲ ਗਈ ਏ। ਮੈਨੂੰ ਅੰਜੂ ਪਹਿਲਾਂ ਕਿਉਂ ਨਾ ਮਿਲੀ? ਕਿਥੇ ਛਿਪੀ ਹੋਈ ਸੀ। ਪਹਿਲਾਂ ਹੀ ਕੰਪਨੀ ਜੁਆਇਨ ਕਰ ਲੈਂਦੀ ਤਾਂ ਉਹ ਘਰਦਿਆਂ ਤੇ ਜ਼ੋਰ ਪਾ ਕੇ ਉਸੇ ਨਾਲ ਵਿਆਹ ਕਰਵਾਂਦਾ। ਅਲਕਾ ਤਾਂ ਉਹਦੇ ਪੱਲੇ ਨਾ ਪੈਂਦੀ। ਅੰਮਾਂ ਵੀ ਅਜੀਬ ਏ। ਬੱਸ ਉਹਨੂੰ ਮੇਰੇ ਵਿਆਹ ਦੀ ਕਾਹਲ ਪਈ ਸੀ। ਜਲਦੀ ਕਰੋ ਵਿਆਹ। ਤੇ ਮੇਰਾ ਮਾਮੂ ਹੂੰ। ਮੈਨੂੰ ਆਪਣੇ ਨਾਨਕਿਆਂ ਨਾਲ ਕਿੰਨਾ ਪਿਆਰ ਸੀ। ਹਰ ਵਾਰੀ ਛੁੱਟੀਆਂ ਵਿਚ ਮੈਂ ਉਥੇ ਨੱਠਾ ਜਾਂਦਾ ਸਾਂ। ਪਰ ਹੁਣ ਤਾਂ ਮੇਰੀ ਵੱਢੀ ਰੂਹ ਨਹੀਂ ਕਰਦੀ, ਉਥੇ ਜਾਣ ਨੂੰ! ਕਦੀ ਮਾਮਾ ਮੇਰਾ ਰੋਲ ਮਾਡਲ ਸੀ, ਆਦਰਸ਼ ਸੀ। ਅੱਜ ਉਹ ਮੈਨੂੰ ਆਪਣਾ ਦੁਸ਼ਮਣ ਲੱਗਦਾ ਹੈ। ਅਤੇ ਅਲਕਾ ਹੇ ਰੱਬਾ! ਅਲਕਾ ਨੇ ਘਰਦਿਆਂ ਤੇ ਪਤਾ ਨਹੀਂ ਕੀ ਜਾਦੂ ਕੀਤਾ ਹੈ। ਸਭ ਉਹਦੇ ਪ੍ਰਸੰਸਕ ਨੇ। ਅੰਮਾਂ ਦਾ ਤਾਂ ਉਹਦੇ ਬਿਨਾਂ ਦਿਲ ਹੀ ਨਹੀਂ ਲੱਗਦਾ। ਵੇਖਣ ਚਾਖਣ ਨੂੰ ਠੀਕ ਹੈ। ਘਰ ਦੇ ਕੰਮ ਵਿਚ ਵੀ ਨਿਪੁੰਨ ਹੈ ਪਰ......ਪਰ ਮੈਨੂੰ ਉਹਦੇ ਨਾਲ ਪਿਆਰ ਨਹੀਂ। ਚੜ੍ਹਦੀ ਜਵਾਨੀ ਦੇ ਦਿਨਾਂ ਵਿਚ ਪਿਆਰ ਇਸ਼ਕ ਦੀਆਂ ਕਹਾਣੀਆਂ ਪੜ੍ਹੀਆਂ ਸਨ ਜਾਂ ਪਿਕਚਰਾਂ ਵੇਖੀਆਂ ਸਨ ਤਾਂ ਮੈਂ ਸੁਪਨਿਆਂ ਦੀ ਦੁਨੀਆਂ ਵਿਚ ਗਵਾਚਣ ਲੱਗ ਪਿਆ ਸਾਂ। ਹੁਣ.....ਹੇ ਰੱਬਾ! ਮੈਂ ਤਾਂ ਮਰ ਹੀ ਜਾਵਾਂਗਾ! ਦਿਲ ਟੁਕੜੇ ਟੁਕੜੇ ਹੋ ਰਿਹਾ ਹੈ। ਅੰਜੂ ਨਾਲ ਬੈਠਣਾ ਗੱਲਾਂ ਕਰਨੀਆਂ, ਉਹਦੇ ਨਾਲ ਘੁੰਮਣਾ, ਘੰਟਿਆਂ-ਬੱਧੀ ਫ਼ੋਨ ਤੇ ਗੱਲਾਂ, ਫਿਰ ਅਗਲੇ ਦਿਨ ਦੀ ਉਡੀਕ! ਮਿਲਣ ਦੀ ਤਾਂਘ! ਦਿਲ ਵਿਚ ਘੰਟੀਆਂ ਵੱਜਦੀਆਂ......। ਲਗਦਾ ਹਵਾ ਵਿਚ ਉੱਡ ਰਹੇ ਹਾਂ। ਹੁਣ ਇਕ ਮਹੀਨੇ ਦੀ ਜੁਦਾਈ ਤੋਂ ਬਾਅਦ ਉਹਨੂੰ ਮਿਲਣਾ ਸੀ....। ਸਾਰਾ ਰਾਹ ਉਸੇ ਬਾਰੇ ਹੀ ਸੋਚਦਾ ਰਿਹਾ। ਅੰਦਰ ਹੀ ਅੰਦਰ ਕੁਝ ਮਿੱਠਾ ਮਿੱਠਾ ਦਰਦ, ਕਸਕ ਉਠਦੀ.......। ਪਰ ਅੱਜ ਦਾ ਸਾਰਾ ਦਿਨ ਕਿੰਨਾ ਦੁੱਖਦਾਈ ਨਿਕਲਿਆ ਹੈ। ਪਿਆਰ ਤਾਂ ਦੁੱਖ ਹੀ ਦਿੰਦਾ ਹੈ। ਹੇ ਰੱਬਾ!........।" ਇਹ ਸਭ ਸੋਚਦੇ ਸੋਚਦੇ ਇਹ ਸਿਰਹਾਣੇ ਨਾਲ ਢੋਹ ਲਗਾਏ ਹੋਏ ਉਂਘਲਾ ਗਿਆ।

ਅਲਕਾ ਵੀ ਕੋਈ ਸੁੱਤੀ ਹੋਈ ਥੋੜ੍ਹਾ ਸੀ। ਗੁੱਸੇ ਵਿਚ ਕਲਪ ਰਹੀ ਸੀ, ਤੜਫ਼ ਰਹੀ ਸੀ। ਉਹ ਸੋਚ ਰਹੀ ਸੀ ਕਿ ਭਲਾ, ਇਸ ਆਦਮੀ ਨੇ ਮੇਰੇ ਨਾਲ ਇੰਜ ਕਿਉਂ ਕੀਤਾ। ਉਹਦਾ ਦਿਲ ਕਰਦਾ ਕਿ ਉਹ ਉਠੇ ਤੇ ਚਿੱਲਾ ਚਿਲਾ ਕੇ ਉਹਨੂੰ ਪੁੱਛੇ ਕਿ ਤੂੰ ਮੈਥੋਂ ਕੀ ਚਾਹੁੰਦਾ ਹੈਂ? ਜਾਹ ਆਪਣੀ ਅੰਜੂ ਕੋਲ। ਤੂੰ ਉਹਦਾ ਦਿਲ ਜਿੱਤਣ ਲਈ ਲਈ ਇੰਨੇ ਝੂਠ ਕਿਉਂ ਬੋਲੇ। ਜੇ ਮੈਂ ਪਸੰਦ ਨਹੀਂ ਸਾਂ ਤਾਂ ਕੀ ਲੋੜ ਸੀ ਮੇਰੇ ਨਾਲ ਵਿਆਹ ਕਰਾਣ ਦੀ। ਭਾਵੇਂ ਉਹ ਇਕੋ ਕਮਰੇ ਵਿਚ, ਇਕੋ ਬਿਸਤਰੇ ਤੇ ਲੇਟੇ ਹੁੰਦੇ ਸਨ ਪਰ ਨੇੜੇ ਹੋ ਕੇ ਵੀ ਉਹ ਬਹੁਤ ਦੂਰ ਹੁੰਦੇ ਸਨ, ਇਕ ਦੂਜੇ ਤੋਂ। ਆਪਣੀਆਂ ਆਪਣੀਆਂ ਸੋਚਾਂ ਵਿਚ ਡੁੱਬੇ ਹੋਏ ਉਹ ਇਕੱਠੇ ਹੋ ਕੇ ਵੀ ਕਿੰਨੇ ਇਕੱਲੇ ਸਨ।

ਪਿਛਲੇ ਦਿਨਾਂ ਵਿਚ ਅਲਕਾ ਇੰਨਾ ਰੋ ਚੁੱਕੀ ਸੀ ਕਿ ਹੁਣ ਅੱਥਰੂ ਵੀ ਮੁੱਕ ਗਏ ਸਨ। ਪਿਛਲੇ ਹਫ਼ਤੇ ਜੋ ਕੁਝ ਹੋਇਆ ਸੀ, ਸੋਚ ਸੋਚ ਕੇ ਲੱਗਦਾ ਕਿ ਉਹਦੇ ਮੱਥੇ ਦੀਆਂ ਪੁੜਪੁੜੀਆਂ ਦੀਆਂ ਨਸਾਂ ਫਟ ਜਾਣਗੀਆਂ। ਕਦੀ ਸਿਰ ਦੇ ਐਨ ਵਿਚਕਾਰ ਸਖਤ ਪੀੜ ਦੀ ਲਹਿਰ ਉਠਦੀ, ਲਗਦਾ ਬੱਸ ਸਿਰ ਦੀ ਚੋਟੀ ਠਾਹ ਕਰਦੀ ਫਟ ਜਾਏਗੀ ਅਤੇ ਖ਼ੂਨ ਦੀਆਂ ਤਤੀਰੀਆਂ ਨਿਕਲਣ ਲੱਗਣਗੀਆਂ। ਉਹ ਪਾਗਲਾਂ ਵਾਂਗ ਉਠਕੇ ਘੁੰਮਣ ਲੱਗਦੀ। ਉਠ ਕੇ ਪਾਣੀ ਪੀਂਦੀ। ਬਾਰੀ ਕੋਲ ਖਲੋਕੇ ਡੂੰਘੇ ਸਾਹ ਲੈਂਦੀ। ਕਈ ਵਾਰ ਛਾਤੀ ਵਿਚ ਐਸੀ ਪੀੜ ਉਠਦੀ ਕਿ ਸਾਹ ਘੁੱਟਣ ਲੱਗਦਾ.....। ਉਹਦਾ ਦਿਲ ਕਰਦਾ ਉਹ ਚੁੱਪ ਚਾਪ ਆਪਣੀ ਮਾਂ ਕੋਲ ਚਲੀ ਜਾਵੇ। ਜਾਂ ਕਿਧਰੇ ਹੋਰ ਨੱਠ ਜਾਵੇ। ਪਰ ਫਿਰ ਮਾਂ ਦੀ ਬੀਮਾਰੀ ਦਾ ਸੋਚਦੀ। ਮਾਂ ਕੋਲੋਂ ਉਹਦਾ ਦੁੱਖ ਸਹਿਣ ਨਹੀਂ ਹੋਵੇਗਾ। ਉਹ ਤਾਂ ਮਰ ਜਾਵੇਗੀ। ਛੋਟੀ ਭੈਣ ਦਾ ਸੋਚਦੀ। ਉਹ ਵੀ ਵਿਆਹ ਯੋਗ ਹੈ। ਪਿੰਡ ਦੀ ਬਿਰਾਦਰੀ......ਲੋਕਾਂ ਦੀਆਂ ਗੱਲਾਂ- ਫਲਾਣੇ ਦੀ ਧੀ ਘਰ ਆ ਬੈਠੀ! ਕਿੰਨਾ ਕੁਝ ਸੁਣਨਾ ਪਵੇਗਾ। ਚਾਚੇ ਗੁੱਸੇ ਵਿਚ ਲਾਠੀਆਂ ਲੈ ਕੇ ਵੀ ਇਥੇ ਆ ਸਕਦੇ ਨੇ। ਪਿੰਡ ਵਿਚ ਉਹਨਾਂ ਦਾ ਬੜਾ ਰੋਅਬ ਦਾਬ ਹੈ। ਫਿਰ ਅਮਨ ਦੀ ਅੰਮਾਂ ਦੇ ਹੰਝੂ। ਬੱਬੀ, ਛੋਟੂ ਦਾ ਪਿਆਰ! ਕੀ ਕਰਾਂ! ਕਿਥੇ ਜਾਵਾਂ! ਪ੍ਰੀਤੀ ਆਂਟੀ ਨੇ ਬਹੁਤ ਪਹਿਲਾਂ ਕਿਹਾ ਸੀ, 'ਅੰਗਰੇਜ਼ੀ ਬੋਲਣੀ ਸਿੱਖ ਲੈ, ਬੀ. ਐਡ. ਕਰ ਲੈ। ਮੈਂ ਕੁਝ ਵੀ ਨਹੀਂ ਕੀਤਾ। ਇਹ ਦੋ ਸਾਲ ਐਵੇਂ ਗੁਆ ਦਿੱਤੇ। ਕੁਝ ਸਿੱਖ ਲੈਂਦੀ ਤਾਂ ਅੱਜ ਕੰਮ ਤਾਂ ਆਉਂਦਾ.....।' ਖਿਆਲਾਂ ਦੀ ਉਧੇੜ ਬੁਣ ਦਾ ਕੋਈ ਅੰਤ ਨਹੀਂ ਸੀ। ਆਪਣੀ ਲਾਚਾਰੀ, ਬੇਬੱਸੀ ਤੇ ਕਦੀ ਉਹਨੂੰ ਤਰਸ ਆਉਂਦਾ, ਕਦੀ ਗੁੱਸਾ ਆਉਂਦਾ। ਨਿਢਾਲ ਹੋ ਕੇ ਉਹ ਠੰਡੇ ਸਾਹ ਭਰਦੀ ਰਹੀ। ਕਦੀ ਮੁੱਠੀਆਂ ਤਣ ਲੈਂਦੀ। ਉਸਨੂੰ ਪ੍ਰੀਤੀ ਆਂਟੀ ਨੇ ਕਈ ਵਾਰ ਕਿਹਾ ਸੀ-ਹਰ ਲੜਕੀ ਨੂੰ ਆਪਣੇ ਪੈਰਾਂ ਤੇ ਖੜੇ ਹੋਣਾ ਜ਼ਰੂਰੀ ਹੈ.....ਜਦੋਂ ਮੈਂ ਆਪਣੇ ਪੇਕੇ ਬੀ. ਐਡ. ਕਰਨ ਦੀ ਗੱਲ ਕੀਤੀ ਸੀ ਤਾਂ ਇਹ ਹੱਸਣ ਲੱਗ ਪਏ ਸਨ- "ਤੂੰ ਕੋਈ ਨੌਕਰੀ ਕਰਨੀ ਏ! ਬੱਸ ਇੰਨਾ ਪੜ੍ਹਾ ਦਿੱਤਾ ਤੇਰੇ ਗੁਜ਼ਾਰੇ ਲਈ ਬਹੁਤ ਹੈ... ਕਿੰਨਾ ਗਲਤ ਹੈ, ਉਹਨਾਂ ਦਾ ਸੋਚਣਾ? ਹੁਣ ਛੋਟੀ ਭੈਣ ਨੇ ਜ਼ਿੱਦ ਕਰਕੇ ਬੀ. ਐਡ. ਵਿਚ ਦਾਖਲਾ ਲੈ ਲਿਆ ਹੈ, ਕਿੰਨਾ ਚੰਗਾ ਕੀਤਾ ਹੈ। ਉਦੋਂ ਮੈਂ ਵੀ ਜ਼ਿੱਦ ਕਰ ਲੈਂਦੀ. ਤਾਂ ਕਿੰਨਾ ਚੰਗਾ ਸੀ। ਉਦੋਂ ਹੀ ਚਾਚੇ ਨੇ ਅਮਨ ਦੀ ਫੋਟੋ ਵਿਖਾਈ ਸੀ। ਬੱਸ ਮੈਂ ਉਸ ਫੋਟੋ ਦਵਾਲੇ ਸੁਫਨੇ ਸੰਜੋਣ ਲੱਗ ਪਈ ਸਾਂ। ਸ਼ਕਲ ਦਾ ਸੋਹਣਾ, ਇੰਜੀਨੀਅਰ, ਵਧੀਆ ਨੌਕਰੀ। ਆਪਣੇ ਹੀ ਇਲਾਕੇ ਦੇ ਲੋਕ। ਸਭ ਕੁਝ ਕਿੰਨਾ ਵਧੀਆ ਲੱਗਾ ਸੀ। ਫਿਰ ਸ਼ਹਿਰੀ ਜ਼ਿੰਦਗੀ।

ਸ਼ੁਰੂ ਵਿਚ ਤਾਂ ਸਭ ਠੀਕ ਹੀ ਰਿਹਾ ਸੀ। ਹਨੀਮੂਨ ਲਈ ਗੋਆ! ਕਿੰਨੇ ਸੁਹਾਵਣੇ ਦਿਨ ਸਨ। ਹਵਾ ਵਿਚ ਉੱਡਦੇ ਸਾਂ, ਅਸੀਂ ਦੋਵੇਂ। ਸਮੁੰਦਰ ਕੰਢੇ ਤੇ ਮਸਤੀਆਂ। ਮੇਰੇ ਲਈ ਉਹ ਸਵਰਗ ਵਿਚ ਬਿਤਾਏ ਦਿਨ ਸਨ। ਹੁਣ ਵੀ ਸੋਚ ਕੇ ਨਸ਼ਾ ਆ ਜਾਂਦੈ! ਗੋਆ ਵਿਚ ਵਿਦੇਸ਼ੀ ਜੋੜਿਆਂ ਦੇ ਕਲੋਲ ਮੈਂ ਹੈਰਤ ਨਾਲ ਵੇਖਦੀ ਰਹਿ ਜਾਂਦੀ। ਫਿਲਮਾਂ ਵਿਚ ਵੇਖੇ ਹੋਏ ਸਨ, ਇਹੋ ਜਹੇ ਸੀਨ। ਤੇ ਹੁਣ ਮੈਂ ਆਪਣੀਆਂ

ਅੱਖਾਂ ਦੇ ਸਾਹਮਣੇ ਕਿੰਨਾ ਕੁਝ ਹੁੰਦਾ ਵੇਖ ਰਹੀ ਸਾਂ। ਕੀ ਇਹ ਸਭ ਸੁਫ਼ਨਾ ਸੀ। ਕੀ ਮੇਰੇ ਨਾਲ ਲੇਟਿਆ ਬੰਦਾ ਉਹੀ ਹੈ, ਗੋਆ ਵਾਲਾ?

ਹੁਣ ਸੁੱਤੇ ਸੁੱਤੇ ਜ਼ਰਾ ਪੈਰ ਦੀ ਉਂਗਲੀ ਵੀ ਛੂਹ ਜਾਵੇ ਤਾਂ ਅਮਨ ਝਟ ਪੈਰ ਪਰ੍ਹਾਂ ਖਿਚ ਲੈਂਦਾ ਹੈ। ਅਸੀਂ ਦੋਵੇਂ ਪਲੰਘ ਦੇ ਧੁਰ ਕੋਨਿਆਂ ਵਿਚ ਆਪਣੀ ਆਪਣੀ ਚਾਦਰ ਲੈ ਕੇ ਲੇਟਦੇ ਹਾਂ। ਮੈਨੂੰ ਤਾਂ ਸਮਝ ਨਹੀਂ ਆਉਂਦੀ ਕਿ ਮੈਂ ਇਸ ਕਮਰੇ ਵਿੱਚ, ਇਕੋ ਬਿਸਤਰ ਤੇ ਸੌਂਦੀ ਹੀ ਕਿਉਂ ਹਾਂ?....ਕੀ ਮੈਨੂੰ ਉਮੀਦ ਹੈ?......ਲਾਲਸਾ ਹੈ, ਉਹਦੀ ਛੂਹਣ ਦੀ, ਉਹਦੇ ਸਪਰਸ਼ ਦੀ? "ਸੱਚੀ ਗੱਲ ਤਾਂ ਇਹੀ ਹੈ। ਦਿਲ ਕਰਦਾ ਹੈ। ਉਹ ਮੈਨੂੰ ਬਾਹਾਂ ਵਿਚ ਨਪੀੜ ਲਵੇ। ਮੇਰੇ ਬੁੱਲ੍ਹਾਂ ਨੂੰ ਚਿੱਥ ਸੁੱਟੇ! ਗੋਆ ਵਿਚ ਹਨੀਮੂਨ ਤੇ......। ਸਾਰੀ ਸਾਰੀ ਰਾਤ ਉਹ ਮੈਨੂੰ ਸੌਣ ਨਹੀਂ ਸੀ ਦਿੰਦਾ! "ਤੈਨੂੰ ਮੈਂ ਕੱਚੀ ਨੂੰ ਖਾ ਜਾਵਾਂਗਾ....।" ਅਕਸਰ ਹੀ ਬੁੜਬੁੜਾਂਦਾ ਰਹਿੰਦਾ। ਮੇਰੇ ਬੁੱਲ੍ਹ ਸੁੱਜ ਗਏ ਸਨ। "ਉਹਦੀ ਪਹਿਲੀ ਛੁਹ! ਉਫ! ਜ਼ਰਾ ਜਹੀ ਉਂਗਲੀ ਦੀ ਛੂਹਣ ਹੀ ਸਾਰੇ ਪਿੰਡੇ ਵਿਚ ਝੁਣਝੁਣੀ ਪੈਦਾ ਕਰ ਦਿੰਦੀ ਸੀ। ਤੇ ਉਹਦਾ ਪਹਿਲਾ ਚੁੰਮਣ! ਹੇ ਰੱਬਾ!

"ਮੈਂ ਰਸੋਈ ਵਿਚ ਕੰਮ ਕਰ ਰਹੀ ਹੁੰਦੀ ਤਾਂ ਅੰਮਾਂ ਤੋਂ ਛਿਪਦਾ ਛਿਪਾਂਦਾ ਚੁਪਕੇ ਜਹੇ ਪਿਛੋਂ ਦੀ ਮੇਰੀ ਗਰਦਨ ਤੇ ਆਪਣੇ ਬੁੱਲ੍ਹ ਰੱਖ ਦਿੰਦਾ........। ਖਾਣੇ ਦੀ ਮੇਜ਼ ਤੇ ਮੇਜ਼ ਦੇ ਥੱਲੇ ਆਪਣਾ ਪੈਰ ਮੇਰੇ ਪੈਰ ਤੇ ਰੱਖ ਦਿੰਦਾ। ਇਕ ਵਾਰ ਗਲਤੀ ਨਾਲ ਉਹਨੇ ਮੇਰਾ ਪੈਰ ਸਮਝ ਕੇ ਬੱਬੀ ਦਾ ਪੈਰ ਦਬਾ ਦਿੱਤਾ ਸੀ। ਬੱਬੀ ਤ੍ਰਭਕ ਕੇ ਬੋਲਿਆ ਸੀ।

"ਅਮਨ ਭਾਈ, ਇਹ ਮੇਰਾ ਪੈਰ ਹੈ.....।" ਪਿਤਾ ਜੀ ਅਤੇ ਅੰਮਾਂ ਹੈਰਾਨੀ ਨਾਲ ਕਦੀ ਅਮਨ ਨਾਲ ਵੇਖਦੇ ਕਦੀ ਬੱਬੀ ਵੱਲ। ਮੈਂ ਅੱਖਾਂ ਝੁਕਾਕੇ ਆਪਣੀ ਮੁਸਕਰਾਹਟ ਰੋਕਣ ਦਾ ਯਤਨ ਕਰਦੀ ਰਹੀ। ਪਰ ਹੁਣ.....। ਜ਼ਿੰਦਗੀ ਕਿੰਨੀ ਬੇਰੰਗ ਹੈ, ਨੀਰਸ ਹੈ। ਅਮਨ ਤਾਂ ਆਪਣੀ ਸਰੀਰਕ ਲੋੜ ਅੰਜੂ ਨਾਲ.......।

"ਗਗਨ ਤੇ ਈਨਾ ਜਦੋਂ ਅਮਰੀਕਾ ਤੋਂ ਆਏ ਸਨ। ਜੈਪੁਰ ਬਿਤਾਏ, ਉਹ ਦੋ ਦਿਨ-ਕਿੰਨਾ ਮਜ਼ਾ ਆਇਆ ਸੀ। ਕਾਸ਼ ਗਗਨ ਤੇ ਈਨਾ ਇਥੇ ਹੀ ਰਹਿ ਜਾਂਦੇ, ਅਮਰੀਕਾ ਵਾਪਿਸ ਨਾ ਜਾਂਦੇ ਤਾਂ ਸ਼ਾਇਦ ਅਮਨ ਇੰਜ ਭਟਕ ਵੀ ਨਾ ਜਾਂਦਾ। ਉਸ ਤੋਂ ਬਾਅਦ ਤਾਂ ਅਮਨ ਮੈਨੂੰ ਕਦੀ ਬਾਹਰ ਲੈ ਕੇ ਹੀ ਨਹੀਂ ਗਿਆ, ਨਾ ਕਦੀ ਕੋਈ ਫਿਲਮ, ਨਾ ਕਦੀ ਬਾਹਰ ਘੁੰਮਣ ਫਿਰਨ ਲਈ...। ਸ਼ਾਇਦ ਉਦੋਂ ਹੀ ਉਹਨੂੰ ਅੰਜੂ ਮਿਲ ਗਈ ਹੋਵੇ! ਉਦੋਂ ਹੀ ਮੈਨੂੰ ਦਿਨ ਚੜ੍ਹ ਗਏ ਸਨ। ਕਾਸ਼ ਮੈਂ ਅਮਨ ਦੀਆਂ ਗੱਲਾਂ ਵਿਚ ਆ ਕੇ ਅਬਾਰਸ਼ਨ ਨਾਂਹ ਕਰਵਾਈ ਹੁੰਦੀ। ਉਦੋਂ ਮੈਨੂੰ ਵਿਚਲੀ ਗੱਲ ਦਾ ਤਾਂ ਪਤਾ ਹੀ ਨਹੀਂ ਸੀ।

"ਕਾਸ਼! ਉਹਨੂੰ ਅੰਜੂ ਨਾ ਮਿਲੀ ਹੁੰਦੀ। ਅੰਜੂ ਦੀ ਮੰਮੀ ਤਾਂ ਨਿਸ਼ਚਿੰਤ ਹੋਣ ਲਈ ਕਹਿ ਰਹੀ ਹੈ, ਪਰ.....। ਮੈਨੂੰ ਤਾਂ ਲੰਬੇ ਅਰਸੇ ਤੋਂ ਇਕ ਪੈਸੇ ਦੀ ਚੀਜ਼ ਖਰੀਦ ਕੇ ਨਹੀਂ ਦਿੱਤੀ। ਸਾਰਾ ਪੈਸਾ ਉਥੇ ਜਾ ਰਿਹਾ ਸੀ। ਦਫਾ ਕਰੋ ਚੀਜ਼ਾਂ ਨੂੰ!

"ਕਲ੍ਹ ਐਤਵਾਰ ਹੈ। ਸਭ ਘਰ ਹੋਣਗੇ....। ਵੇਖੋ! ਕੀ ਹੁੰਦਾ ਹੈ! ਕੌਣ ਗੱਲ ਸ਼ੁਰੂ

ਕਰੇਗਾ ? ਪਿਤਾ ਜੀ ਜਾਂ ਅੰਮਾਂ ? ਮੈਨੂੰ ਤਾਂ ਉਹ ਚੁੱਪ ਰਹਿਣ ਲਈ ਕਹਿ ਰਹੇ ਹਨ...।"

ਅਲਕਾ ਨੇ ਹਲਕੇ ਜਹੇ ਪਾਸਾ ਪਲਟਿਆ ਅਤੇ ਅਮਨ ਵਾਲੇ ਪਾਸੇ ਤਕਿਆ ਉਹ ਵੀ ਸ਼ਾਇਦ ਜਾਗ ਹੀ ਰਿਹਾ ਸੀ। ਸੁੱਤੇ ਪਏ ਦੇ ਸਾਹਾਂ ਦੀ ਜੋ ਇਕਸਾਰ ਆਵਾਜ਼ ਆਉਂਦੀ ਏ, ਉਹ ਨਹੀਂ ਆ ਰਹੀ।

'ਜਾਗਦੈ ਤਾਂ ਜਾਗੇ। ਬਹੁਤ ਕਸ਼ਟ ਦਿੱਤਾ ਹੈ, ਉਸ ਮੈਨੂੰ।' ਅਲਕਾ ਨੇ ਫਿਰ ਪਾਸਾ ਪਰਤ ਲਿਆ। ਕੁਝ ਦੇਰ ਬਾਅਦ ਉਹ ਊਂਘ ਗਈ।

7.

ਉਧਰ ਅਮਨ ਦੇ ਪਿਤਾ ਜੀ ਅਤੇ ਉਹਦੀ ਅੰਮਾਂ ਰੇਵਤੀ ਵੀ ਆਪਣੇ ਕਮਰੇ ਵਿੱਚ ਸੁੱਤੇ ਥੋੜ੍ਹਾ ਹੀ ਹੋਏ ਸਨ। ਦੋਵੇਂ ਹੀ ਆਪਣੇ ਆਪਣੇ ਖਿਆਲਾਂ ਵਿੱਚ ਡੁੱਬੇ ਹੋਏ ਸਨ। ਵਿਚ ਵਿਚ ਇਕ ਦੂਜੇ ਨਾਲ ਕੋਈ ਖਿਆਲ ਸਾਂਝਾ ਕਰ ਲੈਂਦੇ।

"ਤੁਸੀਂ ਕਲ੍ਹ ਅਮਨ ਨੂੰ ਆਪਣੇ ਕੋਲ ਬਿਠਾਕੇ ਗੱਲ ਕਰੋ। ਇੰਜ ਮੌਨ ਧਾਰਨ ਕਰਨ ਨਾਲ ਗੱਲ ਨਹੀਂ ਬਣੇਗੀ।" ਰੇਵਤੀ ਬੋਲੀ।

"ਠੀਕ ਹੈ।" ਬੜੀ ਉਦਾਸੀ ਵਿੱਚ ਅਮਨ ਦੇ ਪਿਤਾ ਜੀ ਬੋਲੇ।

"ਮੈਂ ਚਾਹੁੰਦੀ ਹਾਂ ਤੁਸੀਂ, ਬੜੇ ਪਿਆਰ ਨਾਲ ਗੱਲ ਕਰਨਾ। ਬਹੁਤਾ ਗੁੱਸਾ ਕਰਨ ਨਾਲ ਮੁੰਡਾ ਘਰ ਹੀ ਨਾ ਛੱਡ ਜਾਵੇ......।" ਰੇਵਤੀ ਦੀ ਆਵਾਜ਼ ਵਿੱਚ ਸਹਿਮ ਸੀ।

"ਹੁਣ ਉਹ ਸਾਡਾ ਗੁੱਸਾ ਸਹਿਣ ਦੀ ਉਮਰ ਪਾਰ ਕਰ ਚੁੱਕਾ ਹੈ......।"

ਕੁਝ ਦੇਰ ਦੀ ਚੁੱਪ ਤੋਂ ਬਾਅਦ ਰੇਵਤੀ ਫਿਰ ਬੋਲੀ, "ਪਤਾ ਨਹੀਂ ਇਹ ਮੁੰਡਾ ਚਾਹੁੰਦਾ ਕੀ ਹੈ ?" ਉਹਦੀ ਠੰਡੀ ਆਹ ਨਿਕਲ ਗਈ।

"ਜੇ ਉਹਨੇ ਅਲਕਾ ਨੂੰ ਵਸਾਣ ਤੋਂ ਨਾਂਹ ਕਰ ਦਿੱਤੀ ਤਾਂ ਸਾਡੀ ਬਿਰਾਦਰੀ ਵਿਚ ਕਿੰਨੀ ਥੂਹ-ਥੂਹ ਹੋਵੇਗੀ...। ਕੁੜੀ ਵਿੱਚ ਕੋਈ ਨੁਕਸ ਹੋਵੇ ਤਾਂ ਗੱਲ ਵੱਖਰੀ ਹੈ।" ਉਹਨਾਂ ਦੀ ਆਵਾਜ਼ ਵਿਚ ਬੜੀ ਚਿੰਤਾ ਸੀ।

"ਉਹ ਇੰਝ ਕਿਵੇਂ ਕਰ ਸਕਦਾ ਹੈ ਇਹ ਤਾਂ ਸਰਾਸਰ ਕੁੜੀ ਤੇ ਜ਼ੁਲਮ ਹੈ! ਉਹਦਾ ਕਸੂਰ ਕੀ ਹੈ ? ਵਿਚਾਰੀ ਦਾ। ਮੈਂ ਇਹ ਸਭ ਕਦੀ ਨਹੀਂ ਹੋਣ ਦਿਆਂਗੀ।"

"ਉਂਝ ਤਾਂ ਤੂੰ ਅਲਕਾ ਨੂੰ ਬਹੁਤ ਪਿਆਰ ਕਰਦੀ ਹੈਂ ਪਰ ਕਈ ਵਾਰ ਤੂੰ ਆਪਣੀ ਖਿੱਝ, ਆਪਣਾ ਗੁੱਸਾ ਉਸ ਵਿਚਾਰੀ ਤੇ ਕੱਢਦੀ ਰਹਿੰਦੀ ਹੈਂ। ਉਹ ਇਕ ਤਾਂ ਅਮਨ ਦੇ ਹੱਥੋਂ ਪ੍ਰੇਸ਼ਾਨ ਹੈ, ਦੂਜਾ ਤੂੰ......।"

"ਹਾਂ ਮੇਰੇ ਕੋਲੋਂ ਕਈ ਵਾਰ ਇੰਝ ਹੋ ਜਾਂਦਾ ਹੈ। ਮੈਨੂੰ ਆਪ ਸਮਝ ਨਹੀਂ ਆਉਂਦੀ ਕਿ ਮੈਂ ਇੰਝ ਕਿਉਂ ਕਰਦੀ ਹਾਂ.....ਇਹ ਸਭ ਅਣਜਾਣੇ ਹੀ ਹੋ ਜਾਂਦਾ ਹੈ। ਮੈਂ ਇਹ ਜਾਣ-ਬੁੱਝ ਕੇ ਨਹੀਂ ਕਰਦੀ....। ਸੱਚ! ਹੁਣ ਮੈਂ ਧਿਆਨ ਰੱਖਾਂਗੀ ਕਿ ਐਵੇਂ ਖਾਹ-ਮਖਾਹ ਉਹਦੇ ਤੇ ਆਪਣੀ ਖਿੱਝ ਨਾ ਕੱਢਾਂ।" ਰੇਵਤੀ ਦਾ ਇਕ ਠੰਡਾ ਹਾਉਕਾ ਨਿਕਲ ਗਿਆ।

ਕਮਰੇ ਵਿਚ ਫਿਰ ਚੁੱਪ ਛਾ ਗਈ।

"ਉਸ ਕੁੜੀ ਵਾਸਤੇ ਤਾਂ ਕਿੰਨੇ ਮਹਿੰਗੇ ਤੋਹਫੇ ਖਰੀਦਦਾ ਰਿਹਾ। ਇਧਰ ਘਰ ਉਸ ਪੈਸਾ ਦੇਣਾ ਘਟਾ ਦਿੱਤਾ ਹੈ। ਤੈਨੂੰ ਤਾਂ ਪਤਾ ਹੈਂ ਕਿ ਆਪਣਾ ਪੇਟ ਕਟ ਕਟ ਕੇ ਅਮਨ ਨੂੰ ਬੰਗਲੌਰ ਪੈਸੇ ਭੇਜਦੇ ਰਹੇ। ਇਸ ਮੁੰਡੇ ਨੇ ਤਾਂ ਹੱਦ ਕਰ ਦਿੱਤੀ। ਇਹੋ ਜਹੀ ਉਮੀਦ ਨਹੀਂ ਸੀ, ਇਹਦੇ ਕੋਲੋਂ। ਛੋਟੇ ਦੋਵੇਂ ਕੀ ਕਰਨਗੇ ਰੱਬ ਹੀ ਜਾਣੇ।" ਬਿਸਤਰ ਤੋਂ ਉਠ ਕੇ ਦੀਵਾਰ ਨਾਲ ਢੋਹ ਲਗਾਕੇ ਉਹ ਬੈਠ ਗਏ।

"ਅਲਕਾ ਨੂੰ ਸ਼ੁਰੂ ਸ਼ੁਰੂ ਵਿਚ ਤਾਂ ਫਿਰ ਵੀ ਕੁਝ ਲੈ ਕੇ ਦਿੰਦਾ ਰਿਹਾ, ਉਸਤੋਂ ਬਾਅਦ ਤਾਂ ਉਹਦੇ ਲਈ ਇਕ ਪੈਸੇ ਦੀ ਕਦੀ ਚੀਜ਼ ਨਹੀਂ ਲਿਆਇਆ।" ਇਹ ਸੋਚ ਕੇ ਰੇਵਤੀ ਵੀ ਉਠਕੇ ਬੈਠ ਗਈ ਸੀ।

ਰੇਵਤੀ ਦਾ ਦਮ ਘੁੱਟ ਰਿਹਾ ਹੈ।" ਬਾਰੀ ਦੀਆਂ ਸ਼ੀਥਾਂ ਥਾਣੀਂ ਹਲਕੀ ਹਲਕੀ ਰੌਸ਼ਨੀ ਦੀਆਂ ਕਿਰਨਾਂ ਅੰਦਰ ਆ ਰਹੀਆਂ ਸਨ, ਉਸ ਦੀ ਨਜ਼ਰ ਉਸ ਰੌਸ਼ਨੀ ਤੇ ਅਟਕ ਗਈਆਂ।

ਬੱਬੀ ਅਤੇ ਛੋਟੂ ਦਾ ਪੜ੍ਹਾਈ ਵਿਚ ਦਿਲ ਨਹੀਂ ਸੀ ਲੱਗ ਰਿਹਾ। ਕੁਝ ਦੇਰ ਪੜ੍ਹਣ ਦਾ ਬਹਾਨਾ ਕਰਕੇ ਕਿਤਾਬਾਂ ਚਿਹਰੇ ਅੱਗੇ ਰੱਖਕੇ ਦੋਵੇਂ ਬੈਠੇ ਰਹੇ। ਫਿਰ ਕਿਤਾਬਾਂ ਬੰਦ ਕਰਕੇ, ਲੇਟ ਕੇ ਹੌਲੀ ਹੌਲੀ ਆਪਸ ਵਿਚ ਘਰ ਵਿਚ ਘਟ ਰਹੇ ਹਾਲਾਤ ਬਾਰੇ ਵਿਚਾਰ ਵਟਾਂਦਰਾ ਕਰਦੇ ਰਹੇ।

"ਅਲਕਾ ਭਾਬੀ ਤਾਂ ਬਹੁਤ ਚੰਗੀ ਹੈ। ਅਮਨ ਭਾਈ ਨੂੰ ਇੰਜ ਨਹੀਂ ਸੀ ਕਰਨਾ ਚਾਹੀਦਾ।"

"ਕੀ ਭਾਈ ਉਸ ਦੂਜੀ ਕੁੜੀ ਨਾਲ ਸ਼ਾਦੀ ਕਰ ਲੈਣਗੇ?"

"ਅਸੀਂ ਇੰਝ ਨਹੀਂ ਹੋਣ ਦਿਆਂਗੇ।"

"ਉਸ ਕੁੜੀ ਦੇ ਚੱਕਰ ਵਿਚ ਭਾਈ ਘਰ ਲੇਟ ਆਉਂਦੇ ਰਹੇ ਅਤੇ ਅਸੀਂ ਸਮਝਦੇ ਰਹੇ ਕਿ ਦਫ਼ਤਰ ਵਿਚ ਬਹੁਤ ਕੰਮ ਹੈ। ਪਹਿਲਾਂ ਭਾਈ ਮੇਰੀ ਸਾਇੰਸ ਅਤੇ ਮੈਥ ਦੀ ਪੜ੍ਹਾਈ ਵਿਚ ਕਿੰਨੀ ਮੱਦਦ ਕਰਦੇ ਸਨ ਹੁਣ ਤਾਂ ਸਾਡੀ ਪੜ੍ਹਾਈ ਵਿਚ ਕੋਈ ਦਿਲਚਸਪੀ ਹੀ ਨਹੀਂ ਲੈਂਦੇ।"

"ਛੋਟੂ, ਤੂੰ ਭੁੱਲ ਗਿਐਂ। ਉਹ ਹਰ ਐਤਵਾਰ ਸਾਡੇ ਨਾਲ ਕ੍ਰਿਕੇਟ ਖੇਡਦੇ ਸਨ......। ਹੁਣ ਤਾਂ ਹਰ ਗੱਲ ਤੇ ਡਾਂਟ ਦਿੰਦੇ ਨੇ.....। ਕਿੰਨੇ ਮਹੀਨਿਆਂ ਤੋਂ ਨਾ ਸਾਡੇ ਨਾਲ ਹੱਸਕੇ ਗੱਲ ਕਰਦੇ ਨੇ, ਨਾ ਸਾਡੇ ਨਾਲ ਬੈਠਕੇ ਖਾਣਾ ਖਾਂਦੇ ਨੇ। ਅਸੀਂ ਸੋਚਦੇ ਰਹੇ ਕਿ ਦਫ਼ਤਰ ਦੇ ਕੰਮਾਂ ਦਾ ਬੋਝ ਹੈ, ਇਸੇ ਲਈ ਖਿੱਝੇ ਰਹਿੰਦੇ ਹਨ।"

"ਕਲ੍ਹ ਐਤਵਾਰ ਨੂੰ ਸ਼ਾਇਦ ਪਿਤਾ ਜੀ ਅਤੇ ਅੰਮਾਂ ਅਮਨ ਭਾਈ ਨਾਲ ਗੱਲ ਕਰਨ!"

"ਸ਼ਾਇਦ!"

ਫਿਰ ਇਕ ਲੰਬੀ ਚੁੱਪ ਛਾ ਗਈ। ਦੂਰ ਇਕ ਕੁੱਤੇ ਦੇ ਭੌਂਕਣ ਦੀ ਆਵਾਜ਼ ਬੜੀ ਦੇਰ ਤੱਕ ਸੁਣਾਈ ਦਿੰਦੀ ਰਹੀ।

*

ਸਵੇਰੇ ਅਮਨ ਉਠਦੇ ਹੀ ਨਹਾ ਧੋ ਕੇ ਤਿਆਰ ਹੋ ਕੇ ਚੁਪਕੇ ਜਹੇ ਘਰੋਂ ਨਿਕਲ ਗਿਆ। ਜਾਂਦੇ ਜਾਂਦੇ ਉਹ ਛੋਟੂ ਨੂੰ ਕਹਿ ਗਿਆ ਕਿ ਉਹ ਪ੍ਰੀਤੀ ਆਂਟੀ ਦੇ ਘਰ ਜਾ ਰਿਹਾ ਹੈ।

ਅਮਨ ਨੂੰ ਵੇਖਕੇ ਪ੍ਰੀਤੀ ਖੁਸ਼ ਹੋ ਗਈ।

"ਆ ਬੱਚੂ! ਆ ਜਾ।"

ਅਮਨ ਨੇ ਝੁਕ ਕੇ ਆਂਟੀ ਕੇ ਪੈਰਾਂ ਨੂੰ ਹੱਥ ਲਗਾਇਆ ਤਾਂ ਪ੍ਰੀਤੀ ਨੇ ਉਹਦਾ ਮੱਥਾ ਚੁੰਮ ਲਿਆ ਅਤੇ ਢੇਰ ਸਾਰੇ ਅਸ਼ੀਰਵਾਦ ਦੇ ਦਿੱਤੇ।

"ਤੈਨੂੰ ਕਿਹਾ ਸੀ, ਅਲਕਾ ਨੂੰ ਨਾਲ ਲੈ ਕੇ ਆਵੀਂ।" ਪ੍ਰੀਤੀ ਨੇ ਕਿਹਾ।

"ਪਰ ਆਂਟੀ ਘਰ ਵਿਚ ਕੰਮ ਬਹੁਤ ਸੀ। ਸਵੇਰੇ ਸਵੇਰੇ ਉਹ ਕਿਥੇ ਆ ਸਕਦੀ ਹੈ?"

"ਆਂਟੀ ਪਹਿਲਾਂ ਕੁਝ ਖਿਲਾਓ। ਬਹੁਤ ਭੁੱਖ ਲੱਗੀ ਹੈ। ਨਾਲ ਗਰਮ ਗਰਮ ਚਾਹ ਪਿਲਾਓ......।"

"ਕੀ ਖਾਏਂਗਾ?"

"ਜੋ ਕੁਝ ਵੀ ਖਿਲਾਓਗੇ। ਪੇਟ ਵਿਚ ਚੂਹੇ ਭੱਜ ਰਹੇ ਨੇ।"

ਪ੍ਰੀਤੀ ਨੇ ਅਮਨ ਦਾ ਸਿਰ ਪਲੋਸਦੇ ਹੋਏ ਕਿਹਾ, "ਕਿਉਂ, ਭੁੱਖ-ਹੜਤਾਲ ਤੇ ਹੈਂ ਜਾਂ ਕੋਈ ਵਰਤ ਰੱਖਿਆ ਹੋਇਆ ਸੀ ਜਾਂ......।" ਉਹ ਵਾਕ ਪੂਰਾ ਕੀਤੇ ਬਿਨਾਂ ਉਠਕੇ ਰਸੋਈ ਵਿਚ ਚਲੀ ਗਈ।

'ਆਂਟੀ ਦੇ ਚਿਹਰੇ ਤੋਂ ਤਾਂ ਕੁਝ ਪਤਾ ਨਹੀਂ ਲੱਗ ਰਿਹਾ ਕਿ ਉਹ ਕੁਝ ਜਾਣਦੀ ਹੈ।' ਅਮਨ ਸੋਚ ਰਿਹਾ ਸੀ।

ਪ੍ਰੀਤੀ ਝੱਟ ਲੂਣ-ਜਵੈਣ ਦੇ ਗਰਮ-ਗਰਮ ਪਰਾਉਂਠੇ ਬਣਾ ਕੇ ਲੈ ਆਈ, ਨਾਲ ਦਹੀਂ, ਮੱਖਣ ਅਤੇ ਗਰਮ ਗਰਮ ਚਾਹ।

ਚਾਹ ਦੀਆਂ ਚੁਸਕੀਆਂ ਭਰਦੀ ਹੋਈ ਪ੍ਰੀਤੀ ਬੋਲੀ, "ਅਮਨ ਅੱਜਕਲ੍ਹ ਤੂੰ ਦਫ਼ਤਰ ਦੇ ਕੰਮ ਵਿਚ ਬਹੁਤ ਰੁੱਝਾ ਹੋਇਆ ਹੈਂ। ਤੂੰ ਆਪਣੇ ਘਰ ਵੀ ਲੇਟ ਆਉਂਦਾ ਹੈਂ, ਗਗਨ ਦੀ ਮੇਲ ਦਾ ਜੁਆਬ ਵੀ ਨਹੀਂ ਦਿੰਦਾ। ਜਦੋਂ ਮੈਂ ਤੁਹਾਡੇ ਘਰ ਗਈ ਤਾਂ ਤੂੰ ਅੰਦਰ ਬਹੁਤ ਨਿਢਾਲ, ਬਹੁਤ ਉਦਾਸ ਇਕੱਲਾ ਲੇਟਿਆ ਹੋਇਆ ਸੀ। ਆਖਰ ਗੱਲ ਕੀ ਹੈ? ਤੂੰ ਕਿਹਾ ਸੀ ਤੂੰ ਮੈਨੂੰ ਦੱਸੇਂਗਾ। ਮੇਰੇ ਬੱਚੇ, ਜੇ ਤੇਰੇ ਦਿਲ ਵਿਚ ਕੋਈ ਪ੍ਰੇਸ਼ਾਨੀ ਹੈ ਤਾਂ ਦੱਸ! ਮੈਂ ਤੇਰੀ ਆਂਟੀ ਹੀ ਨਹੀਂ, ਤੇਰੀ ਦੋਸਤ ਵੀ ਹਾਂ।"

ਅਮਨ ਚੁੱਪ ਰਿਹਾ। ਉਹਦਾ ਚਿਹਰਾ ਇਕ ਦਮ ਪੀਲਾ ਪੈ ਗਿਆ।

"ਨੌਕਰੀ ਦੀ ਪ੍ਰੇਸ਼ਾਨੀ ਹੈ?" ਪ੍ਰੀਤੀ ਨੇ ਪੁੱਛਿਆ।

ਅਮਨ ਨੇ ਨਾਂਹ ਵਿਚ ਸਿਰ ਹਿਲਾ ਦਿੱਤਾ।

"ਅਲਕਾ ਨਾਲ ਨਾਰਾਜ਼ ਹੈ?" ਪ੍ਰੀਤੀ ਦੀ ਆਵਾਜ਼ ਵਿੱਚ ਚਿੰਤਾ ਸੀ।

ਅਮਨ ਨੇ ਨਾਂਹ ਵਿਚ ਸਿਰ ਹਿਲਾਇਆ ਅਤੇ ਨਾ ਹਾਂ ਵਿੱਚ।

ਪ੍ਰੀਤੀ ਨੇ ਕੱਪ ਮੇਜ਼ ਤੇ ਰੱਖਦੇ ਹੋਏ ਕਿਹਾ-"ਜੇ ਤੇਰਾ ਮਨ ਮੰਨਦਾ ਹੈ ਤਾਂ ਦੱਸ।

ਜੇ ਤੈਨੂੰ ਮੇਰੇ ਤੇ ਭਰੋਸਾ ਹੈ ਤਾਂ। ਨਹੀਂ ਤਾਂ ਕਿਸੇ ਹੋਰ ਵਿਸ਼ੇ ਤੇ ਗੱਲ ਕਰਦੇ ਹਾਂ। ਪਰ ਇਕ ਗੱਲ ਪੱਲੇ ਬੰਨ੍ਹ ਲੈ, ਮੈਂ ਤੈਨੂੰ ਇੰਨਾ ਪ੍ਰੇਸ਼ਾਨ ਨਹੀਂ ਵੇਖ ਸਕਦੀ।" ਪ੍ਰੀਤੀ ਦਾ ਚਿਹਰਾ ਬੜਾ ਗੰਭੀਰ ਹੋ ਗਿਆ ਸੀ।

"ਤੁਹਾਨੂੰ ਅਲਕਾ ਜਾਂ ਅੰਮਾਂ ਨੇ ਕੁਝ ਦੱਸਿਆ ਹੀ ਹੋਵੇਗਾ।" ਅਮਨ ਨੇ ਸਵਾਲੀਆ ਨਜ਼ਰਾਂ ਨਾਲ ਪ੍ਰੀਤੀ ਵੱਲ ਵੇਖਿਆ।

"ਜੇ ਉਹਨਾਂ ਗੱਲ ਕੀਤੀ ਹੁੰਦੀ ਤਾਂ ਮੈਂ ਤੇਰੇ ਕੋਲੋਂ ਕਿਉਂ ਪੁੱਛਦੀ। ਪ੍ਰੇਸ਼ਾਨ ਤੁਹਾਡੇ ਪਰਿਵਾਰ ਦੇ ਸਭ ਲੋਕ ਸਨ ਪਰ ਕੁਝ ਦੱਸਦੇ ਹੀ ਨਹੀਂ। ਪਰ ਮੈਂ ਤੁਹਾਡੀ ਲਗਦੀ ਵੀ ਕੀ ਹਾਂ....?"

"ਨਹੀਂ, ਆਂਟੀ, ਇਹ ਗੱਲ ਨਹੀਂ। ਗੱਲ ਸ਼ੁਰੂ ਕਿੱਥੋਂ ਕਰਾਂ! ਸਮਝ ਨਹੀਂ ਆਉਂਦੀ!' ਉਹ ਠੰਡੀ ਆਹ ਭਰ ਕੇ ਬੋਲਿਆ।

"ਸ਼ੁਰੂ ਤੋਂ ਹੀ ਸ਼ੁਰੂ ਕਰ।" ਪ੍ਰੀਤੀ ਗੰਭੀਰ ਆਵਾਜ਼ ਵਿੱਚ ਬੋਲੀ।

"ਤੁਹਾਨੂੰ ਪਤਾ ਹੀ ਹੈ ਕਿ ਅਲਕਾ ਨਾਲ ਸ਼ਾਦੀ ਕਰਨ ਦੇ ਮੈਂ ਬਹੁਤ ਹੱਕ ਵਿਚ ਨਹੀਂ ਸਾਂ। ਪਰ ਅੰਮਾਂ ਦੇ ਬਹੁਤ ਜ਼ੋਰ ਦੇਣ ਤੇ ਮੰਨ ਗਿਆ। ਅਲਕਾ ਨੇ ਘਰ ਆ ਕੇ ਸਭ ਦਾ ਦਿਲ ਜਿੱਤ ਲਿਆ। ਤੁਹਾਨੂੰ ਵੀ ਉਹ ਚੰਗੀ ਲਗਦੀ ਹੈ। ਪਰ ਮੈਨੂੰ ਜਿਹੋ ਜਿਹੀ ਲੜਕੀ ਚਾਹੀਦੀ ਸੀ, ਉਹ ਹੈ ਨਹੀਂ! ਇਸ ਲਈ ਮੈਂ ਉਹਨੂੰ ਦਿਲ ਤੋਂ ਅਪਣਾ ਨਹੀਂ ਸਕਿਆ।"

ਅਮਨ ਚੁੱਪ ਕਰ ਗਿਆ।

"ਤੁਸੀਂ ਤਾਂ ਦੋਵੇਂ ਬੜੇ ਖੁਸ਼ ਲੱਗਦੇ ਸੀ....। ਮੈਂ ਜਦੋਂ ਤੁਹਾਡੇ ਘਰ ਆਉਂਦੀ ਸਾਂ ਤਾਂ.....।"

"ਉਹ ਤਾਂ ਖੁਸ਼ ਸੀ ਹੀ। ਉਹਦੀ ਇੱਛਾ ਪੂਰੀ ਹੋ ਗਈ ਸੀ ਪਰ ਮੈਂ ਖੁਸ਼ ਨਹੀਂ ਸਾਂ....।"

"ਫਿਰ?"

"ਸਾਡੇ ਦਫ਼ਤਰ ਇਕ ਨਵੀਂ ਲੜਕੀ ਆਈ। ਉਹ ਮੇਰੀ ਯੂਨਿਟ ਵਿਚ ਹੀ ਸੀ, ਮੇਰੇ ਨਾਲ ਹੀ ਕੰਮ ਕਰ ਰਹੀ ਸੀ। ਅਸੀਂ ਇਕ ਦੂਜੇ ਨੂੰ ਪਸੰਦ ਕਰਨ ਲੱਗ ਪਏ....। ਪਹਿਲੀ ਵਾਰ ਅਹਿਸਾਸ ਹੋਇਆ ਕਿ ਇਹ ਪਿਆਰ ਹੈ! ਸਾਡੀ ਨੇੜਤਾ ਵੱਧਦੀ ਗਈ। ਮੇਰਾ ਉਹਦੇ ਬਿਨਾਂ ਜ਼ਰਾ ਦਿਲ ਨਾ ਲੱਗਦਾ। ਛੁੱਟੀ ਵਾਲੇ ਦਿਨ ਵੀ ਅਸੀਂ ਬਾਹਰ ਮਿਲਣ ਲੱਗ ਪਏ। ਮੈਂ ਉਹਦੇ ਘਰ ਜਾਣ ਲੱਗ ਪਿਆ। ਉਹਦੇ ਘਰ ਦੇ ਲੋਕ ਵੀ ਮੈਨੂੰ ਬਹੁਤ ਪਸੰਦ ਕਰਦੇ-ਸਾਰੇ ਪੜ੍ਹੇ ਲਿਖੇ ਸੁਲਝੇ ਹੋਏ, ਪਿਆਰੇ ਲੋਕ...। ਸਿੰਗਾਪੁਰ ਜਾਣ ਤੋਂ ਪਹਿਲਾਂ ਮੈਂ ਉਹਨੂੰ ਬਿਲਕੁਲ ਠੀਕ ਮੂਡ ਵਿਚ ਛੱਡਕੇ ਗਿਆ ਸਾਂ ਪਰ ਮੇਰੇ ਪਿੱਛੋਂ ਪਤਾ ਨਹੀਂ ਕੀ ਹੋਇਆ ਕਿ ਉਹ ਲੋਕ ਮੇਰੇ ਨਾਲ ਗੱਲ ਕਰਨ ਨੂੰ ਤਿਆਰ ਨਹੀਂ। ਨਾ ਹੀ ਅਲਕਾ, ਨਾ ਅੰਮਾਂ! ਘਰ ਵਿਚ ਸਭ ਨੇ ਚੁੱਪ ਧਾਰ ਲਈ ਹੈ। ਕੋਈ ਕੁਝ ਦੱਸ ਹੀ ਨਹੀਂ ਰਿਹਾ। ਮੇਰਾ ਦਮ ਘੁੱਟ ਰਿਹਾ ਹੈ। ਇੰਨੀ ਚੁੱਪ ਮੇਰੇ ਕੋਲੋਂ ਬਰਦਾਸ਼ਤ ਨਹੀਂ ਹੋ ਰਹੀ। ਘਰ ਵਿਚ ਸਭ ਨੇ ਮੇਰੇ ਨਾਲ ਬਾਇਕਾਟ ਕੀਤਾ ਹੋਇਆ

ਹੈ। ਉਸ ਕੁੜੀ ਦੇ ਘਰ ਫ਼ੋਨ ਕਰਦਾ ਹਾਂ ਤਾਂ ਉਹ ਰਿਸੀਵਰ ਰੱਖ ਦਿੰਦੇ ਨੇ। ਦਫ਼ਤਰ ਫ਼ੋਨ ਕੀਤਾ ਤਾਂ ਪਤਾ ਲੱਗਾ ਉਹ ਕੁੜੀ ਛੁੱਟੀ ਤੇ ਹੈ। ਮੇਰਾ ਦੋਸਤ ਸੰਜੇ ਇਥੇ ਨਹੀਂ। ਆਂਟੀ, ਮੈਂ ਕੀ ਕਰਾਂ?" ਅਮਨ ਨੇ ਪ੍ਰੇਸ਼ਾਨੀ ਵਿਚ ਆਪਣਾ ਸਿਰ ਦੋਹਾਂ ਹੱਥਾਂ ਵਿੱਚ ਦਬਾ ਲਿਆ ਸੀ। ਪ੍ਰੀਤੀ ਨੇ ਪਿਆਰ ਨਾਲ ਉਹਨੂੰ ਆਪਣੇ ਮੋਢੇ ਨਾਲ ਲਗਾ ਲਿਆ ਤਾਂ ਉਹ ਫਿਸ ਪਿਆ। ਕਿੰਨੀ ਦੇਰ ਉਹ ਹਟਕੋਰੇ ਲੈ ਕੇ ਰੋਂਦਾ ਰਿਹਾ।

"ਉਸ ਕੁੜੀ ਨੂੰ ਪਤਾ ਹੈ ਕਿ ਤੂੰ ਵਿਆਹਿਆ ਹੋਇਆ ਹੈਂ?"

"ਹਾਂ, ਮੈਂ ਉਹਨੂੰ ਕਿਹਾ ਸੀ, ਮੈਂ ਜਲਦੀ ਹੀ ਤਲਾਕ ਲੈ ਲਵਾਂਗਾ।"

"ਉਹਦੇ ਘਰ ਦੇ ਮੰਨ ਜਾਣਗੇ?"

"ਉਸ ਕੁੜੀ ਨੇ ਜ਼ਿੱਦ ਕੀਤੀ ਤੇ ਘਰ ਵਿਚ ਕਿਹਾ ਕਿ ਉਹ ਮੇਰੇ ਨਾਲ ਹੀ ਸ਼ਾਦੀ ਕਰੇਗੀ, ਨਹੀਂ ਤਾਂ ਕਰੇਗੀ ਹੀ ਨਹੀਂ। ਤਲਾਕ ਲਈ ਉਡੀਕ ਕਰੇਗੀ।"

"ਅਲਕਾ ਜਾਣਦੀ ਹੈ?"

"ਹਾਂ, ਕੁਝ ਕੁਝ ਜਾਣਦੀ ਹੈ। ਮੈਂ ਹਾਲੇ ਤੀਕ ਸਿੱਧਾ ਤਾਂ ਕੁਝ ਨਹੀਂ ਦੱਸਿਆ।"

"ਤੇਰੇ ਉਸੇ ਕੁੜੀ ਨਾਲ ਸੰਬੰਧ ਕਿੱਥੋਂ ਤੱਕ ਨੇ? ਮੇਰਾ ਮਤਲਬ ਸੈਕਸ ਸੰਬੰਧ?"

"ਨਹੀਂ, ਉਹ ਤਾਂ ਨਹੀਂ ਹਨ। ਨਾ ਹੀ ਅਲਕਾ ਨਾਲ ਹਨ।"

"ਅਲਕਾ ਨਾਲ ਪਹਿਲਾਂ ਤਾਂ ਹੋਣਗੇ ਹੀ?"

"ਨਹੀਂ, ਕਦੀ ਵੀ ਨਹੀਂ। ਮੈਂ ਉਹਦੇ ਨਾਲ ਕਦੀ ਸਰੀਰਕ ਸੰਬੰਧ ਰੱਖੇ ਹੀ ਨਹੀਂ।"

"ਦੋ ਸਾਲ ਤੋਂ ਉਹ ਤੇਰੇ ਨਾਲ ਇੰਜ ਹੀ ਰਹਿ ਰਹੀ ਹੈ? ਉਹਨੇ ਇਹਦਾ ਕਦੀ ਕਾਰਨ ਨਹੀਂ ਜਾਣਨਾ ਚਾਹਿਆ? ਕੀ ਉਹ ਇੰਨੀ ਦੇਰ ਤੋਂ ਸਬਰ ਕਰਕੇ ਬੈਠੀ ਹੈ?"

"ਮੈਂ ਉਹਨੂੰ ਕਹਿ ਦਿੱਤਾ ਹੈ ਕਿ ਅੰਮਾਂ ਦੀ ਮਰਜ਼ੀ ਨਾਲ ਮੈਂ ਉਹਦੇ ਨਾਲ ਵਿਆਹ ਕਰਵਾਇਆ ਸੀ। ਮੈਂ ਉਹਨੂੰ ਪਸੰਦ ਨਹੀਂ ਕਰਦਾ।"

ਪ੍ਰੀਤੀ ਨੂੰ ਪਤਾ ਸੀ ਕਿ ਉਹ ਝੂਠ ਬੋਲ ਰਿਹਾ ਹੈ। ਪਰ ਉਸ ਜ਼ਾਹਿਰ ਨਹੀਂ ਹੋਣ ਦਿੱਤਾ।

"ਜੇ ਤੂੰ ਅਲਕਾ ਨੂੰ ਛੱਡ ਦਿੱਤਾ ਤਾਂ ਕੀ ਹੋਵੇਗਾ?"

ਅਮਨ ਅੱਗੋਂ ਚੁੱਪ ਰਿਹਾ।

"ਤੂੰ ਅਲਕਾ ਨਾਲ ਵਿਆਹ ਕਰਨ ਤੋਂ ਨਾਂਹ ਕਰ ਦਿੰਦਾ ਤਾਂ ਚੰਗਾ ਰਹਿੰਦਾ...।"

"ਬੱਸ ਇਹੀ ਗਲਤੀ ਹੋ ਗਈ। ਮੈਂ ਜਦੋਂ ਗਗਨ ਨੂੰ ਈਨਾ ਦੇ ਪਿੱਛੇ ਪਿੱਛੇ ਨੱਠਦੇ ਵੇਖਦਾ ਸਾਂ ਤਾਂ ਮੈਂ ਸੋਚਦਾ ਸਾਂ ਕਿ ਗਗਨ ਪਾਗਲ ਹੈ। ਉਦੋਂ ਮੈਨੂੰ ਪਤਾ ਨਹੀਂ ਸੀ ਕਿ ਪਿਆਰ ਕੀ ਹੁੰਦਾ ਹੈ। ਪਰ ਹੁਣ ਤਾਂ ਲੱਗਦਾ ਹੈ...।" ਉਹ ਰੋਣ ਲੱਗ ਪਿਆ।

ਪ੍ਰੀਤੀ ਉਹਦੀ ਪਿੱਠ ਪਲੋਸਦੀ ਰਹੀ। ਉਸ ਨੂੰ ਚੁੱਪ ਕਰਾਣ ਦੀ ਕੋਸ਼ਿਸ਼ ਕਰਦੀ ਰਹੀ। ਉਹ ਉਹਦੇ ਲਈ ਪਾਣੀ ਦਾ ਗਲਾਸ ਲੈ ਆਈ। ਜਦ ਮਨ ਹਲਕਾ ਹੋ ਗਿਆ ਤਾਂ ਉਹ ਚੁੱਪ ਕਰ ਗਿਆ।

"ਮੈਂ, ਤੈਨੂੰ ਇੰਨਾ ਦੁੱਖੀ ਨਹੀਂ ਦੇਖ ਸਕਦੀ ਬੇਟਾ। ਪਰ ਅਲਕਾ ਨਾਲ ਵੀ ਮੈਂ ਅਨਿਆਂ ਨਹੀਂ ਹੋਣ ਦੇਣਾ ਚਾਹੁੰਦੀ। ਉਸ ਦੂਜੀ ਕੁੜੀ ਨੂੰ ਤਾਂ ਮੈਂ ਮਿਲੀ ਨਹੀਂ, ਵੇਖਿਆ ਨਹੀਂ....। ਮੈਂ ਮੰਨਦੀ ਹਾਂ ਕਿ ਉਹ ਵੀ ਤੈਨੂੰ ਬਹੁਤ ਪਿਆਰ ਕਰਦੀ ਹੋਵੇਗੀ, ਪਰ ਬੇਟਾ.....ਕੋਈ ਰਾਹ ਲੱਭਣਾ ਪਵੇਗਾ। ਤੂੰ ਸਬਰ ਰੱਖ। ਇਸ ਤਰ੍ਹਾਂ ਦੁੱਖੀ ਨਾ ਹੋ। ਸਭ ਠੀਕ ਹੋ ਜਾਵੇਗਾ।"

ਪ੍ਰੀਤੀ ਰਸੋਈ ਵਿਚ ਚਾਹ ਬਨਾਣ ਲਈ ਗਈ। ਜਦੋਂ ਵਾਪਿਸ ਆਈ ਤਾਂ ਅਮਨ ਦੀ ਅੱਖ ਲੱਗ ਚੁੱਕੀ ਸੀ। ਕਈ ਘੰਟੇ ਉਹ ਆਰਾਮ ਨਾਲ ਸੁੱਤਾ ਰਿਹਾ।

8.

ਸ਼ਾਮ ਨੂੰ ਅਮਨ ਆਪਣੇ ਘਰ ਲਈ ਚਲਿਆ ਤਾਂ ਪ੍ਰੀਤੀ ਨੇ ਰੇਵਤੀ ਨੂੰ ਫ਼ੋਨ ਤੇ ਦੱਸ ਦਿੱਤਾ ਕਿ ਅਮਨ ਬਹੁਤ ਪ੍ਰੇਸ਼ਾਨ ਹੈ। ਉਹਦੇ ਨਾਲ ਪਿਆਰ ਨਾਲ ਪੇਸ਼ ਆਉਣਾ।

ਅਮਨ ਘਰ ਪਹੁੰਚਿਆ ਤਾਂ ਹਲਕਾ ਹਲਕਾ ਹਨੇਰਾ ਪਸਰ ਰਿਹਾ ਸੀ। ਪਰਿਵਾਰ ਦੇ ਸਾਰੇ ਜੀਅ ਘਰ ਹੀ ਸਨ। ਅੰਮਾਂ ਨੇ ਜਦੋਂ ਬੇਟੇ ਦਾ ਮੁਰਝਾਇਆ ਚਿਹਰਾ ਵੇਖਿਆ ਤਾਂ ਉਹਦੀ ਆਹ ਨਿਕਲ ਗਈ। ਉਸ ਪਿਆਰ ਨਾਲ ਅਮਨ ਨੂੰ ਚਾਹ ਲਈ ਪੁੱਛਿਆ। ਉਸ ਨਾਂਹ ਵਿਚ ਸਿਰ ਹਿਲਾ ਦਿੱਤਾ ਅਤੇ ਸਿੱਧਾ ਆਪਣੇ ਕਮਰੇ ਵਿਚ ਚਲਾ ਗਿਆ। ਉਥੇ ਅਲਕਾ ਇਕ ਕੋਨੇ ਵਿਚ ਬੈਠੀ ਸੋਚਾਂ ਵਿਚ ਡੁੱਬੀ ਸੀ। ਉਹ ਉਹਨੂੰ ਅੰਦਰ ਵੇਖ ਕੇ ਪਹਿਲਾਂ ਦਰਵਾਜ਼ੇ ਤੇ ਹੀ ਠਿਠਕ ਗਿਆ ਪਰ ਫਿਰ ਅੰਦਰ ਚਲਾ ਗਿਆ ਅਤੇ ਦੂਜੇ ਕੋਨੇ ਵਿਚ ਬੈਠ ਗਿਆ। ਕਮਰੇ ਵਿਚ ਹਨੇਰਾ ਵਧ ਰਿਹਾ ਸੀ ਪਰ ਦੋਵਾਂ ਵਿਚੋਂ ਕੋਈ ਵੀ ਬੱਤੀ ਜਗਾਣ ਲਈ ਨਹੀਂ ਉਠਿਆ। ਬਾਹਰਲੇ ਕਮਰੇ ਤੋਂ ਰੋਸ਼ਨੀ ਦੀਆਂ ਕਿਰਨਾਂ ਕਮਰੇ ਅੰਦਰ ਪੈ ਰਹੀਆਂ ਸਨ।

ਕੁਝ ਦੇਰ ਬਾਅਦ ਅਲਕਾ ਨੇ ਹੀ ਚੁੱਪ ਤੋੜੀ, "ਖਾਣ ਲਈ ਕੁਝ ਲਿਆਵਾਂ?"

"ਨਹੀਂ।"

ਫਿਰ ਲੰਬੀ ਚੁੱਪ ਛਾ ਗਈ।

"ਇਹ ਸਾਰਾ ਸਾਮਾਨ ਕੌਣ ਦੇ ਗਿਆ ਹੈ?"

"ਅੰਜੂ ਦੇ ਭੈਣ ਭਰਾ।"

ਅਮਨ ਦੇ ਦਿਲ ਦੀ ਧੜਕਨ ਇਕ ਦਮ ਤੇਜ਼ ਹੋ ਗਈ। ਫਿਰ ਲੰਬੀ ਚੁੱਪ ਤੋਂ ਬਾਅਦ ਅਮਨ ਨੇ ਪੁੱਛਿਆ,

"ਕੀ ਕਹਿੰਦੇ ਸੀ?"

"ਬਹੁਤ ਕੁਝ ਪੁੱਛਦੇ ਸੀ।"

ਅਮਨ ਚੁਕੰਨਾ ਹੋ ਕੇ ਬੈਠ ਗਿਆ।

ਅਲਕਾ ਕੁਝ ਨਹੀਂ ਬੋਲੀ।

"ਤੁਸਾਂ ਮੇਰਾ ਕੀ ਸੋਚਿਆ ਹੈ?" ਕੁਝ ਪਲ ਦੀ ਖਾਮੋਸ਼ੀ ਬਾਅਦ ਅਲਕਾ ਨੇ ਪੁੱਛਿਆ।

"ਹਾਲੇ ਤਾਂ ਮੈਨੂੰ ਆਪਣਾ ਹੀ ਕੁਝ ਪਤਾ ਨਹੀਂ।" ਉਹ ਹਲਕਾ ਜਿਹਾ ਬੁੜਬੁੜਾਇਆ।

"ਕੀ ਕਿਹਾ?"

"ਕੁਝ ਨਹੀਂ।"

ਤਦੇ ਹੀ ਦਰਵਾਜ਼ੇ ਤੇ ਖੜਾਕ ਹੋਇਆ। ਰੇਵਤੀ ਅਤੇ ਅਮਨ ਦੇ ਪਿਤਾ ਜੀ ਕਮਰੇ ਵਿਚ ਆ ਗਏ। ਅਲਕਾ ਨੇ ਉੱਠਕੇ ਬੱਤੀ ਜਗਾ ਦਿੱਤੀ ਅਤੇ ਪਿਤਾ ਜੀ ਨੂੰ ਬੈਠਣ ਲਈ ਕੁਰਸੀ ਦੇ ਦਿੱਤੀ। ਅੰਮਾਂ ਪਲੰਘ ਤੇ ਬੈਠ ਗਈ। ਅੰਮਾਂ ਨੇ ਅਲਕਾ ਨੂੰ ਵੀ ਪਲੰਘ ਤੇ ਬੈਠਣ ਲਈ ਕਿਹਾ।

"ਬਰਖੁਰਦਾਰ, ਉਹ ਅੰਜੂ ਦਾ ਕੀ ਮਾਮਲਾ ਹੈ?" ਪਿਤਾ ਜੀ ਨੇ ਅਮਨ ਵੱਲ ਵੇਖਦੇ ਹੋਏ ਪੁੱਛਿਆ।

"ਮੇਰੇ ਦਫ਼ਤਰ ਵਿਚ ਕੰਮ ਕਰਦੀ ਹੈ।" ਅਮਨ ਨੇ ਸੰਖੇਪ ਜਿਹਾ ਉੱਤਰ ਦਿੱਤਾ। ਉਹਨੂੰ ਲੱਗਾ ਕਿ ਉਹਦੇ ਹੱਥ ਕੰਬ ਰਹੇ ਸਨ।

"ਉਹ ਤਾਂ ਠੀਕ ਹੈ! ਦਫ਼ਤਰ ਵਿਚ ਤਾਂ ਹੋਰ ਵੀ ਕੁੜੀਆਂ ਕੰਮ ਕਰਦੀਆਂ ਹੋਣਗੀਆਂ ਪਰ ਅੰਜੂ ਦਾ ਚੱਕਰ ਕੀ ਹੈ?" ਪਿਤਾ ਜੀ ਦਾ ਚਿਹਰਾ ਬੜਾ ਗੰਭੀਰ ਸੀ।

ਸਭ ਦੀਆਂ ਨਜ਼ਰਾਂ ਅਮਨ ਦੇ ਚਿਹਰੇ ਤੇ ਟਿਕੀਆਂ ਸਨ।

ਅਮਨ ਨੇ ਕੋਈ ਜਵਾਬ ਨਹੀਂ ਦਿੱਤਾ। ਉਹ ਇਸ ਤਰ੍ਹਾਂ ਦੇ ਸਵਾਲ ਲਈ ਹਾਲੇ ਤਿਆਰ ਹੀ ਨਹੀਂ ਸੀ।

"ਤੂੰ ਪਹਿਲਾਂ ਕਿਉਂ ਨਹੀਂ ਦੱਸਿਆ, ਅੰਜੂ ਬਾਰੇ। ਤੇਰਾ ਵਿਆਹ ਉਹਦੇ ਨਾਲ ਕਰ ਦਿੰਦੇ। ਅਲਕਾ ਦੀ ਜ਼ਿੰਦਗੀ ਤਾਂ ਖਰਾਬ ਨਹੀਂ ਹੁੰਦੀ। ਅੰਜੂ ਦੇ ਭੈਣ ਭਰਾ ਕਿੰਨਾ ਕੁਝ ਬੋਲ ਕੇ ਗਏ ਹਨ। ਘਰ ਵਿਚ ਬੀਵੀ ਹੁੰਦੇ ਹੋਏ ਤੇਰਾ ਧਿਆਨ ਦੂਜੀਆਂ ਕੁੜੀਆਂ ਵੱਲ ਕਿੰਜ ਚਲਾ ਗਿਆ? ਕਦੀ ਸੋਚਿਆ ਹੈ ਕਿ ਤੇਰੇ ਮਾਮੇ, ਮਾਮੀਆਂ, ਚਾਚੇ ਚਾਚੀਆਂ ਨੂੰ ਇਸ ਗੱਲ ਦਾ ਪਤਾ ਲੱਗੇਗਾ ਤਾਂ ਸਾਡੀ ਕਿੰਨੀ ਬਦਨਾਮੀ ਹੋਵੇਗੀ। ਪਿੰਡ ਵਿਚ, ਆਪਣੀ ਬਿਰਾਦਰੀ ਵਿਚ ਸਾਡੀ ਕਿੰਨੀ ਇੱਜ਼ਤ ਹੈ। ਉਹ ਸਭ ਮਿੱਟੀ ਵਿੱਚ ਮਿਲ ਜਾਵੇਗੀ। ਅਸੀਂ ਪਿੰਡ ਵਿਚ ਕਿਸੇ ਨੂੰ ਸ਼ਕਲ ਵਿਖਾਣ ਜੋਗੇ ਨਹੀਂ ਰਹਾਂਗੇ। ਅਜੇ ਤੇਰੇ ਹੋਰ ਦੋ ਭਰਾ ਨੇ ਵਿਆਹੁਣ ਵਾਲੇ। ਅਲਕਾ ਵਿਚ ਕੀ ਖੋਟ ਹੈ ਇਹੀ ਨਾ ਕਿ ਉਹ ਦੂਜੀਆਂ ਕੁੜੀਆਂ ਵਾਂਗ ਫਰਲ ਫਰਲ ਅੰਗਰੇਜ਼ੀ ਨਹੀਂ ਬੋਲ ਸਕਦੀ....।" ਅੰਮਾਂ ਬੋਲਦੀ ਹੀ ਜਾ ਰਹੀ ਸੀ।

"ਹੁਣ ਤੂੰ ਚੁੱਪ ਕਰ, ਅਮਨ ਦੀ ਅੰਮਾਂ। ਉਹਨੂੰ ਬੋਲਣ ਦਾ ਮੌਕਾ ਦੇ।" ਅਮਨ ਦੇ ਪਿਤਾ ਜੀ ਬੋਲੇ।

ਅਮਨ ਨੇ ਕੁਝ ਬੋਲਣ ਲਈ ਬੁੱਲ੍ਹ ਖੋਲ੍ਹੇ ਪਰ ਉਹ ਕੰਬ ਕੇ ਰਹਿ ਗਏ।

"ਤੂੰ ਅੰਜੂ ਦੇ ਪਰਿਵਾਰ ਨੂੰ ਕੀ ਕਿਹਾ ਹੈ ਕਿ ਅੰਮਾਂ ਨੇ ਤੇਰੀ ਜ਼ਬਰਦਸਤੀ

ਸ਼ਾਦੀ ਕਰ ਦਿੱਤੀ ਸੀ। ਕੀ ਮੈਂ ਤੈਨੂੰ ਹੱਥ ਪੈਰ ਬੰਨ੍ਹ ਕੇ ਲੈ ਕੇ ਗਈ ਸਾਂ ? ਤੂੰ ਹਾਮੀ ਭਰੀ ਸੀ ਤਾਂ ਹੀ ਸ਼ਾਦੀ ਕੀਤੀ ਸੀ।" ਅੰਮਾਂ ਦੀ ਆਵਾਜ਼ ਵਿੱਚ ਤਲਖੀ ਅਤੇ ਗੁੱਸਾ ਸੀ। ਪਿਤਾ ਜੀ ਨੇ ਉਹਦੇ ਮੋਢੇ ਤੇ ਹੱਥ ਰੱਖਿਆ ਅਤੇ ਸ਼ਾਂਤ ਹੋਣ ਲਈ ਇਸ਼ਾਰਾ ਕੀਤਾ।

ਕੁਝ ਪਲ ਇਕ ਦਮ ਸੰਨਾਟਾ ਛਾ ਗਿਆ। ਅਚਾਨਕ ਅਮਨ ਬੋਲਿਆ, "ਅੰਮਾਂ, ਤੁਸੀਂ ਹਰ ਵੇਲੇ ਸ਼ਾਦੀ, ਸ਼ਾਦੀ ਦੀ ਰਟ ਲਗਾਈ ਹੋਈ ਸੀ। ਤੁਸੀਂ ਹਰ ਇਕ ਨੂੰ ਕਹਿੰਦੇ ਕਿ ਅਮਨ ਮੰਨਦਾ ਨਹੀਂ। ਮੈਂ ਜਿੱਥੇ ਵੀ ਜਾਂਦਾ, ਲੋਕ ਮੇਰੇ ਤੇ ਜ਼ੋਰ ਪਾਂਦੇ। ਇਕ ਦਿਨ ਥੱਕ ਕੇ ਮੈਂ 'ਹਾਂ' ਕਰ ਦਿੱਤੀ। ਹਾਲੇ ਮੇਰਾ ਵਿਆਹ ਕਰਾਣ ਤੇ ਦਿਲ ਨਹੀਂ ਸੀ। ਬੱਸ ਸਮਝ ਲਵੋ ਇਹੀ ਮੇਰੀ ਬੇਵਕੂਫ਼ੀ ਸੀ, ਗਲਤੀ ਸੀ ਅਤੇ ਉਸ ਗਲਤੀ ਦੀ ਮੈਨੂੰ ਸਜ਼ਾ ਮਿਲ ਰਹੀ ਹੈ.....।"

"ਤੈਨੂੰ ਸਜ਼ਾ ਮਿਲ ਰਹੀ ਹੈ ਜਾਂ ਅਲਕਾ ਨੂੰ ? ਉਹਦਾ ਕੀ ਕਸੂਰ ਹੈ ? ਫਿਰ ਤੂੰ ਉਸ ਕੁੜੀ ਦੇ ਪਰਿਵਾਰ ਨੂੰ ਇਹ ਕੀ ਕਿਹਾ ਹੈ ਕਿ ਤੇਰਾ ਅਲਕਾ ਨਾਲ......।" ਅੰਮਾਂ ਅਚਾਨਕ ਚੁੱਪ ਕਰ ਗਈ। ਉਹ ਅਮਨ ਦੇ ਪਿਤਾ ਸਾਹਮਣੇ ਅਤੇ ਅਲਕਾ ਸਾਹਮਣੇ ਇਹ ਨਹੀਂ ਕਹਿਣਾ ਚਾਹੁੰਦੀ ਸੀ।

"ਤੂੰ ਉਹਨਾਂ ਅੱਗੇ ਬੜੇ ਝੂਠ ਬੋਲੇ ਨੇ ਤੇ ਉਹਨਾਂ ਨੂੰ ਪਤਾ ਲੱਗ ਗਿਆ ਹੈ। ਉਸ ਕੁੜੀ ਨੂੰ ਵੀ ਸ਼ਰਮ ਨਹੀਂ ਆਉਂਦੀ, ਇਕ ਵਿਆਹੇ ਹੋਏ ਲੜਕੇ ਤੇ ਡੋਰੇ ਪਾ ਰਹੀ ਸੀ। ਤੁਹਾਡਾ ਘਰ ਤੋੜ ਰਹੀ ਸੀ। ਉਹ ਤੇ ਭਲਾ ਹੋਵੇ ਜਿਹਨੇ ਵਕਤ ਸਿਰ ਉਹਨਾਂ ਨੂੰ ਬੁੱਧੀ ਦਿੱਤੀ ਅਤੇ ਉਹਦੀ ਭੈਣ ਸਾਡੇ ਘਰ ਸਭ ਪਤਾ ਕਰਨ ਆ ਗਈ। ਅਲਕਾ ਨੂੰ ਵੇਖਕੇ ਉਹ ਹੱਕੀ-ਬੱਕੀ ਰਹਿ ਗਈ। ਚਲੀ ਸੀ ਇਸ਼ਕ ਲੜਾਣ, ਹੁਣ ਉਹ ਕੁੜੀ ਵੀ ਆਪਣੀ ਬੇਵਕੂਫ਼ੀ ਤੇ ਰੋਂਦੀ ਹੋਵੇਗੀ।"

"ਹੁਣ ਬੱਸ ਵੀ ਕਰ, ਬੋਲੀ ਜਾ ਰਹੀ ਹੈ.....।" ਅਮਨ ਦੇ ਪਿਤਾ ਜੀ ਰੋਅਬ ਨਾਲ ਬੋਲੇ।

"ਇਹ ਮੈਂ ਨਹੀਂ ਬੋਲ ਰਹੀ। ਮੇਰਾ ਦੁੱਖੀ ਕਲੇਜਾ ਬੋਲ ਰਿਹੈ........ਫਟ ਰਿਹੈ.....।"

"ਹੋ ਗਿਆ ਨਾ ਹੁਣ ਚੁੱਪ ਰਹਿ। ਅਮਨ ਨੂੰ ਬੋਲਣ ਦੇ।"

"ਨਹੀਂ, ਇਸ ਵੇਲੇ ਮੈਂ ਕੁਝ ਨਹੀਂ ਕਹਿਣਾ। ਮੈਨੂੰ ਅਕੱਲਾ ਛੱਡ ਦਿਓ....।" ਉਹਦੀ ਆਵਾਜ਼ ਵਿਚ ਤਰਲਾ ਸੀ, ਖਿਝ ਸੀ।

ਅਲਕਾ ਕੋਨੇ ਵਿਚ ਬੈਠੀ ਚੁੱਪਚਾਪ ਅੱਥਰੂ ਵਹਾਈ ਜਾ ਰਹੀ ਸੀ, ਸਿਰ ਥੱਲੇ ਝੁਕਾਕੇ।

ਪਿਤਾ ਜੀ ਕਮਰੇ ਤੋਂ ਬਾਹਰ ਜਾਣ ਵੇਲੇ ਅਲਕਾ ਦਾ ਸਿਰ ਪਲੋਸਣ ਲੱਗੇ-"ਰੋ ਨਾ ਬੇਟੀ, ਸਭ ਠੀਕ ਹੋ ਜਾਵੇਗਾ।"

"ਤੇਰਾ ਮੈਂ ਕੁਝ ਵਿਗੜਣ ਨਹੀਂ ਦਿਆਂਗੀ।" ਅਲਕਾ ਦੀ ਪਿੱਠ ਤੇ ਹੱਥ ਫੇਰ ਕੇ ਅੰਮਾਂ ਬੋਲੀ।

ਅਲਕਾ ਦਾ ਦਿਲ ਕਰ ਰਿਹਾ ਸੀ ਕਿ ਉਹ ਅੰਮਾਂ ਅਤੇ ਪਿਤਾ ਜੀ ਦੇ ਪਿਛੇ ਪਿੱਛੇ ਉਥੋਂ ਬਾਹਰ ਨਿਕਲ ਜਾਵੇ ਪਰ ਉਹ ਜਿਵੇਂ ਉਸ ਕੋਨੇ 'ਚ ਪੱਥਰ ਬਣ ਕੇ ਜੰਮ ਗਈ ਸੀ।

ਮਾਤਾ ਪਿਤਾ ਦੇ ਬਾਹਰ ਜਾਂਦਿਆਂ ਹੀ ਅਮਨ ਬੋਲਿਆ, "ਸੋ, ਤੂੰ ਉਹਨਾਂ ਨੂੰ ਸਭ ਦੱਸ ਦਿੱਤਾ। ਅਬਾਰਸ਼ਨ ਬਾਰੇ ਵੀ ?"

"ਤੁਸਾਂ ਉਹਨਾਂ ਨੂੰ ਦੱਸਿਆ ਸੀ ਕਿ ਵਿਆਹ ਤੋਂ ਬਾਅਦ ਤੁਹਾਡੇ ਮੇਰੇ ਨਾਲ ਕੋਈ ਸੰਬੰਧ ਹੀ ਨਹੀਂ ਹੋਏ ਅਤੇ ਤਲਾਕ ਹੋਣ ਵਾਲਾ ਹੈ......।"

ਅਮਨ ਕੁਝ ਨਹੀਂ ਬੋਲਿਆ।

"ਝੂਠ ਦੇ ਸਿਰ ਤੇ ਰਿਸ਼ਤੇ ਨਹੀਂ ਟਿਕਦੇ।" ਅਲਕਾ ਬੋਲੀ। ਅਮਨ ਨੇ ਹੈਰਾਨੀ ਨਾਲ ਉਹਦੇ ਵੱਲ ਵੇਖਿਆ ਅਤੇ ਅੱਖਾਂ ਝੁਕਾ ਲਈਆਂ।

"ਹੁਣ ਅੰਜੂ ਦੇ ਘਰਦਿਆਂ ਨੇ ਕਸਮ ਖਾਧੀ ਹੈ ਕਿ ਉਹ ਤੁਹਾਡੇ ਨਾਲ ਗੱਲ ਤੱਕ ਨਹੀਂ ਕਰੇਗੀ।"

ਅਮਨ ਨੇ ਚੁੱਪ ਧਾਰੀ ਰੱਖੀ।

"ਤੁਸਾਂ ਮੇਰਾ ਕੀ ਸੋਚਿਆ ਹੈ ?"

ਅਲਕਾ ਜਵਾਬ ਲਈ ਅਮਨ ਦੇ ਚਿਹਰੇ ਵੱਲ ਵੇਖਣ ਲੱਗੀ ਪਰ ਅਮਨ ਦਾ ਚਿਹਰਾ ਝੁਕਿਆ ਹੋਇਆ ਸੀ।

ਤਦੇ ਛੋਟੂ ਅਲਕਾ ਨੂੰ ਬੁਲਾਣ ਆ ਗਿਆ। ਅੰਮਾਂ ਨੇ ਖਾਣਾ ਬਣਾ ਲਿਆ ਸੀ। ਅਲਕਾ ਨੇ ਟੇਬਲ ਤੇ ਪਲੇਟਾਂ ਵਗੈਰਾ ਲਗਾ ਦਿੱਤੀਆਂ। ਅਮਨ ਨੂੰ ਪਿਤਾ ਜੀ ਆਪ ਖਾਣਾ ਖਾਣ ਲਈ ਕਮਰੇ ਵਿਚੋਂ ਲੈ ਕੇ ਆਏ। ਸਾਰੇ ਚੁੱਪਚਾਪ ਖਾਣਾ ਖਾਣ ਬੈਠ ਗਏ। ਚਮਚੇ ਪਲੇਟਾਂ ਦੀ ਆਵਾਜ਼ ਤੋਂ ਸਿਵਾ ਚੁੱਪ ਵਰਤੀ ਰਹੀ। ਹਮੇਸ਼ਾਂ ਦੀ ਤਰ੍ਹਾਂ ਖਾਣਾ ਖਾਂਦੇ ਹੋਏ ਟੀ. ਵੀ. ਵੀ ਨਹੀਂ ਲਗਾਇਆ ਗਿਆ। ਅਮਨ ਨੇ ਬੜੀ ਬੇਦਿਲੀ ਨਾਲ ਇਕ ਅੱਧ ਫੁਲਕਾ, ਦੋ ਚਮਚ ਚਾਵਲ ਖਾਧੇ ਅਤੇ ਉਠ ਕੇ ਆਪਣੇ ਕਮਰੇ ਵਿਚ ਚਲਾ ਗਿਆ।

ਉਸ ਰਾਤ ਅਲਕਾ ਨੂੰ ਬਹੁਤ ਰਾਤਾਂ ਬਾਅਦ ਡੂੰਘੀ ਨੀਂਦ ਆਈ। ਉਸ ਦਿਨ ਬੋਲ ਕੇ, ਸ਼ਾਇਦ ਉਹਦੇ ਦਿਲ ਦਾ ਭਾਰ ਹਲਕਾ ਹੋ ਗਿਆ ਸੀ ਜਾਂ ਉਹ ਚਿੰਤਾ ਫਿਕਰ ਕਰਕੇ ਬਹੁਤ ਥੱਕ ਚੁੱਕੀ ਸੀ। ਅਮਨ ਸਾਰੀ ਰਾਤ ਪਾਗਲਾਂ ਵਾਂਗ ਕਦੀ ਬਿਸਤਰੇ ਤੇ ਲੇਟਦਾ, ਕਦੀ ਬਾਰੀ ਕੋਲ ਜਾ ਕੇ ਬਾਹਰ ਹਨੇਰੇ ਵਿਚ ਗੱਲੀ ਦੇ ਬਲਬ ਦੀ ਮੱਧਮ ਰੋਸ਼ਨੀ ਨੂੰ ਘੂਰਦਾ। ਕਦੀ ਪਲੰਘ ਤੇ ਗੋਡਿਆਂ ਵਿਚ ਸਿਰ ਦੇ ਕੇ ਉਕੜੂੰ ਹੋ ਕੇ ਬੈਠ ਜਾਂਦਾ। ਦਿਮਾਗ ਅਜੀਬੋ ਗਰੀਬ ਘੁੰਮਣ ਘੇਰੀਆਂ ਵਿਚ ਘਿਰਿਆ ਹੋਇਆ ਸੀ। ਉਹਨੂੰ ਯਾਦ ਆਇਆ ਕਿ ਉਹ ਇਕ ਵਾਰ ਲਖਨਊ ਗਿਆ ਸੀ ਤਾਂ ਉਥੇ ਉਹਨੇ ਨਵਾਬਾਂ ਦੇ ਸਮੇਂ ਦਾ ਇਕ ਕਿਲ੍ਹਾ ਵੇਖਿਆ ਸੀ। ਗਾਈਡ ਨੇ ਦੱਸਿਆ ਸੀ ਕਿ ਉਹ ਇਸ ਕਿਲ੍ਹੇ ਦੀਆਂ ਭੁੱਲ ਭੁਲੱਈਆਂ ਵਿਚੋਂ ਆਪਣੇ ਆਪ ਬਾਹਰ ਨਹੀਂ ਨਿਕਲ ਸਕਦਾ। ਉਸਦੇ ਕੁਝ ਸਾਥੀਆਂ ਨੇ ਉਹਨੂੰ ਚੈਲੰਜ ਸਮਝਕੇ ਆਪਣੇ ਆਪ ਨਿਕਲਣ ਦੀ ਕੋਸ਼ਿਸ਼ ਕੀਤੀ ਸੀ ਪਰ ਨਹੀਂ ਸਨ ਨਿਕਲ ਸਕੇ। ਹੁਣ ਇਸ ਮਾਨਸਿਕ ਭੁਲ-ਭੁਲੱਈਆਂ ਵਿਚੋਂ ਉਹ ਕਿਵੇਂ ਨਿਕਲੇ। ਉਹਨੂੰ ਕੁਝ ਸਮਝ ਨਹੀਂ ਸੀ ਆ ਰਹੀ। ਕਿਸ ਗਾਈਡ ਦੀ ਮੱਦਦ ਲਵੇ। ਗਗਨ ਤਾਂ ਬਹੁਤ ਦੂਰ ਹੈ। ਸੰਜੇ ਪਤਾ ਨਹੀਂ ਕਦੋਂ

ਵਾਪਿਸ ਆਵੇਗਾ। ਪ੍ਰੀਤੀ ਆਂਟੀ ਨੂੰ ਤਾਂ ਅੱਜ ਹੀ ਮਿਲ ਕੇ ਆਇਆ ਹੈ...। ਉਸ ਆਂਟੀ ਸਾਹਮਣੇ ਵੀ ਤਾਂ ਝੂਠ ਹੀ ਬੋਲਿਆ ਹੈ। 'ਜੇ ਆਂਟੀ ਨੂੰ ਮੇਰੇ ਝੂਠ ਦਾ ਪਤਾ ਲੱਗ ਗਿਆ ਤਾਂ ਉਹ ਕੀ ਕਹੇਗੀ। ਅਲਕਾ ਨੇ ਠੀਕ ਹੀ ਕਿਹਾ ਹੈ ਕਿ ਝੂਠ ਦੇ ਸਿਰ ਤੇ ਰਿਸ਼ਤੇ ਨਹੀਂ ਟਿਕਦੇ। ਝੂਠ ਬੋਲ ਕੇ ਮੈਂ ਕੀ ਸਿੱਧ ਕਰਨਾ ਚਾਹੁੰਦਾ ਹਾਂ। ਵਿਆਹ ਤੋਂ ਬਾਅਦ ਸਰੀਰਕ ਸੰਬੰਧ ਤਾਂ ਸੁਭਾਵਿਕ ਹੀ ਨੇ ਤੇ ਫਿਰ ਅੰਜੂ ਨਾਲ.....ਜਿਹਨੂੰ ਪਿਆਰ ਕਰੋ ਉਹਦੇ ਸਰੀਰ ਦਾ ਸਪਰਸ਼, ਉਹਦਾ ਨਿੱਘ, ਨਿੱਘਾ ਦਾ ਸਕੂਨ, ਝਣ ਝਣਾਹਟ......।' ਅੰਜੂ ਸਾਹਮਣੇ ਉਸ ਝੂਠ ਇਸ ਲਈ ਬੋਲਿਆ ਸੀ ਕਿ ਉਹ ਉਹਦੇ ਤੋਂ ਦੂਰ ਨਾ ਚਲੀ ਜਾਵੇ। ਹੁਣ ਕੀ ਕਰਾਂ? ਅੰਜੂ ਨੂੰ ਕਿਵੇਂ ਮਿਲਾਂ? ਕਿੰਝ ਸਭ ਸਮਝਾਵਾਂ.....।

ਉਹਦਾ ਦਿਲ ਕੀਤਾ ਸਾਹਮਣੀ ਦੀਵਾਰ ਨਾਲ ਟਕਰਾਂ ਮਾਰਨ ਲੱਗ ਜਾਵੇ! ਹੇ ਰੱਬਾ! ਕੋਈ ਰਾਹ ਸੁਝਾ......।

ਇਸੇ ਤਰ੍ਹਾਂ ਤੜਫੜਾਂਦਾ ਰਿਹਾ, ਅਮਨ ਅਤੇ ਪਤਾ ਨਹੀਂ ਕਦੋਂ ਉਹਦੀ ਅੱਖ ਲੱਗ ਗਈ।

ਸਵੇਰੇ ਅਲਕਾ ਚਾਹ ਲੈ ਕੇ ਆਈ ਤਾਂ ਉਸ ਪੀਣ ਤੋਂ ਮਨ੍ਹਾ ਕਰ ਦਿੱਤਾ ਅਤੇ ਪਾਸਾ ਪਲਟ ਕੇ ਫਿਰ ਸੌਂ ਗਿਆ।

9.

ਸਵੇਰੇ ਬਾਰੀ ਦੀਆਂ ਸ਼ੀਸ਼ਾਂ ਵਿਚੋਂ ਰੋਸ਼ਨੀ ਦੀਆਂ ਕਿਰਨੀ ਅਮਨ ਦੀਆਂ ਅੱਖਾਂ ਤੇ ਆ ਪਈਆਂ ਤਾਂ ਉਹਦੀਆਂ ਅੱਖਾਂ ਖੁੱਲ੍ਹ ਗਈਆਂ। ਕੁਝ ਪਲ ਤਾਂ ਉਹ ਸੋਚਦਾ ਰਿਹਾ ਕਿ ਉਹ ਹੈ ਕਿੱਥੇ.....। ਬਾਹਰ ਧੁੱਪ ਨਿਕਲੀ ਵੇਖ ਕੇ ਉਸਨੂੰ ਵਕਤ ਦਾ ਖਿਆਲ ਆਇਆ। ਘੜੀ ਤੇ ਸਾਢੇ-ਨੌਂ ਵਜ ਚੁੱਕੇ ਸਨ। ਤਦੇ ਉਹਨੂੰ ਦਫ਼ਤਰ ਦਾ ਖਿਆਲ ਆਇਆ, ਉਹ ਅਬੜਵਾਹੇ ਉਠਿਆ ਅਤੇ ਬਾਥਰੂਮ ਵਿਚ ਚਲਾਂ ਗਿਆ।

ਨਹਾ ਕੇ ਨਿਕਲਿਆ ਤਾਂ ਅਲਕਾ ਨੇ ਪੁੱਛਿਆ, "ਆਫਿਸ ਜਾਣਾ ਹੈ?"

ਉਸ 'ਹਾਂ' ਵਿਚ ਸਿਰ ਹਿਲਾ ਦਿੱਤਾ ਅਤੇ ਅਲਕਾ ਰਸੋਈ ਵਿਚੋਂ ਨਾਸ਼ਤਾ ਲੈਣ ਚਲੀ ਗਈ।

ਦਫ਼ਤਰ ਵਿਚ ਉਹ ਲੇਟ ਹੀ ਪੁੱਜਾ ਪਰ ਕਿਸੇ ਨੇ ਇਸ ਗੱਲ ਵੱਲ ਧਿਆਨ ਨਹੀਂ ਦਿੱਤਾ ਕਿਉਂਕਿ ਉਹ ਦਫ਼ਤਰ ਵਿੱਚ ਕਈ ਵਾਰ ਰਾਤ ਦੇ ਗਿਆਰਾਂ-ਬਾਰਾਂ ਵਜੇ ਤੱਕ ਵੀ ਕੰਮ ਕਰਦਾ ਰਹਿੰਦਾ ਹੈ। ਉਹ ਸਿੱਧਾ ਆਪਣੇ ਡੀਪਾਰਟਮੈਂਟ ਦੇ ਹੈੱਡ ਕੋਲ ਗਿਆ। ਸਿੰਗਾਪੁਰ ਦੇ ਪ੍ਰਾਜੈਕਟ ਦੀ ਸਾਰੀ ਰੀਪੋਰਟ ਉਹਨੂੰ ਦਿੱਤੀ। ਪ੍ਰਾਜੈਕਟ ਬਾਰੇ ਪੂਰੇ ਵਿਸਥਾਰ ਨਾਲ ਸਾਰੀ ਜਾਣਕਾਰੀ ਤੇ ਗੱਲਬਾਤ ਹੁੰਦੀ ਰਹੀ।

ਉਥੋਂ ਉਠਕੇ ਉਹ ਆਪਣੇ ਕੈਬਿਨ ਵਿਚ ਆਇਆ ਤਾਂ ਉਹਨੂੰ ਬੜੀ ਥਕਾਵਟ ਦਾ ਅਹਿਸਾਸ ਹੋਇਆ। ਉਹਨੂੰ ਚਾਹ ਪੀਣ ਦੀ ਇੱਛਾ ਹੋ ਰਹੀ ਸੀ। ਚਾਹ ਨੇ ਉਹਦਾ ਧਿਆਨ ਅੰਜੂ ਵੱਲ ਮੋੜ ਦਿੱਤਾ। ਉਸ ਮੁੜਕੇ ਉਸ ਕੈ ਬਿਨ ਵੱਲ ਨਜ਼ਰ

ਮਾਰੀ ਉਥੇ ਕੋਈ ਵੀ ਨਹੀਂ ਸੀ। 'ਕੀ ਅੰਜੂ ਹੁਣ ਨਹੀਂ ਆਵੇਗੀ?' ਉਹ ਆਪਣੇ ਆਪ ਨੂੰ ਪੁੱਛਣ ਲੱਗਾ! ਕੁਝ ਦੇਰ ਉਹ ਅੰਜੂ ਦੀ ਸੀਟ ਵੱਲ ਟਿਕਟਿਕੀ ਲਗਾਕੇ ਵੇਖਦਾ ਰਿਹਾ......। ਉਹਦੀ ਖਾਲੀ ਸੀਟ ਵੇਖਕੇ ਉਹਦਾ ਦਿਲ ਬੈਠ ਜਿਹਾ ਗਿਆ। ਅੰਜੂ ਰੋਜ਼ ਚਾਹ ਬਣਾਕੇ ਉਹਨੂੰ ਪਿਲਾਂਦੀ ਸੀ। ਉਹ ਕਾਫ਼ੀ ਦੀ ਸ਼ੌਕੀਨ ਸੀ ਪਰ ਅਮਨ ਦੀ ਸੰਗਤ ਵਿਚ ਉਸ ਕਾਫੀ ਪੀਣੀ ਛੱਡ ਕੇ ਚਾਹ ਪੀਣੀ ਸ਼ੁਰੂ ਕਰ ਦਿੱਤੀ ਸੀ। ਅਮਨ ਬੜੀ ਕੜਕ ਚਾਹ ਪੀਂਦਾ ਸੀ। ਹੌਲੀ-ਹੌਲੀ ਅੰਜੂ ਨੇ ਉਹਦੀ ਬਹੁਤੀ ਕਾੜ੍ਹੀ ਹੋਈ ਚਾਹ ਲਾਈਟ ਕਰ ਦਿੱਤੀ ਸੀ।

ਲੰਚ ਵੇਲੇ ਉਹ ਦੋਵੇਂ ਘਰੋਂ ਲਿਆਂਦਾ ਲੰਚ ਸ਼ੇਅਰ ਕਰਦੇ ਸਨ। ਅੰਜੂ ਦੀ ਮੰਮੀ ਖਾਣਾ ਬਣਾ ਕੇ ਦਿੰਦੀ ਸੀ। ਅਮਨ ਲਈ ਅੰਮਾਂ ਅਤੇ ਅਲਕਾ ਮਿਲ ਕੇ ਖਾਣਾ ਤਿਆਰ ਕਰਦੀਆਂ ਸਨ। ਪਰ ਅਮਨ ਹਮੇਸ਼ਾਂ ਆਪਣੀ ਅੰਮਾਂ ਦੇ ਹੀ ਗੁਣ ਗਾਂਦਾ ਸੀ। ਅਲਕਾ ਦਾ ਨਾਮ ਵੀ ਬੁੱਲ੍ਹਾਂ ਤੇ ਨਾ ਲਿਆਂਦਾ ਹਾਲਾਂਕਿ ਅਲਕਾ ਵੀ ਬਹੁਤ ਵਧੀਆ ਖਾਣਾ ਬਣਾਂਦੀ ਸੀ। ਜਦੋਂ ਕਦੀ ਉਹ ਘਰ ਦਾ ਲਿਆਂਦਾ ਲੰਚ ਨਾ ਕਰਨਾ ਚਾਹੁੰਦੇ ਤਾਂ ਬਾਹਰੋਂ ਮੰਗਵਾ ਲੈਂਦੇ।

ਅੰਜੂ ਨਵੀਂ ਨਵੀਂ ਕੰਪਨੀ ਵਿਚ ਆਈ ਸੀ ਤਾਂ ਆਸ ਪਾਸ ਦੇ ਕਈ ਕੈਬਿਨਾਂ ਦੇ ਕੁੜੀਆਂ, ਮੁੰਡੇ ਮਿਲ ਕੇ ਹੀ ਖਾਣਾ ਖਾਂਦੇ ਸਨ। ਅੰਜੂ ਵੀ ਉਹਨਾਂ ਸਭ ਨਾਲ ਸ਼ਾਮਲ ਹੋ ਗਈ ਸੀ। ਫਿਰ ਅਮਨ ਦੇ ਪ੍ਰਾਜੈਕਟ ਵਿਚ ਉਹਦੇ ਨਾਲ ਕੰਮ ਕਰਦੇ ਕਰਦੇ ਹੌਲੀ ਹੌਲੀ ਉਹ ਉਹਦੇ ਨੇੜੇ ਹੁੰਦੀ ਗਈ। ਹੁਣ ਉਹ ਜਾਣ ਬੁਝ ਕੇ ਲੰਚ ਵੇਲੇ ਜ਼ਰਾ ਹੱਟ ਕੇ ਬੈਠਦੇ ਅਤੇ ਫਿਰ ਲੰਚ ਲਈ ਉਹ ਇਕੱਲੇ ਹੀ ਇਸ ਕੈਬਿਨ ਵਿਚ ਰਹਿ ਗਏ।

ਕੁਝ ਦਿਨ ਬਾਕੀ ਸਹਿਕਰਮੀਆਂ ਦੇ ਸਿਰ ਜੁੜੇ ਅਤੇ ਕੁਝ ਖੁਸਰ-ਫੁਸਰ ਹੋਈ ਤੇ ਹੌਲੀ ਹੌਲੀ ਬੰਦ ਹੋ ਗਈ। ਹਾਂ, ਕਦੀ ਕੋਈ ਮਜ਼ਾਕ, ਕੋਈ ਤਨਜ਼ ਕਿਸੇ ਨਾ ਕਿਸੇ ਕੈਬਿਨ ਤੋਂ ਉੱਡ ਕੇ ਜ਼ਰੂਰ ਉਹਨਾਂ ਤੱਕ ਪਹੁੰਚ ਜਾਂਦੀ। ਉਹ ਦੋਵੇਂ ਕੁਝ ਦੇਰ ਲਈ ਝੁੰਜਲਾਂਦੇ ਅਤੇ ਫਿਰ ਮਸਤ ਹੋ ਜਾਂਦੇ।

"ਅਮਨ ਦਾ ਤਾਂ ਪਿੱਛੇ ਜਹੇ ਹੀ ਵਿਆਹ ਹੋਇਆ ਹੈ। ਫਿਰ ਇਹ ਸਭ ਕੀ ਹੋ ਰਿਹਾ ਹੈ?"

"ਅਮਨ ਨੂੰ ਅੰਜੂ ਨਾਲ ਇੰਝ ਖਿਲਵਾੜ ਨਹੀਂ ਕਰਨਾ ਚਾਹੀਦਾ।"

"ਕੀ ਅੰਜੂ ਨੂੰ ਪਤਾ ਹੈ ਕਿ ਉਹ ਵਿਆਹਿਆ ਹੋਇਐ?"

"ਅੰਜੂ ਨੂੰ ਸਮਝਾਣਾ ਚਾਹੀਦਾ ਹੈ।"

"ਅੱਜਕਲ੍ਹ ਬਿਨ ਮੰਗੇ ਸਲਾਹ ਨਹੀਂ ਦੇਣੀ ਚਾਹੀਦੀ।"

"ਇਹ ਵਿਆਹੇ ਹੋਏ ਮੁੰਡੇ ਕੁਆਰੀਆਂ ਕੁੜੀਆਂ ਨੂੰ ਫਸਾ ਕੇ ਸਾਡਾ ਕੁਆਰਿਆਂ ਦਾ ਕੰਮ ਖਰਾਬ ਕਰਦੇ ਨੇ।"

ਲੰਚ ਖਤਮ ਤੇ ਹਾਸਾ ਠਿੱਠਲੀ ਵੀ ਖਤਮ ਤੇ ਕੰਮ ਸ਼ੁਰੂ।

ਸਾਫਟਵੇਅਰ ਕੰਪਨੀਆਂ ਵਿਚ ਪ੍ਰਾਜੈਕਟਾਂ ਦੀ ਭਰਮਾਰ ਹੈ। ਕਿਸੇ ਨੂੰ ਸਿਰ

ਖੁਰਕਣ ਦੀ ਵਿਹਲ ਨਹੀਂ। ਇਕ ਅਮਰੀਕਨ ਸਾਫਟਵੇਅਰ ਕੰਪਨੀ ਦਾ ਕੰਮ ਵੀ ਇਹੀ ਕਰਦੇ ਹਨ। ਇਹਨਾਂ ਦੇ ਹੋਰ ਅਫਿਸ ਬੰਗਲੌਰ ਅਤੇ ਹੈਦਰਾਬਾਦ ਵਿਚ ਹਨ।

"ਕੀ ਸੋਚ ਰਿਹੈਂ ਅਮਨ?" ਪਿਛੋਂ ਦੀ ਉਹਦੇ ਇਕ ਸਹਿਕਰਮੀ ਮਨੋਜ ਨੇ ਉਹਦੇ ਮੋਢੇ ਤੇ ਹੱਥ ਰੱਖ ਕੇ ਪੁੱਛਿਆ।

"ਨਹੀਂ, ਕੁਝ ਖਾਸ ਨਹੀਂ।" ਅਮਨ ਤ੍ਰਭਕ ਗਿਆ ਸੀ।

"ਤੈਨੂੰ ਪਤੈਂ ਕਿ ਅੰਜੂ ਨੇ ਅਸਤੀਫਾ ਦੇ ਦਿੱਤਾ ਹੈ?" ਮਨੋਜ ਨੇ ਅਮਨ ਦੀਆਂ ਅੱਖਾਂ ਵਿੱਚ ਸਿੱਧਾ ਝਾਕਦੇ ਹੋਏ ਦੱਸਿਆ ਜ਼ਿਆਦਾ, ਪੁੱਛਿਆ ਘਟ।

ਅਮਨ ਨੂੰ ਇਹੀ ਡਰ ਸੀ। ਪਰ ਉਹ ਕੁਝ ਬੋਲਿਆ ਨਹੀਂ। ਉਸ ਅੱਖਾਂ ਸਾਹਮਣੇ ਪਈ ਫਾਈਲ ਤੇ ਝੁਕਾ ਲਈਆਂ।

"ਵਿਚਾਰੀ ਬਹੁਤ ਅਪਸੈਟ ਸੀ। ਉਹ ਝੂਠੀ ਉਮੀਦ ਲਗਾਈ ਬੈਠੀ ਸੀ। ਚਲੋ ਵਕਤ ਸਿਰ ਸਭ ਕੁਝ ਪਤਾ ਲੱਗ ਗਿਆ.....।" ਇਹ ਕਹਿੰਦਾ ਕਹਿੰਦਾ ਮਨੋਜ ਕੈਬਿਨ ਵਿਚੋਂ ਬਾਹਰ ਨਿਕਲ ਗਿਆ। ਅਮਨ ਦਾ ਦਿਲ ਕੀਤਾ ਕਿ ਮਨੋਜ ਨੂੰ ਰੋਕੇ ਅਤੇ ਸਭ ਵਿਸਥਾਰ ਨਾਲ ਪੁੱਛੇ। ਪਰ ਉਹਦੀ ਹਿੰਮਤ ਨਹੀਂ ਪਈ।

ਉਹ ਆਪਣੇ ਕਾਗਜ਼-ਪੱਤਰ, ਫਾਈਲਾਂ ਇਧਰ ਉਧਰ ਕਰਨ ਲੱਗਾ। ਸਾਹਮਣੇ ਪਏ ਕੰਪਿਊਟਰ ਤੇ ਨਜ਼ਰ ਦੌੜਾਈ ਪਰ ਦਿਮਾਗ ਟਿਕਾਣੇ ਤੇ ਨਹੀਂ ਸੀ ਲੱਗ ਰਿਹਾ। ਚਾਹ ਦੀ ਇੱਛਾ ਮਰ ਗਈ ਸੀ। ਦਿਲ ਵਿਚ ਹੌਲ ਪੈ ਰਹੇ ਸਨ। ਪੇਟ ਵਿਚ ਕੜਵਲ ਪੈ ਰਹੇ ਸਨ।

"ਕਿੱਥੋਂ ਕੰਮ ਸ਼ੁਰੂ ਕਰਾਂ?" ਉਹ ਸੋਚਦਾ ਰਿਹਾ ਪਰ ਕੁਝ ਔੜਦਾ ਨਾਂਹ।

ਅਚਾਨਕ ਉਹ ਚੇਤੰਨ ਹੋ ਕੇ ਬੈਠ ਗਿਆ। ਉਸ ਇੰਟਰਨੈਟ ਤੇ ਆਪਣਾ ਪਾਸ-ਵਰਡ ਪਾਇਆ ਅਤੇ ਅੰਜੂ ਨੂੰ ਮੇਲ ਲਿਖਣ ਲੱਗ ਪਿਆ-

"ਰੱਬ ਦਾ ਵਾਸਤਾ ਈ। ਮੈਨੂੰ ਇਕ ਵਾਰ ਮਿਲ। ਮੈਂ ਤੈਨੂੰ ਸਭ ਕੁਝ ਦੱਸਣਾ ਚਾਹੁੰਦਾ ਹਾਂ। ਬੱਸ ਇਕ ਵਾਰੀ ਮਿਲ, ਜ਼ਰੂਰ! ਜੇ ਨਾ ਮਿਲੀ ਤਾਂ ਮੈਂ ਆਪਣੇ ਆਪ ਨੂੰ ਕੁਝ ਕਰ ਲਵਾਂਗਾ।"

ਮੇਲ ਭੇਜ ਚੁੱਕਾ ਤਾਂ ਉਹਨੂੰ ਯਾਦ ਆਇਆ ਕਿ ਜੋ ਕੰਪਿਊਟਰ ਉਹਨੇ ਉਹਨੂੰ ਲੈ ਕੇ ਦਿੱਤਾ ਸੀ ਉਹ ਤਾਂ ਉਸ ਉਹਨਾਂ ਦੇ ਘਰ ਵਾਪਿਸ ਭੇਜ ਦਿੱਤਾ ਹੈ।

ਉਸ ਰੱਬ ਦਾ ਨਾਂ ਲੈ ਕੇ ਅੰਜੂ ਨੂੰ ਫ਼ੋਨ ਮਿਲਾਇਆ। ਉਹ ਦਾ ਸਵਿਚ ਆਫ ਸੀ। ਘਰ ਦਾ ਫ਼ੋਨ ਮਿਲਾਇਆ ਤਾਂ ਅੱਗੋਂ ਅੰਜੂ ਦੀ ਵੱਡੀ ਭੈਣ ਨੇ ਰਿਸੀਵਰ ਚੁੱਕਿਆ। ਉਸ ਝਟ ਫ਼ੋਨ ਰੱਖ ਦਿੱਤਾ। ਜਦੋਂ ਕੰਮ ਵਿਚ ਮਨ ਨਹੀਂ ਲੱਗਾ ਤਾਂ ਉਹਨੇ ਬੌਸ ਨੂੰ ਫ਼ੋਨ ਤੇ ਹੀ ਕਿਹਾ ਕਿ ਉਹਨੂੰ ਬੁਖਾਰ ਹੈ ਅਤੇ ਉਹ ਘਰ ਜਾਣਾ ਚਾਹੁੰਦਾ ਹੈ। ਜਦੋਂ ਉਹ ਹਾਲ ਵਿਚੋਂ ਬਾਹਰ ਨਿਕਲ ਰਿਹਾ ਸੀ ਤਾਂ ਦਫ਼ਤਰ ਦੇ ਬਹੁਤ ਸਾਰੇ ਕਰਮਚਾਰੀਆਂ ਦੀ ਨਜ਼ਰ ਉਸੇ ਤੇ ਸੀ। ਉਸ ਨੂੰ ਲੱਗਾ ਕਿ ਸਭ ਉਹਨੂੰ ਘੂਰ ਘੂਰ ਕੇ ਵੇਖ ਰਹੇ ਨੇ ਅਤੇ ਮੁਸਕਰਾ ਰਹੇ ਨੇ।

ਦਫ਼ਤਰ ਜਾਣ ਤੇ ਉਹਦਾ ਦਿਲ ਨਾ ਕਰਦਾ। ਉਸ ਸਿਕ-ਲੀਵ ਲਈ ਅਪਲਾਈ

ਕਰ ਦਿੱਤਾ। ਪਾਗਲਾਂ ਵਾਂਗ ਕਦੀ ਘਰ ਆ ਜਾਂਦਾ, ਕਦੀ ਘਰੋਂ ਬਾਹਰ ਇਧਰ ਉਧਰ ਘੁੰਮਦਾ ਰਹਿੰਦਾ। ਰੋਜ਼ ਅੰਜੂ ਨੂੰ ਇਕ ਈ-ਮੇਲ ਭੇਜਦਾ। ਉਹਨੂੰ ਲੱਗਦਾ ਕਿ ਉਹ ਕਿੱਧਰੋਂ ਨਾ ਕਿੱਧਰੋਂ ਆਪਣੀ ਮੇਲ ਜ਼ਰੂਰ ਵੇਖੇਗੀ। ਈ-ਮੇਲ ਵਿਚ ਉਹਦੇ ਤਰਲੇ ਕਰਦਾ-ਮਿਲਣ ਲਈ। ਮੁਆਫ਼ੀਆਂ ਮੰਗਦਾ। ਉਹਨੂੰ ਲਿਖਦਾ ਕਿ ਉਹ ਨੌਕਰੀ ਨਾ ਛੱਡੇ-ਗਲਤੀ ਉਹਦੀ ਹੈ ਉਹੀ ਅਸਤੀਫ਼ਾ ਦੇ ਦੇਵੇਗਾ। ਇੰਜ ਹੀ ਹਫ਼ਤਾ ਬੀਤ ਗਿਆ। ਖਾਣਾ ਪੀਣਾ ਲਗਭਗ ਛੁੱਟ ਹੀ ਗਿਆ ਸੀ। ਨੀਂਦ ਵੀ ਉਹਦੇ ਨਾਲ ਲੁਕਣ-ਮੀਟੀ ਖੇਡਣ ਲੱਗ ਪਈ ਸੀ। ਉਹਦੇ ਚਿਹਰੇ ਦਾ ਰੰਗ ਪੀਲਾ ਪੈ ਗਿਆ। ਅੱਖਾਂ ਅੰਦਰ ਧਸਣ ਲੱਗ ਪਈਆਂ। ਉਹਦੇ ਮਾਂ ਬਾਪ, ਛੋਟੇ ਭਰਾ ਸਭ ਪ੍ਰੇਸ਼ਾਨ ਸਨ। ਅਲਕਾ ਨੂੰ ਕੁਝ ਸਮਝ ਨਾ ਆਉਂਦਾ ਕਿ ਉਹ ਕੀ ਕਰੇ? ਜੋ ਵੀ ਅਮਨ ਨਾਲ ਗੱਲ ਕਰਨ ਦੀ ਕੋਸ਼ਿਸ਼ ਕਰਦਾ ਉਹਨੂੰ ਝਟਕ ਦਿੰਦਾ। ਅਲਕਾ ਪ੍ਰੇਸ਼ਾਨੀ ਵਿਚ ਪ੍ਰੀਤੀ ਆਂਟੀ ਨੂੰ ਫ਼ੋਨ ਕਰਦੀ। ਆਂਟੀ ਅਮਨ ਨਾਲ ਗੱਲ ਕਰਨ ਲਈ ਫ਼ੋਨ ਮਿਲਾਂਦੀ। ਉਹ ਅੱਗੋਂ ਮਿਲਦਾ ਹੀ ਨਾ। ਜਾਂ ਟਾਲ ਜਾਂਦਾ। ਪ੍ਰੀਤੀ ਉਹਨੂੰ ਮੇਲ ਲਿਖਦੀ-ਘਰ ਬੁਲਾਂਦੀ। ਪਰ ਉਹ ਜੁਆਬ ਹੀ ਨਾ ਦਿੰਦਾ।

"ਮੇਰੇ ਮੁੰਡੇ ਨੂੰ ਕਿਸੇ ਨੇ ਕੁਝ ਕਰ ਦਿੱਤਾ ਹੈ।" ਰੇਵਤੀ ਨੇ ਪ੍ਰੀਤੀ ਨੂੰ ਫ਼ੋਨ ਤੇ ਕਿਹਾ।

ਪ੍ਰੀਤੀ ਅੱਗੋਂ ਕੁਝ ਕਹਿਣ ਲਈ ਸ਼ਬਦ ਢੂੰਡ ਹੀ ਰਹੀ ਸੀ ਕਿ ਰੇਵਤੀ ਫਿਰ ਬੋਲੀ- "ਉਸੇ ਚੁੜੇਲ ਨੇ ਕੁਝ ਕੀਤਾ ਹੋਣਾ ਹੈ, ਬੇੜਾ ਗਰਕ ਹੋਵੇ ਉਹਦਾ।"

"ਠੀਕ ਹੋ ਜਾਵੇਗਾ, ਭੈਣ ਜੀ। ਉਹਦੇ ਮਨ ਦੀ ਹਾਲਤ ਠੀਕ ਨਹੀਂ। ਉਹਨੂੰ ਪਿਆਰ ਦਿਉ।"

"ਪਿਆਰ.......ਇਹ ਪਿਆਰ ਹੀ ਤਾਂ ਰੋਗ ਦੀ ਜੜ੍ਹ ਹੈ......।" ਰੇਵਤੀ ਗੁੱਸੇ ਵਿਚ ਕੁਝ ਵੀ ਕਹਿ ਰਹੀ ਸੀ।

"ਕੀ ਮਾਂ ਆਪਣੀ ਔਲਾਦ ਨੂੰ ਪਿਆਰ ਨਹੀਂ ਕਰਦੀ? ਹੁਣ ਔਲਾਦ ਦਾ ਫਰਜ਼ ਹੈ ਮਾਂ-ਬਾਪ ਦਾ ਧਿਆਨ ਰੱਖੇ। ਬੱਸ ਉਹ ਤਾਂ ਬਾਵਲਾ ਹੋਇਆ ਘੁੰਮਦਾ ਰਹਿੰਦਾ ਹੈ-ਭਟਕਦਾ ਰਹਿੰਦਾ ਹੈ। ਨਾ ਖਾਣ ਦੀ ਸੁੱਧ ਨਾ ਸੌਣ ਦੀ।" ਅੰਮਾਂ ਦੇ ਰੋਣ ਦੀ ਆਵਾਜ਼ ਪ੍ਰੀਤੀ ਤੱਕ ਪਹੁੰਚਣ ਲੱਗਦੀ।

10.

ਕੁਝ ਦਿਨਾਂ ਬਾਅਦ ਸੰਜੇ ਜਦੋਂ ਟੂਰ ਤੋਂ ਵਾਪਿਸ ਆਇਆ ਤਾਂ ਉਸ ਅਮਨ ਦੇ ਘਰ ਫ਼ੋਨ ਕੀਤਾ। ਅਮਨ ਤਾਂ ਘਰ ਹੈ ਨਹੀਂ ਸੀ। ਫ਼ੋਨ ਅਲਕਾ ਨੇ ਚੁੱਕਿਆ। ਉਹ ਸੰਜੇ ਨਾਲ ਕਦੀ ਜ਼ਿਆਦਾ ਗੱਲ ਨਹੀਂ ਸੀ ਕਰਦੀ ਹੁੰਦੀ ਪਰ ਉਸ ਦਿਨ ਪਤਾ ਨਹੀਂ ਕਿਥੋਂ ਉਸ ਵਿਚ ਸਾਹਸ ਆ ਗਿਆ। ਉਹ ਨਿਡਰਤਾ ਨਾਲ ਬੋਲੀ,

"ਸੰਜੇ, ਜੇ ਹੋ ਸਕਦਾ ਹੈ ਤਾਂ ਤੂੰ ਹੁਣੇ ਸਾਡੇ ਘਰ ਆ ਜਾ। ਇਹ ਬਹੁਤ ਜ਼ਰੂਰੀ ਹੈ....ਬਹੁਤ ਹੀ ਜ਼ਰੂਰੀ। ਤੈਨੂੰ ਆਉਣਾ ਹੀ ਪਵੇਗਾ.....।" ਤੇ ਹੋਰ ਕੁਝ ਵੀ ਅਲਕਾ

ਬੋਲਦੀ ਗਈ। ਅਲਕਾ ਮਨ ਹੀ ਮਨ ਅਰਦਾਸ ਕਰ ਰਹੀ ਸੀ ਕਿ ਅਮਨ ਹਾਲੇ ਘਰ ਨਾ ਆਵੇ ਅਤੇ ਸੰਜੇ ਜ਼ਰੂਰ ਆ ਜਾਵੇ।

ਸੰਜੇ ਨੂੰ ਘਰ ਆਇਆ ਵੇਖ ਇਕ ਵੇਰ ਤਾਂ ਅੰਮਾਂ ਭੜਕ ਗਈ ਪਰ ਅਲਕਾ ਨੇ ਉਹਨੂੰ ਸ਼ਾਂਤ ਰਹਿਣ ਲਈ ਕਿਹਾ–

"ਸੰਜੇ, ਤੂੰ ਅੰਜੂ ਨੂੰ ਜਾਣਦਾ ਹੈਂ?" ਅਲਕਾ ਨੇ ਸਿੱਧਾ ਸਵਾਲ ਕੀਤਾ।

"ਕਿਉਂ ਕੀ ਗੱਲ ਹੈ? ਹੋਇਆ ਕੀ ਹੈ?" ਸੰਜੇ ਬੌਂਖਲਾ ਗਿਆ ਸੀ।

"ਤੂੰ ਦੱਸ ਅੰਜੂ ਨੂੰ ਜਾਣਦਾ ਹੈਂ?" ਅਲਕਾ ਨੇ ਦ੍ਰਿੜ ਆਵਾਜ਼ ਵਿਚ ਆਪਣੀ ਗੱਲ ਦੁਹਰਾਈ।

"ਹਾਂ, ਅਮਨ ਦੇ ਦਫ਼ਤਰ ਵਿਚ ਕੰਮ ਕਰਦੀ ਹੈ। ਉਹਦੇ ਦਫ਼ਤਰ ਵਿਚ ਹੀ ਉਹਨੂੰ ਮਿਲਿਆ ਸਾਂ। ਹੋਇਆ ਕੀ ਹੈ?" ਸੰਜੇ ਦੀ ਆਵਾਜ਼ ਵਿਚ ਘਬਰਾਹਟ ਸੀ।

"ਤੈਨੂੰ ਪਤਾ ਹੈ ਅਮਨ ਅਤੇ ਅੰਜੂ ਦੇ ਅਫੇਅਰ ਬਾਰੇ?"

ਸੰਜੇ ਬੋਲਣ ਲਈ ਹਾਲੇ ਕੁਝ ਸ਼ਬਦ ਢੂੰਡ ਹੀ ਰਿਹਾ ਸੀ ਕਿ ਅਲਕਾ ਫਿਰ ਬੋਲੀ, "ਤੂੰ ਤਾਂ ਉਸਦਾ ਦੋਸਤ ਹੈਂ। ਕੀ ਤੂੰ ਉਹਨੂੰ ਕਦੀ ਸਮਝਾਇਆ ਨਹੀਂ ਕਿ ਕਿਸ ਰਸਤੇ ਜਾ ਰਿਹਾ ਹੈ? ਅਲਕਾ ਦੀ ਆਵਾਜ਼ ਤਲਖ ਹੋ ਗਈ ਸੀ।

ਕੁਝ ਪਲ ਚੁੱਪ ਰਹਿਣ ਤੋਂ ਬਾਅਦ ਸੰਜੇ ਬੋਲਿਆ, "ਇਹੋ ਜਿਹੇ ਵੇਲੇ ਅੱਖਾਂ ਤੇ ਪੱਟੀ ਬੱਝ ਜਾਂਦੀ ਹੈ। ਕੁਝ ਸੁਝਾਈ ਨਹੀਂ ਦਿੰਦਾ। ਇਸ ਸਥਿਤੀ ਵਿੱਚ ਕੋਈ ਕਿਸੇ ਦੀ ਗੱਲ ਨਹੀਂ ਸੁਣਦਾ। ਮੈਂ ਉਹਨੂੰ ਸਮਝ ਸਮਝਾਕੇ ਹਾਰ ਗਿਆ ਪਰ ਮੇਰੀ ਉਸ ਇਕ ਨਹੀਂ ਸੁਣੀ।"

"ਸਾਨੂੰ ਕੁਝ ਤਾਂ ਦੱਸਦਾ ਤੂੰ!" ਅੰਮਾਂ ਬੋਲੀ। ਉਹ ਬੜੀ ਨਿੰਮੋਝੂਣ ਹਾਲਤ ਵਿਚ ਸੀ।

"ਕੁਝ ਦੱਸੋਗੇ ਕਿ ਹੋਇਆ ਕੀ ਹੈ?" ਸੰਜੇ ਨੇ ਤਰਲਾ ਕੀਤਾ।

ਉਹਨਾਂ ਦੋਵਾਂ ਨੇ ਥੋੜ੍ਹਾ ਬਹੁਤ ਦੱਸਿਆ।

"ਹੁਣ ਤੂੰ ਹੀ ਉਹਨੂੰ ਇਸ ਹਾਲਤ ਵਿਚੋਂ ਬਾਹਰ ਕੱਢ ਸਕਦਾ ਹੈਂ।" ਅੰਮਾਂ ਨੇ ਤਰਲਾ ਕਰਦੇ ਹੋਏ ਕਿਹਾ।

"ਮੈਂ ਜ਼ਰੂਰ ਕੋਸ਼ਿਸ਼ ਕਰਾਂਗਾ....।" ਸੰਜੇ ਦਾ ਚਿਹਰਾ ਵੀ ਉਦਾਸ ਨਜ਼ਰ ਆ ਰਿਹਾ ਸੀ।

ਸ਼ਾਮ ਨੂੰ ਅਮਨ ਘਰ ਆਇਆ ਤਾਂ ਅੰਮਾਂ ਨੇ ਉਹਨੂੰ ਦੱਸਿਆ ਕਿ ਸੰਜੇ ਆਇਆ ਸੀ।

"ਹੱਛਾ! ਕਦੋਂ ਆਇਆ ਸੀ? ਕੀ ਕਹਿੰਦਾ ਸੀ? ਚੰਗਾ, ਮੈਂ ਉਹਨੂੰ ਮਿਲਕੇ ਆਉਂਦਾ ਹਾਂ।" ਉਸ ਬਿਨਾਂ ਕਿਸੇ ਸਵਾਲ ਦਾ ਜੁਆਬ ਉਡੀਕੇ ਸਕੂਟਰ ਚੁੱਕਿਆ ਤੇ ਸੰਜੇ ਵੱਲ ਚਲ ਪਿਆ। ਸੰਜੇ ਦਾ ਨਾਮ ਸੁਣਕੇ ਹੀ ਜਿਵੇਂ ਉਹਦੇ ਵਿਚ ਫੁਰਤੀ ਆ ਗਈ ਸੀ।

ਸੰਜੇ ਨੇ ਜਦੋਂ ਅਮਨ ਨੂੰ ਵੇਖਿਆ ਤਾਂ ਹੈਰਾਨ ਹੋ ਗਿਆ–"ਤੂੰ ਇਹ ਕੀ ਕਰ

ਲਿਆ ਹੈ ਆਪਣੇ ਆਪ ਨੂੰ ਮਜਨੂੰ ਦੀ ਔਲਾਦ? ਕਦੀ ਸ਼ੀਸ਼ਾ ਵੇਖਿਆ ਈ?"

ਅਮਨ ਖਿਸਿਆਨ ਜਹੀ ਹਾਸੀ ਹੱਸਿਆ। ਬੋਲ ਕੁਝ ਨਾ ਸਕਿਆ।

ਸੰਜੇ ਦੀ ਮੰਮੀ ਬੋਲੀ–"ਇੰਜ ਲਗਦੈ ਜਿਵੇਂ ਤੂੰ ਬੜੀ ਵੱਡੀ ਬੀਮਾਰੀ ਤੋਂ ਉਠਿਆ ਹੈਂ। ਕੀ ਹੋਇਆ, ਅਮਨ ਬੇਟਾ?"

"ਬੱਸ ਉਂਜ ਹੀ ਬੁਖਾਰ.......।"

"ਆਪਣਾ ਧਿਆਨ ਰੱਖ ਪੁੱਤਰ।" ਉਹ ਅਮਨ ਦੇ ਘਰ ਦੇ ਸਭ ਜੀਆਂ ਦਾ ਹਾਲ ਪੁੱਛ ਕੇ ਅੰਦਰਲੇ ਕਮਰੇ ਵਿਚ ਚਲੀ ਗਈ।

"ਇਹ ਸਭ ਕੀ ਹੋ ਗਿਆ ਹੈ, ਯਾਰ?" ਸੰਜੇ ਪ੍ਰੇਸ਼ਾਨ ਸੀ। ਅਮਨ ਗਿੱਲੀਆਂ ਅੱਖਾਂ ਨਾਲ ਚੁੱਪ ਬੈਠਾ ਰਿਹਾ।

"ਤੈਨੂੰ ਤਾਂ ਪਹਿਲਾਂ ਹੀ ਸਮਝਾਇਆ ਸੀ, ਯਾਰ, ਪਰ.......।"

"ਮੈਂ ਅੰਜੂ ਬਿਨਾਂ ਨਹੀਂ ਜੀ ਸਕਦਾ......।" ਉਹਦਾ ਗਲਾ ਫਿਰ ਭਰ ਆਇਆ। ਉਸ ਆਪਣਾ ਸਿਰ ਸੰਜੇ ਤੇ ਮੋਢੇ ਤੇ ਰੱਖ ਦਿੱਤਾ ਅਤੇ ਚੁੱਪਚਾਪ ਅੱਥਰੂ ਕੇਰਦਾ ਰਿਹਾ। ਕੁਝ ਦੇਰ ਬਾਅਦ ਜਦੋਂ ਤੂਫਾਨ ਠੱਲ ਗਿਆ ਤਾਂ ਦੋਵੇਂ ਗੱਲਬਾਤ ਕਰਨ ਲੱਗੇ। ਅੱਜ ਕਿੰਨੇ ਦਿਨਾਂ ਬਾਅਦ ਅਮਨ ਦਾ ਮਨ ਕੁਝ ਹਲਕਾ ਹੋਇਆ ਸੀ। ਉਹ ਆਰਾਮ ਨਾਲ ਕੁਰਸੀ ਦੀ ਟੇਕ ਲਗਾਕੇ ਚਾਹ ਪੀ ਰਿਹਾ ਸੀ ਅਤੇ ਨਾਲ ਸੈਂਡਵਿਚ ਖਾ ਰਿਹਾ ਸੀ। ਸੰਜੇ ਸਮਝ ਗਿਆ ਕਿ ਉਹਨੇ ਬਹੁਤ ਦਿਨਾਂ ਤੋਂ ਠੀਕ ਢੰਗ ਨਾਲ ਕੁਝ ਖਾਧਾ ਨਹੀਂ। ਉਹ ਰਸੋਈ ਵਿਚੋਂ ਖਾਣ ਲਈ ਕੁਝ ਹੋਰ ਚੀਜ਼ਾਂ ਚੁੱਕ ਲਿਆਇਆ।

"ਸੰਜੇ, ਤੂੰ ਇਕ ਵਾਰ ਮੈਨੂੰ ਅੰਜੂ ਨਾਲ ਮਿਲਾ ਦੇ। ਬੱਸ ਇਕ ਵਾਰ! ਮੈਂ ਉਹਦੇ ਸਾਹਮਣੇ ਜੋ ਝੂਠ ਬੋਲੇ ਨੇ ਉਹਨਾਂ ਸਭ ਦੀ ਮਾਫੀ ਮੰਗਣੀ ਹੈ। ਜ਼ਿੰਦਗੀ ਵਿੱਚ ਮੈਂ ਜਿਸਨੂੰ ਸਭ ਤੋਂ ਜ਼ਿਆਦਾ ਪਿਆਰ ਕਰਦਾ ਹਾਂ, ਉਹਦੇ ਸਾਹਮਣੇ ਮੈਂ ਝੂਠਾ ਸਿੱਧ ਹੋ ਗਿਆ ਹਾਂ। ਮੈਨੂੰ ਝੂਠ ਨਹੀਂ ਸੀ ਬੋਲਣਾ ਚਾਹੀਦਾ। ਉਹ ਵੀ ਮੈਨੂੰ ਬਹੁਤ ਪਿਆਰ ਕਰਦੀ ਸੀ। ਹੁਣ ਉਹ ਬਿਲਕੁਲ ਬਦਲ ਗਈ ਲੱਗਦੀ ਹੈ। ਉਸ ਮੇਰੇ ਵੱਲੋਂ ਨਜ਼ਰ ਫੇਰ ਲਈ ਹੈ। ਹੁਣ, ਉਹ ਮੈਨੂੰ ਜ਼ਰੂਰ ਨਫਰਤ ਕਰਦੀ ਹੋਵੇਗੀ। ਮੇਰੇ ਫ਼ੋਨ ਦਾ, ਮੇਰੀ ਮੇਲ ਦਾ ਜੁਆਬ ਹੀ ਨਹੀਂ ਦਿੰਦੀ......ਮੈਂ ਪਾਗਲ ਹੋ ਜਾਵਾਂਗਾ, ਯਾਰ।"

ਅਮਨ ਸੰਜੇ ਦਾ ਹੱਥ ਪਕੜ ਕੇ ਉਹਨੂੰ ਤਰਲੇ ਕਰ ਰਿਹਾ ਸੀ।

"ਤੂੰ ਉਹਨੂੰ ਭੁੱਲ ਜਾ! ਹੁਣ ਉਹਦੇ ਸੁਫਨੇ ਛੱਡ ਦੇ! ਉਂਜ ਮੈਂ ਕੋਸ਼ਿਸ਼ ਕਰਾਂਗਾ, ਇਕ ਵਾਰ ਉਹਦੇ ਨਾਲ ਗੱਲ ਕਰਾਂ! ਤੂੰ ਹੁਣ ਕੰਮ ਲਗ, ਦਫ਼ਤਰ ਜਾਣਾ ਸ਼ੁਰੂ ਕਰ। ਘਰਦਿਆਂ ਵੱਲ ਧਿਆਨ ਲਗਾ। ਸਭ ਪ੍ਰੇਸ਼ਾਨ ਹੋਣਗੇ। ਬਾਕੀ ਵਕਤ ਤੇ ਛੱਡ ਦੇ। ਵਕਤ ਬਹੁਤ ਵੱਡੀ ਦਵਾ ਹੈ। ਸਭ ਜ਼ਖਮ ਭਰ ਦਿੰਦਾ ਹੈ।" ਸੰਜੇ ਸਮਝਾਣ ਦੇ ਲਹਿਜੇ ਵਿਚ ਅਮਨ ਨੂੰ ਕਹਿ ਰਿਹਾ ਸੀ।

"ਹੁਣ ਉਸ ਦਫ਼ਤਰ ਵਿਚ ਜਾਣ ਤੇ ਦਿਲ ਨਹੀਂ ਕਰਦਾ। ਹਰ ਪਲ ਉਥੇ ਅੰਜੂ ਦੀ ਯਾਦ ਆਵੇਗੀ। ਦੂਜਾ ਉਥੇ ਕੰਮ ਕਰਦੇ ਕੁਲੀਗਜ਼ ਦੀਆਂ ਨਜ਼ਰਾਂ.......।"

"ਤੂੰ ਆਪਣੇ ਬੱਸ ਨਾਲ ਗੱਲ ਕਰ। ਤੈਨੂੰ ਕੁਝ ਦਿਨਾਂ ਲਈ ਕਿਧਰੇ ਬਾਹਰਲੇ

ਆਫਿਸ ਭੇਜ ਸਕੇ ਤਾਂ ਤਦ ਤੱਕ ਸਭ ਠੀਕ ਹੋ ਜਾਵੇਗਾ। ਇਸ ਦਫ਼ਤਰ ਵਿਚ ਤੇਰੀ ਸਾਖ਼ ਬਣੀ ਹੋਈ ਹੈ। ਤੇਰੀ ਬੱਸ ਨਾਲ ਚੰਗੀ ਬਣਦੀ ਹੈ। ਕੰਮ ਵੀ ਤੇਰੀ ਪਸੰਦ ਦਾ ਹੈ। ਰੋਜ਼ ਰੋਜ਼ ਇਹੋ ਜਹੀਆਂ ਨੌਕਰੀਆਂ ਨਹੀਂ ਮਿਲਦੀਆਂ। ਉਂਜ ਵੀ ਅੱਜ ਕਲ੍ਹ ਨੌਕਰੀ ਦੀ ਮਾਰਕੀਟ ਤਾਂ ਖਰਾਬ ਹੀ ਹੈ। ਨੌਕਰੀ ਛੱਡਣ ਦੀ ਗੱਲ ਨਾ ਕਰ। ਜਾਂ ਫਿਰ ਲੰਬੀ ਛੁੱਟੀ ਲੈ ਕੇ ਕਿਧਰੇ ਘੁੰਮ ਆ।"

"ਤੂੰ ਚਲੇਂਗਾ ਨਾਲ? ਬੋਲ।" ਅਮਨ ਦੀ ਆਵਾਜ਼ ਵਿਚ ਆਸ ਸੀ।

"ਤੈਨੂੰ ਪਤਾ ਹੀ ਹੈ ਮੈਂ ਲੰਬੇ ਟੂਰ ਤੋਂ ਵਾਪਿਸ ਆਇਆ ਹਾਂ। ਇਥੇ ਦਾ ਕਿੰਨਾ ਹੀ ਕੰਮ ਪੂਰਾ ਕਰਨ ਵਾਲਾ ਹੈ। ਮੇਰਾ ਜਾਣਾ ਤਾਂ ਹਾਲੇ ਔਖਾ ਹੀ ਹੈ ਯਾਰ! ਮੈਂ ਦੋ ਦਿਨ ਬਾਅਦ ਦਸ ਸਕਾਂਗਾ। ਕੋਸ਼ਿਸ਼ ਕਰਾਂਗਾ। ਹੁਣ ਤੂੰ ਆਰਾਮ ਨਾਲ ਘਰ ਜਾਹ।"

ਉਸ ਰਾਤ ਅਮਨ ਨੂੰ ਬੜੀ ਡੂੰਘੀਂ ਨੀਂਦ ਆਈ।

11.

"ਸੰਜੇ, ਤੇਰੇ ਪਿੱਛੋਂ ਮੈਂ ਦੋ ਕੁੜੀਆਂ ਵੇਖੀਆਂ ਨੇ। ਤੈਨੂੰ ਵੇਖਣ ਦਾ ਵਕਤ ਕਦੋਂ ਮਿਲੇਗਾ?" ਉਹਦੀ ਮੰਮੀ ਉਹਦੇ ਸਾਹਮਣੇ ਬੈਠਦੀ ਹੋਈ ਬੋਲੀ।

"ਮੰਮੀ, ਇਕ ਦੋ ਦਿਨ ਦਫ਼ਤਰ ਦੇ ਕੰਮ ਨਿਪਟਾ ਕੇ। ਕੋਈ ਫੋਟੋ ਵੋਟੋ ਹੈ?"

"ਹਾਂ, ਹਾਂ। ਫੋਟੋ ਵੀ ਨੇ ਅਤੇ ਉਹਨਾਂ ਬਾਰੇ ਪੂਰੀ ਜਾਣਕਾਰੀ ਵੀ ਹੈ, ਫੋਟੋ ਦੇ ਨਾਲ। ਵਿਖਾ ਦਿਆਂ?" ਉਹਦੀ ਮੰਮੀ ਬਹੁਤ ਉਤਸ਼ਾਹ ਵਿੱਚ ਸੀ। ਉਹਦੇ ਪੈਰਾਂ ਵਿਚ ਫੁਰਤੀ ਆ ਗਈ ਸੀ। ਉਸ ਸੰਜੇ ਨੂੰ ਫੋਟੋ ਅਤੇ ਹੋਰ ਸਾਰਾ ਵੇਰਵਾ ਦਿੱਤਾ ਅਤੇ ਕੁਝ ਦੇਰ ਉਹਦੇ ਕੋਲ ਬੈਠੀ ਰਹੀ।

ਸੰਜੇ ਦੋਵੇਂ ਫੋਟੋ ਧਿਆਨ ਨਾਲ ਵੇਖਦਾ ਰਿਹਾ।

"ਕੀ ਖਿਆਲ ਹੈ?" ਮੰਮੀ ਨੇ ਆਸ ਅਤੇ ਉਤਸ਼ਾਹ ਭਰੀ ਆਵਾਜ਼ ਵਿਚ ਪੁੱਤਰ ਨੂੰ ਪੁੱਛਿਆ।

"ਹੁਣ ਤਾਂ ਨੀਂਦ ਆ ਰਹੀ ਹੈ....।" ਉਹ ਮੁਸਕਰਾ ਕੇ ਬੋਲਿਆ।

ਮੰਮੀ ਨੂੰ ਸੰਜੇ ਦੀ ਮੁਸਕਰਾਟ ਬੜੀ ਹਾਂ-ਪੱਖੀ ਲੱਗੀ। ਉਹ ਉਠ ਕੇ ਚਲੀ ਗਈ।

ਸੰਜੇ ਮਾਂ ਬਾਪ ਦਾ ਇਕੋ ਬੇਟਾ ਹੈ। ਉਹਦੀ ਭੈਣ ਉਹਦੇ ਤੋਂ ਪੰਜ ਸਾਲ ਵੱਡੀ ਹੈ ਅਤੇ ਵਿਆਹੀ ਹੋਈ ਹੈ। ਸੰਜੇ ਦੀ ਮੰਮੀ-ਸੰਜੇ ਨੂੰ ਵਿਆਹ ਲਈ ਕਦੋਂ ਦਾ ਮਨਾ ਰਹੀ ਹੈ। ਪਹਿਲਾਂ ਉਹ ਐਮ. ਬੀ. ਏ. ਕਰ ਰਿਹਾ ਸੀ। ਫਿਰ ਚੰਗੀ ਨੌਕਰੀ ਦੀ ਭਾਲ 'ਚ ਸੀ। ਇਹ ਸਭ ਹੋ ਗਿਆ ਤਾਂ ਇਕ ਲੜਕੀ ਪਸੰਦ ਆ ਗਈ। ਛੇ-ਅੱਠ ਮਹੀਨੇ ਉਹਦੇ ਨਾਲ ਘੁੰਮਦਾ ਰਿਹਾ। ਅਚਾਨਕ ਇਕ ਦਿਨ ਉਸ ਲੜਕੀ ਨੇ ਅਮਰੀਕਾ ਨਿਵਾਸੀ ਮੁੰਡੇ ਨਾਲ ਝਟ ਮੰਗਣੀ ਪਟ ਵਿਆਹ ਕਰਾ ਲਿਆ। ਬਿਨਾਂ ਕੋਈ ਸਫਾਈ

ਦਿੱਤੇ, ਅੱਠ ਮਹੀਨੇ ਦੇ ਸੰਬੰਧਾਂ ਨੂੰ ਹੂੰਝਾ ਫੇਰ ਗਈ। ਸੰਜੇ ਦਾ ਇਹ ਪਹਿਲਾ ਪਿਆਰ ਸੀ। ਉਸ ਦੁੱਖ ਵਿਚੋਂ ਨਿਕਲਣ ਵਿਚ ਉਹਨੂੰ ਬਹੁਤ ਵਕਤ ਲੱਗ ਗਿਆ। ਮੰਮੀ ਵੀ ਸੰਜੇ ਦੇ ਇਸ ਦਿਲ ਤੋੜ ਕਾਂਡ ਬਾਰੇ ਸਭ ਜਾਣਦੀ ਸੀ। ਘਰ ਦੇ ਸਭ ਜੀਆਂ ਨੇ ਸੰਜੇ ਨੂੰ ਇਸ ਉਦਾਸੀ ਵਿਚੋਂ ਕੱਢਣ ਲਈ ਪੂਰੀ ਮੱਦਦ ਕੀਤੀ ਸੀ।

ਹੁਣ ਮੰਮੀ ਅਤੇ ਉਹਦੀ ਭੈਣ ਰੇਣੂ ਉਹਦੇ ਲਈ ਕੁੜੀ ਲੱਭ ਰਹੀਆਂ ਸਨ। ਸੰਜੇ ਨੇ ਹਾਲੇ ਤੀਕ ਉਹਨਾਂ ਨਾਲ ਜਾ ਕੇ ਇਕ ਵੀ ਕੁੜੀ ਨਹੀਂ ਸੀ ਵੇਖੀ। ਉਹ ਫੋਟੋ ਵੇਖ ਲੈਂਦਾ ਤੇ ਚੁੱਪ ਰਹਿੰਦਾ।

ਪਰ ਅੱਜ ਦੋਵੇਂ ਫੋਟੋ ਵੇਖ ਕੇ ਸੰਜੇ ਦੇ ਚਿਹਰੇ ਤੇ ਆਈ ਮੁਸਕਾਣ ਕੁਝ ਆਸ ਬੰਨ੍ਹਾ ਰਹੀ ਸੀ।

****

ਅਮਨ ਦੂਜੀ ਸਵੇਰ ਉਠ ਕੇ ਦਫ਼ਤਰ ਚਲਾ ਗਿਆ। ਉਹ ਸਿੱਧਾ ਬੌਸ ਦੇ ਕੈਬਿਨ ਵਿਚ ਗਿਆ।

"ਕਿਉਂ, ਬਈ ਕੀ ਹਾਲ ਹੈ, ਅਮਨ? ਕਿਸ ਤਰ੍ਹਾਂ ਹੈ ਤਬੀਅਤ ਹੁਣ? ਤੂੰ ਅੱਜ ਨਾ ਆਉਂਦਾ ਤਾਂ ਮੈਂ ਤੈਨੂੰ ਬੁਲਾ ਭੇਜਣਾ ਸੀ! ਜਿਹੜਾ ਪ੍ਰੋਜੈਕਟ ਨੂੰ ਸਿੰਗਾਪੁਰ ਕਰ ਕੇ ਆਇਆ ਹੈਂ ਉਹਦੀ ਟੈਸਟਿੰਗ ਚਲ ਰਹੀ ਹੈ। ਉਹ ਲੋਕ ਕਿੰਨੇ ਹੀ ਸਵਾਲ ਪੁੱਛ ਰਹੇ ਨੇ। ਸਿੰਗਾਪੁਰ ਦਫ਼ਤਰ ਵਾਲੇ ਤਾਂ ਤੈਨੂੰ ਉਥੇ ਬੁਲਾ ਰਹੇ ਨੇ! ਰੋਜ਼ ਉਥੋਂ ਫ਼ੋਨ ਆ ਰਹੇ ਨੇ, ਕਿੰਨੀਆਂ ਹੀ ਮੇਲਾਂ ਆ ਚੁੱਕੀਆਂ ਨੇ। ਅਮਨ, ਵੇਖੋ ਕੀ ਹੋ ਸਕਦਾ ਹੈ? ਸ਼ਾਇਦ ਤੈਨੂੰ ਸਿੰਗਾਪੁਰ ਫਿਰ ਜਾਣਾ ਪਵੇ।"

"ਜੇ ਜਾਣਾ ਪਿਆ ਤਾਂ ਮੈਂ ਚਲਾ ਜਾਵਾਂਗਾ।" ਅਮਨ ਤਾਂ ਚਾਹੁੰਦਾ ਹੀ ਸੀ, ਇਸ ਦਫ਼ਤਰ ਤੋਂ ਦੂਰ ਜਾਣਾ।

"ਪਰ, ਤੇਰੀ ਸਿਹਤ ਠੀਕ ਨਹੀਂ ਚਲ ਰਹੀ।" ਬੌਸ ਨੇ ਰੁਕ ਰੁਕ ਕੇ ਕਿਹਾ।

"ਕੰਮ ਲਗਾਂਗਾ ਤਾਂ ਠੀਕ ਰਹੇਗਾ.....।"

"ਇਹ ਗੱਲ ਵੀ ਠੀਕ ਹੈ! ਕੰਮ ਹੋਰ ਬਹੁਤ ਕੁਝ ਭੁਲਾ ਦਿੰਦਾ ਹੈ।" ਬੌਸ ਨੇ ਅਮਨ ਵੱਲ ਮੁਸਕਰਾਂਦੇ ਹੋਏ ਤਕਦੇ ਹੋਏ ਕਿਹਾ।

ਅਮਨ ਆਪਣੇ ਕੈਬਿਨ ਵਿਚ ਜਾਂਦੇ ਹੀ ਕੰਮ ਲੱਗ ਗਿਆ। ਉਹਦੇ ਦੂਜੇ ਸਹਿਕਰਮੀਆਂ ਨੇ ਉਹਨੂੰ ਵੇਖਿਆ ਤਾਂ ਇਕ ਦੋ ਕਰਕੇ ਉਹਦਾ ਹਾਲ ਪੁੱਛਣ ਆਏ। ਉਹ ਹਲਕਾ ਜਿਹਾ ਸਿਰ ਹਿਲਕੇ ਜਾਂ ਹਲਕਾ ਜਿਹਾ ਮੁਸਕਰਾਕੇ 'ਸਭ ਨੂੰ ਠੀਕ ਹੈ' ਕਹਿ ਕੇ ਜੁਆਬ ਦਿੰਦਾ ਰਿਹਾ। ਅੰਜੂ ਦੀ ਕੈਬਿਨ ਅੱਜ ਵੀ ਖਾਲੀ ਪਈ ਸੀ। ਉਧਰ ਨਜ਼ਰ ਗਈ ਤਾਂ ਦਿਲ 'ਚ ਚੂੰਢੀ ਵੱਢੀ ਗਈ। ਪਰ ਝਟ ਹੀ ਉਸ ਆਪਣੇ ਆਪ ਨੂੰ ਸੰਭਾਲ ਲਿਆ ਸੀ। ਅੰਜੂ ਦੇ ਨਾਲ ਲੱਗਦੀ ਕੈਬਿਨ ਵਿਚ ਬੈਠਦਾ ਸਿਨਹਾ ਆਇਆ ਤਾਂ ਅਮਨ ਦਾ ਹਾਲ ਪੁੱਛਣ ਸੀ ਪਰ ਬੋਲਿਆ, "ਅੰਜੂ ਕਦੋਂ ਆ ਰਹੀ ਹੈ? ਕੀ ਉਹ ਵੀ ਬੀਮਾਰ ਏ?"

ਅਮਨ ਨੇ ਕੋਈ ਜੁਆਬ ਨਹੀਂ ਦਿੱਤਾ। ਕੁਝ ਪਲ ਅਮਨ ਕੋਲ ਖੜੇ ਰਹਿਕੇ,

ਅਮਨ ਦੀ ਪ੍ਰਤੀਕ੍ਰਿਆ ਦੀ ਉਡੀਕ ਕਰਕੇ ਉਹ ਚਲਾ ਗਿਆ। ਕੁਝ ਦੇਰ ਲਈ ਅਮਨ ਦਾ ਮਨ ਉਖੜ ਗਿਆ।

"ਕੀ ਸੰਜੇ, ਅੰਜੂ ਨੂੰ ਫ਼ੋਨ ਕਰੇਗਾ?" ਉਹਨੂੰ ਧਿਆਨ ਆਇਆ। ਉਸ ਉਸੇ ਵਕਤ ਸੰਜੇ ਦੇ ਦਫ਼ਤਰ ਫ਼ੋਨ ਮਿਲਾਇਆ ਪਰ ਸੰਜੇ ਆਪਣੀ ਸੀਟ ਤੇ ਨਹੀਂ ਸੀ ਅਤੇ ਉਹਦਾ ਮੋਬਾਇਲ ਫ਼ੋਨ ਸਵਿਚ ਆਫ਼ ਸੀ।

ਉਸ ਦਿਨ ਸਾਰਾ ਵਕਤ ਉਹਨੇ ਆਪਣੇ ਕੰਮ ਵਿੱਚ ਧਿਆਨ ਲਗਾਈ ਰੱਖਿਆ। ਰਾਤ ਦਾ ਖਾਣਾ ਵੀ ਪਰਿਵਾਰ ਦੇ ਨਾਲ ਬੈਠ ਕੇ ਖਾਧਾ। ਭਰਾਵਾਂ ਨਾਲ ਵੀ ਦੋ ਵਾਕ ਸਾਂਝੇ ਕੀਤੇ। ਅੱਧਾ ਘੰਟਾ ਟੀ. ਵੀ. ਤੇ ਖ਼ਬਰਾਂ ਵੀ ਵੇਖੀਆਂ। ਜਦੋਂ ਉਹ ਕਮਰੇ ਵਿਚ ਸੌਣ ਲਈ ਆਇਆਂ ਤਾਂ ਅਲਕਾ ਪਹਿਲਾਂ ਤੋਂ ਹੀ ਉਥੇ ਬੈਠੀ ਸੀ-

"ਤੁਸਾਂ, ਮੇਰਾ ਕੀ ਸੋਚਿਆ ਹੈ?" ਕੁਝ ਪਲ ਦੀ ਖਾਮੋਸ਼ੀ ਬਾਅਦ ਅਲਕਾ ਨੇ ਚੁੱਪ ਤੋੜੀ।

"ਕਾਹਦੇ ਬਾਰੇ?" ਬੜੀ ਲਾਪ੍ਰਵਾਹੀ ਜਹੀ ਵਿਖਾਂਦਾ ਹੋਇਆ ਉਹ ਬੋਲਿਆ।

"ਇੰਝ ਕਦੋਂ ਤੱਕ ਚਲੇਗਾ?"

"ਕੀ ਮਤਲਬ?"

"ਇਸ ਘਰ ਵਿਚ ਮੇਰੀ ਕੀ ਥਾਂ ਹੈ?" ਅਲਕਾ ਦੀ ਆਵਾਜ਼ ਵਿਚ ਤਲਖ਼ੀ ਸੀ।

"ਅਲਕਾ, ਪਲੀਜ਼, ਇਸ ਵਕਤ ਮੈਂ ਬੜਾ ਪ੍ਰੇਸ਼ਾਨ ਹਾਂ। ਅੱਜ ਦਫ਼ਤਰ ਵਿਚ ਬਹੁਤ ਕੰਮ ਸੀ। ਥੱਕ ਗਿਆ ਹਾਂ। ਆਰਾਮ ਨਾਲ ਤੇਰੇ ਨਾਲ ਬੈਠ ਕੇ ਗੱਲ ਕਰਾਂਗਾ। ਹੁਣ ਤੂੰ ਸੌਂ ਜਾ। ਨਹੀਂ ਤਾਂ ਮੈਂ ਉਠਕੇ ਬਾਹਰ ਚਲਾ ਜਾਵਾਂਗਾ.....।" ਤਰਲੇ ਵਾਲੀ ਆਵਾਜ਼ ਵਿਚ ਇਕ ਦਮ ਤਲਖ਼ੀ ਆ ਗਈ ਸੀ।

ਅਲਕਾ ਦੀ ਇਕ ਦਮ ਸਿਸਕੀ ਨਿਕਲ ਗਈ। ਪਰ ਅਮਨ ਨੇ ਪਾਸਾ ਪਰਤਿਆ ਤੇ ਲੇਟ ਗਿਆ....।

"ਪੱਥਰ ਦਿਲ!" ਸਿਸਕੀਆਂ ਵਿਚ ਹੀ ਅਲਕਾ ਬੋਲੀ ਪਰ ਅਮਨ ਨੇ ਕੋਈ ਜੁਆਬ ਨਹੀਂ ਦਿੱਤਾ।

ਅਗਲੀ ਸਵੇਰ ਅਮਨ ਨੇ ਸੰਜੇ ਨੂੰ ਫ਼ੋਨ ਕੀਤਾ "ਕਿਉਂ ਯਾਰ! ਤੂੰ ਉਥੇ ਫ਼ੋਨ ਕੀਤਾ ਸੀ?" ਸਾਹ ਰੋਕੀ ਉਹ ਜਵਾਬ ਦੀ ਉਡੀਕ ਕਰਨ ਲੱਗਾ।

"ਨਹੀਂ ਯਾਰ! ਕਲ੍ਹ ਤਾਂ ਦਫ਼ਤਰ ਵਿਚ ਸਿਰ ਖੁਰਕਣ ਦੀ ਵਿਹਲ ਨਹੀਂ ਮਿਲੀ। ਅੱਜ ਕੋਸ਼ਿਸ਼ ਕਰਾਂਗਾ। ਸੁਣ ਯਾਰ ਮੇਰੀ ਮੰਮੀ ਨੇ ਮੇਰੇ ਲਈ ਦੋ ਕੁੜੀਆਂ ਵੇਖੀਆਂ ਨੇ। ਉਹਨਾਂ ਫੋਟੋ ਵਿਖਾਈਆਂ ਨੇ, ਜਦੋਂ ਵੇਖਣ ਜਾਵਾਂ ਤਾਂ ਕੀ ਤੂੰ ਮੇਰੇ ਨਾਲ ਚਲੇਂਗਾ?"

"ਜ਼ਰੂਰ, ਭਲਾ ਇਹ ਵੀ ਕੋਈ ਪੁੱਛਣ ਵਾਲੀ ਗੱਲ ਹੈ। ਜਦੋਂ ਕਹੇਂਗਾ ਚਲ ਪਵਾਂਗਾ। ਹਾਂ, ਸੱਚ! ਸੰਜੇ, ਮੈਨੂੰ ਸ਼ਾਇਦ ਫਿਰ ਸਿੰਗਾਪੁਰ ਜਾਣਾ ਪਵੇ। ਉਸੇ ਪ੍ਰਾਜੈਕਟ ਵਿੱਚ ਕੁਝ ਸਮੱਸਿਆ ਆ ਰਹੀ ਹੈ।"

"ਚਲੋ, ਚੰਗਾ ਹੀ ਹੈ। ਤੈਨੂੰ ਹਵਾ-ਪਾਣੀ ਬਦਲਣ ਦੀ ਲੋੜ ਵੀ ਹੈ। ਪਰ ਲੜਕੀ ਵੇਖਣ ਮੈਂ ਤੇਰੇ ਨਾਲ ਹੀ ਜਾਵਾਂਗਾ। ਠੀਕ ਹੈ?"

"ਹਾਂ, ਠੀਕ ਹੈ ਯਾਰ, ਪਰ ਮੇਰੇ ਜਾਣ ਤੋਂ ਪਹਿਲਾਂ ਇਕ ਵਾਰ ਅੰਜੂ ਨਾਲ ਮੇਰੀ ਗੱਲ ਕਰਵਾ ਦੇ। ਮਨ ਤੇ ਬੜਾ ਬੋਝ ਹੈ।"

"ਅੱਜ ਜ਼ਰੂਰ ਫ਼ੋਨ ਕਰਾਂਗਾ। ਵਾਇਦਾ ਰਿਹਾ। ਅੱਗੋਂ ਮਿਲ ਗਈ ਤਾਂ ਚੰਗਾ ਹੀ ਹੋਵੇਗਾ।"

ਉਸ ਦਿਨ ਦੁਪਹਿਰ ਨੂੰ ਸੰਜੇ ਨੇ ਅੰਜੂ ਦੇ ਘਰ ਫ਼ੋਨ ਕੀਤਾ ਤਾਂ ਅੱਗੋਂ ਅੰਜੂ ਦੀ ਮਾਂ ਨੇ ਫ਼ੋਨ ਚੁੱਕਿਆ-"ਆਂਟੀ, ਮੈਂ ਸੰਜੇ ਬੋਲ ਰਿਹਾ ਹਾਂ। ਅੰਜੂ ਨਾਲ ਗੱਲ ਕਰਨੀ ਸੀ।"

"ਤੂੰ ਬਾਹਰੋਂ ਕਦੋਂ ਆਇਆਂ, ਸੰਜੇ?" ਅੰਜੂ ਦੀ ਮਾਂ ਨੇ ਪੁੱਛਿਆ।

"ਮੈਂ ਦੋ ਦਿਨ ਪਹਿਲਾਂ ਹੀ ਆਇਆ ਹਾਂ, ਆਂਟੀ।"

"ਸੰਜੇ, ਅੱਜ ਤੂੰ ਸਾਡੇ ਘਰ ਆ ਸਕਦਾ ਹੈਂ?"

"ਹਾਂ ਆਂਟੀ, ਜ਼ਰੂਰ, ਸ਼ਾਮ ਨੂੰ ਪੰਜ ਵਜੇ ਤੋਂ ਬਾਅਦ ਆਵਾਂਗਾ।"

ਸੰਜੇ ਨੂੰ ਧੁਕਧੁੱਕੀ ਜਹੀ ਲੱਗ ਗਈ। ਅੰਜੂ ਦੀ ਮੰਮੀ ਨੇ ਉਹ ਨੂੰ ਘਰ ਕਿਉਂ ਬੁਲਾਇਆ ਹੈ? ਉਹ ਅਮਨ ਨਾਲ ਕਈ ਵਾਰ ਉਹਨਾਂ ਦੇ ਘਰ ਹੋ ਕੇ ਆਇਆ ਸੀ। ਅੰਜੂ ਦੀ ਮਾਂ ਬੜੀ ਸਲੀਕੇ ਵਾਲੀ ਸੁਲਝੀ ਹੋਈ ਔਰਤ ਸੀ।

ਸੰਜੇ ਉਹਨਾਂ ਦੇ ਘਰ ਪਹੁੰਚਿਆ ਤਾਂ ਅੰਜੂ ਦੀ ਮੰਮੀ ਨੇ ਬੂਹਾ ਖੋਲ੍ਹਿਆ।

"ਆ, ਬੇਟੇ, ਬੈਠ!" ਅੰਜੂ ਦੀ ਮੰਮੀ ਕੋਲਡਡ੍ਰਿੰਕ ਲੈ ਕੇ ਆ ਗਈ।

"ਅੰਜੂ ਕਿੱਥੇ ਹੈ ਆਂਟੀ?" ਸੰਜੇ ਨੇ ਝਿਝਕਦੇ ਹੋਏ ਪੁੱਛਿਆ।

"ਬੇਟੇ, ਪਹਿਲਾਂ ਤੂੰ ਇਹ ਦੱਸ ਕਿ ਤੇਰੇ ਦੋਸਤ ਅਮਨ ਨੇ ਸਾਡੀ ਬੇਟੀ ਨਾਲ ਇੰਜ ਕਿਉਂ ਕੀਤਾ? ਉਹਦੇ ਨਾਲ ਖਿਲਵਾੜ ਕਿਉਂ ਕੀਤਾ? ਉਹਦਾ ਕੀ ਹੱਕ ਬਣਦਾ ਸੀ ਮੇਰੀ ਬੱਚੀ ਦਾ ਦਿਲ ਤੋੜਣ ਦਾ? ਉਹ ਕਿਉਂ ਝੂਠ ਬੋਲਦਾ ਰਿਹਾ। ਉਹਦੇ ਘਰ ਵਿਚ ਇੰਨੀ ਪਿਆਰੀ ਬੀਵੀ ਬੈਠੀ ਹੈ। ਉਹ ਚਾਹੁੰਦਾ ਕੀ ਹੈ, ਆਖਿਰ? ਹਾਲੇ ਵੀ ਉਹਨੂੰ ਚੈਨ ਨਹੀਂ ਆਇਆ। ਰੋਜ਼ ਫ਼ੋਨ ਘੁੰਮਾਂਦਾ ਰਹਿੰਦਾ ਹੈ। ਉਹਨੂੰ ਕਹੋ ਕਿ ਮੇਰੀ ਧੀ ਨੂੰ ਹੁਣ ਚੈਨ ਨਾਲ ਰਹਿਣ ਦੇਵੇ। ਸੰਜੇ ਬੇਟਾ, ਤੂੰ ਉਹਦਾ ਦੋਸਤ ਹੈਂ, ਤੂੰ ਵੀ ਉਹਨੂੰ ਨਹੀਂ ਸਮਝਾਇਆ ਕੁਝ। ਤੂੰ ਸਾਨੂੰ ਵੀ ਕੁਝ ਨਾ ਦੱਸਿਆ-ਤੂੰ ਦੋਸਤ ਤਾਂ ਉਸੇ ਦਾ ਹੈਂ ਨਾ! ਹੁਣ ਉਸੇ ਨੇ ਤੈਨੂੰ ਭੇਜਿਆ ਹੋਵੇਗਾ। ਉਹਨੇ ਸਾਡੀ ਕੁੜੀ ਦਾ.....।" ਉਹਨਾਂ ਦਾ ਗੱਚ ਭਰ ਆਇਆ ਸੀ।

ਬਹੁਤ ਦੇਰ ਕਮਰੇ ਵਿਚ ਚੁੱਪ ਛਾਈ ਰਹੀ।

"ਆਂਟੀ, ਇਕ ਵਾਰ ਅੰਜੂ ਨੂੰ ਮਿਲ ਸਕਦਾ ਹਾਂ, ਪਲੀਜ਼?"

"ਹੁਣ ਉਹ ਕਿਸੇ ਨੂੰ ਮਿਲਣਾ ਨਹੀਂ ਚਾਹੁੰਦੀ।" ਉਹਦੀ ਮਾਂ ਦੀ ਆਵਾਜ਼ ਵਿਚ ਗੁੱਸਾ ਸੀ। ਤਦੇ ਹੀ ਅਚਾਨਕ ਅੰਜੂ ਕਮਰੇ ਵਿਚ ਦਾਖਲ ਹੋਈ। ਸੰਜੇ ਉਹਨੂੰ ਵੇਖ ਕੇ ਹੈਰਾਨ ਰਹਿ ਗਿਆ-ਚਿਹਰੇ ਦਾ ਰੰਗ ਪੀਲਾ, ਅੱਖਾਂ ਥੱਲੇ ਕਾਲੇ ਨਿਸ਼ਾਨ, ਧੱਸੀਆਂ ਅੱਖਾਂ, ਵਾਲ ਰੁੱਖੇ। ਉਹ ਸੰਜੇ ਨੂੰ ਵੇਖ ਕੇ, ਠਿਠਕ ਕੇ ਖੜੀ ਹੋ ਗਈ। ਉਹਨੂੰ ਸ਼ਾਇਦ ਸੰਜੇ ਦੇ ਆਉਣ ਦਾ ਪਤਾ ਨਹੀਂ ਸੀ। ਸੰਜੇ ਵੀ ਹੱਕਾ ਬੱਕਾ ਉਹਨੂੰ ਵੇਖ

ਰਿਹਾ ਸੀ। ਉਹ ਵਾਪਿਸ ਜਾਣ ਲੱਗੀ ਤਾਂ ਸੰਜੇ ਨੇ ਕਿਹਾ ਸੀ,

"ਅੰਜੂ ਮੈਂ ਤੈਨੂੰ ਮਿਲਣ ਆਇਆ ਹਾਂ, ਪਲੀਜ਼।"

ਉਹ ਵਾਪਿਸ ਮੁੜ ਕੇ ਖੜੀ ਹੋ ਗਈ। ਉਹਦੀ ਮੰਮੀ ਨੇ ਇਸ਼ਾਰਾ ਕੀਤਾ ਕਿ ਉਹ ਆ ਕੇ ਬੈਠ ਜਾਵੇ। ਉਹ ਆਪ ਰਸੋਈ ਵਿਚ ਚਾਹ ਬਣਾਨ ਲਈ ਚਲੀ ਗਈ। ਕੁਝ ਦੇਰ ਸੰਜੇ ਅਤੇ ਅੰਜੂ ਚੁੱਪ ਚਾਪ ਬੈਠੇ ਰਹੇ। ਸੰਜੇ ਨੇ ਚੁੱਪ ਤੋੜੀ ਤੇ ਬੋਲਿਆ-

"ਅਮਨ, ਤੇਰੇ ਨਾਲ ਇਕ ਵਾਰੀ ਗੱਲ ਕਰਨੀ ਚਾਹੁੰਦਾ ਹੈ। ਤੇਰੇ ਕੋਲੋਂ ਮਾਫ਼ੀ ਮੰਗਣਾ ਚਾਹੁੰਦਾ ਹੈ......ਉਹ ਬਹੁਤ ਹੀ ਪ੍ਰੇਸ਼ਾਨ ਹੈ.....।"

"ਸੰਜੇ, ਤੈਨੂੰ ਅਮਨ ਦੀ ਪ੍ਰੇਸ਼ਾਨੀ ਦਾ ਖਿਆਲ ਹੈ, ਤੂੰ ਕਦੀ ਮੇਰਾ ਸੋਚਿਆ ਹੈ। ਤੂੰ ਵੀ ਉਹਦੇ ਝੂਠ ਵਿਚ ਸ਼ਾਮਲ ਸੈਂ। ਤੂੰ ਮੈਨੂੰ ਸਚਾਈ ਕਿਉਂ ਨਹੀਂ ਦੱਸੀ, ਕਿਉਂਕਿ ਤੂੰ ਉਹਦਾ ਦੋਸਤ ਹੈਂ ਤੇ ਤੂੰ ਅੱਜ ਉਹਦਾ ਕੇਸ ਪਲੀਡ ਕਰਨ ਆਇਆ ਹੈਂ। ਸੰਜੇ, ਮੇਰੇ ਕੋਲੋਂ ਕਿੰਨਾ ਵੱਡਾ ਪਾਪ ਹੋ ਚਲਿਆ ਸੀ। ਉਹਦੇ ਘਰ ਉਹਦੀ ਕਿੰਨੀ ਪਿਆਰੀ ਬੀਵੀ ਹੈ.....। ਉਹਦੀ ਜ਼ਿੰਦਗੀ ਤਬਾਹ ਹੋ ਚਲੀ ਸੀ। ਉਫ!"

"ਅਮਨ ਕਹਿੰਦਾ ਹੈ ਕਿ ਉਹ ਆਪਣੀ ਬੀਵੀ ਨੂੰ ਪਿਆਰ ਨਹੀਂ ਕਰਦਾ, ਉਹ ਤੈਨੂੰ ਪਿਆਰ ਕਰਦਾ ਹੈ। ਉਹ ਤੈਨੂੰ ਗੁਆਣਾ ਨਹੀਂ ਸੀ ਚਾਹੁੰਦਾ, ਇਸ ਲਈ ਝੂਠ ਬੋਲਦਾ ਰਿਹਾ।"

'ਪਰ ਸੱਚ ਤਾਂ ਸਾਹਮਣੇ ਆਉਣਾ ਹੀ ਸੀ। ਸ਼ੁਕਰ ਹੈ। ਜਲਦੀ ਆ ਗਿਆ। ਮੈਂ ਪਾਪ ਤੋਂ ਬਚ ਗਈ।"

"ਪਰ ਉਹ ਤਾਂ ਆਪਣੀ ਬੀਵੀ ਨਾਲ ਗੱਲ ਤੱਕ ਨਹੀਂ ਕਰਦਾ।"

"ਉਹ ਬੇਵਕੂਫ ਹੈ। ਉਹਨੂੰ ਕਹਿ ਦਿਉ ਮੈਂ ਉਹਨੂੰ ਨਹੀਂ ਮਿਲਣਾ ਚਾਹੁੰਦੀ। ਬਿਲਕੁਲ ਨਹੀਂ। ਮੈਂ ਉਹਦਾ ਕੀ ਵਿਗਾੜਿਆ ਸੀ ਜੋ ਉਹਨੇ ਮੇਰੇ ਨਾਲ ਇੰਜ ਕੀਤਾ।" ਉਹ ਤਲਖੀ ਨਾਲ ਬੋਲਦੀ ਬੋਲਦੀ ਰੋਣ ਲੱਗ ਪਈ।

ਅੰਜੂ ਦੀ ਮੰਮੀ ਚਾਹ ਲੈ ਕੇ ਆ ਗਈ ਸੀ। ਉਸ ਅੰਜੂ ਦੇ ਅੱਥਰੂ ਵੇਖੇ ਤਾਂ ਬੋਲੀ, "ਸੰਜੇ, ਇਸੇ ਲਈ ਮੈਂ ਤੈਨੂੰ ਅੰਜੂ ਨਾਲ ਮਿਲਣ ਤੋਂ ਰੋਕ ਰਹੀ ਸਾਂ। ਇਹ ਝੱਲੀ ਉਸ ਬੇਵਕੂਫ ਪਿੱਛੇ ਰੋ ਰਹੀ ਹੈ। ਮੇਰਾ ਦਿਲ ਕਰਦਾ ਹੈ ਉਹਦਾ ਨਾਮ ਪੁਲਿਸ ਵਿਚ ਦਿਆਂ ਪਰ ਉਹਦੀ ਭੋਲੀ ਭਾਲੀ ਪਤਨੀ, ਸਿੱਧੇ ਸਾਦੇ ਮਾਂ-ਬਾਪ, ਛੋਟੇ ਭਰਾਵਾਂ ਦਾ ਸੋਚ ਕੇ ਮੈਂ ਚੁੱਪ ਹਾਂ। ਉਹਨੂੰ ਕਹਿ ਦੇਣਾ, ਨਾ ਮੇਰੀ ਬੇਟੀ ਨੂੰ ਫ਼ੋਨ ਕਰੇ, ਨਾ ਮੇਲ ਭੇਜੇ ਅਤੇ ਨਾ ਹੀ ਕੋਈ ਸੁਨੇਹੇ......। ਅਮਨ ਦੀ ਮੰਮੀ ਨੂੰ ਵੀ ਸਮਝਾ ਦੇਵੀਂ ਕਿ ਕਸੂਰ ਮੇਰੀ ਕੁੜੀ ਦਾ ਨਹੀਂ, ਉਹਦੇ ਲਾਡਲੇ ਬੇਟੇ ਦਾ ਹੈ।"

ਸੰਜੇ ਦਾ ਦਿਲ ਕਰ ਰਿਹਾ ਸੀ, ਉਥੋਂ ਇਕ ਦਮ ਉਠ ਜਾਵੇ ਪਰ ਅੰਜੂ ਦੀ ਮੰਮੀ ਨੇ ਉਹਦੇ ਹੱਥ ਵਿਚ ਚਾਹ ਦਾ ਪਿਆਲਾ ਥਮਾ ਦਿੱਤਾ। ਬਹੁਤ ਸੋਚ ਸੋਚ ਕੇ ਉਸ ਚਾਹ ਮੂੰਹ ਨਾਲ ਲਗਾਈ ਪਰ ਉਹ ਗਲੇ ਵਿਚੋਂ ਹੇਠਾਂ ਹੀ ਨਾ ਉਤਰੇ।

"ਚਲੋ ਭੋਗ ਪਾਓ, ਇਸ ਗੱਲ ਦਾ, ਹਮੇਸ਼ਾਂ ਲਈ।" ਅੰਜੂ ਦੀ ਮੰਮੀ ਚਾਹ ਦਾ ਘੁੱਟ ਭਰਦੀ ਹੋਈ ਬੋਲੀ।

"ਹੁਣ ਅਸੀਂ ਕੋਈ ਵਧੀਆ ਜਿਹਾ ਮੁੰਡਾ ਲਭ ਕੇ ਜਲਦੀ ਹੀ ਇਹਦਾ ਵਿਆਹ ਕਰ ਦਿਆਂਗੇ। ਬੇਟੀ ਅੰਜੂ ਫਿਕਰ ਨਾ ਕਰ ਦੁਨੀਆਂ ਵਿਚ ਵਧੀਆ ਤੋਂ ਵਧੀਆ ਮੁੰਡੇ ਭਰੇ ਪਏ ਨੇ।" ਉਹ ਅੰਜੂ ਦਾ ਹੱਥ ਘੁੱਟਦੀ ਹੋਈ ਬੋਲੀ।

ਅੱਧਾ-ਪਚੱਧਾ ਪਿਆਲਾ ਪੀ ਕੇ ਸੰਜੇ ਉਠ ਖੜਾ ਹੋਇਆ।

"ਸੰਜੇ, ਤੂੰ ਕਦੋਂ ਵਿਆਹ ਕਰਵਾ ਰਿਹੈਂ?" ਅਚਾਨਕ ਅੰਜੂ ਦੀ ਮੰਮੀ ਪੁੱਛ ਬੈਠੀ।

"ਮੇਰੀ ਮੰਮੀ ਕੁੜੀ ਵੇਖ ਰਹੀ ਹੈ। ਜਦੋਂ ਵੀ ਉਹ ਸਿਗਨਲ ਦੇਣਗੇ.....।" ਉਹ ਹਲਕਾ ਜਿਹਾ ਹੱਸ ਕੇ ਬੋਲਿਆ।

"ਇਹ ਹੋਈ ਨਾ ਸਾਊ ਮੁੰਡਿਆਂ ਵਾਲੀ ਗੱਲ!" ਸੰਜੇ ਦੇ ਮੋਢੇ ਤੇ ਹੱਥ ਫੇਰਕੇ ਉਹ ਬੋਲੀ।

"ਥੈਂਕਸ, ਆਂਟੀ।"

ਜਾਣ ਲੱਗਿਆਂ ਸੰਜੇ ਨੇ ਪੁੱਛਿਆ, "ਅੰਜੂ ਤੂੰ ਦਫ਼ਤਰ ਕਿਉਂ ਨਹੀਂ ਜਾ ਰਹੀ?"

"ਮੈਂ ਉਥੋਂ ਅਸਤੀਫਾ ਦੇ ਦਿੱਤਾ ਹੈ। ਹੁਣ ਹੋਰ ਜਗ੍ਹਾ ਕੰਮ ਕਰਾਂਗੀ।"

"ਠੀਕ ਹੈ! ਆਰਾਮ ਕਰ। ਆਪਣਾ ਧਿਆਨ ਰੱਖ! ਬਾਏ!" ਕਹਿੰਦਾ ਹੋਇਆ ਉਹ ਬਾਹਰ ਨਿਕਲ ਗਿਆ।

ਪਹਿਲਾਂ ਤਾਂ ਉਸ ਸਿੱਧਾ ਅਮਨ ਵੱਲ ਜਾਣ ਦਾ ਸੋਚਿਆ ਪਰ ਫਿਰ ਉਸ ਵਿਚਾਰ ਬਦਲ ਦਿੱਤਾ। ਉਹ ਆਪਣੇ ਘਰ ਵੀ ਸਿੱਧਾ ਨਾ ਜਾ ਕੇ ਆਪਣੀ ਭੈਣ ਦੇ ਘਰ ਚਲਾ ਗਿਆ ਤੇ ਉਥੇ ਉਹਨਾਂ ਕੁੜੀਆਂ ਬਾਰੇ ਵਿਸਥਾਰ ਨਾਲ ਪੁੱਛਦਾ ਰਿਹਾ, ਜਿਹਨਾਂ ਦੀਆਂ ਫੋਟੋ ਮੰਮੀ ਨੇ ਉਹਨੂੰ ਦਿੱਤੀਆਂ ਸਨ।

ਸੰਜੇ ਰਾਤ ਨੂੰ ਘਰ ਆਇਆ ਤਾਂ ਮੰਮੀ ਨੇ ਦੱਸਿਆ ਕਿ ਅਮਨ ਦਾ ਤਿੰਨ-ਚਾਰ ਵਾਰ ਫ਼ੋਨ ਆ ਚੁੱਕਾ ਸੀ। ਉਹ ਉਲਝਣ ਵਿਚ ਪੈ ਗਿਆ ਕਿ ਅਮਨ ਨੂੰ ਕੀ ਦੱਸੇ। ਤਦੇ ਫਿਰ ਘੰਟੀ ਵਜੀ, ਅਮਨ ਦਾ ਹੀ ਫ਼ੋਨ ਸੀ।

"ਯਾਰ! ਹੁਣੇ ਘਰ ਪਹੁੰਚਿਆ ਹਾਂ। ਮੰਮੀ ਨੇ ਹੁਣੇ ਤੇਰਾ ਸੁਨੇਹਾ ਦਿੱਤਾ ਹੈ। ਯਾਰ, ਅੱਜ ਤਾਂ ਬੱਸ ਨੇ ਬੁਰੀ ਤਰ੍ਹਾਂ ਉਲਝਾ ਲਿਆ। ਫਿਰ ਜ਼ਬਰਦਸਤੀ ਆਪਣੇ ਘਰ ਲੈ ਗਿਆ। ਮੈਂ ਅੰਜੂ ਦੇ ਘਰ ਤਾਂ ਨਹੀਂ ਜਾ ਸਕਿਆ। ਤੂੰ ਸੁਣਾ।"

"ਮੈਂ ਤਾਂ ਕਲ੍ਹ ਹੀ ਰਾਤ ਦੀ ਫਲਾਈਟ ਤੇ ਸਿੰਗਾਪੁਰ ਜਾ ਰਿਹਾ ਹਾਂ।"

"ਅਮਨ, ਤੂੰ ਫਿਕਰ ਨਾ ਕਰ। ਨਿਸ਼ਚਿੰਤ ਹੋ ਕੇ ਜਾਹ। ਮਨ ਸ਼ਾਂਤ ਰੱਖ। ਚੰਗਾ ਹੀ ਹੋਇਆ, ਤੂੰ ਜਾ ਰਿਹਾ ਹੈਂ। ਕੰਮ ਵਿਚ ਬਹੁਤ ਕੁਝ ਭੁੱਲ ਜਾਵੇਂਗਾ।"

"ਹੂੰ! ਭੁੱਲ! ਮੈਂ ਤਾਂ ਇੱਕ ਮਿੰਟ ਲਈ ਵੀ ਨਹੀਂ ਭੁੱਲ ਸਕਦਾ। ਤੂੰ ਗੱਲ ਕੀ ਕਰ ਰਿਹਾ ਹੈਂ, ਯਾਰ। ਬੱਸ ਲਗਦੈ ਹੁਣ ਯਾਦਾਂ ਦੇ ਸਹਾਰੇ ਹੀ ਜੀਣਾ ਹੈ। ਹੁਣ ਤਾਂ ਜੀਣ ਦਾ ਵੀ ਕੋਈ ਮਕਸਦ ਨਹੀਂ.....।"

"ਯਾਰ ਅਮਨ, ਤੂੰ ਆਪਣੇ ਛੋਟੇ ਭਰਾਵਾਂ ਦਾ ਸੋਚ। ਮਾਂ-ਬਾਪ ਦਾ ਸੋਚ!

ਮਕਸਦ ਕਿਉਂ ਨਹੀਂ? ਜੋ ਹੋ ਗਿਆ, ਸਮਝ ਲੈ ਕਿ ਇਕ ਸੁਫਨਾ ਸੀ....।"

"ਠੀਕ ਹੈ, ਫਿਰ ਸਿੰਗਾਪੁਰ ਤੋਂ ਆ ਕੇ ਹੀ ਮਿਲਾਂਗਾ।"

"ਠੀਕ ਹੈ, ਅਮਨ, ਤੂੰ ਆਵੇਂਗਾ ਤਾਂ ਮੈਂ ਲੜਕੀ ਵੇਖਣ ਦਾ ਪ੍ਰੋਗਰਾਮ ਬਣਾਵਾਂਗਾ। ਮੇਰੀ ਮੰਮੀ ਅਤੇ ਭੈਣ ਬਹੁਤ ਜ਼ੋਰ ਦੇ ਰਹੀਆਂ ਨੇ, ਪਰ ਮੈਂ ਤੇਰੇ ਬਿਨਾਂ ਨਹੀਂ ਜਾ ਸਕਦਾ।"

12.

ਦਸ ਦਿਨ ਬਾਅਦ ਉਹ ਸਿੰਗਾਪੁਰ ਤੋਂ ਵਾਪਿਸ ਪਰਤਿਆ ਤਾਂ ਉਹ ਸੰਜੇ ਨੂੰ ਮਿਲਣ ਗਿਆ।

"ਮੈਂ ਇਕ ਦਿਨ ਅੰਜੂ ਨੂੰ ਮਿਲਣ ਗਿਆ ਸਾਂ। ਉਹਦੀ ਮੰਮੀ ਨੇ ਕਿਹਾ ਹੈ ਕਿ ਅਮਨ ਨੂੰ ਕਹਿ ਦਿਓ-ਨਾ ਫ਼ੋਨ ਕਰੇ, ਨਾ ਗੱਲ ਕਰਨ ਦੀ ਕੋਸ਼ਿਸ਼ ਹੀ ਕਰੇ। ਉਹ ਅੰਜੂ ਲਈ ਲੜਕਾ ਵੇਖ ਰਹੇ ਨੇ। ਜਲਦੀ ਹੀ ਉਹਦੀ ਸ਼ਾਦੀ ਕਰ ਦੇਣਗੇ।" ਹੋਰ ਵੇਰਵਾ ਦੱਸਣਾ, ਸੰਜੇ ਨੇ ਠੀਕ ਨਹੀਂ ਸਮਝਿਆ।

"ਅਮਨ, ਤੇਰੀ ਜ਼ਿੰਦਗੀ ਵਿਚ ਇਕ ਬਹੁਤ ਵੱਡਾ ਤੂਫਾਨ ਆਇਆ ਅਤੇ ਲੰਘ ਗਿਆ ਹੈ। ਉਹ ਪਿੱਛੇ ਆਪਣੇ ਨਿਸ਼ਾਨ ਛੱਡ ਗਿਆ ਹੈ। ਹੌਲੀ ਹੌਲੀ ਸਭ ਠੀਕ ਹੋ ਜਾਵੇਗਾ। ਠੀਕ ਕਰਨਾ ਵੀ ਪਵੇਗਾ। ਮੈਂ ਵੀ ਤਾਂ ਇਸ ਦੌਰ ਵਿਚੋਂ ਲੰਘ ਚੁੱਕਾ ਹਾਂ। ਵੇਖ, ਹੁਣ ਮੈਂ ਵਿਆਹ ਲਈ ਤਿਆਰ ਹੋ ਰਿਹਾ ਹਾਂ। ਤੂੰ ਹੁਣ ਅਲਕਾ ਬਾਰੇ ਸੋਚ। ਉਹ ਚੰਗੀ ਕੁੜੀ ਹੈ। ਘਰੇਲੂ ਹੈ। ਤੇਰੇ ਘਰਦਿਆਂ ਨਾਲ ਰੱਚ ਮਿੱਚ ਗਈ ਹੈ। ਤੇਰੀ ਅੰਮਾਂ ਦਾ ਦਿਲ ਉਸ ਜਿੱਤ ਲਿਆ ਹੈ। ਉਹਨੂੰ ਪਿਆਰ ਦੇ ਯਾਰ! ਉਹਨੂੰ ਆਪਣੇ ਮੁਤਾਬਿਕ ਢਾਲਣ ਦੀ ਕੋਸ਼ਿਸ਼ ਕਰ। ਉਹਨੂੰ ਕੋਈ ਕੋਰਸ ਕਰਵਾ ਲੈ। ਕੁਝ ਵੀ.....।"

ਅਮਨ ਸਿਰ ਸੁੱਟੀ ਸਭ ਸੁਣਦਾ ਰਿਹਾ।

ਅਲਕਾ ਦੇ ਪਿੰਡ ਤੋਂ ਫ਼ੋਨ ਆਇਆ ਸੀ ਕਿ ਉਹਦੀ ਚਚੇਰੀ ਭੈਣ ਦੀ ਸ਼ਾਦੀ ਹੈ। ਉਹ ਸ਼ਾਦੀ ਤੋਂ ਕੁਝ ਦਿਨ ਪਹਿਲਾਂ ਅਲਕਾ ਨੂੰ ਉਥੇ ਲਿਜਾਣਾ ਚਾਹੁੰਦੇ ਹਨ। ਇਕ ਦਿਨ ਅਲਕਾ ਦਾ ਛੋਟਾ ਭਰਾ ਲੈਣ ਵੀ ਆ ਗਿਆ। ਅੰਮਾਂ ਨੇ ਅਲਕਾ ਨੂੰ ਕੋਲ ਬਿਠਾਕੇ ਸਮਝਾਇਆ-

"ਵੇਖ ਜੇ ਤੂੰ ਉਥੇ ਆਪਣੇ ਮਾਤਾ-ਪਿਤਾ ਨੂੰ ਇਸ ਸਾਰੇ ਕਲੇਸ਼ ਬਾਰੇ ਦੱਸੇਂਗੀ ਤਾਂ ਉਹ ਤੜਪਣਗੇ। ਤੂੰ ਇਸ ਗੱਲ ਦਾ ਕਿਸੇ ਅੱਗੇ ਧੂੰਆਂ ਵੀ ਨਾ ਕੱਢੀਂ। ਵੇਖੀਂ, ਜਲਦੀ ਹੀ ਸਭ ਠੀਕ ਹੋ ਜਾਵੇਗਾ। ਇਸ ਘਰ ਦੀ ਲਾਜ ਤੇਰੇ ਹੱਥ ਹੈ। ਫਿਰ ਸਭ ਇਹੀ ਸੋਚਣਗੇ ਕਿ ਤੇਰੇ ਵਿਚ ਹੀ ਕੋਈ ਘਾਟ ਹੋਵੇਗੀ ਜੋ ਤੂੰ ਆਪਣੇ ਆਦਮੀ ਨੂੰ ਆਪਣੇ ਵਸ ਵਿੱਚ ਨਾ ਕਰ ਸਕੀ....।"

ਕੁਝ ਦੇਰ ਅਲਕਾ ਚੁੱਪ ਚਾਪ ਸੁਣਦੀ ਰਹੀ। ਫਿਰ ਬੋਲੀ, "ਪਰ ਅੰਮਾਂ ਇਹ ਸਭ ਕਦੋਂ ਤੱਕ ਚਲੇਗਾ। ਮੇਰੇ ਚਾਚੇ ਦਾ ਸੁਭਾ ਤਾਂ ਤੁਹਾਨੂੰ ਪਤਾ ਹੀ ਹੈ। ਉਹ ਤਾਂ ਬਹੁਤ

ਗੁਸੈਲ ਹਨ। ਉਹਨਾਂ ਨੂੰ ਪਤਾ ਲੱਗੇਗਾ ਕਿ ਮੇਰੇ ਨਾਲ ਇਥੇ......।"

"ਤਾਂ ਕੀ ਉਹ ਡਾਂਗਾਂ ਲੈ ਕੇ ਆ ਜਾਵੇਗਾ। ਸਾਡਾ ਸਿਰ ਤੋੜੇਗਾ....ਕੀ ਕਰ ਲਵੇਗਾ ਤੇਰਾ ਇਹ ਚਾਚਾ?"

ਅਚਾਨਕ ਅੰਮਾਂ ਬੜੇ ਗੁੱਸੇ ਨਾਲ ਭੜਕ ਗਈ ਸੀ। ਅਲਕਾ ਨੇ ਚੁੱਪ ਰਹਿਣਾ ਹੀ ਠੀਕ ਸਮਝਿਆ।

ਜਾਣ ਵੇਲੇ ਅਲਕਾ ਦੇ ਭਰਾ ਨੇ ਸਭ ਨੂੰ ਵਿਆਹ ਤੇ ਪਹੁੰਚਣ ਲਈ ਕਿਹਾ। ਉਸ ਖਾਸ ਕਰ ਆਪਣੇ ਜੀਜਾ ਅਮਨ ਨੂੰ ਬਾਰ ਬਾਰ ਆਉਣ ਦੀ ਤਾਕੀਦ ਕੀਤੀ।

"ਜੀਜਾ ਜੀ, ਤੁਸੀਂ ਨਹੀਂ ਆਏ ਤਾਂ ਅਸੀਂ ਦੀਦੀ ਨੂੰ ਭੇਜਾਂਗੇ ਹੀ ਨਹੀਂ।" ਉਹ ਹੱਸ ਕੇ ਬੋਲਿਆ

ਕਸ਼ਮੀਰੀ ਗੇਟ ਬਸ ਅੱਡੇ ਤੱਕ ਛੱਡਣ ਆਏ ਬੱਬੀ ਨੇ ਕਿਹਾ-"ਭਾਬੀ, ਜਲਦੀ ਆ ਜਾਣਾ।"

"ਪਹਿਲਾਂ ਤਾਂ ਤੂੰ ਆ ਰਿਹੈ ਹੈਂ ਨਾ ਸ਼ਾਦੀ ਤੇ। ਜ਼ਰੂਰ ਆਂਵੀਂ।" ਅਲਕਾ ਨੇ ਜ਼ੋਰ ਦੇ ਕੇ ਕਿਹਾ।

ਬੱਬੀ ਨੇ ਮੁਸਕਰਾ ਕੇ ਹਾਮੀ ਭਰ ਦਿੱਤੀ।

ਰਾਹ ਵਿਚ ਭਰਾ ਨੇ ਅਲਕਾ ਨੂੰ ਘਰ ਵਿਚ ਛਾਈ ਖਾਮੋਸ਼ੀ ਅਤੇ ਤਨਾਅ ਬਾਰੇ ਪੁੱਛਿਆ ਤਾਂ ਉਹ ਟਾਲ ਗਈ। ਭਰਾ ਬੜਾ ਹੈਰਾਨ ਸੀ ਕਿ ਅਲਕਾ ਕੇ ਇੰਨੀ ਚੁੱਪ ਕਿਉਂ ਸਾਥ ਰੱਖੀ ਹੈ। ਪਿਛਲੀ ਵਾਰ ਉਹ ਲੈਣ ਆਇਆ ਸੀ ਤਾਂ ਸਾਰੇ ਰਾਹ ਦੀਦੀ ਕਿੰਨੀਆਂ ਗੱਲਾਂ ਕਰਦੀ ਰਹੀ ਸੀ। ਸਾਰੇ ਰਿਸ਼ਤੇਦਾਰਾਂ, ਸਹੇਲੀਆਂ ਦਾ ਹਾਲ ਪੁੱਛ, ਉਹਦੀ ਪੜ੍ਹਾਈ ਬਾਰੇ ਸੌ ਸਵਾਲ। ਆਪਣੇ ਸੁਹਰੇ ਪਰਿਵਾਰ ਬਾਰੇ, ਛੋਟੇ ਦੇਵਰਾਂ ਬਾਰੇ, ਦਿੱਲੀ ਬਾਰੇ ਦੱਸਣ ਲਈ, ਉਹਦੇ ਕੋਲ ਕਿੰਨਾ ਕੁਝ ਸੀ। ਅਤੇ ਅੱਜ ਇਕ ਚੁੱਪ! ਉਹ ਕੁਝ ਦੇਰ ਬਾਰੀ ਦੇ ਬਾਹਰ ਵੇਖਦਾ ਰਿਹਾ। ਬੱਸ ਦਿੱਲੀ ਦੀ ਹੱਦ ਪਾਰ ਕਰ ਚੁੱਕੀ ਸੀ। ਉਸ ਮੁੜ ਕੇ ਦੀਦੀ ਵੱਲ ਵੇਖਿਆ ਤਾਂ ਉਹ ਅੱਖਾਂ ਨੂਟੀ, ਖੱਬੀ ਹਥੇਲੀ ਤੇ ਚਿਹਰਾ ਟਿਕਾਈ ਬੈਠੀ ਸੀ।

"ਦੀਦੀ ਤਬੀਅਤ ਠੀਕ ਹੈ ਨਾ?" ਉਸ ਅਲਕਾ ਦੀ ਬਾਂਹ ਹਿਲਾ ਕੇ ਪੁੱਛਿਆ।

"ਹਾਂ, ਠੀਕ ਹਾਂ। ਜ਼ਰਾ ਕੁ ਸਿਰ ਦਰਦ ਹੈ।" ਉਸ ਫਿਰ ਅੱਖਾਂ ਨੂਟ ਲਈਆਂ।

ਅਲਕਾ ਉਲਝਣ ਵਿਚ ਫਸੀ ਸੀ ਕਿ ਘਰ ਜਾ ਕੇ ਉਹ ਆਪਣੀ ਮਾਂ ਨੂੰ ਸਭ ਦੱਸ ਦੇਵੇ ਜਾਂ ਨਾ। ਪਰ ਉਹ ਤਾਂ ਪਹਿਲਾਂ ਹੀ ਬੀਮਾਰ ਰਹਿੰਦੀ ਹੈ। ਜੇ ਛੋਟੀ ਭੈਣ ਨੂੰ ਦੱਸਿਆ ਤਾਂ ਉਹ ਗੱਲ ਦਿਲ ਵਿਚ ਨਹੀਂ ਰੱਖ ਸਕੇਗੀ।

ਅਚਾਨਕ ਉਹਨੂੰ ਲੱਗਾ ਕਿ ਉਹਦਾ ਦਮ ਘੁੱਟ ਰਿਹਾ ਹੈ। ਉਹਨੂੰ ਅਗਲਾ ਸਾਹ ਨਹੀਂ ਆਵੇਗਾ। ਉਸ ਅੱਖਾਂ ਖੋਲ੍ਹ ਲਈਆਂ ਅਤੇ ਲੰਮੇ ਲੰਮੇ ਸਾਹ ਲੈਣ ਲੱਗੀ। ਬਾਰੀ ਦੇ ਬਾਹਰੋਂ ਠੰਡੀ ਹਵਾ ਦੇ ਝੋਂਕੇ ਆ ਰਹੇ ਸਨ। ਉਹਦਾ ਭਰਾ ਬਾਹਰ ਹੀ ਵੇਖੀ ਰਿਹਾ ਸੀ। ਉਸ ਆਪਣੇ ਭਰਾ ਦਾ ਮੋਢਾ ਟੁੰਬਿਆ ਅਤੇ ਨਾਲ ਲਿਆਂਦੀ ਪਾਣੀ ਦੀ ਬੋਤਲ ਵਿਚੋਂ ਪਾਣੀ ਪੀਣ ਲੱਗ ਪਈ।

"ਦੀਦੀ, ਕੀ ਠੀਕ ਤਾਂ ਹੋ ਨਾ?" ਉਹਦੇ ਭਰਾ ਦੀ ਆਵਾਜ਼ ਵਿਚ ਚਿੰਤਾ ਸੀ।

ਉਸ ਸਿਰ ਹਿਲਾ ਦਿੱਤਾ।

"ਦੀਦੀ, ਐਤਕੀਂ ਅਸੀਂ ਤੁਹਾਨੂੰ ਵਾਪਿਸ ਜਲਦੀ ਨਹੀਂ ਆਉਣ ਦੇਣਾ। ਅਗਲੇ ਮਹੀਨੇ ਮੇਰੇ ਇਮਤਿਹਾਨ ਨੇ। ਤੁਸੀਂ ਪੜ੍ਹਾਈ ਵਿਚ ਮੇਰੀ ਮੱਦਦ ਕਰਨਾ। ਦੀਦੀ, ਹੁਣ ਅੰਮਾਂ ਵੀ ਬਹੁਤ ਬੀਮਾਰ ਰਹਿੰਦੀ ਹੈ। ਦੀਦੀ, ਪਤਾ ਨਹੀਂ ਕਿਉਂ ਜੀਜਾ ਜੀ ਤਾਂ ਮੇਰੇ ਨਾਲ, ਐਤਕੀਂ ਠੀਕ ਢੰਗ ਨਾਲ ਬੋਲੇ ਹੀ ਨਹੀਂ। ਕੀ ਗੱਲ ਉਹ ਤੁਹਾਡੇ ਨਾਲ ਨਾਰਾਜ਼ ਨੇ? ਉਹਨਾਂ ਦੇ ਛੋਟੇ ਭਰਾ ਬਹੁਤ ਚੰਗੇ ਨੇ। ਉਹਨਾਂ ਨਾਲ ਮੈਂ ਖ਼ੂਬ ਗੱਪਾਂ ਮਾਰੀਆਂ.....।"

"ਹਾਂ, ਉਹ ਦੋਵੇਂ ਸੱਚਮੁੱਚ ਬਹੁਤ ਚੰਗੇ ਨੇ। ਬਬਲੂ, ਤੈਨੂੰ ਕਿਹੜੇ ਵਿਸ਼ੇ ਵਿਚ ਮੱਦਦ ਦੀ ਲੋੜ ਹੈ?"

"ਦੀਦੀ, ਐਤਕੀਂ ਹਿੰਦੀ ਵਿਚ ਮੇਰੇ ਨੰਬਰ ਠੀਕ ਨਹੀਂ ਸਨ ਆਏ। ਉਂਜ ਤਾਂ ਮੈਨੂੰ ਹਿਸਾਬ ਵਿਚ ਵੀ ਮਦਦ ਦੀ ਲੋੜ ਹੈ। ਪਿਤਾ ਜੀ ਕਹਿ ਰਹੇ ਸਨ ਕਿ ਉਹ ਟਿਊਸ਼ਨ ਲਗਵਾ ਦੇਣਗੇ। ਜੇ ਤੁਸੀਂ ਕੁਝ ਦਿਨ ਰਹਿ ਜਾਓਗੇ ਤਾਂ ਮੇਰੀ ਪੜ੍ਹਾਈ ਵਿਚ ਬਹੁਤ ਮੱਦਦ ਮਿਲ ਜਾਵੇਗੀ। ਪਿਤਾ ਜੀ ਕਹਿ ਰਹੇ ਸਨ ਕਿ ਬਾਰ੍ਹਵੀਂ ਕਲਾਸ ਤੱਕ ਤੁਹਾਡਾ ਗਣਿਤ ਬਹੁਤ ਚੰਗਾ ਸੀ। ਕੀ ਦੀਦੀ, ਹੁਣ ਵੀ ਯਾਦ ਹੈ ਕਿ ਭੁੱਲ ਗਏ?"

"ਕੋਸ਼ਿਸ਼ ਕਰਾਂਗੀ। ਮੇਰਾ ਆਪਣਾ ਬਹੁਤ ਦਿਲ ਹੈ, ਤੁਹਾਡੇ ਕੋਲ ਕੁਝ ਦੇਰ ਰਹਿਣ ਲਈ। ਪਰ ਕਈ ਵਾਰ ਆਪਣਾ ਵਸ ਨਹੀਂ ਚਲਦਾ।" ਅਲਕਾ ਨੇ ਉਦਾਸੀ ਭਰੀ ਆਵਾਜ਼ ਵਿਚ ਕਿਹਾ।

"ਦੀਦੀ, ਦਿੱਲੀ ਸ਼ਹਿਰ ਵਿਚ ਤੂੰ ਕਿੱਥੇ ਕਿੱਥੇ ਘੁੰਮੀ ਹੈਂ?" ਬਬਲੂ ਗੱਲ ਜਾਰੀ ਰੱਖਣਾ ਚਾਹੁੰਦਾ ਸੀ।

ਹੁਣ ਭੈਣ ਭਰਾ ਵਿਚ ਗੱਲਾਂ ਦਾ ਸਿਲਸਿਲਾ ਚਲ ਨਿਕਲਿਆ। ਅਲਕਾ ਸਾਰੇ ਰਾਹ ਭਰਾ ਨਾਲ ਛੋਟੀਆਂ ਛੋਟੀਆਂ ਗੱਲਾਂ ਕਰਦੀ ਰਹੀ। ਚੁੱਪ ਰਹਿ ਕੇ ਦਿਮਾਗ ਚੱਲਣ ਲੱਗਦਾ ਅਤੇ ਕਲੇਜਾ ਫਟਦਾ ਹੈ।

****

ਅਮਨ ਆਪਣੇ ਪ੍ਰਾਜੈਕਟ ਦੇ ਕੰਮ ਵਿਚ ਬਹੁਤ ਰੁਝ ਗਿਆ ਸੀ। ਉਹਨੂੰ ਪ੍ਰੀਤੀ ਦਾ ਕਈ ਵਾਰ ਫ਼ੋਨ ਆ ਚੁੱਕਾ ਸੀ। ਪਰ ਉਹ ਟਾਲ ਜਾਂਦਾ। ਉਹ ਸੰਜੇ ਨਾਲ ਜਾ ਕੇ ਦੋਵੇਂ ਕੁੜੀਆਂ ਵੇਖ ਆਇਆ ਸੀ। ਪਹਿਲੀ ਵਾਲੀ ਕੁੜੀ ਬਹੁਤ ਕੁਆਲੀਫਾਈਡ ਸੀ ਅਤੇ ਨੌਕਰੀ ਕਰਦੀ ਸੀ ਪਰ ਸੰਜੇ ਦੇ ਪਰਿਵਾਰ ਦੇ ਮੁਕਾਬਲੇ ਉਹਨਾਂ ਦਾ ਪਰਿਵਾਰ ਬਹੁਤ ਖੁਸ਼ਹਾਲ ਨਹੀਂ ਸੀ। ਦੂਜੀ ਕੁੜੀ ਦਾ ਪਰਿਵਾਰ ਕਾਫ਼ੀ ਰਜਿਆ ਪੁਜਿਆ ਸੀ। ਪਰ ਕੁੜੀ ਸਿਰਫ਼ ਗ੍ਰੈਜੂਏਟ ਸੀ। ਉਹਦਾ ਅੱਗੋਂ ਕੁਝ ਕਰਨ ਦਾ ਇਰਾਦਾ ਵੀ ਨਹੀਂ ਸੀ। ਸੁਹੱਪਣ ਵਿਚ ਦੋਵੇਂ ਕੁੜੀਆਂ ਇਕ ਦੂਜੇ ਤੋਂ ਵੱਧ ਸਨ। ਹੁਣ ਫੈਸਲਾ ਸੰਜੇ ਨੇ ਹੀ ਕਰਨਾ ਸੀ।

ਸੰਜੇ ਬੜੀ ਉਲਝਣ ਵਿਚ ਸੀ। ਕਦੀ ਉਹ ਅਮਨ ਨੂੰ ਪੁੱਛਦਾ, ਕਦੀ ਮੰਮੀ ਨੂੰ ਅਤੇ ਕਦੀ ਆਪਣੀ ਭੈਣ ਨੂੰ ਫ਼ੋਨ ਕਰਦਾ। ਇਸੇ ਸ਼ਸ਼ੋਪੰਜ ਵਿਚ ਦੋ ਹਫਤੇ ਲੰਘ ਗਏ।

ਉਧਰੋਂ ਅਲਕਾ ਦੇ ਪੇਕਿਉਂ ਫ਼ੋਨ ਆ ਰਹੇ ਸਨ ਵਿਆਹ ਤੇ ਪੁੱਜਣ ਲਈ। ਅਮਨ ਨੇ ਤਾਂ ਸਾਫ਼ ਨਾਂਹ ਕਰ ਦਿੱਤੀ। ਰੇਵਤੀ ਅਤੇ ਅਮਨ ਦੇ ਪਿਤਾ ਜੀ ਵਿਆਹ ਵਿੱਚ ਸ਼ਾਮਲ ਹੋਣ ਲਈ ਚਲੇ ਗਏ

*

ਅਲਕਾ ਨੇ ਆਪਣੀ ਇਕ ਸਹੇਲੀ ਨਾਲ ਪੂਰੀ ਗੱਲ ਕੀਤੀ ਸੀ। ਪਰ ਘਰ ਵਿਚ ਉਸ ਅਜੇ ਤੱਕ ਕਿਸੇ ਨਾਲ ਧੂੰਆਂ ਵੀ ਨਹੀਂ ਸੀ ਕੱਢਿਆ। ਉਹ ਅੰਦਰੋਂ ਅੰਦਰ ਘੁੱਟਦੀ ਰਹਿੰਦੀ ਅਤੇ ਸੋਚਦੀ ਕਿ ਚਚੇਰੀ ਭੈਣ ਦੀ ਸ਼ਾਦੀ ਤੋਂ ਬਾਅਦ ਹੀ ਗੱਲ ਕਰੇਗੀ। ਉਹਦੀ ਸਹੇਲੀ ਉਹਨੂੰ, ਕਦੀ ਸੰਬੰਧ ਤੋੜ ਦੇਣ ਦੀ ਸਲਾਹ ਦਿੰਦੀ ਅਤੇ ਕਹਿੰਦੀ ਕਿ ਹੁਣ ਉਹ ਮੁੜਕੇ ਉਥੇ ਨਾ ਜਾਵੇ। ਕਦੀ ਕਹਿੰਦੀ-ਸੰਬੰਧ ਤੋੜ ਦੇਣ ਨਾਲ ਅਲਕਾ ਦੇ ਮਾਪਿਆਂ ਦਾ ਹਾਲ ਬੁਰਾ ਹੋ ਜਾਵੇਗਾ। ਲੋਕੀਂ ਵੀ ਅਲਕਾ ਵਿਚ ਹੀ ਦੋਸ਼ ਢੂੰਡਣਗੇ।

ਅਲਕਾ ਨੇ ਇਕ ਵਾਰ ਵੀ ਅਮਨ ਨਾਲ ਫ਼ੋਨ ਤੇ ਗੱਲ ਨਹੀਂ ਕੀਤੀ ਤੇ ਨਾ ਹੀ ਅਮਨ ਦਾ ਉਹਨੂੰ ਫ਼ੋਨ ਆਇਆ। ਪਰ ਅੰਮਾਂ ਨੇ ਦੋ ਵਾਰ ਉਹਨੂੰ ਫ਼ੋਨ ਕੀਤਾ। ਰੇਵਤੀ ਨੂੰ ਡਰ ਸੀ ਕਿ ਜੇ ਅਲਕਾ ਨੇ ਘਰ ਗੱਲ ਕਰ ਦਿੱਤੀ ਹੋਵੇਗੀ ਤਾਂ ਉਹਦੇ ਰਿਸ਼ਤੇਦਾਰਾਂ ਦੇ ਚਿਹਰਿਆਂ ਦੇ ਹਾਵ-ਭਾਵ ਬਦਲੇ ਹੋਣਗੇ। ਅੰਮਾਂ ਅਤੇ ਅਮਨ ਦੇ ਪਿਤਾ ਜੀ ਉਥੇ ਪੁੱਜੇ ਤਾਂ ਉਹਨਾਂ ਨੂੰ ਕਿਸੇ ਦੇ ਚਿਹਰੇ ਤੇ ਕੋਈ ਮਲਾਲ ਨਜ਼ਰ ਨਹੀਂ ਆਇਆ। ਸਭ ਰਿਸ਼ਤੇਦਾਰਾਂ ਨੂੰ ਸ਼ਿਕਾਇਤ ਸੀ ਕਿ ਅਮਨ ਕਿਉਂ ਨਹੀਂ ਆਇਆ।

"ਅਮਨ ਤਾਂ ਕਦੀ ਫ਼ੋਨ ਤੱਕ ਨਹੀਂ ਕਰਦਾ....।" ਅਲਕਾ ਦੀ ਮਾਂ ਨੇ ਸ਼ਿਕਾਇਤ ਕੀਤੀ।

ਰੇਵਤੀ ਕੀ ਕਹਿੰਦੀ! ਉਸ ਅਮਨ ਦੇ ਦਫ਼ਤਰ ਦੇ ਕੰਮਾਂ ਵਿਚ ਬਹੁਤ ਰੁਝੇਵੇਂ ਹੋਣ ਦੀ ਗੱਲ ਕਰਕੇ ਗੱਲ ਦਾ ਰੁਖ ਬਦਲ ਦਿੱਤਾ।

ਦਿੱਲੀ ਵਾਪਿਸ ਜਾਣ ਲੱਗਿਆਂ ਉਹਨਾਂ ਅਲਕਾ ਨੂੰ ਵੀ ਨਾਲ ਚਲਣ ਲਈ ਕਿਹਾ ਪਰ ਨਾ ਹੀ ਅਲਕਾ ਦਾ ਦਿਲ ਸੀ, ਜਾਣ ਤੇ ਅਤੇ ਨਾ ਹੀ ਉਹਦੇ ਘਰਦਿਆਂ ਦਾ ਕੋਈ ਜੀਅ ਮੰਨਿਆ।

ਵਾਪਸੀ ਤੇ ਸਾਰੀ ਰਾਹ ਰੇਵਤੀ ਕਲਪਦੀ ਰਹੀ।

"ਅਲਕਾ, ਹੁਣ ਨਹੀਂ ਆਵੇਗੀ ? ਵੇਖ ਲੈਣਾ! ਸਾਡੀ ਕਿੰਨੀ ਬਇੱਜ਼ਤੀ ਹੋਵੇਗੀ!"

ਅਮਨ ਦੇ ਪਿਤਾ ਜੀ ਚੁੱਪ ਹੀ ਰਹੇ। 'ਹੂੰ ਹਾਂ' ਤੋਂ ਸਿਵਾ ਕੁਝ ਨਹੀਂ ਬੋਲੇ। ਬੱਸ ਸੋਚਾਂ ਵਿਚ ਡੁੱਬੇ ਰਹੇ।

ਘਰ ਪਹੁੰਚੇ ਤਾਂ ਬੱਬੀ ਅਤੇ ਛੋਟੂ ਘਰ ਹੀ ਸਨ। ਅਮਨ ਹਾਲੇ ਦਫ਼ਤਰ ਤੋਂ ਨਹੀਂ ਸੀ ਆਇਆ। ਸ਼ਾਮ ਨੂੰ ਜਦੋਂ ਉਹ ਦਫ਼ਤਰ ਤੋਂ ਆਇਆ ਤਾਂ ਆਪਦੀ ਅੰਮਾਂ ਕੋਲ ਆ ਕੇ ਬੈਠ ਗਿਆ।

"ਠੀਕ ਹੋ ਗਈ ਸ਼ਾਦੀ?" ਅਮਨ ਨੇ ਗੱਲ ਚਲਾਈ।

"ਹਾਂ। ਸਭ ਤੇਰੇ ਬਾਰੇ ਪੁੱਛਦੇ ਸਨ।"

ਅੱਗੋਂ ਉਹ ਚੁੱਪ ਰਿਹਾ। ਉਹਦੀ ਨਜ਼ਰ ਬਾਰ-ਬਾਰ ਅੰਦਰਲੇ ਕਮਰੇ ਦੇ ਦਰਵਾਜ਼ੇ ਵੱਲ ਜਾਂਦੀ ਅਤੇ ਵਾਪਿਸ ਆ ਜਾਂਦੀ। ਉਹ ਸੋਚ ਰਿਹਾ ਸੀ ਕਿ ਅਲਕਾ ਸ਼ਾਇਦ ਅੰਦਰ ਹੈ, ਪਰ ਉਹਦੀ ਪੁੱਛਣ ਦੀ ਹਿੰਮਤ ਨਹੀਂ ਸੀ ਪੈ ਰਹੀ। ਕੁਝ ਦੇਰ ਬਾਅਦ ਉਠ ਕੇ ਉਸ ਆਪਣੇ ਕਮਰੇ ਦਾ ਪਰਦਾ ਹਟਾਇਆ ਤਾਂ ਇਕ ਦਮ ਦਹਿਲੀਜ਼ ਤੇ ਠਿਠਕ ਕੇ ਖੜੋ ਗਿਆ। ਅੰਮਾਂ ਸਭ ਵੇਖ ਰਹੀ ਸੀ। ਉਹ ਬੋਲੀ "ਅਲਕਾ ਹਾਲੇ ਨਹੀਂ ਆਈ।" ਅੰਮਾਂ ਨੇ ਸੋਚਿਆ ਕਿ ਸ਼ਾਇਦ ਅਮਨ ਹੋਰ ਕੁਝ ਪੁੱਛੇਗਾ.......।

*

ਇਕ ਦਿਨ ਪ੍ਰੀਤੀ ਰੇਵਤੀ ਨੂੰ ਮਿਲਣ ਆ ਗਈ। ਰੇਵਤੀ ਨਾਲ ਬਹੁਤ ਦੇਰ ਤੱਕ ਗੱਲਾਂ ਹੁੰਦੀਆਂ ਰਹੀਆਂ। ਉਹ ਗਗਨ ਦੀ ਇਕ ਚਿੱਠੀ ਲਿਆਈ ਸੀ। ਅਮਨ ਦੀ ਉਡੀਕ ਕਰਕੇ ਉਹ ਚਿੱਠੀ ਦੇ ਕੇ ਚਲੀ ਗਈ। ਗਗਨ ਨੇ ਲੰਬੀ ਚਿੱਠੀ ਲਿਖੀ ਸੀ। ਪ੍ਰੀਤੀ ਨੇ ਗਗਨ ਨੂੰ ਲਿਖ ਦਿੱਤਾ ਸੀ ਕਿ ਅੱਜ ਕਲ੍ਹ ਅਮਨ ਕੁਝ ਮਾਨਸਿਕ ਉਲਝਣ ਵਿਚੋਂ ਲੰਘ ਰਿਹਾ ਹੈ।

ਅਮਨ ਘਰ ਪਰਤਿਆ ਤਾਂ ਉਹਨੂੰ ਅੰਮਾਂ ਨੇ ਚਿੱਠੀ ਅਤੇ ਪ੍ਰੀਤੀ ਦਾ ਸੁਨੇਹਾ ਦੇ ਦਿੱਤੇ। ਅਮਨ ਨੇ ਬਾਰ ਬਾਰ ਗਗਨ ਦੀ ਚਿੱਠੀ ਪੜ੍ਹੀ। ਗਗਨ ਨੇ ਲਿਖਿਆ ਸੀ,

"ਤੂੰ ਮੇਰਾ ਚੰਗਾ ਦੋਸਤ ਹੈਂ। ਤੂੰ ਪ੍ਰੇਸ਼ਾਨ ਹੈਂ ਤੇ ਮੈਨੂੰ ਕੁਝ ਲਿਖਦਾ ਨਹੀਂ, ਦੱਸਦਾ ਨਹੀਂ। ਕੁਝ ਲਿਖੇਂਗਾ ਤਾਂ ਹੀ ਸਮੱਸਿਆ ਦਾ ਪਤਾ ਚੱਲੇਗਾ ਤੇ ਹਲ ਨਿਕਲੇਗਾ।"

ਉਸ ਰਾਤ ਅਮਨ ਨੇ ਗਗਨ ਨੂੰ ਇਕ ਲੰਬੀ ਈ-ਮੇਲ ਲਿਖੀ। ਸ਼ੁਰੂ ਤੋਂ ਲੈ ਕੇ ਹੁਣ ਤੱਕ ਦੀਆਂ ਸਭ ਮੁੱਖ ਘਟਨਾਵਾਂ-ਅੰਜੂ ਬਾਰੇ, ਅਲਕਾ ਬਾਰੇ, ਆਪਣੇ ਮਨ ਦੀ ਸਥਿਤੀ ਬਾਰੇ।

ਗਗਨ ਨੇ ਵਾਪਸੀ ਮੇਲ ਲਿਖੀ ਸੀ-ਉਹ ਭਵਿੱਖ ਦਾ ਸੋਚੇ। ਆਪਣੇ ਆਪ ਨੂੰ ਇਸ ਪ੍ਰੇਸ਼ਾਨੀ ਵਿਚ ਕੱਢੇ। ਗਗਨ ਨੇ ਅਲਕਾ ਦੇ ਪੱਖ ਵਿਚ ਹੀ ਲਿਖਿਆ ਸੀ।

ਹੁਣ ਅਮਨ ਅਤੇ ਗਗਨ ਵਿਚ ਮੇਲ ਰਾਹੀਂ ਬਾਕਾਇਦ ਗੱਲਬਾਤ ਹੁੰਦੀ ਰਹਿੰਦੀ।

13.

ਅਲਕਾ ਨੂੰ ਪੇਕੇ ਗਿਆਂ ਬਹੁਤ ਦਿਨ ਹੋ ਗਏ ਸਨ। ਇਕ ਦਿਨ ਅੰਮਾਂ ਨੇ ਅਮਨ ਨੂੰ ਕਿਹਾ ਕਿ ਅਲਕਾ ਨੂੰ ਲੈ ਕੇ ਆਵੇ। ਅਗੋਂ ਉਹ ਕੁਝ ਨਹੀਂ ਬੋਲਿਆ।

"ਅਲਕਾ ਨੂੰ ਲੈਣ ਕਦੋਂ ਜਾਵੇਂਗਾ?" ਅੰਮਾਂ ਨੇ ਸਖਤੀ ਨਾਲ ਪੁੱਛਿਆ।

"ਸੋਚਾਂਗਾ।" ਸੰਖੇਪ ਜਿਹਾ ਉੱਤਰ ਦੇ ਕੇ ਉਹ ਆਪਣੇ ਕਮਰੇ ਵਿਚ ਚਲਾ ਗਿਆ।

"ਉਹਨੂੰ ਕਦੀ ਫ਼ੋਨ ਕੀਤਾ ਈ?" ਅੰਮਾਂ ਉਹਦੇ ਪਿੱਛੇ ਪਿੱਛੇ ਕਮਰੇ ਵਿਚ ਚਲੀ ਗਈ।

"ਨਹੀਂ। ਉਹ ਤੁਹਾਡੀ ਬਹੁਤੀ ਸੱਕੀ ਏ ਨਾ, ਤੁਸੀਂ ਹੀ ਕਿਉਂ ਨਹੀਂ ਕਰ ਲੈਂਦੇ, ਫ਼ੋਨ?" ਅਮਨ ਖਿਝ ਕੇ ਬੋਲਿਆ।

"ਮੈਂ ਤਾਂ ਕਰਦੀ ਹੀ ਰਹਿੰਦੀ ਹਾਂ। ਪਰ ਉਹ ਤੇਰੀ ਬੀਵੀ ਹੈ। ਹੁਣ ਹੋਸ਼ ਵਿਚ ਆ ਜਾ। ਬਹੁਤ ਹੋ ਗਈ।"

ਅਮਨ ਚੁੱਪ ਰਿਹਾ।

"ਅਮਨ ਤੂੰ ਲੋਕਾਂ ਨੂੰ ਕੀ ਕਹਿੰਦਾ ਪਿਆ ਹੈਂ ਕਿ ਤੇਰਾ ਅਲਕਾ ਨਾਲ ਕਦੀ ਕੋਈ ਸੰਬੰਧ ਹੀ ਨਹੀਂ ਸੀ।"

"ਕੀ ਮਤਲਬ?"

"ਤੂੰ ਆਪਣੀ ਪ੍ਰੀਤੀ ਆਂਟੀ ਨੂੰ ਕਿਹਾ ਹੈ ਕਿ ਤੇਰਾ ਅਲਕਾ ਨਾਲ ਕੋਈ ਸੰਬੰਧ ਹੀ ਨਹੀਂ ਸੀ। ਝੂਠ ਦਾ ਪਰਦਾਫਾਸ਼ ਹੋ ਜਾਂਦਾ ਹੈ। ਤੂੰ ਹੁਣ ਅਸਲੀਅਤ ਸਵੀਕਾਰ ਕਰ ਲੈ। ਅੰਜੂ ਹੁਣ ਨਹੀਂ ਮਿਲ ਸਕਦੀ, ਤੈਨੂੰ ਸਮਝੇ। ਮੈਂ ਉਹਨੂੰ ਇਸ ਘਰ ਵਿਚ ਕਦਮ ਨਹੀਂ ਰੱਖਣ ਦਿਆਂਗੀ।"

"ਅੰਮਾਂ, ਤੁਸੀਂ ਮੈਨੂੰ ਚੈਨ ਨਾਲ ਜੀਣ ਦਿਉਗੇ ਕਿ ਨਹੀਂ?" ਅਮਨ ਅਚਾਨਕ ਚੀਖ ਕੇ ਬੋਲਿਆ ਅਤੇ ਉਸ ਆਪਣੇ ਕਮਰੇ ਦਾ ਦਰਵਾਜ਼ਾ ਬੰਦ ਕਰ ਲਿਆ।

"ਉਲਟਾ ਚੋਰ ਕੋਤਵਾਲ ਨੂੰ ਡਾਂਟੇ," ਅੰਮਾਂ ਬੁੜ ਬੁੜਾਂਦੀ ਹੋਈ ਬਾਹਰ ਬਰਾਂਡੇ ਵਿਚ ਚਲੀ ਗਈ।

ਬਾਹਰ ਅਮਨ ਦੇ ਪਿਤਾ ਜੀ ਫੁੱਲਾਂ ਪੌਦਿਆਂ ਨੂੰ ਪਾਣੀ ਦੇ ਰਹੇ ਸਨ। ਉਹਨਾਂ ਦੀ ਨਜ਼ਰ ਬਰਾਂਡੇ ਵੱਲ ਗਈ ਤਾਂ ਬੋਲੇ, "ਕੀ ਗੱਲ ਹੋ ਗਈ? ਇੰਜ ਮੂੰਹ ਫੁਲਾਕੇ ਉਥੇ ਕਿਉਂ ਖੜੀ ਹੈਂ?"

ਰੇਵਤੀ ਉਹਨਾਂ ਦੇ ਕੋਲ ਚਲੀ ਗਈ ਅਤੇ ਅਮਨ ਨਾਲ ਹੋਈ ਸਾਰੀ ਗੱਲ ਦੱਸੀ। ਹੁਣ ਖਿਝਣ ਦੀ ਵਾਰੀ ਅਮਨ ਦੇ ਪਿਤਾ ਜੀ ਦੀ ਸੀ, "ਤੈਨੂੰ ਕਿਹਨੇ ਕਿਹਾ ਸੀ ਕਿ ਅਮਨ ਨਾਲ ਇਸ ਵਿਸ਼ੇ ਤੇ ਗੱਲ ਕਰ। ਮੈਂ ਤੈਨੂੰ ਸਮਝਾਇਆ ਵੀ ਸੀ ਕਿ ਮੌਕਾ ਮਿਲਣ ਤੇ ਮੈਂ ਆਪ ਹੀ ਗੱਲ ਕਰਾਂਗਾ। ਪਰ ਤੇਰਾ ਵੀ ਜਵਾਬ ਨਹੀਂ। ਮਾਂ ਨੀ ਮਾਂ ਮੈਂ ਰਹਿ ਨਾ ਸਕਾਂ। ਜੇ ਤੂੰ ਇੰਜ ਕਰਦੀ ਰਹੀ ਤਾਂ ਪੁੱਤਰ ਇਕ ਦਿਨ ਘਰ ਛੱਡ ਕੇ ਚਲਾ ਜਾਵੇਗਾ।"

"ਪਹਿਲਾਂ ਹੀ ਉਹ ਕਿਹੜਾ ਘਰ ਵਿਚ ਹੈ।" ਉਹ ਹੋਠਾਂ ਵਿਚ ਬੁੜਬੁੜਾਈ ਅਤੇ ਅੰਦਰ ਚਲੀ ਗਈ। ਅਚਾਨਕ ਰੇਵਤੀ ਸਹਿਮ ਗਈ।

ਅਮਨ ਜਿਸ ਤਰ੍ਹਾਂ ਖਿਝ ਕੇ ਚੀਖ਼ਦਾ ਹੋਇਆ ਅੰਦਰ ਗਿਆ ਸੀ, ਉਹਦੀ ਮਾਂ ਡਰਮਈ ਤੇ ਸੋਚਣ ਲਗ ਪਈ ਕਿ ਦਰਵਾਜ਼ਾ ਬੰਦ ਕਰ ਲਿਆ ਹੈ, ਕੁਝ ਕਰ ਹੀ ਨਾ ਲਵੇ! ਉਹਨੂੰ ਕੁਝ ਸਮਝ ਨਹੀਂ ਸੀ ਆ ਰਹੀ ਕਿ ਉਹ ਕੀ ਕਰੇ! ਬੱਬੀ ਅਤੇ ਛੋਟੂ ਦੋਵੇਂ ਘਰ ਵਿਚ ਨਹੀਂ ਸਨ। ਘਬਰਾ ਕੇ ਉਹ ਰਸੋਈ ਵਿਚ ਇਕ ਆਲੇ ਵਿਚ ਰੱਖੀਆਂ

ਦੇਵੀ ਦੇਵਤਿਆਂ ਦੀਆਂ ਮੂਰਤੀਆਂ ਅੱਗੇ ਸਿਰ ਝੁਕਾ ਕੇ ਗਿੜਗਿੜਾਣ ਲੱਗੀ-

"ਹੇ ਰਾਮ! ਅਮਨ ਨੂੰ ਬੁੱਧੀ ਬਖਸ਼ੋ। ਇਸ ਘਰ ਦੀ ਸ਼ਾਂਤੀ ਵਾਪਸ ਲਿਆ ਦਿਓ।"

ਕਿੰਨੀ ਹੀ ਦੇਰ ਅੱਖਾਂ ਨੂੰ ਨੂਟ ਕੇ ਹੱਥ ਜੋੜ ਉਹ ਆਪਣੇ ਘਰ ਦੇ ਬਣਾਏ ਮੰਦਰ ਅੱਗੇ ਖੜੀ ਕੁਝ ਬੋਲਦੀ ਰਹੀ। ਬੋਲਦੇ ਬੋਲਦੇ ਉਹਦੇ ਹੰਝੂ ਵਹਿ ਤੁਰੇ ਅਤੇ ਘਿੱਗੀ ਬੱਝ ਗਈ। ਬਾਹਰੋਂ ਅਮਨ ਦੇ ਪਿਤਾ ਜੀ ਅੰਦਰ ਆਏ ਤਾਂ ਉਹਨਾਂ ਰੇਵਤੀ ਦੀ ਉਹ ਹਾਲਤ ਵੇਖੀ ਤਾਂ ਉਹਦੇ ਮੋਢੇ ਨੂੰ ਟੂੰਬਿਆ, ਉਹਨੂੰ ਪਕੜ ਕੇ ਹਾਲ ਕਮਰੇ ਵਿਚ ਲਿਆਂਦਾ ਤਾਂ ਉਹ ਬੇਸੁੱਧ ਜਹੀ ਹੋ ਗਈ। ਅਮਨ ਦੇ ਪਿਤਾ ਜੀ ਨੂੰ ਹੱਥਾਂ ਪੈਰਾਂ ਦੀ ਪੈ ਗਈ। ਉਨ੍ਹਾਂ ਦਰਵਾਜ਼ਾਂ ਖਟਖਟਾਇਆ ਅਤੇ ਅਮਨ ਨੂੰ ਆਵਾਜ਼ਾਂ ਦਿੱਤੀਆਂ-

"ਵੇਖ, ਤੇਰੀ ਅੰਮਾਂ ਨੂੰ ਕੀ ਹੋ ਗਿਆ ਹੈ। ਉਹ ਬੇਹੋਸ਼ ਹੋ ਗਈ ਹੈ.......। ਜਲਦੀ ਕਰ, ਬਾਹਰ ਆ, ਡਾਕਟਰ ਬੁਲਾ.....।" ਘਬਰਾਹਟ ਵਿਚ ਉਹ ਕੁਝ ਵੀ ਬੋਲੀ ਜਾ ਰਹੇ ਸਨ। ਅਮਨ ਨੇ ਘਬਰਾਹਟ ਦੀਆਂ ਆਵਾਜ਼ਾਂ ਸੁਣੀਆਂ ਤਾਂ ਦਰਵਾਜ਼ਾ ਖੋਲ੍ਹ ਕੇ ਬਾਹਰ ਆ ਗਿਆ। ਅੰਮਾਂ ਦੇ ਹੱਥ-ਪੈਰ ਸੁੰਨ ਸਨ-ਬਰਫ਼ ਵਰਗੇ। ਉਸ ਅੰਮਾਂ ਦੇ ਚਿਹਰੇ ਤੇ ਪਾਣੀ ਦੀਆਂ ਬੂੰਦਾਂ ਛਿੜਕੀਆਂ ਤਾਂ ਅੰਮਾਂ ਕੁਝ ਹਿਲੀ-ਜੁੱਲੀ। ਕੁਝ ਦੇਰ ਬਾਅਦ ਅੰਮਾਂ ਨੂੰ ਹੋਸ਼ ਆ ਗਈ। ਅਮਨ ਕੋਸਾ ਕੋਸਾ ਦੁੱਧ ਲੈ ਆਇਆ। ਅੰਮਾਂ ਕੁਝ ਠੀਕ ਹੋਈ ਤਾਂ ਉਹਨੇ ਉਠਣ ਦੀ ਕੋਸ਼ਿਸ਼ ਕੀਤੀ ਪਰ ਅਮਨ ਨੇ ਉਹਨੂੰ ਉਠਣ ਨਹੀਂ ਦਿੱਤਾ।

"ਤੂੰ ਆਰਾਮ ਕਰ! ਅਮਨ ਤੂੰ ਅੰਮਾਂ ਕੋਲ ਬੈਠ। ਮੈਂ ਖਾਣਾ ਤਿਆਰ ਕਰਦਾ ਹਾਂ...।" ਪਿਤਾ ਜੀ ਉਠ ਕੇ ਚਲੇ ਗਏ ਤਾਂ ਅਮਨ ਨੇ ਅੰਮਾਂ ਦਾ ਹੱਥ ਆਪਣੇ ਹੱਥ ਵਿਚ ਲੈ ਕੇ ਅੰਮਾਂ ਦੀਆਂ ਅੱਖਾਂ ਵਿੱਚ ਅੱਖਾਂ ਪਾ ਕੇ ਕਿਹਾ- "ਅੰਮਾਂ, ਮਾਫ ਕਰ ਦਿਉ! ਮੈਂ ਤੁਹਾਡੇ ਨਾਲ ਚੀਖ ਕੇ ਬੋਲਿਆ। ਗਲਤੀ ਮੇਰੀ ਹੈ।"

ਅਮਨ ਦੀਆਂ ਅੱਖਾਂ ਤਰਲ ਸਨ। ਅੰਮਾਂ ਕੁਝ ਨਾ ਬੋਲੀ। ਇੰਨੀ ਦੇਰ ਵਿਚ ਛੋਟੂ ਅਤੇ ਬੱਬੀ ਘਰ ਆ ਗਏ। ਉਹਨਾਂ ਨੂੰ ਅੰਮਾਂ ਦੀ ਤਬੀਅਤ ਦੀ ਬਹੁਤ ਫ਼ਿਕਰ ਲੱਗ ਗਈ।

"ਕਲ੍ਹ ਹੀ ਭਾਬੀ ਨੂੰ ਲੈ ਆਉ। ਅੰਮਾਂ ਸਾਰਾ ਦਿਨ ਅਕੱਲੀ ਰਹਿੰਦੀ ਹੈ ਤਾਂ ਘਬਰਾ ਜਾਂਦੀ ਹੈ।" ਬੱਬੀ ਬੋਲਿਆ।

"ਕੌਣ ਲੈਣ ਜਾਵੇਗਾ? ਮੈਂ ਵੀ ਨਾਲ ਚਲਾਂਗਾ।" ਛੋਟੂ ਬੋਲਿਆ।

"ਫ਼ੋਨ ਕਰ ਦਿੰਦੇ ਹਾਂ, ਅੰਮਾਂ ਬੀਮਾਰ ਹੈ, ਉਹਨਾਂ ਦੇ ਘਰ ਵਿਚੋਂ ਕੋਈ ਵੀ ਛੱਡ ਜਾਵੇਗਾ।" ਪਿਤਾ ਜੀ ਬੋਲੇ।

"ਹਾਂ ਇਹੀ ਠੀਕ ਰਹੇਗਾ।" ਬੱਬੀ ਨੇ ਹਾਮੀ ਭਰੀ। ਅੰਮਾਂ ਚੁੱਪਚਾਪ ਸਭ ਸੁਣਦੀ ਰਹੀ। ਅਮਨ ਅੰਮਾਂ ਦੀਆਂ ਲੱਤਾਂ ਘੁਟਦਾ ਰਿਹਾ। ਉਹ ਚੁੱਪਚਾਪ ਸਭ ਦੀਆਂ ਗੱਲਾਂ ਸੁਣਦਾ ਰਿਹਾ।

ਅਲਕਾ ਨੂੰ ਆਪਣੇ ਪੇਕੇ ਘਰ ਗਿਆਂ ਬਹੁਤ ਦਿਨ ਹੋ ਗਏ ਸਨ। ਅੰਮਾਂ,

ਬੱਬੀ, ਛੋਟੂ ਸਭ ਅਲਕਾ ਨੂੰ ਫ਼ੋਨ ਕਰਦੇ ਰਹਿੰਦੇ ਪਰ ਅਮਨ ਦਾ ਫ਼ੋਨ ਕਦੀ ਨਹੀਂ ਸੀ ਗਿਆ। ਇਸ ਲਈ ਅਲਕਾ ਦੇ ਘਰਦਿਆਂ ਦੇ ਦਿਮਾਗ ਵਿੱਚ ਇਹ ਸਵਾਲ ਉਠਦਾ ਰਹਿੰਦਾ-ਕਿ

ਅਮਨ ਨੂੰ ਦਫ਼ਤਰ ਵਿਚ ਇਹੋ ਜਿਹਾ ਕਿਹੜਾ ਕੰਮ ਹੈ ਕਿ ਕਦੀ ਫ਼ੋਨ ਤੱਕ ਨਹੀਂ ਕਰਦਾ.....

"ਜੀਜਾ ਜੀ, ਤੁਹਾਨੂੰ ਯਾਦ ਨਹੀਂ ਕਰਦੇ, ਦੀਦੀ?" ਛੋਟੀ ਭੈਣ ਖੋਤਰ ਖੋਤਰ ਕੇ ਗੱਲਾਂ ਪੁੱਛਦੀ। ਅਲਕਾ ਨੇ ਇਕ ਦਿਨ ਛੋਟੀ ਭੈਣ ਨੂੰ ਸਭ ਦੱਸ ਦਿੱਤਾ ਪਰ ਕਸਮ ਖਵਾਈ ਕਿ ਘਰ ਵਿਚ ਉਹ ਕਿਸੇ ਨਾਲ ਗੱਲ ਨਹੀਂ ਕਰੇਗੀ। ਧੂੰਆਂ ਵੀ ਨਹੀਂ ਕੱਢੇਗੀ। ਦੋਵੇਂ ਭੈਣਾਂ ਕਿੰਨੀ ਦੇਰ ਇਕ ਦੂਜੇ ਦੇ ਗਲ ਲਗ, ਰੋਂਦੀਆਂ ਰਹੀਆਂ।

ਅਮਨ ਦੇ ਪਿਤਾ ਜੀ ਨੇ ਆਪ ਫ਼ੋਨ ਕਰਕੇ ਰੇਵਤੀ ਦੀ ਬੀਮਾਰੀ ਬਾਰੇ ਦੱਸਿਆ ਸੀ। ਇਹ ਵੀ ਕਿਹਾ ਸੀ ਕਿ ਅਲਕਾ ਨੂੰ ਭੇਜ ਦਿਉ। ਅਲਕਾ ਦਾ ਛੋਟਾ ਭਰਾ ਬਹੁਤ ਕਹਿੰਦਾ ਰਿਹਾ, "ਹਾਲੇ ਨਾ ਭੇਜੋ-ਦੀਦੀ ਮੈਨੂੰ ਰੋਜ਼ ਪੜ੍ਹਾਂਦੀ ਹੈ। ਇਮਤਿਹਾਨਾਂ ਤੱਕ ਰੋਕ ਲਵੋ।" ਛੋਟੀ ਭੈਣ ਨੇ ਵੀ ਬੜਾ ਤਰਲਾ ਲਿਆ ਪਰ ਅਲਕਾ ਦੇ ਪਿਤਾ ਜੀ ਨੇ ਕਿਹਾ- "ਇਹਦੀ ਅੰਮਾਂ ਠੀਕ ਹੋ ਜਾਵੇਗੀ ਤਾਂ ਮੈਂ ਆਪ ਜਾ ਕੇ ਲੈ ਆਵਾਂਗਾ। ਹੁਣ ਠੀਕ ਨਹੀਂ ਲੱਗਦਾ। ਜਾਣ ਦਿਉ।"

ਐਤਕੀਂ ਅਲਕਾ ਦੇ ਚਾਚੇ ਦਾ ਲੜਕਾ ਛੱਡਣ ਆਇਆ।

ਅੰਮਾਂ ਦੀ ਤਬੀਅਤ ਸੱਚਮੁੱਚ ਹੀ ਕਾਫੀ ਖਰਾਬ ਸੀ। ਡਾਕਟਰ ਨੇ ਪੂਰਾ ਆਰਾਮ ਕਰਨ ਲਈ ਕਿਹਾ ਸੀ। ਅਮਨ ਦਫ਼ਤਰ ਤੋਂ ਆਉਂਦਾ ਤਾਂ ਅੰਮਾਂ ਕੋਲ ਜ਼ਰੂਰ ਆ ਕੇ ਬੈਠਦਾ। ਅਲਕਾ ਨਾਲ ਉਹਦੀ ਗੱਲਬਾਤ ਬਹੁਤ ਰਸਮੀ ਜਹੀ, ਜ਼ਰੂਰਤ ਵੇਲੇ ਹੁੰਦੀ। ਜਿਵੇਂ ਚਾਹ ਬਣਾ ਕੇ ਜਾਂ ਫਲਾਣੀ ਚੀਜ਼ ਕਿੱਥੇ ਹੈ ਆਦਿ ਆਦਿ।

14.

ਇਕ ਦਿਨ ਦੁਪਹਿਰ ਨੂੰ ਅੰਮਾਂ ਸੌਂ ਰਹੀ ਸੀ ਅਤੇ ਅਲਕਾ ਇਕ ਰਸਾਲੇ ਦੇ ਸਫ਼ੇ ਪਲਟ ਰਹੀ ਸੀ ਤਾਂ ਫ਼ੋਨ ਦੀ ਘੰਟੀ ਵੱਜੀ। ਉਧਰੋਂ ਅੰਜੂ ਦੀ ਮੰਮੀ ਦਾ ਫ਼ੋਨ ਸੀ।

"ਕੀ ਹਾਲ ਹੈ, ਅਲਕਾ ਬੇਟੀ।"

"ਠੀਕ ਹਾਂ, ਆਂਟੀ।"

"ਮੈਂ ਪਹਿਲਾਂ ਵੀ ਦੋ ਤਿੰਨ ਵਾਰ ਫ਼ੋਨ ਕੀਤਾ ਸੀ ਪਰ ਕੋਈ ਹੋਰ ਚੁੱਕਦਾ ਤਾਂ ਮੈਂ ਰੱਖ ਦਿੰਦੀ ਸਾਂ।"

"ਮੈਂ ਪਿੰਡ ਗਈ ਸਾਂ। ਮੇਰੀ ਚਚੇਰੀ ਭੈਣ ਦਾ ਵਿਆਹ ਸੀ। ਹੁਣ ਇਥੇ ਅੰਮਾਂ ਬੀਮਾਰ ਹੋ ਗਈ ਤਾਂ ਮੈਂ ਆ ਗਈ। ਨਹੀਂ ਤਾਂ, ਮੈਂ ਹਾਲੇ ਆਉਣਾ ਨਹੀਂ ਸੀ।"

"ਅਮਨ ਵਿਚ ਕੋਈ ਤਬਦੀਲੀ ਆਈ?"

"ਨਹੀਂ ਆਂਟੀ।"

"ਬਿਲਕੁਲ ਵੀ ਨਹੀਂ?"

"ਊਂ ਹੂੰ!"

"ਬਹੁਤ ਬੁਰੀ ਗੱਲ ਹੈ।"

"ਅੰਜੂ ਦਾ ਕੀ ਹਾਲ ਹੈ?"

"ਹੌਲੀ ਹੌਲੀ ਉਭਰ ਰਹੀ ਹੈ, ਇਸ ਸਦਮੇ ਤੋਂ। ਉਹਨੂੰ ਇਕ ਜਗ੍ਹਾ ਤੇ ਨੌਕਰੀ ਮਿਲ ਰਹੀ ਹੈ ਪਰ ਅਸੀਂ ਚਾਹੁੰਦੇ ਹਾਂ ਕੋਈ ਲੜਕਾ ਮਿਲੇ ਤਾਂ ਉਹਦੀ ਸ਼ਾਦੀ ਕਰ ਦਈਏ।"

"ਕੀ ਉਹ ਮੰਨ ਗਈ ਹੈ?"

"ਹਾਂ ਹਾਂ, ਸਮਝਦਾਰ ਲੜਕੀ ਹੈ। ਇਸ ਮਾਮਲੇ ਵਿਚ ਪਤਾ ਨਹੀਂ ਕਿਵੇਂ ਗਲਤੀ ਕਰ ਗਈ।"

"ਮੇਰਾ ਦਿਲ ਕਰਦਾ ਹੈ, ਇਕ ਵਾਰ ਅੰਜੂ ਨੂੰ ਮਿਲਣ ਤੇ।"

"ਕਿਉਂ?" ਅੰਜੂ ਦੀ ਮੰਮੀ ਨੇ ਹੈਰਾਨ ਹੋ ਕੇ ਪੁੱਛਿਆ।

"ਬੱਸ, ਉਂਜ ਹੀ......।"

ਅੰਜੂ ਦੀ ਮੰਮੀ ਨੇ ਕੋਈ ਜੁਆਬ ਨਹੀਂ ਦਿੱਤਾ।

"ਅੱਛਾ ਫਿਰ! ਬਾਅਦ ਵਿਚ ਗੱਲ ਕਰਾਂਗੀ, ਕਹਿ ਕੇ ਉਸ ਫ਼ੋਨ ਰੱਖ ਦਿੱਤਾ।

ਹੁਣ ਅੰਜੂ ਦੀ ਮੰਮੀ ਦਾ ਅਕਸਰ ਹੀ ਫ਼ੋਨ ਆ ਜਾਂਦਾ। ਜੇ ਉਧਰੋਂ ਨਾ ਆਉਂਦਾ ਤਾਂ ਅਲਕਾ ਆਪ ਕਰ ਲੈਂਦੀ। ਅੰਮਾਂ ਪੁੱਛਦੀ- "ਅਲਕਾ, ਤੇਰੀ ਇਹ ਕਿਹੜੀ ਆਂਟੀ ਹੈ, ਦਿੱਲੀ ਵਿੱਚ, ਜਿਹਦੇ ਨਾਲ ਤੂੰ ਗੱਲਾਂ ਕਰਦੀ ਰਹਿੰਦੀ ਹੈਂ?"

"ਹੈ ਇਕ ਆਂਟੀ। ਤੁਸੀਂ ਨਹੀਂ ਜਾਣਦੇ।" ਅਲਕਾ ਗੱਲ ਟਾਲ ਜਾਂਦੀ।

ਪਰ ਕੁਝ ਦਿਨ ਬਾਅਦ ਹੀ ਅੰਮਾਂ ਨੂੰ ਭਿਣਕ ਪੈ ਗਈ ਕਿ ਉਹ 'ਨਵੀਂ' ਆਂਟੀ ਕੌਣ ਹੈ।

"ਤੂੰ ਉਸ ਔਰਤ ਨੂੰ ਆਪਣੀ ਆਂਟੀ ਕਿਵੇਂ ਬਣਾ ਲਿਆ? ਉਹਦੀ ਬੇਟੀ ਨੇ ਤੇਰੀਆਂ ਖੁਸ਼ੀਆਂ ਖੋਹ ਲਈਆਂ ਤੇ ਤੂੰ...। ਅਜੀਬ ਕੁੜੀ ਏਂ ਤੂੰ। ਅੱਜ ਤੋਂ ਬਾਅਦ ਖਬਰਦਾਰ ਜੇ ਤੂੰ ਉਹਨੂੰ ਫ਼ੋਨ ਕੀਤਾ ਤਾਂ।"

ਅਲਕਾ ਨੇ ਕੋਈ ਜਵਾਬ ਨਹੀਂ ਦਿੱਤਾ।

ਉਸ ਰਾਤ ਅਲਕਾ ਕਮਰੇ ਵਿਚ ਸੌਣ ਗਈ ਤਾਂ ਉਹ ਪਲੰਘ ਤੇ ਆਪਣੇ ਵਾਲੇ ਪਾਸੇ ਜਾ ਕੇ ਲੇਟ ਗਈ। ਅਮਨ ਬੋਲਿਆ-"ਅੰਮਾਂ ਦੱਸ ਰਹੀ ਸੀ ਕਿ ਤੈਨੂੰ ਅੰਜੂ ਦੀ ਮੰਮੀ ਦੇ ਫ਼ੋਨ ਆਉਂਦੇ ਨੇ ਅਤੇ ਤੂੰ ਵੀ ਉਹਨੂੰ ਫ਼ੋਨ ਕਰਦੀ ਰਹਿੰਦੀ ਹੈਂ। ਉਹ ਤੈਨੂੰ ਕਿਉਂ ਫ਼ੋਨ ਕਰਦੀ ਏ?"

ਅਮਨ ਨੇ ਆਪਣਾ ਸਿਰ ਅਲਕਾ ਵੱਲ ਘੁੰਮਾ ਕੇ ਪੁੱਛਿਆ। ਹਨੇਰੇ ਵਿਚ ਉਸ ਵੇਖਿਆ ਕਿ ਅਲਕਾ ਦਾ ਚਿਹਰਾ ਵੀ ਉਸ ਵੱਲ ਘੁੰਮ ਚੁੱਕਾ ਸੀ।

"ਉਹ, ਮੇਰਾ ਹਾਲ ਪੁੱਛਣ ਲਈ ਫ਼ੋਨ ਕਰਦੀ ਹੈ। ਮੈਂ ਅੰਜੂ ਦਾ ਹਾਲ ਪੁੱਛਣ ਲਈ ਫ਼ੋਨ ਕਰਦੀ ਹਾਂ। ਅੰਜੂ ਨੂੰ ਨਵੀਂ ਨੌਕਰੀ ਮਿਲ ਗਈ ਹੈ।"

ਅਮਨ ਦੇ ਦਿਲ ਨੇ, ਅੰਜੂ ਦੀ ਨਵੀਂ ਨੌਕਰੀ ਦਾ ਸੁਣ ਕੇ ਇਕ ਦਮ ਉਬਾਲਾ ਖਾਧਾ। ਹਨੇਰਾ ਨਾ ਹੁੰਦਾ ਤਾਂ ਸ਼ਾਇਦ ਅਲਕਾ ਅਮਨ ਦੇ ਚਿਹਰੇ ਤੇ ਭਾਵ ਵੇਖ ਲੈਂਦੀ ਪਰ ਅਲਕਾ ਨੇ ਅਮਨ ਦੀ ਠੰਡੀ ਆਹ ਸੁਣ ਲਈ ਸੀ।

ਅਮਨ ਦਾ ਬੜਾ ਦਿਲ ਕੀਤਾ ਕਿ ਉਹ ਅੰਜੂ ਨੌਕਰੀ ਬਾਰੇ ਹੋਰ ਸਵਾਲ ਪੁਛੇ ਪਰ ਉਹਦੀ ਹਿੰਮਤ ਨਾ ਪਈ।

ਅਲਕਾ ਕੁਝ ਪਲ ਅਮਨ ਦੇ ਹੋਰ ਸਵਾਲਾਂ ਨੂੰ ਉਡੀਕਦੀ ਰਹੀ ਅਤੇ ਫਿਰ ਪਾਸਾ ਫੇਰ ਕੇ ਸੌਣ ਦੀ ਕੋਸ਼ਿਸ਼ ਕਰਨ ਲੱਗੀ। ਅਚਾਨਕ ਉਹਨੂੰ ਪ੍ਰੀਤੀ ਆਂਟੀ ਦੀ ਇਕ ਕਹੀ ਹੋਈ ਗੱਲ ਯਾਦ ਆ ਗਈ– "ਅਮਨ ਨਾਲ ਹਮਦਰਦੀ ਨਾਲ ਪੇਸ਼ ਆਉਣਾ। ਅੰਦਰੋਂ ਉਹ ਵੀ ਬਹੁਤ ਦੁੱਖੀ ਹੈ, ਟੁੱਟਾ ਹੋਇਆ ਹੈ। ਇਸ ਵੇਲੇ ਉਹਨੂੰ ਕਿਸੇ ਚੰਗੇ ਦੋਸਤ ਦੀ ਲੋੜ ਹੈ।"

ਇਹ ਗੱਲ ਯਾਦ ਆਉਂਦਿਆਂ ਹੀ ਉਸ ਅਮਨ ਨਾਲ ਗੱਲ ਕਰਨ ਦੀ ਸੋਚੀ। ਉਸ ਸੋਚਿਆ ਕਿ ਉਹ ਅਮਨ ਨੂੰ ਕਹੇ– ਕਿ 'ਤੂੰ ਦੁੱਖੀ ਨਾ ਹੋ। ਜੋ ਹੋ ਗਿਆ ਸੋ ਹੋ ਗਿਆ।' ਅਮਨ ਨੂੰ ਆਪਣੀ ਗੱਲ ਕਰਨ ਦੇਵੇ। ਪਰ ਅਗਲੇ ਹੀ ਪਲ ਉਹ ਨੱਕੋ-ਨੱਕ ਗੁੱਸੇ ਨਾਲ ਭਰ ਗਈ। ਉਹਦਾ ਦਿਲ ਕਰਦਾ ਉਹ ਅਮਨ ਤੇ ਗੁੱਸੇ ਨਾਲ ਝਪਟ ਪਵੇ। ਉਹਦਾ ਮੂੰਹ ਨੋਚ ਲਵੇ। ਇਕ ਵਾਰ ਪੂਰੀ ਭੜਾਸ ਉਹਦੇ ਤੇ ਕੱਢ ਦੇਵੇ–

"ਤੂੰ ਮੇਰੇ ਨਾਲ ਇੰਜ ਕਿਉਂ ਕੀਤਾ?" ਪਰ ਉਹ ਚੁੱਪਚਾਪ ਪਾਸੇ ਪਲਟਦੀ ਮਾਰਦੀ ਰਹੀ। ਕਦੀ ਉਠ ਕੇ ਪਾਣੀ ਪੀ ਲੈਂਦੀ, ਕਦੀ ਗੁੱਸਾ ਅੱਖਾਂ ਰਾਹੀਂ ਵਹਿ ਨਿਲਕਦਾ। ਕਦੀ ਤਿੱਖੇ ਸਿਰ ਦਰਦ ਵਿਚ ਬਦਲ ਜਾਂਦਾ। ਉਹ ਉਠ ਕੇ ਸਿਰਦਰਦ ਦੀ ਗੋਲੀ ਖਾ ਲੈਂਦੀ–"ਮੈਂ ਕੀ ਕਰਾਂ ਕਿੱਥੇ ਜਾਵਾਂ?" ਇਹ ਸਵਾਲ ਹਥੌੜੇ ਵਾਂਗ ਉਹਦੇ ਸਿਰ ਵਿਚ ਵਜਦੇ ਰਹਿੰਦੇ।

ਅਮਨ ਦੀ ਰਾਤ ਬੜੀ ਬੇਚੈਨੀ ਵਿਚ ਲੰਘੀ। ਇਕ ਵਾਰ ਪਤਾ ਲੱਗ ਜਾਵੇ ਕਿ ਅੰਜੂ ਦੀ ਨੌਕਰੀ ਕਿੱਥੇ ਲੱਗੀ ਹੈ ਤਾਂ ਉਹਨੂੰ ਇਕ ਵਾਰ ਤਾਂ ਜ਼ਰੂਰ ਮਿਲਣਾ ਹੈ, ਬੱਸ ਇਕ ਵਾਰ!

ਦੂਜੇ ਦਿਨ ਅਮਨ ਦੇ ਸੰਜੇ ਨੂੰ ਫ਼ੋਨ ਕੀਤਾ ਅਤੇ ਸਾਰੀ ਗੱਲ ਦੱਸੀ–

"ਯਾਰ! ਤੂੰ ਪਤਾ ਕਰਦੇ ਉਹਦੀ ਨੌਕਰੀ ਕਿੱਥੇ ਲੱਗੀ ਹੈ, ਪਲੀਜ਼।"

"ਕੋਸ਼ਿਸ਼ ਕਰਾਂਗਾ।" ਬੜੀ ਬੁੱਝੀ ਹੋਈ ਆਵਾਜ਼ ਵਿਚ ਸੰਜੇ ਬੋਲਿਆ।

"ਤੇਰੀ ਆਵਾਜ਼ ਵਿਚ ਢਿੱਲੀ ਲੱਗ ਰਹੀ ਹੈ? ਤਬੀਅਤ ਤਾਂ ਠੀਕ ਹੈ ਨਾ?"

"ਬੱਸ ਉਂਜ ਹੀ।"

"ਫਿਰ ਵੀ? ਕੁਝ ਦੱਸੇਂਗਾ ਨਹੀਂ?" ਅਮਨ ਨੇ ਜ਼ੋਰ ਦੇ ਕੇ ਕਿਹਾ।

"ਅੱਜ ਕਲ੍ਹ 'ਉਹ' ਅਮਰੀਕਾ ਤੋਂ ਆਈ ਹੋਈ ਹੈ।" ਠੰਡੀ ਆਹ ਭਰਕੇ ਸੰਜੇ ਬੋਲਿਆ।

"ਓ! ਤੇਰੇ ਨਾਲ ਗੱਲ ਹੋਈ?"

"ਹਾਂ, ਉਸਦਾ ਫ਼ੋਨ ਆਇਆ ਸੀ। ਉਹ ਇਕ ਵਾਰ ਮਿਲਣਾ ਚਾਹੁੰਦੀ ਹੈ।

ਮੈਨੂੰ ਸਮਝ ਨਹੀਂ ਆ ਰਹੀ ਕਿ ਉਹਨੂੰ ਮਿਲਾ ਜਾਂ ਨਾਂਹ। ਉਂਜ, ਹੁਣ ਮਿਲਣ ਦਾ ਕੋਈ ਤੁਕ ਤਾਂ ਹੈ ਨਹੀਂ। ਜਿਸ ਤਰ੍ਹਾਂ ਉਹਨੇ ਮੇਰੇ ਨਾਲ ਕੀਤਾ ਹੈ.....ਪਰ ਫਿਰ ਸੋਚਦਾ ਹਾਂ ਕਿ ਇਕ ਵਾਰ ਮਿਲਣ ਵਿਚ ਹਰਜ਼ ਹੀ ਕੀ ਹੈ। ਪਤਾ ਲੱਗੇ ਕਿ ਕੀ ਕਹਿੰਦੀ ਹੈ।"

"ਇਕ ਵਾਰ ਮਿਲਣ ਵਿਚ ਤਾਂ ਕੋਈ ਹਰਜ਼ ਨਹੀਂ।" ਅਮਨ ਨੇ ਸਲਾਹ ਦਿੱਤੀ।

"ਚਲੋ, ਵੇਖਦੇ ਹਾਂ।" ਫਿਰ ਇਕ ਲੰਮੇ ਸਾਹ ਦੀ ਆਵਾਜ਼ ਆਈ, ਅਮਨ ਨੂੰ। ਸੰਜੇ ਨੇ ਫ਼ੋਨ ਰੱਖ ਦਿੱਤਾ।

ਸੰਜੇ ਨੂੰ ਅੰਜੂ ਦੀ ਨੌਕਰੀ ਬਾਰੇ ਪਤਾ ਕਰਨ ਦਾ ਮੌਕਾ ਹੀ ਨਹੀਂ ਮਿਲ ਰਿਹਾ ਸੀ। ਅਚਾਨਕ ਇਕ ਦਿਨ ਅਮਨ ਦੀ ਕੰਪਨੀ ਦਾ ਇਕ ਸਹਿਕਰਮੀ ਹੀ ਅੰਜੂ ਬਾਰੇ ਖ਼ਬਰ ਲੈ ਆਇਆ। ਅੰਜੂ ਨੂੰ ਨੋਇਡਾ ਦੀ ਇਕ ਕੰਪਨੀ ਵਿਚ ਨੌਕਰੀ ਮਿਲੀ ਹੈ। ਉਹ ਚਾਰਟਰਡ ਬਸ ਤੇ ਜਾਂਦੀ ਆਉਂਦੀ ਹੈ। ਅਮਨ ਨੇ ਉਹਦੇ ਬਾਰੇ ਹੋਰ ਵੀ ਗੱਲਾਂ ਦਾ ਪਤਾ ਲਗਵਾ ਲਿਆ ਕਿ ਘਰੋਂ ਕਿੰਨੇ ਵਜੇ ਜਾਂਦੀ ਹੈ, ਵਾਪਸ ਕਦੋਂ ਮੁੜਦੀ ਹੈ।

ਅਮਨ ਨੇ ਦਫ਼ਤਰ ਜਾਣ ਦਾ ਆਪਣਾ ਵਕਤ ਬਦਲ ਲਿਆ। ਉਹ ਸਵੇਰੇ ਜਲਦੀ ਦਫ਼ਤਰ ਪਹੁੰਚ ਜਾਂਦਾ ਅਤੇ ਚਾਰ ਕੁ ਵਜੇ ਦਫ਼ਤਰ ਤੋਂ ਆਪਣਾ ਸਕੂਟਰ ਨੋਇਡਾ ਵਲ ਨਠਾਂਦਾ। ਨਵੇਂ ਬਣੇ ਐਕਸਪ੍ਰੈਸ ਹਾਈਵੇ ਤੋਂ ਹੁੰਦਾ ਹੋਇਆ ਉਹ ਪੰਜ ਵਜੇ ਤੋਂ ਪਹਿਲਾਂ ਅੰਜੂ ਦੇ ਦਫ਼ਤਰ ਦੇ ਸਾਹਮਣੇ ਜਾ ਖੜਾ ਹੁੰਦਾ, ਜ਼ਰਾ ਉਹਲੇ ਵਿੱਚ! ਉਹ ਦੂਰੋਂ ਹੀ ਅੰਜੂ ਨੂੰ ਵੇਖ ਲੈਂਦਾ। ਉਹ ਮੇਨ ਰੋਡ ਤੇ ਆ ਕੇ ਬਸ ਪਕੜਦੀ। ਉਹਦਾ ਚਿਹਰਾ ਅਮਨ ਨੂੰ ਪਹਿਲਾਂ ਨਾਲੋਂ ਕੁਮਲਾਇਆ ਹੋਇਆ ਲੱਗਦਾ। ਹਰ ਵਾਰ ਅੰਜੂ ਦੇ ਦਫ਼ਤਰ ਦਾ ਕੋਈ ਨਾ ਕੋਈ ਸਹਿਕਰਮੀ ਉਹਦੇ ਨਾਲ ਹੁੰਦਾ। ਗੱਲਾਂ ਕਰਦੇ ਕਰਦੇ ਉਹ ਸੜਕੇ ਤੇ ਬਸ ਸਟਾਪ ਦੀ ਉਡੀਕ ਵਿਚ ਖੜੇ ਹੋ ਜਾਂਦੇ।

ਅਮਨ ਉਸ ਦਿਨ ਦੀ ਉਡੀਕ ਕਰਦਾ ਜਦੋਂ ਉਹ ਬਸ ਸਟਾਪ ਤੱਕ ਇਕੱਲੀ ਜਾ ਰਹੀ ਹੋਵੇ। ਪਰ ਮੌਕਾ ਹੀ ਨਾ ਮਿਲਦਾ। ਦੋ ਤਿੰਨ ਦਿਨ ਉਹ ਉਹ ਦੇ ਸਾਹਮਣਿਓਂ ਸਕੂਟਰ ਤੇ ਲੰਘਿਆ। ਉਹਦੇ ਕੋਲ ਪੁਜ ਕੇ ਸਕੂਟਰ ਹੌਲਾ ਕਰ ਦਿੰਦਾ। ਉਹ ਉਹਨੂੰ ਵੇਖਕੇ ਅੱਖਾਂ ਫੇਰ ਲੈਂਦੀ। ਇਕ ਵਾਰ ਦੋਹਾਂ ਦੀਆਂ ਅੱਖਾਂ ਮਿਲੀਆਂ ਵੀ ਪਰ ਅੰਜੂ ਨੇ ਝਟ ਅੱਖਾਂ ਘੁੰਮਾ ਲਈਆਂ।

"ਬਹੁਤ ਨਿਰਮੋਹੀ ਹੋ ਗਈ ਹੈ।" ਉਹ ਸੋਚਦਾ।

ਇਕ ਦਿਨ ਅਮਨ ਨੇ ਅੰਜੂ ਨੂੰ ਬਸ ਸਟੈਂਡ ਵੱਲ ਇਕੱਲੇ ਜਾਂਦੇ ਵੇਖਿਆ ਤਾਂ ਕਾਹਲੀ ਨਾਲ ਸਕੂਟਰ ਨੂੰ ਕਿੱਕ ਮਾਰ ਕੇ ਕੋਲ ਪਹੁੰਚ ਗਿਆ- "ਅੰਜੂ! ਮੈਂ ਇਕ ਵਾਰ ਤੇਰੇ ਨਾਲ ਗੱਲ ਕਰਨੀ ਏ। ਪਲੀਜ਼ ਨਾਂਹ ਨਾ ਕਰੀਂ। ਇਕ ਵਾਰ ਗੱਲ ਸੁਣ ਲੈ.....।" ਅਮਨ ਦੀਆਂ ਅੱਖਾਂ ਵਿਚ ਤਰਲਾ ਸੀ।

ਅੰਜੂ ਚਲਦੇ ਚਲਦੇ ਰੁਕ ਗਈ। ਉਹਦਾ ਚਿਹਰਾ ਸਖਤ ਤਨਿਆ ਹੋਇਆ ਸੀ-"ਮੈਨੂੰ ਤੇਰੇ ਨਾਲ ਹੁਣ ਕੋਈ ਗੱਲ ਨਹੀਂ ਕਰਨੀ। ਕਦੀ ਵੀ ਨਹੀਂ। ਨਾ ਹੀ ਮੇਰੇ

ਪਿੱਛੇ ਆਉਣ ਦੀ ਲੋੜ ਹੈ। ਮੈਂ ਪੁਲਿਸ ਨੂੰ......।" ਉਸ ਗੱਲ ਵਿੱਚੇ ਹੀ ਛੱਡ ਦਿੱਤੀ ਅਤੇ ਸਖਤ ਨਜ਼ਰਾਂ ਨਾਲ ਅਮਨ ਨੂੰ ਘੂਰਿਆ।

ਅਮਨ ਹੱਕਾ ਬੱਕਾ ਉਹਨੂੰ ਤਕਦਾ ਰਿਹਾ। ਉਹ ਅੱਗੇ ਸੜਕ ਤੇ ਹੋਰਾਂ ਲੋਕਾਂ ਨਾਲ ਜਾ ਕੇ, ਬਸ ਸਟੈਂਡ ਤੇ ਖੜੀ ਹੋ ਗਈ। ਉਸ ਇਕ ਵਾਰੀ ਮੁੜਕੇ ਵੀ ਨਹੀਂ ਵੇਖਿਆ। ਉਹ ਬਿਨਾਂ ਹਿਲੇ-ਡੁੱਲੇ ਸਕੂਟਰ ਤੇ ਹੈਂਡਲਾਂ ਨੂੰ ਪਕੜ ਕੇ ਖੜਾ ਰਿਹਾ। ਤਦੇ ਉਹਨੂੰ ਅਹਿਸਾਸ ਹੋਇਆ ਕਿ ਆਸਪਾਸ ਦੇ ਲੰਘਦੇ ਹੋਏ ਲੋਕ ਉਹਨੂੰ ਧਿਆਨ ਨਾਲ ਵੇਖ ਰਹੇ ਨੇ, ਹੈਰਾਨ ਹੋ ਰਹੇ ਨੇ, ਤਾਂ ਉਹਨੂੰ ਹੋਸ਼ ਆਈ। ਪਰ ਸਰੀਰ ਵਿਚ ਜਿਵੇਂ ਸਾਹ-ਸਤ ਨਾ ਰਹਿ ਗਿਆ ਹੋਵੇ। ਉਸ ਸਕੂਟਰ ਨੂੰ ਕਿਕ ਮਾਰਨ ਦੀ ਕੋਸ਼ਿਸ਼ ਕੀਤੀ ਪਰ ਪੈਰ ਨੇ ਸਾਥ ਨਾ ਦਿੱਤਾ।

"ਕਿਉਂ, ਬੇਟੇ ਸਕੂਟਰ ਖਰਾਬ ਹੋ ਗਿਆ ਹੈ?" ਕੋਲੋਂ ਲੰਘਦੇ ਇਕ ਬਜ਼ੁਰਗ ਨੇ ਉਹਨੂੰ ਇੰਜ ਖੜੇ ਵੇਖ ਕੇ ਪੁੱਛਿਆ।

"ਓ ਹਾਂ ਸਟਾਰਟ ਨਹੀਂ ਹੋ ਰਿਹਾ।" ਝੇਂਪਦਾ ਹੋਇਆ ਅਮਨ ਬੋਲਿਆ।

"ਮੈਂ ਮੱਦਦ ਕਰਾਂ?" ਉਹ ਬਜ਼ੁਰਗ ਉਹਦੇ ਵੱਲ ਲਪਕੇ।

"ਨਹੀਂ ਅੰਕਲ, ਮੈਂ ਫਿਰ ਕੋਸ਼ਿਸ਼ ਕਰਦਾ ਹਾਂ....।" ਉਸ ਪੂਰਾ ਜ਼ੋਰ ਲਗਾ ਕੇ ਕਿੱਕ ਮਾਰੀ ਤਾਂ ਸਕੂਟਰ ਚਲ ਪਿਆ। ਘਰਰ ਘਰਰ ਦੀ ਆਵਾਜ਼ ਹੋਈ। ਉਹ ਸੀਟ ਤੇ ਬੈਠ ਗਿਆ। ਅੰਜੂ ਜਾ ਚੁੱਕੀ ਸੀ। ਥੋੜ੍ਹੀ ਦੂਰ ਹੀ ਗਿਆ ਸੀ ਕਿ ਇਕ ਆਦਮੀ ਨੇ ਰੋਕ ਕੇ ਕਿਹਾ-

"ਕੀ ਮਰਨ ਦਾ ਇਰਾਦਾ ਹੈ?"

"ਕਿਉਂ ਕੀ ਹੋਇਆ ਹੈ?"

"ਤੂੰ ਸਕੂਟਰ ਪਹਿਲੀ ਵੇਰ ਚਲਾ ਰਿਹਾ ਹੈ? ਕਦੀ ਸੱਜੇ, ਕਦੀ ਖੱਬੇ, ਕਦੀ ਵਿਚਕਾਰ। ਸੜਕ ਖਰੀਦ ਤਾਂ ਨਹੀਂ ਲਈ? ਦਿਮਾਗ ਤਾਂ ਠੀਕ ਹੈ ਨਾ? ਜਾਂ ਪੀਤੀ ਹੋਈ ਹੈ? ਜਾਂ ਕਿਸੇ ਨਾਲ ਲੜਕੇ ਆਇਐ?"

ਬਿਨਾਂ ਕਿਸੇ ਜਵਾਬ ਦੀ ਉਡੀਕ ਕੀਤੇ ਉਹ ਆਦਮੀ ਆਪਣੇ ਸਕੂਟਰ ਤੇ ਸਵਾਰ ਹੋ ਕੇ ਅੱਗੇ ਲੰਘ ਗਿਆ। ਅਮਨ ਨੇ ਸਭ ਚੁੱਪ ਚਾਪ ਸੁਣ ਲਿਆ। ਉਹ ਅੱਜ ਜਵਾਬ ਦੇਣ ਦੀ ਹਾਲਤ ਵਿਚ ਨਹੀਂ ਸੀ। ਉਹ ਠੀਕ ਦਿਮਾਗੀ ਹਾਲਤ ਵਿਚ ਹੁੰਦਾ ਤਾਂ ਉਹ ਆਦਮੀ ਦੇ ਗਲੇ ਪੈ ਜਾਂਦਾ ਜਾਂ ਦੋ ਚਾਰ ਖਰੀਆਂ ਖੋਟੀਆਂ ਸੁਣਾਂਦਾ। ਸੜਕ ਤੇ ਭੀੜ ਵੀ ਵੱਧ ਰਹੀ ਸੀ ਦਫ਼ਤਰ ਤੋਂ ਛੁੱਟੀ ਤੋਂ ਬਾਅਦ ਦਾ ਰਸ਼! ਲੋਕ ਬੱਸਾਂ ਵਿਚ ਤੁੰਨੇ ਹੋਏ ਸਨ। ਸਕੂਟਰਾਂ ਦੀ ਭਰਮਾਰ ਸੀ। ਕਾਰਾਂ ਦੀਆਂ ਲਾਈਨਾਂ ਸਨ। ਸਾਈਕਲ ਵਾਲੇ ਵੀ ਵਿੱਚ ਘੁਸੀ ਆ ਰਹੇ ਸਨ। ਦੂਰ ਪਰ੍ਹੇ ਧੁੱਪ ਦਾ ਇਕ ਟੁਕੜਾ ਇਕ ਉੱਚੀ ਬਿਲਡਿੰਗ ਤੋਂ ਦਿਖ ਰਿਹਾ ਸੀ। ਉਸ ਘੜੀ ਤੇ ਨਜ਼ਰ ਮਾਰੀ। ਸੂਰਜ ਡੁੱਬਣ ਵਾਲਾ ਸੀ। ਅਚਾਨਕ ਉਹਦੀ ਨਜ਼ਰ ਸੜਕ ਦੇ ਦੂਜੇ ਪਾਸੇ ਇਕ ਚਾਹ ਦੀ ਦੁਕਾਨ ਤੇ ਪਈ। ਉਸ ਅੰਦਾਜ਼ਾ ਲਗਾਇਆ ਕਿ ਇੰਨੀ ਲੰਬੀ ਸੜਕ ਤੇ ਦੂਜੇ ਪਾਸੇ ਜਾਣ ਦਾ ਰਾਹ ਕਿਥੇ ਕੁ ਹੋਵੇਗਾ! ਉਸ ਦੂਰ ਤੱਕ ਨਜ਼ਰ ਦੌੜਾਈ। ਰਾਹ ਨੇੜੇ ਹੀ

ਸੀ। ਹੁਣ ਉਹ ਧਿਆਨ ਨਾਲ ਸਕੂਟਰ ਚਲਾ ਰਿਹਾ ਸੀ। ਚਾਹ ਦੇ ਢਾਬੇ ਤੇ ਬੈਠਣ ਦਾ ਇੰਤਜ਼ਾਰ ਵੀ ਸੀ। ਚਾਰ ਮੇਜ਼ ਲੱਗੇ ਹੋਏ ਸਨ। ਕੁਝ ਪਾਲਿਸ਼ ਲਥੀਆਂ ਕੁਰਸੀਆਂ ਵੀ ਪਈਆਂ ਸਨ। ਉਹਨੂੰ ਚਾਹ ਦੀ ਬੜੀ ਤਲਬ ਹੋ ਰਹੀ ਸੀ। ਉਸ ਆਪਣੇ ਲਈ ਸਪੈਸ਼ਲ ਚਾਹ ਬਣਵਾਈ ਅਤੇ ਉਥੇ ਬੈਠ ਕੇ ਚਾਹ ਦੇ ਛੋਟੇ ਛੋਟੇ ਘੁੱਟ ਭਰਣ ਲੱਗ ਪਿਆ।

'ਸੋ ਹੁਣ ਅੰਜੂ ਨੂੰ ਮੇਰੇ ਤੋਂ ਇੰਨੀ ਨਫ਼ਰਤ ਹੋ ਗਈ ਹੈ! ਉਹ ਪੁਲਿਸ ਦੀ ਧਮਕੀ ਦੇ ਰਹੀ ਸੀ। ਮੈਂ ਪਾਗਲਾਂ ਵਾਂਗ ਉਹਦੇ ਪਿੱਛੇ ਦਿਵਾਨਾ ਹੋਇਆ ਪਿਆ ਹਾਂ। ਉਹਨੂੰ ਮਿਲਣ ਲਈ ਤੜਪ ਰਿਹਾਂ।' ਉਹ ਅੰਜੂ ਨਾਲ ਬਿਤਾਏ ਪਿਆਰ ਦੇ ਪਲ ਯਾਦ ਕਰਦਾ ਸੋਚਣ ਲੱਗਾ ਕਿ ਕੀ ਇਹ ਉਹੀ ਕੁੜੀ ਹੈ। ਸੋਚਦਿਆਂ ਸੋਚਦਿਆਂ ਹੀ ਸਾਹਮਣੇ ਪਈ ਚਾਹ ਠੰਡੀ ਹੋ ਗਈ। ਉਸ ਦੂਜੇ ਕੱਪ ਦਾ ਆਰਡਰ ਦੇ ਦਿੱਤਾ। ਉਹ ਸੋਚ ਰਿਹਾ ਸੀ, ਜੋ ਲੋਕ ਸ਼ਰਾਬ ਪੀਂਦੇ ਨੇ, ਕੀ ਉਹ ਗਮ ਭੁੱਲ ਜਾਂਦੇ ਹੋਣਗੇ? ਕੀ ਇਹ ਸੰਭਵ ਹੈ? ਹੋ ਸਕਦਾ ਹੈ, ਜਿੰਨੀ ਦੇਰ ਨਸ਼ੇ ਵਿਚ ਰਹਿੰਦੇ ਨੇ, ਭੁਲਾਈ ਰੱਖਦੇ ਹੋਣਗੇ! ਸੰਜੇ ਨਾਲ ਮਿਲਕੇ ਇਕ ਦਿਨ ਪੀਤੀ ਜਾਵੇ!'

ਸੰਜੇ ਦਾ ਨਾਮ ਦਿਮਾਗ ਵਿਚ ਆਉਂਦੇ ਹੀ ਉਹਨੇ ਸੋਚਿਆ, 'ਉਹ ਵੀ ਤਾਂ ਪ੍ਰੇਸ਼ਾਨ ਹੈ ਉਹਦੀ ਪਹਿਲੀ ਪ੍ਰੇਮਿਕਾ ਅਮਰੀਕਾ ਤੋਂ ਆਈ ਹੋਈ ਸੀ। ਉਸ ਦਿਨ ਉਹ ਕਿੰਨਾ ਉਦਾਸ ਲੱਗ ਰਿਹਾ ਸੀ। ਉਸ ਤੋਂ ਬਾਅਦ ਨਾ ਮੈਂ ਉਹਨੂੰ ਫ਼ੋਨ ਕੀਤਾ ਨਾ ਉਹਨੂੰ ਮਿਲਿਆ। ਮੈਂ ਬੱਸ ਆਪਣੇ ਗਮ ਵਿਚ ਦੁੱਖੀ ਹਾਂ। ਮੇਰਾ ਦੋਸਤ ਕੀ ਸੋਚਦਾ ਹੋਵੇਗਾ, ਮੇਰੇ ਬਾਰੇ!'

ਇਹ ਸੋਚਦਿਆਂ ਹੀ ਉਸ ਸੰਜੇ ਨੂੰ ਫ਼ੋਨ ਕੀਤਾ। ਰਾਤ ਦਾ ਹਨੇਰਾ ਹਾਲੇ ਪੇਤਲਾ ਪੇਤਲਾ ਸੀ।

"ਤੂੰ ਘਰ ਹੀ ਹੈਂ?"

"ਹਾਂ।"

"ਮੈਂ ਆ ਰਿਹਾ।" ਕਹਿਕੇ ਉਸ ਚਾਹ ਦੇ ਆਖਰੀ ਘੁੱਟ ਭਰੇ ਤੇ ਚਲ ਪਿਆ। ਹਵਾ ਵਿਚ ਹਲਕੀ-ਹਲਕੀ ਠੰਡਕ ਆ ਗਈ ਸੀ। ਹੁਣ ਉਹ ਚੇਤੰਨ ਹੋ ਕੇ ਸਕੂਟਰ ਚਲਾ ਰਿਹਾ ਸੀ।

15.

ਅੰਜੂ ਬਸ ਵਿਚ ਬੈਠੀ, ਬਾਰੀ ਤੋਂ ਬਾਹਰ ਹੀ ਵੇਖ ਰਹੀ ਸੀ। ਅੱਖਾਂ ਬੰਦ ਕਰ ਲੈਂਦੀ ਤਾਂ ਅਮਨ ਨਾਲ ਬਿਤਾਏ ਦਿਨ ਅੱਖਾਂ ਅੱਗੇ ਰੀਲ ਵਾਂਗ ਘੁੰਮਣ ਲੱਗ ਪੈਂਦੇ। ਘਬਰਾ ਕੇ ਅੱਖਾਂ ਖੋਲ੍ਹ ਲੈਂਦੀ.....। ਆਪਣੇ ਆਸ ਪਾਸ ਦੀਆਂ ਸਵਾਰੀਆਂ ਨੂੰ ਤਕਦੀ। ਨਾਲ ਦੀ ਬੈਠੀ ਸਵਾਰੀ ਉਂਘਲਾ ਰਹੀ ਸੀ। ਸਾਹਮਣੀ ਲਾਈਨ ਵਿਚ ਬੈਠੇ ਦੋ ਬੰਦੇ ਕਿਸੇ ਸਮੱਸਿਆ ਤੇ ਬਹਿਸ ਕਰ ਰਹੇ ਸਨ। ਕੀ ਸਮੱਸਿਆ ਹੋ ਸਕਦੀ ਹੈ? ਦੇਸ਼ ਦੀ? ਸਮਾਜ ਦੀ? ਜਾਂ ਨਿੱਜੀ? ਨਿੱਜੀ ਨਹੀਂ ਹੋ ਸਕਦੀ। ਇੰਜ ਖੁੱਲ੍ਹੇ ਆਮ ਬਸ ਵਿਚ

ਸਮਾਜ ਜਾਂ ਦੇਸ਼ ਦੀਆਂ ਸਮੱਸਿਆਵਾਂ ਦਾ ਤਾਂ ਜ਼ਿਕਰ ਹੋ ਸਕਦਾ ਹੈ। ਦੁਨੀਆਂ ਸਮੱਸਿਆਵਾਂ ਨਾਲ ਭਰੀ ਪਈ ਹੈ। ਪਰ ਮੈਂ ਆਪਣੀ ਸਮੱਸਿਆ ਦਾ ਕੀ ਕਰਾਂ?

ਅੰਜੂ ਨੂੰ ਲੱਗਾ ਜਿਵੇਂ ਉਹ ਅਮਨ ਨਾਲ ਜੁੜੀਆਂ ਯਾਦਾਂ ਦੇ ਤੇਜ਼ ਵਹਾ ਵਿਚ ਵਹਿੰਦੀ ਜਾ ਰਹੀ ਹੈ। "ਮੈਂ ਅਮਨ ਦੇ ਪਿਆਰ ਵਿਚ ਪਾਗਲ ਕਿਵੇਂ ਹੋ ਗਈ। ਕਹਿੰਦੇ ਨੇ ਕਿ ਪਿਆਰ ਅੰਨ੍ਹਾ ਹੁੰਦਾ ਹੈ, ਬੋਲਾ ਹੁੰਦਾ ਹੈ। ਮੈਨੂੰ ਪਤਾ ਵੀ ਸੀ ਕਿ ਉਹ ਵਿਆਹਿਆ ਹੋਇਆ ਹੈ, ਫਿਰ ਵੀ....। ਉਫ਼! ਉਹ ਪਿਆਰ ਵੀ ਤਾਂ ਬਹੁਤ ਕਰਦਾ ਸੀ। ਮੈਂ ਉਹਦੀ ਗੱਲ ਤੇ ਵਿਸ਼ਵਾਸ ਕਰਨ ਲੱਗ ਪਈ ਸਾਂ। ਹੇ ਰਾਮ! ਮੇਰ ਦਿਮਾਗ ਨੇ ਸੋਚਣਾ ਛੱਡ ਦਿੱਤਾ ਸੀ। ਹਾਲੇ ਵੀ ਉਹ ਮੇਰੇ ਪਿੱਛੇ ਘੁੰਮ ਰਿਹਾ ਹੈ.....ਕਿੰਨੇ ਦਿਨਾਂ ਤੋਂ ਮੇਰੇ ਦਫ਼ਤਰ ਦੇ ਚੱਕਰ ਲੱਗਾ ਰਿਹਾ ਹੈ। ਮੈਂ ਕੀ ਕਰਾਂ? ਘਰ ਵਿਚ ਹਾਲੇ ਮੈਂ ਇਸ ਬਾਰੇ ਕਿਸੇ ਨੂੰ ਨਹੀਂ ਦੱਸਿਆ। ਕੀ ਇਕ ਵਾਰ ਉਹਨੂੰ ਮਿਲ ਲਵਾਂ? ਕੀ ਸਫ਼ਾਈ ਦਿੰਦਾ ਹੈ। ਨਹੀਂ...ਨਹੀਂ......ਮੈਂ ਫਿਰ ਤੋਂ ਉਹਦੀਆਂ ਗੱਲਾਂ ਦੇ ਜਾਲ ਵਿਚ ਫਸ ਜਾਵਾਂਗੀ। ਉਹਦੇ ਸਾਹਮਣੇ ਮੈਂ ਕਮਜ਼ੋਰ ਹੋ ਜਾਵਾਂਗੀ। ਉਹਨੂੰ ਸਾਹਮਣੇ ਵੇਖ ਕੇ ਮੇਰੇ ਲਈ ਅੱਗੇ ਚੱਲਣਾ ਔਖਾ ਹੋ ਗਿਆ ਸੀ। ਦਿਲ ਦੀ ਧੜਕਣ....। ਉਫ਼! ਨਹੀਂ ਮਿਲਾਂਗੀ.....ਜਿਸ ਰਾਹ ਜਾਣਾ ਨਹੀਂ, ਉਹਦਾ ਅਤਾ-ਪਤਾ ਕਿਉਂ ਪੁੱਛਣਾ। ਮੰਮੀ, ਪਾਪਾ, ਦੀਦੀ ਅਤੇ ਦੋਹਾਂ ਵੀਰਾਂ ਨੇ ਕਸਮ ਪਾਈ ਏ ਕਿ ਮੈਂ ਉਹ ਨੂੰ ਕਦੀ ਵੀ ਮੂੰਹ ਨਾ ਲਗਾਵਾਂ। ਮੇਰੇ ਰੱਬਾ! ਮੈਨੂੰ ਹਿੰਮਤ ਬਖਸ਼।"

ਉਹ ਅੱਖਾਂ ਬੰਦ ਕਰ, ਬਸ ਵਿਚ ਖਿੜਕੀ ਕੋਲ ਬੈਠੇ ਮਨ ਹੀ ਮਨ, ਆਪਣੇ ਆਪ ਨਾਲ ਜੂਝ ਰਹੀ ਸੀ। "ਨਾ ਮੈਂ ਉਹਦੇ ਪਿਆਰ ਵਿਚ ਪੈਂਦੀ, ਨਾ ਅੱਜ ਮੈਨੂੰ ਇੰਨੀ ਪੀੜ ਸਹਿਣੀ ਪੈਂਦੀ। ਮੇਰੇ ਪਰਿਵਾਰ ਨੂੰ ਮੇਰੇ ਕਰਕੇ ਕਿੰਨੀ ਪ੍ਰੇਸ਼ਾਨੀ ਝੇਲਣੀ ਪਈ। ਹੇ ਰਾਮ!"

"ਅਮਨ ਨੇ ਝੂਠ ਕਿਉਂ ਬੋਲਿਆ? ਸਭ ਸੱਚ ਦੱਸ ਦਿੰਦਾ ਤਾਂ ਮੈਂ ਜਲਦੀ ਸੰਭਲ ਜਾਂਦੀ। ਉਹਦੀ ਵੀ ਇੱਜ਼ਤ ਕਰਦੀ। ਉਹਦੀ ਦੋਸਤ ਬਣ ਕੇ ਰਹਿੰਦੀ। ਉਹਦੀ ਪਤਨੀ ਮੈਨੂੰ ਖੂਬ ਕੋਸਦੀ ਹੋਵੇਗੀ। ਮਾਫ਼ ਕਰ ਦਈਂ, ਰੱਬਾ!"

ਤਦੇ ਉਹਨੂੰ ਅਹਿਸਾਸ ਹੋਇਆ ਕਿ ਬਸ ਬਹੁਤ ਦੇਰ ਤੋਂ ਇਕੋ ਜਗ੍ਹਾ ਤੇ ਰੁਕੀ ਹੋਈ ਹੈ। ਉਸ ਅੱਖਾਂ ਖੋਲ੍ਹ ਕੇ ਬਾਹਰ ਤਕਿਆ। ਇਕ ਚੌਰਾਹੇ ਤੇ ਟ੍ਰੈਫਿਕ ਜਾਮ ਸੀ। ਦਿੱਲੀ ਵਿਚ ਸਵੇਰੇ ਅਤੇ ਸ਼ਾਮ ਟ੍ਰੈਫਿਕ ਜਾਮ ਆਮ ਵੇਖਣ ਨੂੰ ਮਿਲਦਾ ਹੈ। ਸਵੇਰੇ ਦਫ਼ਤਰ ਜਾਣ ਦੀ ਜਲਦੀ ਹੁੰਦੀ ਹੈ, ਸ਼ਾਮ ਨੂੰ ਘਰ ਜਾਣ ਦੀ। ਜਿੰਨੀ ਮਰਜ਼ੀ ਪਏ ਜਲਦੀ ਮਚਾਓ, ਸੜਕਾਂ ਦੀ ਭੀੜ ਅੱਗੇ ਕੋਈ ਜ਼ੋਰ ਨਹੀਂ। ਦਿੱਲੀ ਵਿਚ ਕਿੰਨੇ ਹੀ ਫ਼ਲਾਈ ਓਵਰ ਬਣ ਚੁੱਕੇ ਨੇ। ਮੈਟਰੋ ਰੇਲਵੇ ਵੀ ਜ਼ੋਰਾਂ ਸ਼ੋਰਾਂ ਨਾਲ ਚੱਲ ਰਹੀ ਹੈ। ਫਿਰ ਵੀ ਟ੍ਰੈਫਿਕ ਦਾ ਰਸ਼ ਘਟ ਨਹੀਂ ਹੁੰਦਾ। ਹੋ ਸਕਦਾ ਹੈ ਕਿ ਅਮਨ ਵੀ ਆਪਣੇ ਸਕੂਟਰ ਤੇ ਇਸ ਜਾਮ ਵਿਚ ਫਸਿਆ ਹੋਵੇ!

ਜਦੋਂ ਬਸ ਚਲੀ ਪਈ ਤਾਂ ਉਹ ਦੇ ਖਿਆਲਾਂ ਦੀ ਲੜੀ ਵੀ ਫਿਰ ਤੋਂ ਚਲ ਪਈ- "ਮੇਰੀ ਤਾਂ ਦਫ਼ਤਰ ਵਿਚ ਪਹਿਲੀ ਨੌਕਰੀ ਸੀ। ਉਸ ਤੋਂ ਪਹਿਲਾਂ ਤਾਂ ਮੈਂ

ਪੜ੍ਹਾਈ ਅਤੇ ਇਮਤਿਹਾਨ ਦੇ ਚੱਕਰ ਵਿਚ ਫਸੀ ਰਹੀ। ਫਿਰ ਪਿਤਾ ਜੀ ਦਾ ਡਰ, ਮੰਮੀ ਦੀ ਨਸੀਹਤ, ਭਰਾਵਾਂ ਦਾ ਰੋਅਬ, ਵੱਡੀ ਭੈਣ ਦਾ ਸਨੇਹ..। ਕਾਲਜ ਵਿਚ ਕਦੀ ਕਿਸੇ ਮੁੰਡੇ ਨੇ ਅੱਗੇ ਵੱਧਣ ਦੀ ਕੋਸ਼ਿਸ਼ ਕਰਨੀ ਤਾਂ ਅੱਗੋਂ ਰੁਖਾਈ ਵਿਖਾਈ। ਉਹ ਆਪੇ ਪਿੱਛੇ ਹੱਟ ਜਾਂਦਾ। ਫਿਰ ਬੀ. ਸੀ. ਏ., ਐਮ. ਸੀ. ਏ. ਕਰਦੇ ਹੋਏ ਸਿਰ ਖੁਰਕਣ ਦੀ ਵਿਹਲ ਹੀ ਕਿੱਥੇ ਮਿਲਦੀ ਸੀ। ਕੰਪਿਊਟਰ ਦੀ ਦੁਨੀਆਂ ਵਿਚ ਹੀ ਡੁੱਬੀ ਰਹੀ। ਇਥੇ ਦਫ਼ਤਰ ਵਿਚ ਵੀ ਕੰਪਿਊਟਰ ਦੀ ਦੁਨੀਆਂ ਹੀ ਸੀ। ਪਰ ਅਮਨ ਨਾਲ ਕੰਮ ਕਰਦੇ ਹੋਏ, ਆਪਣਾ ਆਪ ਕੁਝ ਚੰਗਾ ਲੱਗਣ ਲੱਗ ਪਿਆ। ਅਮਨ ਦਾ ਸੁਭਾ, ਉਹਦਾ ਗੱਲ ਕਰਨ ਦਾ ਤਰੀਕਾ, ਉਹਦੀ ਸ਼ਖ਼ਸੀਅਤ, ਸਭ ਨੇ ਮੈਨੂੰ ਮੋਹ ਲਿਆ। ਉਹ ਹਰ ਕੰਮ ਕਿੰਨੇ ਸਹਿਜ ਢੰਗ ਨਾਲ ਸਮਝਾਂਦਾ। ਬੱਸ ਪਤਾ ਹੀ ਨਹੀਂ ਲੱਗਾ ਕਿਵੇਂ ਮੈਂ ਉਹਦੇ ਵੱਲ ਖਿਚਦੀ ਚਲੀ ਗਈ। ਆਪਣੇ ਚਿਹਰੇ ਵੱਲ, ਆਪਣੇ ਕੱਪੜਿਆਂ ਵੱਲ ਉਚੇਚਾ ਧਿਆਨ ਦੇਣ ਲੱਗ ਪਈ ਸਾਂ।"

"ਇਕ ਪ੍ਰਾਜੈਕਟ ਦੇ ਸਿਲਸਿਲੇ ਵਿਚ ਪਹਿਲੀ ਵੇਰ ਮੈਂ ਅਮਨ ਦੇ ਨਾਲ ਪੂਰੀ ਤਰ੍ਹਾਂ ਜੁੜ ਗਈ। ਜਦੋਂ ਕਦੀ ਦਫ਼ਤਰ ਵਿਚ ਕੰਮ ਕਰਦੇ ਹੋਏ ਦੇਰ ਹੋ ਜਾਂਦੀ ਤਾਂ ਉਹ ਮੈਨੂੰ ਆਪਣੇ ਸਕੂਟਰ ਤੇ ਘਰ ਛੱਡ ਜਾਂਦਾ। ਸ਼ੁਰੂ ਵਿਚ ਘਰ ਦੇ ਬਾਹਰ ਹੀ ਛੱਡ ਜਾਂਦਾ। ਫਿਰ ਘਰ ਦੇ ਅੰਦਰ ਵੀ ਆਉਣ ਲੱਗ ਪਿਆ। ਉਹਦੀ ਸਾਂਝ ਮੇਰੇ ਪਰਿਵਾਰ ਨਾਲ ਵੱਧਣ ਲੱਗੀ। ਮੇਰੀ ਮੰਮੀ ਕਦੀ ਚਾਹ-ਕਾਫ਼ੀ ਪਿਲਾਣ ਲਈ ਜ਼ਿੱਦ ਕਰਦੀ, ਕਦੀ ਖਾਣੇ ਲਈ ਰੋਕ ਲੈਂਦੀ। ਸਾਡੇ ਘਰ ਵਿਚ ਉਹਦੀ ਉਡੀਕ ਹੁੰਦੀ ਰਹਿੰਦੀ। ਉਹਦਾ ਹੱਸਣ-ਹਸਾਣ ਦਾ ਤਰੀਕਾ ਸਭ ਨੂੰ ਭਾ ਗਿਆ ਸੀ।"

"ਪਹਿਲੀ ਵੇਰ ਜਦੋਂ ਅਮਨ ਨੇ ਮੇਰਾ ਹੱਥ ਫੜਿਆ ਸੀ। ਉਹ ਛੋਹ! ਉਹ ਝੁਣਝੁਣੀ! ਕਿਤਾਬਾਂ ਵਿੱਚ ਹੀ ਪੜ੍ਹਿਆ ਸੀ-ਕਰੰਟ ਲੱਗਦਾ ਹੈ ਆਦਿ ਆਦਿ! ਉਸਤੋਂ ਬਾਅਦ ਉਹਦਾ ਪਹਿਲਾ ਚੁੰਮਣ। ਪਹਿਲੀ ਗੱਲਵਕੜੀ। ਮੈਨੂੰ ਤਾਂਘ ਲੱਗੀ ਰਹਿੰਦੀ ਉਹਦੇ ਅਗਲੇ ਸਪਰਸ਼ ਦੀ! ਉਹਦੇ ਨਾਲ ਜੁੜ ਬੈਠਣ ਦੀ।"

"ਸਾਡੀਆਂ ਇਹ ਮਿਲਣੀਆਂ ਵਧਦੀਆਂ ਗਈਆਂ। ਦਫ਼ਤਰ ਵਿਚ ਘੁਸਰ-ਮੁਸਰ ਹੋਣ ਲੱਗ ਪਈ। ਤਦੇ ਮੈਨੂੰ ਪਤਾ ਲੱਗਾ ਕਿ ਅਮਨ ਦਾ ਤਾਂ ਵਿਆਹ ਹੋ ਚੁੱਕਾ ਹੈ। ਉਦੋਂ ਤਾਂ ਮੇਰੇ ਤੇ ਜਿਵੇਂ ਬਿਜਲੀ ਡਿੱਗੀ, ਪੈਰਾਂ ਹੇਠੋਂ ਜ਼ਮੀਨ ਖਿਸਕ ਗਈ। ਮੈਂ ਅਮਨ ਨੂੰ ਖ਼ੂਬ ਕੋਸਿਆ ਤਾਂ ਉਸ ਰੋ ਰੋ ਕੇ ਆਪਣੀ 'ਰਾਮ-ਕਹਾਣੀ' ਸੁਣਾਈ ਸੀ। ਕਹਿੰਦੇ- "ਮੇਰੀ ਅੰਮਾਂ ਨੇ ਜ਼ਬਰਦਸਤੀ ਇਕ ਗੰਵਾਰ ਕੁੜੀ ਨਾਲ ਮੇਰੀ ਸ਼ਾਦੀ ਕਰ ਦਿੱਤੀ ਸੀ। ਮੈਂ ਉਹਦੇ ਨਾਲ ਕੋਈ ਸੰਬੰਧ ਨਹੀਂ ਰੱਖਿਆ, ਕਦੀ ਵੀ। ਜਲਦੀ ਹੀ ਉਹਦੇ ਨਾਲ ਮੇਰਾ ਤਲਾਕ ਹੋ ਜਾਵੇਗਾ....।" ਉਸ ਇੰਜ ਹੀ ਕਿੰਨਾ ਕੁਝ ਦੱਸਿਆ ਸੀ। ਮੈਂ ਉਹਦੀ ਰਾਮ ਕਹਾਣੀ ਨੂੰ ਸੱਚ ਮੰਨ ਲਿਆ ਸੀ। ਉਹਦੇ ਤੇ ਪੂਰਾ ਵਿਸ਼ਵਾਸ ਕਰ ਲਿਆ ਸੀ। ਪਿਆਰ ਕਿੰਨਾ ਅੰਨ੍ਹਾ ਹੁੰਦਾ ਹੈ। ਉਹ ਜੋ ਕਹਿੰਦਾ ਗਿਆ ਮੈਂ ਮੰਨਦੀ ਗਈ। ਮੇਰੇ ਵਰਗੀ ਬੇਵਕੂਫ਼ ਕੋਈ ਕੁੜੀ ਹੈ, ਦੁਨੀਆਂ ਵਿੱਚ ਮੈਂ ਪੜ੍ਹ ਲਿਖ ਕੇ ਵੀ ਉਲੂ ਬਣਦੀ ਰਹੀ! ਮੈਨੂੰ "ਜਦੋਂ ਅਮਨ ਦੇ ਵਿਆਹ ਹੋਣ ਦਾ ਪਤਾ ਲੱਗਾ ਸੀ,

ਉਦੋਂ ਹੀ ਕਿਉਂ ਨਾ ਅੱਖਾਂ ਖੁੱਲ੍ਹ ਗਈਆਂ! ਹੇ ਰੱਬਾ ਤੂੰ ਕਿੱਥੇ ਹੈਂ?"

ਤਦੇ ਹੀ ਬਹੁਤ ਸਾਰੀਆਂ ਕਾਰਾਂ, ਬਸਾਂ ਦੇ ਹਾਰਨ ਵੱਜਣ ਦੀ ਆਵਾਜ਼ ਨਾਲ ਉਹਦੀ ਤੰਦਰਾ ਟੁੱਟੀ। ਉਸ ਅੱਖਾਂ ਖੋਲ੍ਹਕੇ, ਬਸ ਦੀ ਖਿੜਕੀ ਤੋਂ ਬਾਹਰ ਵੇਖਿਆ। ਬਸ ਫਿਰ ਤੋਂ ਟ੍ਰੈਫਿਕ ਜਾਮ ਵਿਚ ਫਸੀ ਹੋਈ ਸੀ। ਉਹਦਾ ਗਲਾ ਸੁਕ ਰਿਹਾ ਸੀ। ਉਹਨੂੰ ਲੱਗਾ ਉਹਦਾ ਸਾਹ ਘੁਟ ਰਿਹਾ ਹੈ। ਉਸ ਆਪਣੇ ਬੈਂਗ ਵਿਚ ਪਾਣੀ ਦੀ ਬੋਤਲ ਕੱਢੀ ਅਤੇ ਮੂੰਹ ਨਾਲ ਲਗਾਕੇ ਵੱਡੇ ਵੱਡੇ ਘੁੱਟ ਭਰੇ। ਇਕ ਲੰਬਾ ਸਾਹ ਲਿਆ। ਬਸ ਵਿਚ ਬੈਠੀਆਂ ਆਸ-ਪਾਸ ਦੀਆਂ ਸਵਾਰੀਆਂ ਵੱਲ ਵੇਖਣ ਲੱਗੀ। ਸਭ ਦੇ ਚਿਹਰੇ ਥੱਕੇ, ਮੁਰਝਾਏ ਹੋਏ। ਤਦੇ ਉਹਦੇ ਪਰਸ ਵਿਚ ਪਏ ਸੈਲ-ਫ਼ੋਨ ਦੀ ਘੰਟੀ ਵਜ ਪਈ- ਉਹਦੀ ਮੰਮੀ ਦਾ ਫ਼ੋਨ ਸੀ-

"ਮੰਮੀ, ਬਸ ਵਿਚ ਹਾਂ। ਟ੍ਰੈਫਿਕ ਜਾਮ ਵਿਚ ਫਸੀ ਹਾਂ।"

ਹੁਣ ਉਹਦੇ ਘਰ ਦੇ ਉਹਦਾ ਵਿਸਾਹ ਨਹੀਂ ਸਨ ਕਰਦੇ। ਦਿਨ ਵਿੱਚ ਦੋ - ਚਾਰ ਵਾਰ ਉਹਨੂੰ ਫ਼ੋਨ ਕਰ ਲੈਂਦੇ ਨੇ।

"ਅੱਜ ਅਮਨ ਦੇ ਆਉਣ ਬਾਰੇ ਮੰਮੀ ਨੂੰ ਦੱਸਾਂ ਕਿ ਨਾ? ਅੱਜ ਅਮਨ ਨੂੰ ਪੁਲਿਸ ਦੀ ਧਮਕੀ ਤਾਂ ਦਿੱਤੀ ਹੈ......ਹੁਣ ਸ਼ਾਇਦ ਉਹ ਨਾ ਆਵੇ.....। ਛੱਡੋ, ਘਰ ਕੁਝ ਨਹੀਂ ਦੱਸਾਂਗੀ। ਉਹ ਦੀਆਂ ਹੈਰਾਨ, ਪਿਘਲੀਆਂ ਹੋਈਆਂ ਨਜ਼ਰਾਂ ਨੇ ਮੈਨੂੰ ਅੰਦਰ ਤੱਕ ਹਿਲਾ ਦਿੱਤਾ ਹੈ, ਮੇਰਾ ਅੰਦਰ ਵਲੂੰਧਰਿਆ ਗਿਆ ਹੈ ਪਰ.........॥"

16.

ਅਮਨ ਸੰਜੇ ਦੇ ਘਰ ਪਹੁੰਚਿਆ ਤਾਂ ਸੰਜੇ ਬੜਾ ਪ੍ਰੇਸ਼ਾਨ ਵਿਖਾਈ ਦੇ ਰਿਹਾ ਸੀ। ਹਿੰਦੀ ਦੀਆਂ ਪੁਰਾਣੀਆਂ ਫਿਲਮਾਂ ਦੇ ਗਾਣੇ ਲੱਗੇ ਹੋਏ ਸਨ।

"ਕੀ ਗੱਲ ਯਾਰ? ਸਭ ਠੀਕ ਹੈਂ? ਬੜੇ ਉਦਾਸੀ ਵਾਲੇ ਗਾਣੇ ਸੁਣ ਰਿਹਾ ਹੈਂ?" ਅਮਨ ਨੇ ਗੰਭੀਰ ਹੋ ਕੇ ਪੁੱਛਿਆ।

"ਤੂੰ ਆਪਣੀ ਸੁਣਾ? ਤੂੰ ਆਪਣੀਆਂ ਉਲਝਣਾਂ ਵਿਚੋਂ ਬਾਹਰ ਨਿਕਲਿਆ ਕਿ ਨਹੀਂ?" ਸੰਜੇ ਨੇ ਆਪਣੀ ਆਵਾਜ਼ ਵਿਚੋਂ ਉਦਾਸੀ ਨੂੰ ਛਿਪਾਂਦੇ ਹੋਏ ਕਿਹਾ। ਉਹ ਗਾਣੇ ਬੰਦ ਕਰਨ ਲਈ ਉਠਿਆ ਤਾਂ ਅਮਨ ਨੇ ਮਨ੍ਹਾ ਕਰ ਦਿੱਤਾ। ਸੰਜੇ ਨੇ ਆਵਾਜ਼ ਥੋੜ੍ਹੀ ਹਲਕੀ ਕਰ ਦਿੱਤੀ।

"ਛੱਡ ਯਾਰ ਮੇਰੀ ਗੱਲ ਨੂੰ, ਤੂੰ ਦੱਸ ਫਿਰ ਮੋਨਾ ਨਾਲ ਗੱਲ ਹੋਈ? ਮਿਲਿਆ ਸੈਂ ਉਹਨੂੰ? ਕੀ ਕਹਿੰਦੀ ਹੈ?"

"ਅਰੇ! ਰੁਕ ਵੀ ਜਾ। ਸਵਾਲ ਤੇ ਸਵਾਲ ਇਕੱਠੇ ਹੀ!" ਸੰਜੇ ਨੇ ਅਮਨ ਦਾ ਹੱਥ ਫੜ ਕੇ ਕਿਹਾ।

ਤਦੇ ਨਵਾਂ ਗਾਣਾ ਸ਼ੁਰੂ ਹੋਇਆ-

ਇਕ ਚੁੱਪ ਸੀ ਲਗੀ ਹੈ

ਨਹੀਂ ਉਦਾਸ ਨਹੀਂ, ਕਹੀ ਪੇ ਸਾਂਸ ਰੁਕੀ ਹੈ......

ਦੋਵੇਂ ਚੁੱਪ ਕਰਕੇ ਕੁਝ ਪਲ ਗਾਣਾ ਸੁਣਦੇ ਰਹੇ, ਫਿਰ ਦੋਵੇਂ ਹੀ ਹਲਕਾ ਜਿਹਾ ਮੁਸਕਰਾ ਪਏ।

"ਹਾਂ, ਗਿਆ ਸਾਂ ਮਿਲਣ, ਮੋਨਾ ਨੂੰ। ਬੱਸ ਉਹ ਆਪਣੀ ਸਫ਼ਾਈ ਦਿੰਦੀ ਰਹੀ। ਆਪਣੀ ਮਜਬੂਰੀ ਬਾਰੇ ਦੱਸਦੀ ਰਹੀ। ਪਾਪਾ ਦੇ ਦਬਾਅ ਹੇਠ ਉਹਨੂੰ ਝੁਕਣਾ ਪਿਆ। ਉਹਦੇ ਪਾਪਾ ਨੂੰ ਇਹ ਲਾਲਚ ਸੀ ਕਿ ਮੋਨਾ ਅਮਰੀਕਾ ਚਲੀ ਗਈ ਤਾਂ ਬਾਕੀ ਭੈਣਾਂ ਭਰਾਵਾਂ ਲਈ ਵੀ ਰਾਹ ਖੁੱਲ੍ਹ ਜਾਵੇਗਾ। ਉਹਦੇ ਮੰਮੀ ਡੈਡੀ ਨੇ ਘਰ ਵਿਚ ਪੂਰਾ ਨਾਟਕ ਕੀਤਾ। ਮੋਨਾ ਨੂੰ ਜਜ਼ਬਾਤੀ ਤੌਰ ਤੇ ਬਲੈਕ ਮੇਲ ਕਰਕੇ ਉਹਦੇ ਕੋਲੋਂ ਵਿਆਹ ਲਈ ਹਾਂ ਕਰਵਾ ਹੀ ਲਈ।"

"ਹੁਣ ਉਹ ਖ਼ੁਸ਼ ਹੈ ਉਥੇ?"

"ਕਹਿ ਰਹੀ ਸੀ ਕਿ ਉਹ ਲੋਕ ਤਾਂ ਬਹੁਤ ਚੰਗੇ ਨੇ ਪਰ ਨਾਲ ਹੀ ਕਹਿੰਦੀ ਹੈ ਕਿ ਉਹ ਮੈਨੂੰ ਇਕ ਪਲ ਲਈ ਵੀ ਨਹੀਂ ਭੁਲਾ ਸਕੀ, ਚੁੱਪਕੇ ਚੁੱਪਕੇ ਯਾਦ ਵਿਚ ਅੱਥਰੂ ਵਹਾਂਦੀ ਰਹਿੰਦੀ ਹੈ। ਇਹ ਕਹਿੰਦੇ ਹੋਏ ਉਹਦੀਆਂ ਅੱਖਾਂ ਭਿੱਜੀਆਂ ਹੋਈਆਂ ਸਨ। ਹੁਣ ਰੱਬ ਜਾਣੇ, ਸੱਚ ਕੀ ਹੈ? ਯਾਰ! ਆਪਣੇ ਹੱਥਾਂ ਵਿੱਚੋਂ ਤਾਂ ਉਹ ਰੇਤ ਵਾਂਗ ਫਿਸਲ ਗਈ ਹੈ..।" ਉਹ ਠੰਡੀ ਆਹ ਭਰਕੇ ਚੁੱਪ ਕਰ ਗਿਆ।

ਅਗਲਾ ਗਾਣਾ ਸ਼ੁਰੂ ਹੋ ਚੁੱਕਾ ਸੀ–

ਜੀਏਂਗੇ ਮਗਰ ਮੁਸਕਰਾ ਨਾ ਸਕੇਂਗੇ

ਕਿ ਅੱਬ ਜ਼ਿੰਦਗੀ ਮੇਂ ਮੁਹੱਬਤ ਨਹੀਂ ਹੈ.......

ਗਾਣੇ ਵੱਲੋਂ ਧਿਆਨ ਹਟਾ ਕੇ ਸੰਜੇ ਨੇ ਅਮਨ ਨੂੰ ਪੁੱਛਿਆ–"ਤੂੰ ਸੁਣਾ, ਤੇਰਾ ਕੀ ਹਾਲ ਹੈ?"

"ਅੱਜ ਮੈਂ ਫਿਰ ਨੋਇਡਾ ਗਿਆ ਸਾਂ। ਅੱਜ ਉਸ ਨਾਲ ਕੋਈ ਵੀ ਨਹੀਂ ਸੀ। ਮੈਂ ਉਸਨੂੰ ਕਿਹਾ ਕਿ ਮੈਂ ਉਹਦੇ ਨਾਲ ਗੱਲ ਕਰਨੀ ਚਾਹੁੰਦਾ ਹਾਂ। ਬੱਸ ਇਕ ਮੌਕਾ ਦੇ ਦੇਵੇ ਪਰ ਉਸ ਉਲਟਾ ਪੁਲਿਸ ਦੀ ਧਮਕੀ ਦੇ ਦਿੱਤੀ। ਮੈਂ ਤਾਂ ਹੱਕਾ ਬੱਕਾ ਰਹਿ ਗਿਆ। ਕਦੇ ਉਹ ਮੈਨੂੰ ਇੰਨਾ ਪਿਆਰ ਕਰਦੀ ਸੀ, ਕੀ ਉਹ ਸਭ ਅਲੋਪ ਹੋ ਗਿਆ ਹੈ.....।"

ਕੁਝ ਦੇਰ ਦੋਵਾਂ ਵਿਚ ਚੁੱਪ ਛਾਈ ਰਹੀ। ਸ਼ਾਇਦ ਦੋਵੇਂ ਆਪਣੀ ਆਪਣੀ ਸਥਿਤੀ ਦਾ ਜਾਇਜ਼ਾ ਲੈ ਰਹੇ ਸਨ।

"ਸਾਨੂੰ ਆਪਣੇ ਆਪ ਨੂੰ ਇਸ ਹਾਲਾਤ ਵਿਚੋਂ ਬਾਹਰ ਕੱਢਣਾ ਚਾਹੀਦਾ ਹੈ। ਜੋ ਚੀਜ਼ ਸਾਡੀ ਪਹੁੰਚ ਤੋਂ ਬਾਹਰ ਹੈ, ਉਹਦੇ ਲਈ ਐਵੇਂ ਕਲਪਣ, ਕ੍ਰਿਝਣ ਦਾ ਕੀ ਫਾਇਦਾ। ਮੈਂ ਤਾਂ ਆਪਣੇ ਮਨ ਨੂੰ ਸਮਝਾ ਹੀ ਲਿਆ ਹੈ। ਹੁਣ ਮੇਰੇ ਸਾਹਮਣੇ ਜ਼ਿੰਦਗੀ ਹੋਰ ਰਾਹ ਖੋਲ੍ਹ ਹੀ ਰਹੀ ਹੈ। ਜਿਹੜੀਆਂ ਦੋ ਲੜਕੀਆਂ ਮੈਂ ਵੇਖੀਆਂ ਨੇ ਉਹਨਾਂ ਵਿਚੋਂ ਇਕ ਜਗ੍ਹਾ 'ਹਾਂ' ਕਰ ਦਿਆਂਗਾ। ਇਸ ਦੋਚਿੱਤੀ ਵਿਚੋਂ ਨਿਕਲਣਾ ਹੀ ਚੰਗਾ ਹੈ ਮੇਰੇ ਲਈ। ਘਰ ਦੇ ਵੀ, ਮੇਰੇ ਮੂੰਹ ਵੱਲ ਹੀ ਵੇਖ ਰਹੇ ਨੇ, ਕਦੋਂ ਹਾਂ

ਕਰਦਾ ਹਾਂ......।" ਸੰਜੇ ਦੀਆਂ ਗੱਲਾਂ ਅਮਨ ਧਿਆਨ ਨਾਲ ਸੁਣ ਰਿਹਾ ਸੀ।

"ਤੂੰ ਵੀ ਆਪਣੇ ਆਪ ਨੂੰ ਇਸ ਮਾਨਸਿਕ ਸਥਿਤੀ ਵਿਚੋਂ ਬਾਹਰ ਕੱਢ! ਅੰਜੂ ਦਾ ਖਿਆਲ ਛੱਡਦੇ। ਅਲਕਾ ਚੰਗੀ ਕੁੜੀ ਹੈ। ਉਹਦੇ ਨਾਲ ਸਾਂਝ ਪੈਦਾ ਕਰ। ਤੇਰੀ ਇਸ ਹਾਲਤ ਕਰਕੇ ਸਾਰਾ ਪਰਿਵਾਰ ਸੂਲੀ ਤੇ ਟੰਗਿਆ ਪਿਆ ਹੈ। ਆ, ਮਿਲ ਕੇ ਆਪਣੇ ਆਪ ਗਮ ਨੂੰ ਦਫਨਾ ਲਈਏ.....।"

ਇਹ ਕਹਿੰਦਾ ਹੋਇਆ ਸੰਜੇ ਦੋ ਗਿਲਾਸ ਸੋਡਾ ਵਿਸਕੀ ਦੀ ਬੋਤਲ ਕੱਢ ਲਿਆਇਆ। ਰਸੋਈ ਵਿਚੋਂ ਬਰਫ਼ ਅਤੇ ਕੁਝ ਨਮਕੀਨ ਲੈ ਆਇਆ। ਅੱਜ ਉਹਦੇ ਮੰਮੀ ਡੈਡੀ ਘਰ ਨਹੀਂ ਸਨ। ਉਹ ਕਦੀ ਕਦੀ ਇਕ ਅੱਧ ਪੈੱਗ ਲੈ ਲੈਂਦਾ ਤਾਂ ਝਟ ਉਹਦੀ ਮੰਮੀ ਉਹਨੂੰ ਟੋਕ ਦਿੰਦੀ ਜਦੋਂ ਅਮਨ ਨੇ ਇਸ ਨੌਕਰੀ ਤੇ ਜਾਣਾ ਸ਼ੁਰੂ ਕੀਤਾ ਤਾਂ ਪਾਪਾ ਨੇ ਲੰਬਾ ਚੌੜਾ ਭਾਸ਼ਣ ਦਿੱਤਾ ਸੀ- "ਤੇਰੀ ਕੰਪਨੀ ਵਿਚ ਪਾਰਟੀਆਂ ਹੋਣਗੀਆਂ। ਤੂੰ ਬੱਸ ਇਕ ਗਿਲਾਸ ਵਿਚ ਥੋੜ੍ਹੀ ਜਿਹੀ ਲੈ ਕੇ.....ਨੈਪਕਿਨ ਨਾਲ ਗਿਲਾਸ ਢੱਕ ਲਵੀਂ ਅਤੇ ਪੀਣ ਦਾ ਬਹਾਨਾ ਕਰਦਾ ਰਹੀਂ। ਜਾਂ ਸਾਫਟ ਡ੍ਰਿੰਕ ਲੈ ਕੇ ਇਧਰ-ਉਧਰ ਘੁੰਮਦਾ ਰਹੀਂ। ਇਹਨਾਂ ਪਾਰਟੀਆਂ ਵਿਚ ਤਾਂ ਲੋਕੀਂ ਟੁੱਟ ਕੇ ਪੀਂਦੇ ਨੇ। ਤੋਬਾ! ਗੁੱਟ ਹੋ ਜਾਂਦੇ, ਮੁਫ਼ਤ ਦੀ ਸ਼ਰਾਬ ਪੀਕੇ! ਭੁੱਖੇ ਜੱਟ, ਕਟੋਰਾ ਲਭਾ ਪੀ ਪੀ ਪਾਣੀ ਆਫਰਿਆ। ਤੂੰ ਆਪਣੇ ਚਚੇਰੇ ਭਰਾ ਦੀ ਹਾਲਤ ਤਾਂ ਵੇਖੀ ਹੀ ਹੈ। ਪੀ ਪੀ ਕੇ ਆਪਣਾ ਆਪ ਤਾਂ ਬਰਬਾਦ ਕੀਤਾ ਹੀ ਸੂ ਅਤੇ ਆਪਣੇ ਪਰਿਵਾਰ ਦਾ ਵੀ। ਰੱਬ ਹੀ ਬਚਾਏ...।"

ਅਮਨ ਨੇ ਆਪਣੇ ਪਿਤਾ ਦੀ ਇਹ ਗੱਲ ਪੱਲੇ ਬੰਨ੍ਹ ਲਈ ਸੀ। ਦਫ਼ਤਰ ਦੀਆਂ ਪਾਰਟੀਆਂ ਵਿਚ ਉਹ ਪੀਂਦਾ ਜ਼ਰੂਰ ਸੀ ਪਰ ਕਦੀ ਗੁੱਟ ਨਹੀਂ ਸੀ ਹੋਇਆ। ਪਰ ਅੱਜ ਉਹ ਗੁੱਟ ਹੋ ਕੇ ਪੀਣਾ ਚਾਹੁੰਦਾ ਸੀ। ਦੋਵੇਂ ਮਿੱਤਰ ਆਪਣੇ ਆਪਣੇ ਗਮਾਂ ਨੂੰ ਭੁਲਾਣ ਲਈ ਪੀਂਦੇ ਚਲੇ ਗਏ। ਸੰਜੇ ਨੇ ਤਾਂ ਬਸ ਕਰ ਦਿੱਤੀ ਸੀ ਪਰ ਅਮਨ ਹੋਰ ਪੀਂਦਾ ਜਾ ਰਿਹਾ ਸੀ। ਸੰਜੇ ਨੇ ਉਹਨੂੰ ਹੋੜਿਆ ਵੀ ਪਰ ਅਮਨ ਅੱਜ ਸੁਣਨ ਦੇ ਮੂਡ ਵਿਚ ਨਹੀਂ ਸੀ।

"ਅਮਨ ਤੂੰ ਅੱਜ ਇਥੇ ਹੀ ਸੌਂ ਜਾ। ਇਸ ਹਾਲਤ ਵਿਚ ਤੂੰ ਸਕੂਟਰ ਨਹੀਂ ਚਲਾ ਸਕੇਂਗਾ।" ਸੰਜੇ ਨੇ ਕਿਹਾ।

"ਤੂੰ ਛੱਡ ਆ।"

"ਮੈਂ...ਮੈਂ ਵੀ ਤਾਂ ਧੁੱਤ ਹੀ ਹਾਂ।"

ਅਮਨ ਉਥੇ ਹੀ ਬਿਸਤਰੇ ਤੇ ਲੁੜਕ ਗਿਆ। ਰਾਤੀਂ ਬਾਰ੍ਹਾਂ ਕੁ ਵਜੇ ਅਮਨ ਦਾ ਸੈਲ ਫ਼ੋਨ ਵੱਜਣ ਲੱਗਾ। ਉਹਨੂੰ ਤਾਂ ਕੋਈ ਹੋਸ਼ ਨਹੀਂ ਸੀ। ਸੰਜੇ ਨੇ ਨੀਂਦ ਵਿਚ ਹੀ ਫ਼ੋਨ ਚੁੱਕਿਆ। ਅਮਨ ਦੇ ਘਰੋਂ ਫ਼ੋਨ ਸੀ। ਉਹਦੇ ਮਾਤਾ-ਪਿਤਾ ਚਿੰਤਾ ਵਿਚ ਸਨ। ਸੰਜੇ ਨੇ ਕਿਹਾ ਕਿ ਉਹ ਥੋੜ੍ਹੀ ਦੇਰ ਤੱਕ ਆ ਜਾਵੇਗਾ।

*****

ਸੰਜੇ ਆਪਣੀ ਕਾਰ ਵਿਚ ਅਮਨ ਨੂੰ ਘਰ ਛੱਡ ਆਇਆ। ਦਰਵਾਜ਼ਾ ਬੱਬੀ

ਨੇ ਖੋਹਲਿਆ। ਬੱਬੀ ਉਹਨੂੰ ਉਹਦੇ ਕਮਰੇ ਤੱਕ ਛੱਡਣ ਗਿਆ। ਉਹਦੇ ਬੂਟ ਵਗੈਰਾ ਲਾਹ ਕੇ ਉਹਨੂੰ ਬਿਸਤਰੇ ਤੇ ਸਿੱਧਾ ਕਰਕੇ ਲਿਟਾ ਦਿੱਤਾ। ਅਲਕਾ ਵੀ ਵਿਚੋਂ ਜਾਗਦੀ ਹੀ ਸੀ। ਉਸ ਅਮਨ ਨੂੰ ਸ਼ਰਾਬ ਦੇ ਨਸ਼ੇ ਵਿਚ ਧੁੱਤ ਤਾਂ ਕਦੀ ਨਹੀਂ ਸੀ ਵੇਖਿਆ। ਤਦ ਤੱਕ ਰੇਵਤੀ ਵੀ ਉਠ ਕੇ ਆ ਗਈ ਸੀ। ਉਸ ਅਲਕਾ ਨੂੰ ਕਿਹਾ -

"ਹੁਣ ਤੂੰ, ਇਹਨੂੰ ਸੰਭਾਲ ਲੈ! ਹੁਣ ਆਪਣੀ ਜਿੰਦ ਛੱਡ ਦੇ! ਅੱਜ ਮੌਕਾ ਹੈ...। ਅੱਗੋਂ ਤੂੰ ਆਪ ਸਿਆਣੀ ਹੈ....।" ਇਹ ਕਹਿ ਕੇ ਉਹ ਦਰਵਾਜ਼ਾ ਬੰਦ ਕਰਕੇ ਕਮਰੇ ਤੋਂ ਬਾਹਰ ਨਿਕਲ ਗਈ।

ਅਲਕਾ ਦੇ ਕੰਨਾਂ ਵਿਚ ਪ੍ਰੀਤੀ ਆਂਟੀ ਦੇ ਸ਼ਬਦ ਟਕਰਾਣ ਲੱਗੇ,

'ਅਲਕਾ ਹੁਣ ਅਮਨ ਦੁੱਖੀ ਹੈ, ਉਹਨੂੰ ਪਿਆਰ ਦੀ ਲੋੜ ਹੈ.....। ਥੋੜ੍ਹੀ ਸਮਝ ਤੋਂ ਕੰਮ ਲੈ। ਤੂੰ ਚਾਹੇਂ ਤਾਂ ਉਸ ਨੂੰ ਜਿੱਤ ਸਕਦੀ ਹੈਂ। ਆਪਣੀਆਂ ਬਾਹਾਂ ਵਿਚ ਘੁੱਟ ਲੈ ਸੂ....। ਉਹ ਅੰਜੂ ਸੰਜੂ ਸਭ ਨੂੰ ਭੁੱਲ ਜਾਵੇਗਾ....।"

ਅਲਕਾ ਕੁਝ ਦੇਰ ਅਮਨ ਵੱਲ ਵੇਖਦੀ ਰਹੀ। ਉਹਨੂੰ ਯਾਦ ਆਇਆ ਕਿ ਪਹਿਲੀ ਵੇਰ ਉਹਨੂੰ ਵੇਖਦੀ ਹੀ ਉਹ ਉਹਦੇ ਤੇ ਮਰ ਮਿਟੀ ਸੀ। ਉਸ ਬੱਤੀ ਬੁਝਾ ਦਿੱਤੀ। ਕੁਝ ਦੇਰ ਸ਼ਸ਼ੋਪੰਜ ਜਹੀ ਦੀ ਹਾਲਤ ਵਿਚ ਲੇਟੀ ਰਹੀ। ਉਹਦੇ ਸਰੀਰ ਦੀਆਂ ਨਸਾਂ ਤਣ ਗਈਆਂ। ਦਿਲ ਦੀ ਧੜਕਣ ਵੱਧ ਗਈ। ਉਹ ਸੋਚ ਰਹੀ ਸੀ ਕਿ 'ਕੀ ਮੈਂ ਅੱਗੇ ਵੱਧ ਜਾਵਾਂ.....ਲੈ ਲਵਾਂ ਇਹਨੂੰ ਆਪਣੀ ਬਾਹਾਂ ਵਿਚ। ਜੇ ਉਹਨੇ ਪਰ੍ਹਾਂ ਧੱਕ ਦਿੱਤਾ ਤਾਂ ਮੇਰਾ ਕਿੰਨਾ ਅਪਮਾਨ ਹੋਵੇਗਾ। ਮੈਨੂੰ ਛੱਡ ਕੇ, ਉਹ ਦੂਜੀ ਕੁੜੀ ਦੇ ਪਿੱਛੇ ਗਿਆ। ਉਸ ਆਪਣੀ ਪਤਨੀ ਦਾ ਅਪਮਾਨ ਕੀਤਾ! ਮੈਂ ਅਪਮਾਨ ਕਿਉਂ ਸਹਾਂ? ਹੇ ਰੱਬਾ! ਮੈਨੂੰ ਰਾਹ ਵਿਖਾ! ਮੈਨੂੰ ਬਲ ਦੇ।'

ਉਹਨੂੰ ਆਪਣੀ ਸਹੇਲੀ ਸੰਗੀਤਾ ਦੀ ਗੱਲ ਯਾਦ ਆਈ-ਕਹਿੰਦੀ ਸੀ, 'ਤੂੰ ਅੱਗ ਦਾ ਭਾਂਬੜ ਬਣ ਜਾ! ਤੂੰ ਆਪਣੇ ਸਰੀਰ ਦੀ ਗਰਮੀ ਨਾਲ ਉਹਨੂੰ ਪਿਘਲਾ ਦੇ। ਤੂੰ ਸਭ ਕਰ ਸਕਦੀ ਏਂ। ਔਰਤ ਸਿਰਫ਼ ਆਪਣੇ ਹਾਵ-ਭਾਵ, ਅੱਥਰੂਆਂ ਨਾਲ, ਸੈਕਸ ਅਪੀਲ ਨਾਲ ਹੀ ਮਰਦ ਨੂੰ ਵਸ ਵਿਚ ਕਰ ਸਕਦੀ ਏ....।'

'ਅਸੀਂ ਦੋਵੇਂ ਰੋਜ਼ ਨਾਲ ਨਾਲ ਇਕੋ ਬਿਸਤਰ ਤੇ ਸੌਂ ਰਹੇ ਹਾਂ। ਉਹਦਾ ਚਿਹਰਾ ਬਾਰੀ ਵੱਲ, ਮੇਰਾ ਦੀਵਾਰ ਵੱਲ। ਸਾਡੇ ਦੋਹਾਂ ਵਿਚਕਾਰ ਦੋ ਸਿਰਹਾਣੇ! ਅੱਜ ਸਿਰਹਾਣੇ ਹਟਾ ਦਿਆਂ?'

ਇਹ ਸੋਚਦੇ ਹੀ ਉਹਦੇ ਹੱਥ ਕੰਬਣ ਲੱਗੇ। ਹੱਥ ਠੰਡੇ ਹੋਣ ਲੱਗੇ....।

ਉਹਨੂੰ ਈਨਾ ਦੇ ਇਕ ਖ਼ਤ ਦੀ ਯਾਦ ਆਈ-ਉਸ ਵੀ ਕਿਹਾ ਸੀ-'ਆਪਣਾ ਹੱਕ ਜਤਲਾ। ਤੂੰ ਉਹਦੀ ਪਤਨੀ ਹੈਂ।'

ਅੰਮਾਂ ਵੀ ਹਰ ਵਕਤ ਕਹਿੰਦੀ ਹੈ-'ਜੱਟਾਂ ਵਾਲੀ ਹੈਂਕੜ ਛੱਡਦੇ! ਝੁਕ ਜਾ।'

****

ਸਵੇਰੇ ਕਮਰੇ ਦਾ ਦਰਵਾਜ਼ਾ ਨਹੀਂ ਖੁੱਲ੍ਹਾ ਤਾਂ ਅੰਮਾਂ ਨੂੰ ਚਿੰਤਾ ਹੋ ਗਈ। ਉਹ ਬੂਹੇ ਦੇ ਬਾਹਰ ਖੜੀ ਬਿੜਕਾਂ ਲੈਂਦੀ ਰਹੀ ਪਰ ਅੰਦਰੋਂ ਕੋਈ ਆਵਾਜ਼ ਨਹੀਂ ਸੀ ਆ

ਰਹੀ। ਬੱਬੀ ਅਤੇ ਛੋਟੂ ਵੀ ਹੈਰਾਨ ਸਨ। ਅਲਕਾ ਭਾਬੀ ਤਾਂ ਸਵਖਤੇ ਹੀ, ਉਠਕੇ ਅੰਮਾਂ ਨਾਲ ਰਸੋਈ ਵਿਚ ਮੱਦਦ ਕਰਦੀ ਹੈ। ਪਰ ਉਹਨਾਂ ਨੂੰ ਸਕੂਲ, ਕਾਲਜ ਲਈ ਦੇਰ ਹੋ ਰਹੀ ਸੀ। ਉਹ ਵਕਤ ਸਿਰ ਨਿਕਲ ਗਏ।

ਅਮਨ ਦੇ ਪਿਤਾ ਜੀ, ਸਵੇਰ ਦੀ ਸੈਰ ਕਰਕੇ ਆਏ ਤਾਂ ਨੂੰਹ ਨੂੰ ਸਾਹਮਣੇ ਨਾ ਵੇਖਕੇ ਅੰਮਾਂ ਨੂੰ ਪੁੱਛਣ ਲੱਗ ਪਏ। "ਅੱਜ ਅਲਕਾ ਬਾਹਰ ਨਹੀਂ ਆਈ ਸਵੇਰ ਦੀ। ਰਾਜ਼ੀ ਹੋਵੇ ਸਹੀ!" ਅੰਮਾਂ ਚਿੰਤਾ ਨਾਲ ਬੋਲੀ।

"ਜ਼ਰਾ ਪਤਾ ਤਾਂ ਕਰ, ਰੇਵਤੀ। ਰਾਤੀਂ ਅਮਨ ਆਇਆ ਵੀ ਤਾਂ ਬੜੀ ਦੇਰ ਨਾਲ ਸੀ। ਤੂੰ ਕਹਿ ਰਹੀ ਸੈਂ ਕਿ ਸ਼ਰਾਬ ਪੀ ਕੇ ਆਇਆ ਹੈ। ਨਸ਼ੇ ਵਿਚ ਉਹ ਅਲਕਾ ਨੂੰ...।" ਕੁਝ ਕਹਿੰਦੇ ਕਹਿੰਦੇ ਉਹ ਰੁਕ ਗਏ। ਉਹਨਾਂ ਦੇ ਚਿਹਰੇ ਤੇ ਇਕ ਰੰਗ ਆ ਰਿਹਾ ਸੀ, ਇਕ ਜਾ ਰਿਹਾ ਸੀ।

"ਦਰਵਾਜ਼ਾ ਖੜਕਾਵਾਂ?" ਰੇਵਤੀ ਨੇ ਝਕਦੇ ਹਏ, ਸਹਿਮੇ ਹੋਏ ਪੁੱਛਿਆ।

ਉਹਨਾਂ 'ਹਾਂ' ਵਿਚ ਸਿਰ ਹਿਲਾ ਦਿੱਤਾ।

"ਸੁੱਖ ਹੋਵੇ ਸਹੀ......।" ਲਗਭਗ ਦੋਹਾਂ ਦੇ ਬੁੱਲ੍ਹ ਕੰਬੇ!

ਰੇਵਤੀ ਨੇ ਹਲਕੇ ਜਿਹੇ ਦਰਵਾਜ਼ੇ ਨੂੰ ਧੱਕਾ ਦਿੱਤਾ ਤਾਂ ਬੂਹਾ ਥੋੜ੍ਹਾ ਖੁੱਲ੍ਹ ਗਿਆ। ਬਾਰੀ ਰਾਹੀਂ ਬਿਸਤਰੇ ਤੇ ਰੋਸ਼ਨੀ ਪੈ ਰਹੀ ਸੀ। ਉਸੇ ਪਲ ਉਸ ਬੂਹਾ ਹੌਲੇ ਜਹੇ ਭੇੜ ਦਿੱਤਾ, ਬਿਨਾਂ ਆਵਾਜ਼ ਕੀਤੇ।

ਹੱਥ ਜੋੜ ਕੇ, ਠੰਡੀ ਆਹ ਭਰਕੇ ਉਹ ਅਮਨ ਦੇ ਪਿਤਾ ਜੀ ਵੱਲ ਮੁੜੀ ਤਾਂ ਉਹਦੇ ਚਿਹਰੇ ਦੀ ਮੁਸਕਾਣ ਵੇਖਕੇ ਉਹਨਾਂ ਦੇ ਚਿਹਰੇ ਤੇ ਵੀ ਹਲਕੀ ਜਿਹੀ ਮੁਸਕਾਣ ਫੈਲ ਗਈ।

17.

ਪ੍ਰੀਤੀ ਪਿਛਲੇ ਪੰਜ ਮਹੀਨਿਆਂ ਤੋਂ ਆਪਣੇ ਬੇਟੇ ਗਗਨ ਕੋਲ ਅਮਰੀਕਾ ਗਈ ਹੋਈ ਸੀ। ਈਨਾ ਦੀ ਤਬੀਅਤ ਠੀਕ ਨਹੀਂ ਸੀ ਚਲ ਰਹੀ। ਇਸ ਪ੍ਰੇਸ਼ਾਨੀ ਕਰਕੇ ਪ੍ਰੀਤੀ ਅਤੇ ਗਗਨ ਦਾ ਅਮਨ ਪਰਿਵਾਰ ਨਾਲ ਕੋਈ ਸੰਪਰਕ ਨਹੀਂ ਸੀ ਹੋ ਸਕਿਆ।

ਈਨਾ ਕੁਝ ਤੰਦਰੁਸਤ ਹੋਈ ਤਾਂ ਉਹ ਆਪਣੇ ਮਾਤਾ ਪਿਤਾ ਨੂੰ ਮਿਲਣ ਲਈ ਬਹੁਤ ਬੇਚੈਨ ਹੋ ਗਈ।

ਦਸੰਬਰ ਵਿਚ ਕ੍ਰਿਸਮਿਸ ਦੀਆਂ ਛੁੱਟੀਆਂ ਵਿਚ ਉਹਨਾਂ ਇੰਡੀਆ ਆਉਣ ਦਾ ਪ੍ਰੋਗਰਾਮ ਬਣਾ ਲਿਆ।

ਗਗਨ ਜਦੋਂ ਵੀ ਦਿੱਲੀ ਆਉਂਦਾ ਇਕ ਕਾਰ ਕਿਰਾਏ ਤੇ ਲੈਂਦਾ ਤਾਂ ਜੋ ਉਹ ਸਭ ਰਿਸ਼ਤੇਦਾਰਾਂ, ਦੋਸਤਾਂ, ਮਿੱਤਰਾਂ ਨੂੰ ਅਰਾਮ ਨਾਲ ਮਿਲ ਸਕੇ।

ਐਤਵਾਰ ਦਾ ਦਿਨ ਸੀ। ਚੰਗੀ ਧੁੱਪ ਨਿਕਲੀ ਹੋਈ ਸੀ। ਗਗਨ ਨੇ ਅਮਨ ਦੇ ਘਰ ਜਾਕੇ ਉਹਨੂੰ ਸਰਪ੍ਰਾਈਜ਼ ਦੇਣ ਦੀ ਸੋਚੀ।

ਪ੍ਰੀਤੀ ਨੇ ਕਿਹਾ, "ਇਹ ਸਰਪ੍ਰਾਈਜ਼ ਦਾ ਚੱਕਰ ਛੱਡੋ। ਅਮਨ ਅਕਸਰ ਦਿੱਲੀ

ਤੋਂ ਬਾਹਰ ਟੂਰ ਤੇ ਰਹਿੰਦਾ ਹੈ, ਜੇ ਉਹ ਘਰ ਨਾ ਮਿਲਿਆ ਤਾਂ ?"

"ਮੰਮੀ, ਉਹ ਨਾ ਮਿਲਿਆ ਤਾਂ ਅਲਕਾ ਨਾਲ ਖੁਲ੍ਹਕੇ ਗੱਲ ਕਰ ਲਵਾਂਗੇ। ਅੰਕਲ ਬੱਬੀ, ਛੋਟੂ ਤਾਂ ਮਿਲਣਗੇ ਹੀ।"

ਲੰਚ ਤੋਂ ਬਾਅਦ ਜਦੋਂ ਉਹ ਅਮਨ ਦੇ ਘਰ ਪਹੁੰਚੇ ਤਾਂ ਉਹ ਬਾਹਰ ਲਾਅਨ ਵਿਚ ਧੁੱਪ ਸੇਕਦੇ ਹੋਏ ਮਿਲ ਗਏ। ਸਾਰਾ ਪਰਿਵਾਰ ਬਾਹਰ ਮੰਜੀਆਂ ਜਾਂ ਕੁਰਸੀਆਂ ਤੇ ਅਲਸਾ ਰਿਹਾ ਸੀ।

ਅਮਨ ਦੇ ਪਿਤਾ ਜੀ ਅਖ਼ਬਾਰ ਪੜ੍ਹ ਰਹੇ ਸਨ। ਰੇਵਤੀ ਸਾਗ ਕਟ ਰਹੀ ਸੀ। ਛੋਟੂ ਗੇਂਦ ਨਾਲ ਖੇਡ ਰਿਹਾ ਸੀ। ਬੱਬੀ ਕੋਈ ਕਿਤਾਬ ਲੈ ਕੇ ਬੈਠਾ ਸੀ।

ਗਗਨ ਹੋਰਾਂ ਨੂੰ ਵੇਖਕੇ ਸਭ ਦੇ ਚਿਹਰੇ ਚਮਕ ਗਏ। ਸਭ ਬੜੇ ਪਿਆਰ ਨਾਲ ਘੁੱਟ ਘੁੱਟ ਕੇ ਮਿਲੇ। ਆਉਣ ਤੋਂ ਪਹਿਲਾਂ, ਫ਼ੋਨ ਤੇ ਖ਼ਬਰ ਨਾ ਕਰਨ ਦਾ ਗਿਲਾ ਸ਼ਿਕਵਾ ਕੀਤਾ।

"ਅਲਕਾ ਕਿੱਥੇ ਹੈ ?" ਈਨਾ ਨੇ ਪੁੱਛਿਆ। ਉਹ ਡਰ ਰਹੀ ਸੀ ਕਿ ਉਹ ਘਰ ਛੱਡ ਕੇ ਕਿਤੇ ਪੇਕੇ ਹੀ ਤਾਂ ਨਹੀਂ ਚਲੀ ਗਈ।

"ਅਮਨ ਵੀ ਨਜ਼ਰ ਨਹੀਂ ਆ ਰਿਹਾ ?" ਗਗਨ ਨੇ ਪੁੱਛਿਆ।

ਉਹ ਦੋਵੇਂ ਪਿਕਚਰ ਵੇਖਣ ਗਏ ਨੇ।" ਬੱਬੀ ਚਹਿਕ ਕੇ ਬੋਲਿਆ।

ਗਗਨ, ਪ੍ਰੀਤੀ ਅਤੇ ਈਨਾ ਦੇ ਚਿਹਰਿਆਂ ਤੇ ਹੈਰਾਨੀ ਸੀ।

"ਅਮਨ ਦੇ ਦੋਸਤ ਸੰਜੇ ਦੀ ਕੁੜਮਾਈ ਹੋ ਗਈ ਹੈ। ਸੰਜੇ ਆਪਣੀ ਮੰਗੇਤਰ ਨਾਲ ਇਥੇ ਆਇਆ ਸੀ। ਉਹ ਚਾਰੇ ਕੋਈ ਫਿਲਮ ਵੇਖਣ ਗਏ ਨੇ।" ਰੇਵਤੀ ਖਿੜ ਕੇ ਬੋਲੀ।

"ਜੇ ਤੁਸੀਂ ਫ਼ੋਨ ਕਰ ਦਿੰਦੇ ਤਾਂ ਉਹ ਫਿਲਮ ਦੇਖਣ ਨਾ ਜਾਂਦੇ।" ਅਮਨ ਦੇ ਪਿਤਾ ਜੀ ਅਖਬਾਰ ਦੀ ਤਹਿ ਲਗਾਂਦੇ ਹੋਏ ਬੋਲੇ।

"ਬੱਬੀ ਅਮਨ ਭਾਈ ਦੇ ਮੋਬਾਇਲ ਤੇ ਫ਼ੋਨ ਕਰਕੇ ਦੱਸਦੇ ਜਾਂ ਐਸ. ਐਮ.ਐਸ. ਭੇਜ ਦੇ। ਛੋਟੂ ਨੇ ਬੱਬੀ ਨੂੰ ਕਿਹਾ।

"ਖਿਆਲ ਤਾਂ ਨੇਕ ਹੈ।"

ਪ੍ਰੀਤੀ ਰੇਵਤੀ ਦੇ ਚਿਹਰੇ ਨੂੰ ਬੜੇ ਪਿਆਰ ਨਾਲ ਵੇਖ ਰਹੀ ਸੀ। ਉਹਦੇ ਚਿਹਰੇ ਤੇ ਪਹਿਲੇ ਵਾਲੀਆਂ ਚਿੰਤਾ ਦੀਆਂ ਰੇਖਾਵਾਂ ਨਜ਼ਰ ਨਹੀਂ ਸਨ ਆ ਰਹੀਆਂ। ਘਰ ਦੇ ਸਾਰੇ ਜੀਅ ਬੜੇ ਸਹਿਜ ਢੰਗ ਨਾਲ ਗੱਲਾਂ ਕਰ ਰਹੇ ਸਨ। ਤਨਾਅ ਦੇ ਕੋਈ ਚਿੰਨ੍ਹ ਨਜ਼ਰ ਨਹੀਂ ਸਨ ਆ ਰਹੇ।

"ਲੱਗਦਾ ਹੈ, ਸਭ ਠੀਕ ਹੋ ਗਿਆ ਹੈ। ਤਾਂ ਹੀ ਅਮਨ ਅਲਕਾ ਨੂੰ ਫ਼ਿਲਮ ਵਿਖਾਣ ਲੈ ਗਿਆ। ਚਲੋ, ਰੱਬਾ ਕਰੇ ਇਹ ਗੱਲ ਠੀਕ ਹੋਵੇ।"

ਪ੍ਰੀਤੀ ਆਪਣੇ ਹੀ ਖਿਆਲਾਂ ਵਿਚ ਡੁੱਬੀ ਹੋਈ ਸੀ। ਰੇਵਤੀ ਰਸੋਈ ਵਿਚ ਚਾਹ ਬਣਾਨ ਚਲੀ ਗਈ ਸੀ। ਅਮਨ ਦੇ ਪਿਤਾ ਜੀ, ਬੱਬੀ ਅਤੇ ਛੋਟੂ ਗਗਨ ਅਤੇ ਈਨਾ ਨੂੰ ਘੇਰ ਕੇ ਬੈਠੇ ਅਮਰੀਕਾ ਦੀਆਂ ਹੀ ਗੱਲਾਂ ਪੁੱਛ ਰਹੇ ਸਨ।

ਬੱਬੀ ਨੇ ਅਮਨ ਨੂੰ ਗਗਨ ਦੇ ਆਉਣ ਦੀ ਖ਼ਬਰ ਕਰ ਦਿੱਤੀ ਸੀ। ਉਹ ਘਰ ਵੱਲ ਚਲ ਪਿਆ ਸੀ। ਪ੍ਰੀਤੀ ਵੀ ਉਠ ਕੇ ਰਸੋਈ ਵਿਚ ਚਲੀ ਗਈ।

"ਕੀ ਖ਼ਬਰ ਹੈ, ਭੈਣ ਜੀ ਅਮਨ.....?"

ਪ੍ਰੀਤੀ ਨੇ ਰੇਵਤੀ ਨੂੰ ਝਿਝਕਦੇ ਹੋਏ ਪੁੱਛਣਾ ਸ਼ੁਰੂ ਹੀ ਕੀਤਾ ਸੀ ਕਿ ਪ੍ਰੀਤੀ ਨੇ ਵਿਚੋਂ ਹੀ ਟੋਕ ਦਿੱਤਾ।

"ਰੱਬ ਦਾ ਸ਼ੁਕਰ ਹੈ।" ਰੇਵਤੀ ਦੀ ਆਵਾਜ਼ ਵਿਚੋਂ ਖੁਸ਼ੀ ਅਤੇ ਉਤਸ਼ਾਹ ਛਲਕ ਰਿਹਾ ਸੀ।

"ਇਹ ਸਭ ਤੁਹਾਡੇ ਹੀ ਸਮਝਾਣ ਦਾ ਫਲ ਹੈ। ਗਗਨ ਬੇਟਾ ਵੀ ਅਮਰੀਕਾ ਤੋਂ ਫ਼ੋਨ ਕਰਕੇ ਅਮਨ ਨੂੰ ਸਮਝਾਂਦਾ ਰਿਹਾ ਸੀ। ਆਖਿਰ ਰੱਬ ਨੇ ਉਹਨੂੰ ਸੁਮੱਤ ਬਖਸ਼ੀ ਹੈ।"

ਪ੍ਰੀਤੀ ਬੜੀ ਖੁਸ਼ ਸੀ।

ਬਾਹਰ ਬਗੀਚੇ ਵਿਚੋਂ ਧੁੱਪ ਹੁਣ ਲਗਭਗ ਗਾਇਬ ਹੀ ਸੀ। ਹਵਾ ਵਿਚ ਹਲਕੀ ਹਲਕੀ ਠੰਡ ਮਹਿਸੂਸ ਹੋਣ ਲੱਗ ਪਈ ਸੀ। ਸਭ ਉਠ ਕੇ ਹਾਲ ਕਮਰੇ ਵਿਚ ਆ ਗਏ। ਚਾਹ ਪੀਣੀ ਹਾਲੇ ਸ਼ੁਰੂ ਹੀ ਕੀਤੀ ਸੀ ਕਿ ਅਮਨ ਦੀ ਆਵਾਜ਼ ਸੁਣਾਈ ਦਿੱਤੀ। ਉਹ ਸ਼ਾਇਦ ਫਿਲਮ ਵਿਚੇ ਛੱਡ ਕੇ ਆ ਗਏ ਸਨ। ਉਹਨਾਂ ਨਾਲ ਸੰਜੇ ਅਤੇ ਉਹਦੀ ਮੰਗੇਤਰ ਮਨੀਸ਼ਾ ਵੀ ਸਨ। ਸਭ ਘੁੱਟ ਘੁੱਟ ਕੇ ਗਲੇ ਮਿਲ ਰਹੇ ਸਨ। ਅਲਕਾ ਦੇ ਪਹਿਰਾਵੇ ਦੀ ਨੁਹਾਰ ਹੀ ਬਦਲੀ ਹੋਈ ਸੀ। ਉਹਦਾ ਚਿਹਰਾ ਚਮਕ ਰਿਹਾ ਸੀ। ਅੱਖਾਂ ਮੁਸਕਰਾ ਰਹੀਆਂ ਸਨ। ਈਨਾ ਦੇ ਗਲੇ ਮਿਲਦੀ ਹੋਈ, ਹੌਲੀ ਹੌਲੀ ਉਹ ਕੁਝ ਗੱਲਾਂ ਕਰਦੀਆਂ ਰਹੀਆਂ। ਅਮਨ, ਗਗਨ ਅਤੇ ਸੰਜੇ ਆਪਸ ਵਿੱਚ ਮਸਤ ਸਨ। ਸੰਜੇ ਦੀ ਮੰਗੇਤਰ ਮਨੀਸ਼ਾ ਨਾਲ ਬੱਬੀ ਹੱਸ ਹੱਸ ਗੱਲਾਂ ਕਰ ਰਿਹਾ ਸੀ। ਸਭ ਦੇ ਹੱਸਦੇ ਹੱਸਦੇ ਚਿਹਰੇ ਵੇਖਕੇ ਪ੍ਰੀਤੀ ਅਤੇ ਰੇਵਤੀ ਖੁਸ਼ ਹੋ ਰਹੀਆਂ ਸਨ।

ਅਲਕਾ ਰਸੋਈ ਵਿਚ ਖਾਣੇ ਦੀ ਤਿਆਰੀ ਕਰਨ ਵਿੱਚ ਜੁਟ ਗਈ ਤਾਂ ਈਨਾ ਅਤੇ ਮਨੀਸ਼ਾ ਵੀ ਉਠ ਕੇ ਰਸੋਈ ਵਿਚ ਚਲੀਆਂ ਗਈਆਂ। ਤਿੰਨਾਂ ਦੀਆਂ ਗੱਲਾਂ ਦੀ ਆਵਾਜ਼ ਕੁੱਕਰ ਦੀ ਸੀਟੀ ਅਤੇ ਭਾਂਡਿਆਂ ਦੀ ਖੜਖੜ ਵਿਚ ਰਲਗੱਡ ਹੋ ਰਹੀ ਸੀ।

ਇਧਰ ਸੰਜੇ, ਗਗਨ ਅਤੇ ਅਮਨ ਤਿੰਨੋਂ ਕੰਪਿਊਟਰ ਤੇ ਅਲੱਗ ਅਲੱਗ ਕੰਪਨੀਆਂ ਵਿਚ ਕੰਮ ਕਰਨ ਵਾਲੇ ਹੋਣ ਕਰਕੇ ਜ਼ੋਰ ਸ਼ੋਰ ਨਾਲ ਕੰਪਿਊਟਰ ਦੀ ਭਾਸ਼ਾ ਹੀ ਬੋਲ ਰਹੇ ਸਨ-ਡਾਟਾ ਬੇਸ, ਓਰੇਕਲ, ਪ੍ਰਾਜੈਕਟ, ਡੈਡਲਾਈਨ, ਡੀਬਗਜ਼, ਟੈਸਟਿੰਗ, ਐਪਲੀਕੇਸ਼ਨ-ਅਪਲੋਡ, ਡਾਊਨਲੋਡ....।"

ਫਿਰ ਗੱਲਾਂ ਦਾ ਵਿਸ਼ਾ ਮਲਟੀ-ਨੈਸ਼ਨਲ ਕੰਪਨੀਆਂ ਵਿਚ ਕੰਮ ਕਰਨ ਦੇ ਹਾਲਾਤ, ਕੰਮ ਕਰਨ ਦੇ ਜ਼ਿਆਦਾ ਘੰਟੇ, ਉਹਨਾਂ ਦੇ ਪ੍ਰਾਜੈਕਟ ਅਤੇ ਟਾਰਗਿਟਜ਼। ਗੱਲਾਂ ਦਾ ਸਿਲਸਿਲਾ ਮੁਕਣ ਵਿਚ ਹੀ ਨਹੀਂ ਸੀ ਆ ਰਿਹਾ। ਅਮਨ ਦੇ ਪਿਤਾ ਹੀ ਉਠ ਕੇ ਦੂਜੇ ਕਮਰੇ ਵਿਚ ਚਲੇ ਗਏ ਸਨ।

ਅਮਨ ਪਹਿਲਾਂ ਵਾਲੇ ਮੂਡ ਵਿਚ ਵਿਖਾਈ ਦੇ ਰਿਹਾ ਸੀ। ਖ਼ੂਬ ਹਾਸਾ-ਮਜ਼ਾਕ ਚਲ ਰਿਹਾ ਸੀ। ਸੰਜੇ ਵੀ ਗਗਨ ਨਾਲ ਇੰਜ ਗੱਲਾਂ ਕਰ ਰਿਹਾ ਸੀ ਜਿਵੇਂ ਬਹੁਤ ਪੁਰਾਣੇ ਦੋਸਤ ਹੋਣ। ਪਰ ਸੰਜੇ ਖਾਣਾ ਖਾ ਕੇ ਮਨੀਸ਼ਾ ਨੂੰ ਨਾਲ ਲੈ ਕੇ ਨਿਕਲ ਗਿਆ ਸੀ।

ਪ੍ਰੀਤੀ ਬਾਰ ਬਾਰ ਜਲਦੀ ਨਿਕਲਣ ਦੀ ਰੱਟ ਲਗਾ ਰਹੀ ਸੀ। ਅੱਜ ਕਲ੍ਹ ਰੋਜ਼ ਰਾਤ ਨੂੰ ਬਹੁਤ ਧੁੰਦ ਹੋ ਜਾਂਦੀ ਸੀ।

ਖਾਣਾ ਖਾਣ ਤੋਂ ਬਾਅਦ ਘਰੋਂ ਨਿਕਲੇ ਤਾਂ ਰਾਤ ਦੇ ਗਿਆਰਾਂ ਵੱਜ ਚੁੱਕੇ ਸਨ। ਬਾਹਰ ਘੁੱਪ ਹਨੇਰਾ ਅਤੇ ਗਹਿਰੀ ਧੁੰਦ ਪਸਰੀ ਹੋਈ ਸੀ। ਗਲੀ ਦੀਆਂ ਬਿਜਲੀਆਂ ਗੁਲ ਸਨ। ਅਮਨ ਕਹਿਣ ਲੱਗਾ-"ਮੈਂ ਅੱਗੇ ਅੱਗੇ ਸਕੂਟਰ ਤੇ ਚਲਦਾ ਹਾਂ, ਤੁਸੀਂ ਪਿੱਛੇ ਪਿੱਛੇ ਕਾਰ ਤੇ ਆ ਜਾਉ। ਤੁਹਾਨੂੰ ਮੈਂ ਮੇਨ ਸੜਕ ਤੱਕ ਛੱਡ ਆਉਂਦਾ ਹਾਂ।" ਗਗਨ ਬੜੇ ਧਿਆਨ ਨਾਲ ਹੌਲੀ ਹੌਲੀ ਕਾਰ ਚਲਾਂਦਾ ਅਮਨ ਦੇ ਸਕੂਟਰ ਦੇ ਪਿੱਛੇ ਪਿੱਛੇ ਚਲਦਾ ਰਿਹਾ। ਮੇਨ ਸੜਕ ਤੇ ਧੁੰਦ ਹੋਰ ਵੀ ਘਨੇਰੀ ਸੀ। ਸਭ ਦਹਿਲ ਗਏ। ਧੁੰਦ ਵਿਚ ਕਿੰਨੇ ਹੀ ਐਕਸੀਡੈਂਟ ਹੁੰਦੇ ਹਨ। ਅਮਨ ਨੇ ਜ਼ਿੱਦ ਕੀਤੀ ਅਤੇ ਗਗਨ ਹੋਰਾਂ ਨੂੰ ਵਾਪਿਸ ਘਰ ਲੈ ਆਇਆ। ਅਲਕਾ ਅਤੇ ਰੇਵਤੀ ਹਾਲੇ ਰਸੋਈ ਸੰਭਾਲ ਰਹੀਆਂ ਸਨ।

ਰੇਵਤੀ ਬੋਲੀ, "ਮੈਂ ਤਾਂ ਪਹਿਲਾਂ ਹੀ ਅਮਨ ਨੂੰ ਕਹਿ ਰਹੀ ਸਾਂ ਇੰਨੀ ਧੁੰਦ ਵਿਚ ਨਾ ਜਾਣ ਦੇਵੇ।"

ਰੇਵਤੀ ਅਤੇ ਅਲਕਾ ਬਿਸਤਰਿਆਂ ਦਾ ਪ੍ਰਬੰਧ ਕਰਨ ਵਿਚ ਲੱਗ ਗਈਆਂ। ਛੋਟੂ ਅਤੇ ਬੱਬੀ ਵੀ ਮੱਦਦ ਕਰਨ ਲਈ ਆ ਗਏ।

ਪ੍ਰੀਤੀ ਲਈ ਬਿਸਤਰ ਕੋਲ ਰੱਖਣ ਲਈ ਅਲਕਾ ਪਾਣੀ ਦਾ ਗਿਲਾਸ ਲੈ ਕੇ ਆਈ-ਤਾਂ ਮੁਸਕਰਾਕੇ ਬੋਲੀ-

"ਆਂਟੀ ਮੈਂ ਤੁਹਾਡੀ ਗੱਲ ਮੰਨ ਲਈ ਸੀ। ਜਲਦੀ ਹੀ ਖ਼ੁਸ਼ਖਬਰੀ ਸੁਣੋਗੇ।" ਸ਼ਰਮਾ ਕੇ ਉਹ ਇਕ ਦਮ ਦਰਵਾਜ਼ੇ ਤੋਂ ਬਾਹਰੀ ਚਲੀ ਗਈ। ਪ੍ਰੀਤੀ ਉਹਦੇ ਪੇਟ ਨੂੰ ਵੇਖ ਕੇ ਕੁਝ ਕਿਆਸ ਲਗਾਣ ਦੀ ਕੋਸ਼ਿਸ਼ ਕਰਨ ਲੱਗੀ। ਉਹਦਾ ਦਿਲ ਕੀਤਾ ਕਿ ਉਹ ਅਲਕਾ ਨੂੰ ਰੋਕ ਕੇ ਉਹਦੇ ਨਾਲ ਬਹੁਤ ਸਾਰੀਆਂ ਗੱਲ ਕਰੇ ਪਰ ਉਹ ਆਪਣੇ ਕਮਰੇ ਵਿਚ ਜਾ ਚੁੱਕੀ ਸੀ।

***